കമ്പി-തപാൽ ട്രേഡ് യൂണിയൻ പ്രസ്ഥാനം കേരളത്തിൽ

kambi-thapal trade union prasthanam keralathil

•

p v chandrasekharan

•

first edition
june 2014

•

second edition
september 2014

•

typesetting & published
chintha publishers, thiruvananthapuram

•

printed at
Repro India Ltd, Mumbai.

•

cover
naveen sekhar

•

price
rupees one hundred and ninety only

വിതരണം

ദേശാഭിമാനി ബുക്ക് ഹൗസ്

H O തിരുവനന്തപുരം–695 035
phone: 0471-2303026, 6063026
www.chinthapublishers.com
chinthapublishers@gmail.com

ബ്രാഞ്ചുകൾ

ഹെഡ്ഡാഫീസ് ബ്രാഞ്ച് കുന്നുകുഴി • സ്റ്റാച്യു തിരുവനന്തപുരം • കെ എസ് ആർ ടി സി ബസ് സ്റ്റേഷൻ ആലപ്പുഴ • കെ എസ് ആർ ടി സി ബസ് സ്റ്റേഷൻ എറണാകുളം • ചിറ്റൂർ റോഡ് എറണാകുളം • മച്ചിങ്ങൽ ലെയ്ൻ തൃശൂർ • ഐ ജി റോഡ് കോഴിക്കോട് • മാവൂർ റോഡ് കോഴിക്കോട് • എൻ ജി ഒ യൂണിയൻ ബിൽഡിങ് കണ്ണൂർ • സെൻട്രൽ ബസ് ടെർമിനൽ കോംപ്ലക്സ് താവക്കര കണ്ണൂർ

CR - 1391 / 3522

കമ്പി-തപാൽ ട്രേഡ് യൂണിയൻ പ്രസ്ഥാനം കേരളത്തിൽ

പി വി ചന്ദ്രശേഖരൻ

ചിന്ത പബ്ലിഷേഴ്സ്
തിരുവനന്തപുരം-695 035
വില : ₹ 190

പി വി ചന്ദ്രശേഖരൻ

കല്യാശ്ശേരി (കണ്ണൂർ ജില്ല) സ്വദേശി. 1963 ൽ കമ്പി–തപാൽ വകുപ്പിൽ ടെലിഫോൺ ഓപ്പറേറ്റർ ആയി ആലപ്പുഴയിൽ ജോലിയിൽ പ്രവേശിച്ചു. 1966 ൽ കണ്ണൂരിലേക്ക് സ്ഥലമാറ്റം. സംഘടനാ പ്രവർത്തനങ്ങളെ തുടർന്നുണ്ടായ ശിക്ഷാനടപടികളുടെ ഭാഗമായി പയ്യന്നൂർ, മൂന്നാർ, തിരൂർ എന്നിവിടങ്ങളിൽ ജോലി ചെയ്തു. 1981 ൽ അഖിലേന്ത്യാ ടെലിഗ്രാഫ് എഞ്ചിനീയറിങ് എംപ്ലോയീസ് യൂണിയൻ ക്ലാസ് 3 (പിന്നീട് ടെലികോം എംപ്ലോയീസ് യൂണിയൻ ക്ലാസ്–3) യുടെ കേരള സർക്കിൾ സെക്രട്ടറിയായി തെരഞ്ഞെടുക്കപ്പെട്ടതിനെ തുടർന്ന് തിരുവനന്തപുരത്തെത്തി. 2004 ൽ ചീഫ് ടെലിഫോൺ സൂപ്പർവൈസർ ആയി സർവ്വീസിൽനിന്നും റിട്ടയർ ചെയ്തു.

ആലപ്പുഴയിൽ സജീവസംഘടനാ പ്രവർത്തനത്തിനു തുടക്കം. കണ്ണൂരിൽ ബ്രാഞ്ച് സെക്രട്ടറി, ഡിവിഷണൽ യൂണിയൻ സംഘടനാ സെക്രട്ടറി, കമ്പി–തപാൽ യൂണിയനുകളുടെ ഏകോപന സമിതി കൺവീനർ എന്നീ നിലകളിൽ പ്രവർത്തിച്ചു. 1974 ൽ കണ്ണൂരിൽ നടന്ന സംസ്ഥാന സമ്മേളനത്തിൽ വെച്ചു അസി. സർക്കിൾ സെക്രട്ടറിയായി തെരഞ്ഞെടുത്തു. 1981 ൽ കൊൽക്കത്തയിൽ ചേർന്ന അഖിലേന്ത്യാ സമ്മേളനത്തിൽ വെച്ചു NFPTE ഫെഡറൽ കൗൺസിലറായി തെരഞ്ഞെടുക്കപ്പെട്ടു. NFPTE സംസ്ഥാന ഏകോപന സമിതി വൈസ് ചെയർമാനായും ദീർഘകാലം പ്രവർത്തിച്ചു. 1981 മുതൽ 2000 വരെ കേരള ടെലികോം സംയുക്ത കൂടിയാലോചന സമിതി (JCM) യുടെ സ്റ്റാഫ് വിഭാഗം നേതാവായിരുന്നു. ഈ കാലയളവിൽ സംഘടനയുടെ മുഖപത്രമായ *ടെലി വർക്കർ*–ന്റെ പത്രാധിപരായും പ്രവർത്തിച്ചു.

ബി എസ് എൻ എൽ രൂപീകരണത്തോടെ ടെലികോം മേഖലയിലെ 7 സംഘടനകൾ ചേർന്ന് 2001 ൽ ബി എസ് എൻ എൽ എംപ്ലോയീസ് യൂണിയൻ രൂപീകരിച്ചതിനെ തുടർന്ന് പ്രഥമ സംസ്ഥാന പ്രസിഡന്റായി തെരഞ്ഞെടുക്കപ്പെട്ടു. 2005 വരെ ഈ സ്ഥാനത്ത് തുടർന്നു.

അഖിലേന്ത്യാ ബി എസ് എൻ എൽ – ഡി ഒ ടി പെൻഷനേഴ്സ് അസോസിയേഷന്റെ സ്ഥാപക നേതാക്കളിൽ ഒരാളും ഇപ്പോൾ അഖിലേന്ത്യാ രക്ഷാധികാരിയുമാണ്. സെൻട്രൽ ഗവൺമെന്റ് പെൻഷനേഴ്സ് അസോസിയേഷൻ (CGPA) സംസ്ഥാന ജോയിന്റ് സെക്രട്ടറി, സീനിയർ സിറ്റിസൺസ് ഫ്രണ്ട്സ് വെൽഫെയർ അസോസിയേഷൻ സംസ്ഥാന സെക്രട്ടറി എന്നീ നിലകളിൽ ഇപ്പോൾ പ്രവർത്തിക്കുന്നു.

ഭാര്യ : പത്മം ശേഖർ
മക്കൾ : നവീൻ ശേഖർ, ഷൈനി ശേഖർ, സിന്ധുശേഖർ.
വിലാസം : TC 23/707, മയൂരം
വലിയശാല, ചാല പി ഒ
തിരുവനന്തപുരം–695036
E-mail : pvcmayooram@yahoo.in
Mob : 9447396162, 0471-2468587

ഉള്ളടക്കം

സമർപ്പണം

സംഘടനാ രംഗത്ത് എന്നിൽ ഏറെ സ്വാധീനം
ചെലുത്തിയവരും ഇന്നു നമ്മോടൊപ്പം ഇല്ലാത്തവരുമായ
സഖാക്കൾ ജനു മാസ്റ്റർ, എൻ പി പത്മനാഭൻ
എം സി അയ്യപ്പാക്കുട്ടി, കെ പി ഗോവിന്ദൻകുട്ടി
ഡി സി ഡിക്രൂസ് എന്നിവരുടെ സ്മരണയ്ക്ക് മുന്നിൽ
ഈ പുസ്തകം സമർപ്പിക്കുന്നു.

അവതാരിക

ഇന്ത്യയിലെ തൊഴിലാളിവർഗ്ഗ സമരചരിത്രത്തിൽ സുപ്രധാനമായ സ്ഥാനം കമ്പി-തപാൽ ജീവനക്കാർക്കുണ്ട്. ബ്രിട്ടീഷ്-ഫ്രഞ്ച് സാമ്രാജ്യത്വ ശക്തികൾക്കെതിരായും സ്വാതന്ത്ര്യാനന്തര ഇന്ത്യയിലും കമ്പി-തപാൽ ജീവനക്കാർ നടത്തിയ സമരങ്ങൾ അവരുടെ സംഘടനാശക്തിയും സമരശേഷിയും വിളിച്ചറിയിച്ചവയാണ്. കോളനിവാഴ്ചയ്ക്കെതിരായും സ്വന്തം അവകാശങ്ങൾക്ക് വേണ്ടിയും രാജ്യത്തെ തൊഴിലാളികൾ നടത്തിയ സമരങ്ങളെ ഇരട്ടക്കുഴൽ തോക്കുമായി നടത്തിയ സമരമെന്ന് വിശേഷിപ്പിക്കാറുണ്ട്. അത്തരത്തിൽ സമരചരിത്രത്തിന്റെ അവകാശികൾ പിന്നീട് കേരളത്തിൽ നടത്തിയ സമരങ്ങളുടെ ചരിത്രമാണ് ഈ പുസ്തകത്തിന്റെ ഉള്ളടക്കം.

ബാബു താരപഥ മുഖർജി മുതൽ ഇന്നത്തെ തലമുറയിലുള്ള നേതാക്കന്മാർ വരെ നേതൃത്വം നൽകിയ സമരചരിത്രം ഏതൊരു തൊഴിലാളി പ്രവർത്തകനെയും ആവേശം കൊള്ളിക്കുന്നതാണ്. കമ്പി-തപാൽ വകുപ്പ് ഇന്നില്ല. തപാൽ സർക്കാർ വകുപ്പായും ടെലികമ്യൂണിക്കേഷൻ കമ്പനിയായും മാറിയിരിക്കുന്നു. എന്നാൽ, രണ്ട് മേഖലയിലും സമരങ്ങൾ ഇന്നും തുടരുകയാണ്.

സംഘടനാശേഷിയിൽ, സമരവീര്യത്തിൽ ഏറെ മുന്നിലാണ് കേരളം. ഇന്ത്യക്കാകമാനം വഴികാട്ടിയ സമരചരിത്രങ്ങൾ കേരളത്തിന് സ്വന്ത

മാണ്. കമ്പി–തപാൽ ജീവനക്കാർ കേരളത്തിൽ നടത്തിയ സമരങ്ങളുടെ തിളങ്ങുന്ന അദ്ധ്യായങ്ങളാണ് ഈ പുസ്തകം വിശദീകരിക്കുന്നത്. ആ വിവരങ്ങളിലേക്ക് ഇപ്പോൾ കടക്കുന്നില്ല.

ദേശീയപ്രാധാന്യമുള്ളതാണ് 1960 ലും 68 ലും സഖാക്കൾ നടത്തിയ സമരങ്ങൾ. ലക്ഷക്കണക്കിന് കേന്ദ്രസർക്കാർ ജീവനക്കാർ നടത്തിയ 1960 ലെ പണിമുടക്കിനെ ചോരയിൽ മുക്കിക്കൊല്ലാനാണ് നെഹ്റുവിന്റെ കോൺഗ്രസ് സർക്കാർ ശ്രമിച്ചത്. കേരളത്തിൽ അന്നുണ്ടായിരുന്ന കോൺഗ്രസ് മുന്നണി സർക്കാരിന്റെ നിലപാടും വേറിട്ടതായിരുന്നില്ല. പണിമുടക്കിയാൽ ആറുമാസം കഠിനതടവ് എന്ന സാഹചര്യത്തിലും വർദ്ധിതവീര്യത്തോടെ മുന്നോട്ടുപോയ സമരം സ്തുത്യർഹമാണെന്നു പ്രത്യേകം പറയേണ്ടതില്ല. 1968 ൽ ഒരുദിവസത്തെ പണിമുടക്ക് പ്രഖ്യാപിച്ചപ്പോഴും അടിച്ചമർത്താനാണ് ശ്രമിച്ചത്. 13 സഖാക്കളുടെ ജീവനാണ് ആ ശ്രമത്തിൽ പൊലിഞ്ഞത്. അന്ന് കേരളത്തിൽ അധികാരത്തിലുണ്ടായിരുന്ന ഇ എം എസ് സർക്കാർ പണിമുടക്കിന് അനുകൂലമായ നിലപാടെടുത്തു. ജീവനക്കാരുടെ താല്പര്യങ്ങളും ജനാധിപത്യ അവകാശങ്ങളും അംഗീകരിക്കുന്നതാണ് തങ്ങളുടെ സർക്കാരെന്ന് ഇ എം എസ് പ്രഖ്യാപിച്ചു. സംസ്ഥാനങ്ങളുടെ അവകാശങ്ങളിൽ കടന്നുകയറാൻ ശ്രമിക്കുന്ന കേന്ദ്രസർക്കാരിനെതിരെ ഉറച്ച നിലപാടെടുക്കാൻ അന്നത്തെ സംസ്ഥാന സർക്കാരിന് സാധിച്ചു.

സമരവീര്യത്തിന്റെ വർദ്ധിതശേഷി സ്ത്രീജീവനക്കാർ നടത്തിയ സമരങ്ങളിലും വെളിപ്പെട്ടു. പൊതുസമരങ്ങളിലെ ആവേശകരമായ പങ്കാളിത്തവും സ്ത്രീകളുടെ പ്രത്യേക ആവശ്യങ്ങൾക്ക് വേണ്ടിയുള്ള സമരങ്ങളിൽ അവർ കാണിച്ച സഹനശേഷിയും ഗ്രന്ഥകർത്താവ് പ്രത്യേകം പരാമർശിക്കുന്നു. സ്ത്രീ തൊഴിലാളികളുടെ കാര്യത്തിൽ ട്രേഡ് യൂണിയൻ പ്രസ്ഥാനം ശ്രദ്ധിക്കേണ്ട ഒരുപാട് കാര്യങ്ങൾ ഇനിയുമുണ്ട്. സ്ത്രീകളുടെ സംഘടനാശേഷിയും സമരാവേശവും പൂർണ്ണമായും പ്രയോജനപ്പെടുത്താൻ നമുക്ക് സാധിച്ചിട്ടില്ല. അവരുടെ നേതൃപാടവം അംഗീകരിക്കാൻ മടികാണിക്കുന്ന സാഹചര്യം ഇപ്പോഴും നിലവിലുണ്ട്. സ്ഥിതിഗതികളിൽ ചെറിയൊരു മാറ്റം വന്നിട്ടുണ്ടെങ്കിലും ഇനിയും ഒരുപാട് മുന്നേറേണ്ടതുണ്ട്.

ഈ ചരിത്രപുസ്തകത്തിന്റെ പല അദ്ധ്യായങ്ങളും ബി എസ് എൻ എൽ എംപ്ലോയീസ് യൂണിയന്റെ മാസികയായ *ക്രൂസേഡറിൽ* വായിക്കാൻ കഴിഞ്ഞിട്ടുണ്ട്. അത് പുസ്തകരൂപത്തിലാകുന്നത് അങ്ങേയറ്റം സന്തോഷകരമാണ്. പൂർവ്വകാല ചരിത്രം മനസ്സിലാക്കാതെ സംഘടനാപ്രവർത്തനം പൂർണ്ണതോതിൽ വിജയകരമാകില്ല. പുതിയ തലമുറയിലേക്ക് ഈ അനുഭവങ്ങൾ എത്തിക്കേണ്ടത് കാലഘട്ടത്തിന്റെ അനിവാര്യതയാണ്. ആ കടമയാണ് സ. പി വി ചന്ദ്രശേഖരൻ ഭംഗിയായി നിർവ്വഹിച്ചിരിക്കുന്നത്. ഇന്ന് നേതൃനിരയിലുള്ളവർക്ക് പോലും പഴയ സമരങ്ങളെപ്പറ്റി പൂർണ്ണമായി മനസ്സിലാക്കാൻ സാഹചര്യം ഉണ്ടാകാനിടയില്ല.

ങ്ങളെ മാത്രമല്ല, നായകന്മാരെയും നായികമാരെയും ഈ പുസ്ത ത്തിലൂടെ പി വി സി പരിചയപ്പെടുത്തുന്നു.

ഒരു ചാർജ്ജ്ഷീറ്റ് പോലും വാങ്ങാതെ ട്രേഡ് യൂണിയൻ പ്രവർത്തകർക്ക് ഔദ്യോഗികജീവിതം അവസാനിപ്പിക്കാൻ ഇന്ന് സാധിക്കുമായിരിക്കാം. പൂർവ്വകാല സഖാക്കൾ നടത്തിയ അത്യുജ്ജ്വല പോരാട്ടമാണ് അത് സാദ്ധ്യമാക്കിയതെന്ന് ഓർമ്മ വേണം. അറസ്റ്റ്, ജയിൽവാസം, ലാത്തിയടി, ലോക്കപ്പ് മർദ്ദനങ്ങൾ, പിരിച്ചുവിടൽ എന്നിങ്ങനെ അന്നത്തെ തലമുറയിലെ പ്രവർത്തകർ നേരിടേണ്ടിവന്ന ദുരനുഭവങ്ങൾ ഓർക്കുകയും ഓർമ്മിപ്പിക്കുകയും ചെയ്യേണ്ടതുണ്ട്. ഇക്കാര്യങ്ങൾ മനസ്സിലാക്കി മികച്ച രീതിയിൽ കടമകൾ നിറവേറ്റാൻ പുതുതലമുറയിലെ സഖാക്കൾക്ക് സാധിക്കണം.

കഴിഞ്ഞകാല ചരിത്രം അഭിനന്ദനാർഹമായ രീതിയിൽ അവതരിപ്പിക്കാൻ എന്റെ സുഹൃത്തും സഹപാഠിയുമായ സ. ചന്ദ്രശേഖരന് സാധിച്ചിരിക്കുന്നു. ഈ അവതാരിക എഴുതാൻ പ്രേരിപ്പിച്ചതും മറ്റൊന്നല്ല. കമ്പി–തപാൽ മേഖലയിലുള്ളവർക്ക് മാത്രമല്ല, കേരളത്തിലെ മറ്റ് ട്രേഡ് യൂണിയൻ പ്രവർത്തകർക്കും പൊതു വായനക്കാർക്കും ഈ പുസ്തകം തീർച്ചയായും പ്രയോജനപ്പെടും. ഗ്രന്ഥകർത്താവിനും പ്രസാധകർക്കും അഭിവാദ്യങ്ങൾ.

ന്യൂഡൽഹി
01.02.2014

എ കെ പത്മനാഭൻ
സി ഐ ടി യു
അഖിലേന്ത്യാ പ്രസിഡന്റ്

ഈ പുസ്തകത്തെപ്പറ്റി.....

കമ്പി-തപാൽ തൊഴിലാളി യൂണിയൻ പ്രസ്ഥാനത്തിന് ഒരു നൂറ്റാണ്ടിലേറെ പഴക്കവും പാരമ്പര്യവുമുണ്ട്. 1770 ൽ ഈസ്റ്റ് ഇന്ത്യാ കമ്പനിയുടെ കാലത്ത് പോസ്റ്റൽ സർവ്വീസ് ആരംഭിച്ചുവെങ്കിലും വിപുലമായ രീതിയിൽ ജനങ്ങളുടെ സർവ്വീസായി മാറിയത് 1858 ൽ ഇന്ത്യാഭരണം ബ്രിട്ടീഷ് ഗവൺമെന്റ് ഏറ്റെടുത്തതിനുശേഷം മാത്രമാണ്. ടെലിഗ്രാഫും റെയിൽവേയും 1853-54 കാലത്ത് തന്നെ തുടങ്ങിയിരുന്നു. റെയിൽവേ നിർമ്മിക്കുന്നതിനും പ്രവർത്തിപ്പിക്കുന്നതിനുമായി ഇന്ത്യയുടെ വിവിധ ഭാഗങ്ങളിൽ ഒട്ടേറെ തൊഴിലാളികളെ റിക്രൂട്ട് ചെയ്യുകയുണ്ടായി. ലഭ്യമായ വിവരങ്ങളുടെ അടിസ്ഥാനത്തിൽ തൊഴിലാളികൾ സംഘടിച്ച് ആദ്യത്തെ പണിമുടക്കം നടത്തിയത് 1870 കളിലാണ്. ഹൗറാ റയിൽവേ സ്റ്റേഷനിലെ 1200 ഓളം തൊഴിലാളികൾ അതിൽ പങ്കെടുത്തു.

ഇരുപതാം നൂറ്റാണ്ടിന്റെ ആദ്യത്തിൽ തന്നെ പോസ്റ്റൽ ടെലിഗ്രാഫ് വിഭാഗങ്ങളിൽ തൊഴിലാളിസംഘടനകൾ രൂപംകൊണ്ടു. ചുരുങ്ങിയ ശമ്പളം, വർദ്ധിച്ച ജോലി, ചെറിയ കുറ്റങ്ങൾക്കുപോലും കഠിനമായ ശിക്ഷാനടപടികളും സ്ഥലംമാറ്റങ്ങളും എന്നിങ്ങനെ ജീവനക്കാർ നേരിടേണ്ടിവന്നത് കടുത്ത പ്രതികൂല സാഹചര്യങ്ങളാണ്. കൽക്കത്ത പോസ്റ്റാഫീസിലെ ജീവനക്കാരായ ബാബു താരാപഥ മുഖർജിയുടെ നേതൃത്വത്തിൽ 1907 ൽ രൂപീകരിച്ച പോസ്റ്റൽ ക്ലബ്ബുകൾ പിന്നീട് അഖിലേന്ത്യാ

പോസ്റ്റൽ & ആർ എം എസ് എംപ്ലോയീസ് യൂണിയനായി മാറി. ടെലിഗ്രാഫ് വിഭാഗത്തിൽ ഒരു ടെലിഗ്രാഫിസ്റ്റായ ഹെൻറി ബാർട്ടന്റെ നേതൃത്വത്തിൽ 1908 ൽ ഇന്ത്യൻ ടെലിഗ്രാഫ് അസോസിയേഷനും രൂപീകരിക്കപ്പെട്ടു. 1918 ൽ വി ജി ഡാൽവി മുൻകൈയ്യെടുത്ത് പോസ്റ്റ്മെൻ & ലോവർ ഗ്രേഡ് സ്റ്റാഫ് യൂണിയനും സ്ഥാപിച്ചു.

ഇന്ത്യൻ സ്വാതന്ത്ര്യസമരവും 1917 ലെ റഷ്യൻ വിപ്ലവവുമെല്ലാം കമ്പി-തപാൽ മേഖലയിലെ യൂണിയനുകൾക്ക് ആവേശം നല്കി. പല പ്രക്ഷോഭങ്ങളും മുമ്പും നടന്നിട്ടുണ്ടെങ്കിലും ഈ രംഗത്തെ ആദ്യത്തെ പ്രധാനമായ അഖിലേന്ത്യാ പണിമുടക്കം എന്ന് പറയാവുന്നത് 1946 ലെ പോസ്റ്റ്മെൻ സമരമാണ്. ആരംഭിച്ചത് പോസ്റ്റ്മെൻ സമരമായിട്ടായിരുന്നുവെങ്കിലും അത് പോസ്റ്റൽ സമരമായും പിന്നീട് കമ്പി-തപാൽ സമരമായും മാറി. റോയൽ ഇന്ത്യൻ നേവി സമരത്തെപ്പോലെ തന്നെ 1946 ലെ പോസ്റ്റൽ പണിമുടക്കിനെയും സ്വാതന്ത്ര്യസമരത്തിന്റെ ഭാഗമായാണ് ചരിത്രകാരന്മാർ വിലയിരുത്തിയിട്ടുള്ളത്. സ. ജ്യോതിബസുവിന്റെ ആത്മകഥയിലും മറ്റും 1946 ലെ പണിമുടക്കിനെ കുറിച്ചും അതിനു പിന്തുണ പ്രഖ്യാപിച്ചു കൽക്കത്തയിൽ നടന്ന വമ്പിച്ച പ്രകടനത്തെയും കുറിച്ചുമുള്ള പരാമർശങ്ങൾ കാണാം.

തീക്ഷ്ണമായ സമരത്തിലൂടെ ബ്രിട്ടീഷ് സർക്കാറിൽനിന്നും ഉന്നയിച്ച ആവശ്യങ്ങളിൽ മിക്കതും നേടിയെടുത്തുകൊണ്ട് അവസാനിച്ച ഈ പണിമുടക്കം, കമ്പി-തപാൽ മേഖലയിലെ എല്ലാ യൂണിയനുകളെയും യോജിപ്പിച്ചു. ആദ്യം യൂണിയൻ ഓഫ് പി & ടി വർക്കേഴ്സ് (UPTW) നും പിന്നീട് 1954 ൽ നാഷണൽ ഫെഡറേഷൻ ഓഫ് പി & ടി എംപ്ലോയീസ് (NFPTE) എന്ന ഐക്യസംഘടനയ്ക്കും രൂപംനൽകുന്നതിനും പ്രചോദനമായി.

1960 ലെയും 1968 ലെയും കേന്ദ്രജീവനക്കാരുടെ ഐതിഹാസിക സമരങ്ങളിൽ NFPTE യുടെ നേതൃത്വത്തിൽ കമ്പി-തപാൽ ജീവനക്കാർ സുപ്രധാനമായ പങ്കാണ് വഹിച്ചത്. 1985 ൽ പോസ്റ്റൽ, ടെലികോം എന്നിങ്ങനെ രണ്ടു ഡിപ്പാർട്ടുമെന്റുകളായി വിഭജിക്കപ്പെട്ടപ്പോൾ NFPTE, എൻ എഫ് പി ഇ, എൻ എഫ് ടി ഇ എന്നീ രണ്ടു ഫെഡറേഷനുകളായി മാറി. 2000 ഒക്ടോബറിൽ ടെലികോം വകുപ്പിന്റെ സർവ്വീസ് വിഭാഗം ഭാരത് സഞ്ചാർ നിഗം ലിമിറ്റഡ് (BSNL) എന്ന പൊതുമേഖലാ കമ്പനിയാക്കി മാറ്റപ്പെട്ടു. 20-ാം നൂറ്റാണ്ടിന്റെ രണ്ടാം പകുതിയിലും ഉജ്ജ്വലമായ ഒട്ടേറെ സമരങ്ങൾ കമ്പി-തപാൽ മേഖലയിൽ സംഘടിപ്പിക്കപ്പെട്ടു.

ഈ പശ്ചാത്തലത്തിൽ, 1946 മുതൽ BSNL രൂപീകരണം (2000) വരെയുള്ള കമ്പി-തപാൽ പ്രസ്ഥാനത്തിന്റെ, പ്രത്യേകിച്ചു കേരളത്തിലെ വളർച്ചയും അവകാശസമരങ്ങളുമെല്ലാമാണ് *കമ്പി-തപാൽ ട്രേഡ് യൂണിയൻ പ്രസ്ഥാനം കേരളത്തിൽ* എന്ന ഈ പുസ്തകത്തിലൂടെ, ഈ രംഗത്ത് തന്നെ നേതൃസ്ഥാനത്തുണ്ടായിരുന്ന സ. പി വി ചന്ദ്രശേഖരൻ വരച്ചു കാണിച്ചിട്ടുള്ളത്.

1961 ലാണ് കേരള പി & ടി സർക്കിളും തുടർന്ന് NFPTE യിലെ 9 സർക്കിൾ യൂണിയനുകളും രൂപംകൊണ്ടത്. പി & ടി സർക്കിൾ കോ–ഓർഡിനേറ്റിങ് കമ്മിറ്റിയുടെ നേതൃത്വത്തിൽ കേരളത്തിലെ ജീവനക്കാർ നടത്തിയ അവകാശസമരങ്ങൾ ഒട്ടേറെയാണ്. അഖിലേന്ത്യാ യൂണിയനുകളുടെ ആഹ്വാനമനുസരിച്ചും സമരങ്ങൾ വമ്പിച്ച വിജയമാക്കുന്നതോടൊപ്പം ശക്തമായ ഒട്ടേറെ പ്രാദേശിക സമരങ്ങളും നടത്തുകയുണ്ടായി. ഈ അവകാശസമരങ്ങളെ പൈശാചികമായ പ്രതികാര നടപടികളിലൂടെ അടിച്ചമർത്താൻ ഭരണാധികാരികളും വകുപ്പ് തലവന്മാരും നടത്തിയ നീക്കങ്ങളെ നേരിട്ടുകൊണ്ടും പരാജയപ്പെടുത്തിയുമാണ് സംഘടന മുന്നേറിയത്.

അതോടൊപ്പം തന്നെ ഓംപ്രകാശ് ഗുപ്തയുടെ നേതൃത്വത്തിൽ NFPTE അനുവർത്തിച്ചു വന്ന തെറ്റായ നയങ്ങൾക്കെതിരായ പോരാട്ടവും കേരള ഘടകത്തിന് നടത്തേണ്ടതായി വന്നു. കമ്പി–തപാൽ പ്രസ്ഥാനത്തിന് ആശയപരവും സംഘടനാപരവുമായ ഉജ്ജ്വല നേതൃത്വം നൽകിയ സ. കെ ജി ബോസിനോടൊപ്പം ശക്തമായ പിന്തുണ നൽകിക്കൊണ്ടു ഗുണപരമായ മാറ്റങ്ങൾ സംഘടനയിൽ വരുത്താൻ കഴിഞ്ഞത് കേരളത്തിലെ പ്രസ്ഥാനത്തിന്റെ വലിയൊരു നേട്ടമായി കാണാം.

സ്വന്തം പ്രശ്നങ്ങളിൽ മാത്രം ഒതുങ്ങാതെ സമൂഹത്തിന്റെ പൊതുപ്രശ്നങ്ങൾ കൂടി തങ്ങളുടേതായി കണ്ട്, അതിലെല്ലാം സജീവമായി പങ്കെടുത്തുകൊണ്ടാണ് കേരളത്തിലെ പി & ടി പ്രസ്ഥാനം മുന്നേറിയത്. ജയിലറയും അറസ്റ്റും പിരിച്ചുവിടലും സസ്പെൻഷനും സ്ഥലമാറ്റങ്ങളും മറ്റു ശിക്ഷാനടപടികളും ഏല്ക്കേണ്ടിവരാത്ത സംഘടനാപ്രവർത്തകർ ചുരുക്കമായിരുന്നു. ഇതെല്ലാം സുധീരം നേരിട്ടുകൊണ്ടു മുന്നേറിയ ആവേശകരമായ ചരിത്രമാണ് കേരളത്തിലെ കമ്പി–തപാൽ പ്രസ്ഥാനത്തിന്റേത്.

ഈ കാര്യങ്ങളെല്ലാം വിശദമായി പ്രതിപാദിക്കുന്നതാണ് സ. പി വി സി യുടെ ഈ പുസ്തകം. 1946 ലെ പണിമുടക്കിൽനിന്ന് ആരംഭിച്ച്, NFPTE രൂപീകരണം, കേരള സർക്കിൾ യൂണിയനുകളുടെ ആരംഭം, 1960 ലേയും 1968 ലേയും ഐതിഹാസിക സമരങ്ങളുടെ ആവേശകരമായ ഓർമ്മകൾ, ഉജ്ജ്വലമായ പ്രാദേശികസമരങ്ങൾ എല്ലാം ഇതിൽ ഉൾപ്പെടുത്തിയിരിക്കുന്നു. സംഘടനയ്ക്ക് നേതൃത്വം കൊടുക്കുകയും ത്യാഗപൂർണ്ണമായ സംഘടനാ പ്രവർത്തനം നടത്തുകയും ചെയ്ത ഒട്ടേറെ സഖാക്കളെക്കുറിച്ചും (അവരിൽ പലരും ഇപ്പോൾ ജീവിച്ചിരിപ്പില്ല) ഈ പുസ്തകത്തിൽ സൂചിപ്പിച്ചിട്ടുണ്ട്.

ഗ്രന്ഥകർത്താവായ സ. പി വി ചന്ദ്രശേഖരൻ, പി & ടി യിൽ ജോലിയിൽ പ്രവേശിച്ച 1963 മുതൽ സജീവ സംഘടനാ പ്രവർത്തകനും അതുകൊണ്ടു തന്നെ ഒട്ടേറെ പ്രതികാര നടപടികൾ നേരിടേണ്ടി വരികയും ചെയ്ത ഒരു സഖാവാണ്. പി & ടി യൂണിയനുകളുടെ സംസ്ഥാന നേതാവായി 1981 മുതൽ 2005 വരെ ഒട്ടേറെ അവകാശ സമരങ്ങൾക്ക് നേതൃത്വം

കൊടുത്ത സഖാവുമാണ്.

സർവ്വീസിൽനിന്നും വിരമിച്ചുവെങ്കിലും ഇന്നും കമ്പി–തപാൽ ട്രേഡ് യൂണിയൻ രംഗത്ത് സജീവസാന്നിദ്ധ്യവുമാണ്. അതുകൊണ്ടു കേരളത്തിലെ പി & ടി യൂണിയൻ തൊഴിലാളി പ്രസ്ഥാനത്തെക്കുറിച്ച് ആധികാരികമായി എഴുതുവാൻ ഏറ്റവും അർഹതയുള്ള ഒരു സഖാവാണ് സ. പി വി സി.

പുസ്തകം വായിച്ചപ്പോൾ, ഈ രംഗത്ത് തന്നെ 1958 മുതൽ 1991 വരെ കേരളത്തിൽ തന്നെയുണ്ടായിരുന്ന എനിക്കും ഓർമ്മകൾ പുതുക്കുവാൻ കൂടി സന്ദർഭം ലഭിച്ചു. ഒട്ടേറെകാലം ഒരേ രംഗത്ത് പ്രവർത്തിക്കുവാൻ കഴിഞ്ഞ സ. പി വി സി യുടെ പുസ്തകം വായിക്കുവാനും ഇതിനെപ്പറ്റി എഴുതുവാനും കഴിഞ്ഞതിൽ എനിക്ക് ഒട്ടേറെ സന്തോഷവും അഭിമാനവുമുണ്ട്. സംഘടനാ പ്രവർത്തകർ നിർബ്ബന്ധമായും വായിക്കേണ്ട ഒരു പുസ്തകമാണിതെന്ന് പ്രത്യേകിച്ചും പറയേണ്ടതില്ല.

ന്യൂഡൽഹി
10.02.2014

വി എ എൻ നമ്പൂതിരി
അഖിലേന്ത്യാ പ്രസിഡന്റ്
ബി എസ് എൻ എൽ എംപ്ലോയീസ് യൂണിയൻ

ആമുഖം

കേരളത്തിലെ കമ്പി–തപാൽ പ്രസ്ഥാനത്തെ പറ്റി എഴുതാൻ ചിന്തിച്ചപ്പോൾ, പ്രമുഖ ട്രേഡ് യൂണിയൻ നേതാവും CITU പ്രസിഡന്റുമായിരുന്ന സ. സി കണ്ണൻ കാസർഗോഡ് വെച്ചു നടത്തിയ പ്രസംഗമാണ് എന്റെ ഓർമ്മയിൽ വന്നത്. 1973 ൽ സംസ്ഥാന ജീവനക്കാർ നടത്തിയ അനിശ്ചിതകാല പണിമുടക്കിനുശേഷം പ്രതികാരനടപടികളുമായി ബന്ധപ്പെട്ട ഒരു കൺവെൻഷൻ ഉദ്ഘാടനം ചെയ്യുകയായിരുന്നു സ. സി കണ്ണൻ. മേല്പറഞ്ഞ സമരത്തെ തുടർന്നു വ്യാപകമായി ഡയിസ്നോൺ അടിച്ചേല്പിച്ചിരുന്നു. ഈ പ്രതികാരനടപടികളെ പറ്റി പ്രസംഗിക്കുന്നതിനിടയിലാണ് കേന്ദ്രജീവനക്കാരുടെ വിശിഷ്യ കമ്പി–തപാൽ ജീവനക്കാരുടെ സമരങ്ങളെപ്പറ്റി പരാമർശിച്ചത്. പ്രസംഗത്തിന്റെ ചുരുക്കം ഇതാണ്.

> കേന്ദ്രസർവ്വീസിൽ പണിമുടക്കം പ്രഖ്യാപിച്ചാൽ ഉടൻ നിരോധനം വരും. പണിമുടക്കിയാൽ പിരിച്ചുവിടലും സസ്പെൻഷനുകളുമാണ്. പണിമുടക്കിയാൽ അറസ്റ്റും ജയിൽവാസവുമാണ്. പണിമുടക്കിയാൽ ലാത്തിച്ചാർജ്ജും വെടിവെപ്പുമാണ്; പണിമുടക്കിയാൽ ഡയിസ്നോൺ മാത്രമല്ല സർവ്വീസ് ബ്രേക്കാണ്.

സ. സി കണ്ണൻ പറഞ്ഞ കാര്യങ്ങൾ ഞങ്ങൾക്കറിയാമെങ്കിലും കേന്ദ്രസർവ്വീസിൽ നടന്ന സമരങ്ങളുടെ തീക്ഷ്ണത മനസ്സിൽ തറച്ചത് അന്നായിരുന്നു. തുടർന്നു നടന്ന അഖിലേന്ത്യാ സമരങ്ങളിലും പ്രാദേശിക സമരങ്ങളിലും ഉണ്ടായ അനുഭവങ്ങളും വ്യത്യസ്തമായിരുന്നില്ല. ഇന്ത്യയിലെ മറ്റൊരു സർവ്വീസ് സംഘടനയ്ക്കും അവകാശപ്പെടാൻ സാധിക്കാത്ത സമരചരിത്രം.

ഉദ്യോഗസ്ഥ ദുഷ്പ്രഭുത്വത്തിനെതിരെയും ട്രേഡ് യൂണിയൻ അവകാശങ്ങൾ സംരക്ഷിക്കാനും കേരളത്തിൽ നിരവധി പ്രാദേശിക സമര

ങ്ങൾ സംഘടിപ്പിക്കേണ്ടിവന്നിരുന്നു. ഇതിനുപുറമെ കേന്ദ്രസർക്കാരിന്റെ സാമ്പത്തിക നയങ്ങൾക്കെതിരായും ജനദ്രോഹ നടപടികൾക്കെതിരായും വിവിധ ട്രേഡ് യൂണിയനുകളുമായി ബന്ധപ്പെട്ട് അഖിലേന്ത്യാ സംഘടനയിൽനിന്നും വ്യത്യസ്തമായി നിരവധി സമരങ്ങളിൽ കേരളത്തിലെ കമ്പി–തപാൽ ജീവനക്കാർ പങ്കെടുത്തിരുന്നു. ഇക്കാര്യത്തിൽ NFPTE യുടെ അഖിലേന്ത്യാ നേതൃത്വത്തിൽനിന്നും വ്യത്യസ്തമായ സമീപനമാണ് കേരളത്തിലെ പ്രസ്ഥാനം സ്വീകരിച്ചുപോന്നത്. ഇക്കാരണങ്ങളാൽ ഭരണാധികാരികൾക്കെതിരായി സമരം ചെയ്യുമ്പോൾ തന്നെ അഖിലേന്ത്യാ നേതൃത്വത്തിനെതിരായി ശക്തമായ ആശയസമരവും നടത്തേണ്ടിവന്നിരുന്നു. ഇതെല്ലാം ഉൾക്കൊള്ളുന്ന സംഘടനാ ചരിത്രം എഴുതുന്ന കാര്യം സഖാക്കൾ ജനു മാസ്റ്റർ, വി എ എൻ നമ്പൂതിരി, എൻ ഒ ആനന്ദൻ എന്നിവരുമായി ആശയവിനിമയം നടത്തുകയും കുറെ അധികം വിശദാംശങ്ങൾ ശേഖരിക്കുകയും ചെയ്തിരുന്നു. എന്നാൽ പല കാരണങ്ങൾ കൊണ്ട് ഈ കൃത്യം നിർവ്വഹിക്കാൻ സാധിച്ചിരുന്നില്ല. പല സമരങ്ങളുടെയും സംഭവങ്ങളുടെയും വിശദാംശങ്ങൾ ലഭ്യമാകാത്തതാണ് അവയിൽ ഒന്ന്. തിരുവനന്തപുരം പി ആന്റ് ടി ഹൗസ് നിർമ്മാണവേളയിൽ പല റിക്കാർഡുകളും നശിച്ചു പോയിരുന്നു. സമരങ്ങളുടെയും പ്രതികാരനടപടികളുടെയും ഫലമായുണ്ടായ സാമ്പത്തികഞെരുക്കം കാരണം "കമ്പി തപാൽ" ഉൾപ്പെടെയുള്ള സംഘടനാ പ്രസിദ്ധീകരണങ്ങൾ പലപ്പോഴും മുടങ്ങിയിരുന്നു. അതിന്റെ ഫലമായും പല സംഭവങ്ങളുടെയും വിശദാംശങ്ങൾ രേഖപ്പെടുത്തിയിരുന്നില്ല.

2009 ൽ പാലക്കാട് നടന്ന ബി എസ് എൻ എൽ എംപ്ലോയീസ് യൂണിയന്റെ സംസ്ഥാന സമ്മേളനത്തിന്റെ ഭാഗമായി പ്രസിദ്ധീകരിച്ച സോവനീറിൽ കേരളത്തിലെ കമ്പി–തപാൽ പ്രസ്ഥാനത്തിന്റെ ചരിത്രത്തെപ്പറ്റി ഒരു ലേഖനം ആവശ്യപ്പെട്ടപ്പോഴാണ് വീണ്ടും ഇക്കാര്യത്തെപ്പറ്റി ഗൗരവമായി ചിന്തിച്ചത്. സഖാക്കൾ വി കേശവൻ, പി ആർ പരമേശ്വരൻ, പി ചന്ദ്രശേഖരൻ എന്നിവരുടെ നിർബ്ബന്ധം കാരണം ഇതു സംബന്ധിച്ച ഹ്രസ്വമായ ഒരു ലേഖനം പ്രസിദ്ധീകരിച്ചിരുന്നു. തുടർന്ന്, കേരളത്തിലെ കമ്പി–തപാൽ പ്രസ്ഥാനത്തെ പറ്റി വിശദമായ ഒരു ചരിത്രം ബി എസ് എൻ എൽ എംപ്ലോയീസ് യൂണിയന്റെ മുഖപത്രമായ *ബി എസ് എൻ എൽ ക്രൂസേഡറിൽ* ഖണ്ഡശഃയായി പ്രസിദ്ധീകരിക്കാൻ സർക്കിൾ സെക്രട്ടറി സ. കെ മോഹൻ സ്നേഹപൂർവ്വം നിർബ്ബന്ധിച്ചതിനെ തുടർന്നാണ് ഇതെഴുതാൻ പ്രേരകമായത്. 2012 ആഗസ്ത് മുതൽ ഇതു പ്രസിദ്ധീകരിച്ചതിനെതുടർന്ന് പുസ്തകമാക്കണമെന്ന ആവശ്യം സഖാക്കൾ വി എ എൻ നമ്പൂതിരി, കെ ജി ജയരാജ്, പി എൻ കുറുപ്പ് എൻ ഒ ആനന്ദൻ, ആർ മുരളീധരൻ നായർ തുടങ്ങി നിരവധി സഖാക്കളിൽ നിന്നുമുണ്ടായി. ഈ പുസ്തകം പ്രസിദ്ധീകരിക്കാൻ ഇതെല്ലാമാണ് നിമിത്തമായി തീർന്നത്.

1946 മുതൽ 2000 വരെ കേന്ദ്രസർവ്വീസിൽ നടന്ന പ്രധാന സമരങ്ങ

ളുടെ പശ്ചാത്തലവും പ്രാധാന്യവും പ്രതികാരനടപടികളുടെ വിശദാംശങ്ങളും കേരളത്തിൽ അവ എങ്ങനെ സംഘടിപ്പിക്കപ്പെട്ടു എന്നും വിശദമായി പ്രതിപാദിക്കാൻ ഈ രചനയിൽ ശ്രമിച്ചിട്ടുണ്ട്. 1966 നു ശേഷം ഉദ്യോഗസ്ഥ ദുഷ്പ്രഭുത്വത്തിനെതിരായും ട്രേഡ് യൂണിയൻ അവകാശങ്ങൾ സംരക്ഷിക്കാനും ആവശ്യപ്പെട്ടുകൊണ്ട് നിരവധി പ്രാദേശിക സമരങ്ങൾ സംഘടിപ്പിക്കപ്പെട്ടിരുന്നു. സംസ്ഥാന തലത്തിൽ വ്യാപിപ്പിക്കേണ്ടിവന്നതും കമ്യൂണിക്കേഷൻ വകുപ്പ് മന്ത്രിയുമായും വകുപ്പ് തലവന്മാരുമായും ചർച്ച ചെയ്തു തീരുമാനിക്കപ്പെട്ടതും പാർലമെന്റ് അംഗങ്ങളും ജനനേതാക്കളുമായ സഖാക്കൾ എ കെ ജി, ഇ ബാലാനന്ദൻ, വി വിശ്വനാഥമേനോൻ, ഡോ. മാത്യു കുരിയൻ, സുശീല ഗോപാലൻ, കെ എ രാജൻ എന്നിവരും സ. കെ ജി ബോസ് ഉൾപ്പെടെയുള്ള സംഘടനാ നേതാക്കളും ഇടപെടേണ്ടിവന്നതുമായ പ്രാദേശിക സമരങ്ങൾ മാത്രമാണ് ഇതിൽ വിശദമായി പ്രതിപാദിച്ചിട്ടുള്ളത്. വകുപ്പ് മന്ത്രി ശ്രീ. സി എം സ്റ്റീഫന്റെ തൊഴിലാളി ദ്രോഹനടപടികൾക്കെതിരായി നടന്ന സമരത്തിൽ പ്രധാനമന്ത്രി ശ്രീമതി. ഇന്ദിരാഗാന്ധിയുൾപ്പെടെ ഇടപെട്ട കാര്യവും ഇതിൽ ചൂണ്ടിക്കാണിച്ചിട്ടുണ്ട്.

കഴിഞ്ഞകാല അനുഭവങ്ങളുടെ പശ്ചാത്തലത്തിലാണ് വിവിധ ട്രേഡ് യൂണിയൻ സംഘടനകളെപ്പറ്റി ഈ പുസ്തകത്തിൽ വിലയിരുത്തിയിട്ടുള്ളത്. സ്വന്തം അനുഭവത്തിന്റെ വെളിച്ചത്തിൽ ഇന്ത്യയിലെ ട്രേഡ് യൂണിയൻ സംഘടനകൾ ഐക്യത്തിന്റെ പാതയിലേക്കും തങ്ങളുടെ താല്പര്യത്തിനുപരി ജനങ്ങളെ ആകെ ബാധിക്കുന്ന വിലക്കയറ്റത്തിനെതിരായും സർക്കാർ തുടർന്നുവരുന്ന ജനദ്രോഹ നടപടികൾക്കെതിരായും കൊടിയുടെയും ബാനറിന്റേയും നിറം നോക്കാതെ പണിമുടക്കിലും മറ്റു പ്രക്ഷോഭ പരിപാടികളിലും അണിനിരക്കുന്ന ആവേശകരമായ അനുഭവമാണ് ഇപ്പോൾ ദൃശ്യമാകുന്നത്. പുസ്തകത്തിലെ പരാമർശങ്ങൾ തെറ്റിദ്ധരിക്കപ്പെടില്ലെന്നു വിശ്വസിക്കുന്നു.

പുസ്തക രചനയ്ക്കാവശ്യമായ വിശദാംശങ്ങൾ നല്കിയ മുൻകാല നേതാക്കളോടും പ്രവർത്തകരോടും ഞാൻ കടപ്പെട്ടിരിക്കുന്നു. പുസ്തകരചനയിലും അതു കൃത്യതയോടെ ഖണ്ഡശഃയായി *ബി എസ് എൻ എൽ ക്രൂസേഡറിൽ* പ്രസിദ്ധീകരിക്കാനും എന്നെ സഹായിച്ചത് എന്റെ മകൾ ഷൈനിശേഖരാണ്.

തിരുവനന്തപുരം
17.01.2014

പി വി ചന്ദ്രശേഖരൻ

1

സ്വാതന്ത്ര്യത്തിന് മുമ്പ്

സ്വാതന്ത്ര്യത്തിന് മുമ്പ് ഏകീകൃതമായ ഒരു കമ്പി-തപാൽ സർവ്വീസ് കേരളത്തിൽ പ്രവർത്തിച്ചിരുന്നില്ല. ഇന്നത്തെ കേരളത്തിന്റെ വലിയ ഒരുവിഭാഗമായ തിരുവിതാംകൂർ-കൊച്ചി പ്രദേശങ്ങൾ രാജവാഴ്ചയുടെ കീഴിലായിരുന്നു. ഈ പ്രദേശങ്ങളിൽ പ്രത്യേക അഞ്ചൽ സർവ്വീസുകളാണ് നിലവിലുണ്ടായിരുന്നത്. തിരുവിതാംകൂർ അഞ്ചൽ സർവ്വീസും കൊച്ചി അഞ്ചൽ സർവ്വീസും. എങ്കിലും തിരുവിതാംകൂർ കൊച്ചി രാജാക്കന്മാർ ബ്രിട്ടീഷ് ആധിപത്യം അംഗീകരിച്ചതുകൊണ്ട് ഏതാനും പട്ടണങ്ങളിൽ ബ്രിട്ടീഷ് ഇന്ത്യൻ തപാൽ വകുപ്പിന്റെ നേരിട്ടു കീഴിലുള്ള പോസ്റ്റാഫീസുകളും പ്രവർത്തിച്ചിരുന്നു. ഈ മേഖലയിൽ അന്ന് ടെലികോം സർവ്വീസ് പൂർണ്ണമായും സ്റ്റേറ്റ് ഇലക്ട്രിസിറ്റി വകുപ്പിന്റെ കീഴിലാണ് പ്രവർത്തിച്ചുവന്നിരുന്നത്. ഇലക്ട്രിസിറ്റി ഓഫീസുകളും ടെലഫോൺ എക്സ്ചേഞ്ചുകളും പലയിടത്തും ഒരേ കെട്ടിടത്തിലാണ് ഉണ്ടായിരുന്നത്. മദിരാശി പ്രവിശ്യയുടെ ഭാഗമായി നിലനിന്നിരുന്ന മലബാർ പ്രദേശത്ത് (പാലക്കാട് മുതൽ കാസർഗോഡ് വരെ) ബ്രിട്ടീഷ് ഇന്ത്യയുടെ ഏകീകൃതമായ കമ്പി-തപാൽ സർവ്വീസ് നിലനിന്നിരുന്നു. അതുകൊണ്ടുതന്നെ അഖിലേന്ത്യാ സംഘടനകളുടെ ഭാഗമായ സംഘടനാ പ്രവർത്തനങ്ങളും ഈ പ്രദേശങ്ങളിൽ തുടർന്നുവന്നിരുന്നു.

1946 ലെ പണിമുടക്കം കേരളത്തിൽ

സ്വാതന്ത്ര്യത്തിനുമുമ്പും അതിനുശേഷവും കമ്പി-തപാൽ ജീവനക്കാർ നിരവധി ത്യാഗോജ്ജ്വലമായ പണിമുടക്കങ്ങളും പ്രക്ഷോഭങ്ങളും സംഘടിപ്പിച്ചിരുന്നു. അതിൽ ഏറ്റവും ശ്രദ്ധേയവും ഇന്ത്യൻ ട്രേഡ് യൂണിയൻ ചരിത്രത്തിൽ പ്രത്യേക ഏടുകൾ തുന്നിച്ചേർത്ത സംഭവവുമായിരുന്നു 1946 ലെ കമ്പി-തപാൽ ജീവനക്കാരുടെ പണിമു

ടക്കം. വിദേശീയാധിപത്യത്തിന് അറുതി വരുത്താൻ ഇന്ത്യൻ ജനത നടത്തിവന്നിരുന്ന പോരാട്ടത്തിനു ശക്തി പകരാൻ റോയൽ നേവി പണിമുടക്കം പോലെ തന്നെ തപാൽ ജീവനക്കാരുടെ സമരം സഹായകരമായി എന്നു സ്വതന്ത്ര ഇന്ത്യയിലെ ആദ്യത്തെ പ്രധാനമന്ത്രി ശ്രീ. ജവഹർലാൽ നെഹ്റു ഈ പണിമുടക്കിനെപ്പറ്റി പിന്നീടു വിശേഷിപ്പിച്ചിരുന്നു. കേന്ദ്ര ജീവനക്കാർക്ക് ആദ്യമായി ഒരു ശമ്പളക്കമ്മീഷനെ നിയമിക്കാൻ ബ്രിട്ടീഷ് ഭരണാധികാരികളെ നിർബ്ബന്ധിതരാക്കാൻ ഈ സമരം ഉപയുക്തമായി എന്നതാണ് ഈ സമരത്തിന്റെ ചരിത്ര പ്രാധാന്യം.

കമ്പി–തപാൽ ജീവനക്കാർ അടക്കമുള്ള കേന്ദ്ര ജീവനക്കാരുടെ അന്നത്തെ സ്ഥിതി വളരെ ക്ലേശകരമായിരുന്നു. വ്യക്തമായ വേതനഘടനയോ താഴെക്കിടയിലുള്ള ജീവനക്കാർക്ക് പ്രമോഷൻ അവസരങ്ങളോ ഉണ്ടായിരുന്നില്ല. നിരവധി ട്രേഡ് യൂണിയനുകൾ കേന്ദ്ര സർവ്വീസ് രംഗത്തു പ്രവർത്തിച്ചിരുന്നുവെങ്കിലും മേല്പറഞ്ഞ സ്ഥിതിവിശേഷം മാറ്റിയെടുക്കാനുള്ള ഗൗരവതരമായ ഇടപെടലോ പ്രക്ഷോഭങ്ങളോ ഒന്നും ഉണ്ടായിരുന്നില്ല. ഈ പശ്ചാത്തലത്തിലാണ് അഖിലേന്ത്യാ പോസ്റ്റ്മെൻ ആന്റ് ലോവർ ഗ്രേഡ് സ്റ്റാഫ് യൂണിയൻ ജനറൽ സെക്രട്ടറി സ. വി ജി ഡാൽവിയുടെ നേതൃത്വത്തിൽ പണിമുടക്കിന് തീരുമാനിച്ചത്. ബാബു താരാപഥ മുഖർജിയുടെ നേതൃത്വത്തിലുള്ള ആൾ ഇന്ത്യാ പോസ്റ്റൽ ആന്റ് ആർ എം എസ് എംപ്ലോയീസ് യൂണിയൻ, ഹെൻറി ബാർട്ടന്റെ നേതൃത്വത്തിലുള്ള ഇന്ത്യൻ ടെലിഗ്രാഫ് അസോസിയേഷൻ തുടങ്ങിയ പ്രബലമായ സംഘടനകൾ കമ്പി–തപാൽ രംഗത്തുണ്ടായിരുന്നുവെങ്കിലും കമ്പി–തപാൽ ജീവനക്കാരുടെ ഐക്യപ്രസ്ഥാനത്തിന്റെ അഭാവം നിലനിന്ന സാഹചര്യത്തിലാണ് പോസ്റ്റ്മെൻ യൂണിയൻ ഒറ്റയ്ക്ക് സമരത്തിനു തീരുമാനമെടുത്തത്. 1946 ജൂലൈ 11 ന് പോസ്റ്റ്മെൻമാർ പണിമുടക്കം ആരംഭിച്ചു. എന്നാൽ ഏതാനും ദിവസത്തിനകം മൊത്തം കമ്പി–തപാൽ ജീവനക്കാരുടെ സമരമായി ഇതുമാറി. മാത്രമല്ല, ഇന്ത്യയിൽ ആദ്യമായി സർക്കാർ ജീവനക്കാരുടെ പണിമുടക്കിനു പിന്തുണ പ്രഖ്യാപിച്ചുകൊണ്ട് മിൽ തൊഴിലാളികളും റിക്ഷാ തൊഴിലാളികളും അടക്കം വിവിധ വിഭാഗം തൊഴിലാളികൾ അനുഭാവ പണിമുടക്കം നടത്തിയിരുന്നു. കൽക്കത്താ, ബോംബെ, മദിരാശി എന്നീ നഗരങ്ങളിൽ പണിമുടക്കിന് പിന്തുണ പ്രഖ്യാപിച്ച് തൊഴിലാളികളുടെ വമ്പിച്ച പ്രകടനങ്ങൾ നടന്നിരുന്നു. ജൂലൈ 29 ന് നടന്ന പ്രകടനം കൽക്കത്ത അന്നേവരെ കണ്ടതിൽ വച്ചേറ്റവും വലിയ പ്രകടനം ആയിരുന്നു എന്ന് സ. ജ്യോതി ബസു തന്നെ തന്റെ ആത്മകഥയിൽ പരാമർശിച്ചിട്ടുണ്ട്. വേതന പരിഷ്കാരം, പ്രമോഷൻ അവസരങ്ങൾ തുടങ്ങിയ 12 ഓളം ആവശ്യങ്ങൾ അംഗീകരിച്ചുകൊണ്ടാണ് ആഗസ്ത് 3 ന് പണിമുടക്കം ഒത്തുതീർപ്പിലായത്. 1946 ലെ പണിമുടക്ക് അനുഭവത്തിന്റെ പശ്ചാത്തലത്തിലാണ് കമ്പി–തപാൽ മേഖലയിൽ ആദ്യമായി ഒരു ഐക്യപ്രസ്ഥാനം – യൂണിയൻ ഓഫ് പി ആന്റ് ടി വർക്കേഴ്സ് (UPTW) രൂപീകൃതമായത്.

കേരളത്തിൽ ഈ പണിമുടക്കം എങ്ങനെ നടന്നു എന്നതിന്റെ വിശദാംശങ്ങൾ അടങ്ങിയ രേഖകളൊന്നും ലഭ്യമല്ല. ഈ സമരത്തിൽ പങ്കെടുത്ത പഴയകാല പ്രവർത്തകരും ട്രേഡ് യൂണിയൻ നേതാക്കളും വെളിപ്പെടുത്തിയ വിവരങ്ങൾ മാത്രമാണ് ലഭ്യമായിട്ടുള്ളത്. നേരത്തേ സൂചിപ്പിച്ച കേരളത്തിന്റെ അന്നത്തെ അവസ്ഥയിൽ 1946 ലെ പണിമുടക്കം ഫലപ്രദമായി സംഘടിപ്പിച്ചു എന്നു കരുതാൻ നിർവ്വാഹമില്ല. തിരുവിതാംകൂർ – കൊച്ചി പ്രദേശങ്ങളിൽ പണിമുടക്കം വലിയ ചലനങ്ങൾ സൃഷ്ടിച്ചിരുന്നില്ല. മലബാർ പ്രദേശങ്ങളിലും പണിമുടക്കിന്റെ ആദ്യ ദിനങ്ങളിൽ പണിമുടക്കം നടന്നിരുന്നില്ല. എന്നാൽ ക്രമേണ കോഴിക്കോട്, കണ്ണൂർ മേഖലകളിൽ ശക്തമായ സമരം നടന്നിരുന്നു എന്ന് പഴയകാല നേതാക്കളിൽനിന്നും മനസ്സിലാക്കാൻ സാധിച്ചിരുന്നു.

1968 ലെ പണിമുടക്കത്തിന്റെ മുന്നോടിയായി സമര സഹായ സമിതികളും മറ്റും രൂപീകരിക്കേണ്ട ആവശ്യകതയെപ്പറ്റി സംസാരിക്കാൻ സഖാക്കൾ ടി എം ജനാർദ്ദനൻ, പോസ്റ്റ്മെൻ യൂണിയന്റെ ആദ്യകാല നേതാവായ സ. എൻ സി നാരായണൻ, പോസ്റ്റൽ ക്ലാസ് 3 യൂണിയൻ നേതാവ് സ. എൻ ഒ ആനന്ദൻ എന്നിവരോടൊപ്പം ഈ ഗ്രന്ഥകർത്താവ്, സഖാക്കൾ അഴീക്കോടൻ രാഘവൻ, സി കണ്ണൻ തുടങ്ങിയ നേതാക്കളുമായി ബന്ധപ്പെട്ടിരുന്നു. 1946 ലേയും 1960 ലേയും സമരങ്ങൾ കണ്ണൂർ മേഖലയിൽ നടന്നതിന്റെ വിശദാംശങ്ങൾ ഈ നേതാക്കൾ വിശദീകരിക്കുകയുണ്ടായി.

സ. അഴീക്കോടൻ പറഞ്ഞ അനുഭവ കഥ

കേരളത്തിലെ കമ്യൂണിസ്റ്റ് പ്രസ്ഥാനത്തിന്റെ സ്ഥാപക നേതാക്കളിൽ ഒരാളായ സ. പി കൃഷ്ണപിള്ള കണ്ണൂർ കേന്ദ്രീകരിച്ചു പ്രവർത്തിച്ചിരുന്ന സന്ദർഭത്തിലായിരുന്നു 1946 ലെ പണിമുടക്കം. സ. കൃഷ്ണപിള്ളയുടെ നിർദ്ദേശങ്ങളോടെ ബീഡി, കൈത്തറി, ഓട് വ്യവസായം തുടങ്ങിയ മേഖലകളിൽ അവകാശ സമരം സംഘടിപ്പിക്കുന്ന സന്ദർഭമായിരുന്നു ആ കാലഘട്ടം. കേരള ട്രേഡ് യൂണിയൻ ചരിത്രത്തിൽ രേഖപ്പെടുത്തിയ പ്രസിദ്ധമായ ആറോൺ മിൽ സമരവും സ. കൃഷ്ണപിള്ളയുടെ നേതൃത്വത്തിലായിരുന്നു സംഘടിപ്പിച്ചിരുന്നത്. ഇന്ത്യയുടെ ഇതര ഭാഗങ്ങളിൽ നടക്കുന്ന ട്രേഡ് യൂണിയൻ പ്രവർത്തനങ്ങളെയും പ്രക്ഷോഭങ്ങളെയും പറ്റി രാത്രികാലങ്ങളിൽ സ. കൃഷ്ണപിള്ള പ്രവർത്തകരോട് സംസാരിക്കുമായിരുന്നു. അക്കൂട്ടത്തിൽ അഖിലേന്ത്യാതലത്തിൽ നടക്കുന്ന തപാൽസമരവും അതിന്റെ പ്രാധാന്യവും പരാമർശിക്കപ്പെട്ടു. കണ്ണൂരിൽ എന്തുകൊണ്ട് ഈ സമരം നടക്കുന്നില്ല എന്നു പരിശോധിക്കാനും തപാൽ ജീവനക്കാരെ പണിമുടക്കിൽ പങ്കെടുപ്പിക്കാനാവശ്യമായ പ്രചരണങ്ങൾ ഏറ്റെടുക്കാനും പാർട്ടി പ്രവർത്തകരോട് സഖാവ് നിർദ്ദേശിച്ചു. തങ്ങളുടെ സ്വന്തം സാമ്പത്തികാനുകൂല്യങ്ങൾക്കും പ്രമോഷനും വേണ്ടി നടത്തുന്ന സമരത്തിൽ പങ്കെടുക്കാതെ മാറിനിൽക്കുന്ന

ജീവനക്കാർക്ക് വേണ്ടി നാം എന്തിനു പ്രചരണം നടത്തണമെന്ന് ചില പ്രവർത്തകർ സഖാവിനോട് ചോദിച്ചുവത്രെ. തപാൽ ജീവനക്കാരിൽ അവകാശബോധവും സംഘടനാബോധവും വേണ്ടത്ര ഇല്ലാത്തതും വിദേശ ഭരണാധികാരികളുടെ ഭീഷണിയുമാണ് അവരെ സമരത്തിൽ നിന്നും അകറ്റിനിർത്തിയതെന്നും, തൊഴിലാളിവർഗ്ഗ താല്പര്യം സംരക്ഷിക്കാൻ ബാദ്ധ്യസ്ഥരായ കമ്യൂണിസ്റ്റുകാരുടെ കടമ ഇത്തരം ജീവനക്കാരിൽ അവകാശബോധവും സമരശേഷിയും വളർത്തുക എന്നുള്ളതാണെന്നും സ. കൃഷ്ണപിള്ള പ്രവർത്തകരെ ഓർമ്മിപ്പിച്ച കാര്യവും സ. അഴീക്കോടൻ അനുസ്മരിച്ചു.

തപാൽ സമരത്തിനാധാരമായ പ്രശ്നങ്ങളെപ്പറ്റിയും നിലവിലുള്ള സ്ഥിതിയെ പറ്റിയും കുറിപ്പും തയ്യാറാക്കിക്കൊണ്ട് അടുത്ത ദിവസം തന്നെ പ്രചരണ രംഗത്തിറങ്ങാൻ സഖാവ് നിർദ്ദേശിച്ചു.

കൂടുതൽ ജീവനക്കാർ ജോലി നോക്കിയിരുന്ന കണ്ണൂർ ഹെഡ് പോസ്റ്റോഫീസിലെ ജീവനക്കാരെ പണിമുടക്കിൽ പങ്കെടുപ്പിക്കാനുള്ള പ്രവർത്തനത്തിന്റെ ചുമതല സഖാക്കൾ അഴീക്കോടൻ രാഘവനും കെ പി ഗോപാലനും (1957 ലെ ഇ എം എസ് മന്ത്രിസഭയിലെ വ്യവസായ മന്ത്രി) ആയിരുന്നു. ഇപ്പോൾ പോസ്റ്റൽ സൂപ്രണ്ട് ഓഫീസായി പ്രവർത്തിക്കുന്ന പയ്യാമ്പലത്തിനടുത്ത കെട്ടിടത്തിലായിരുന്നു അന്നു ഹെഡ് പോസ്റ്റാഫീസ്. സ. കൃഷ്ണപിള്ള തയ്യാറാക്കി കൊടുത്ത കുറിപ്പിന്റെ അടിസ്ഥാനത്തിൽ രാവിലെയും ഉച്ചയ്ക്കും വൈകുന്നേരവും മെഗാഫോൺ ഉപയോഗിച്ച് ജീവനക്കാരോട് സംസാരിക്കാനായിരുന്നു നിർദ്ദേശം. അടുത്ത ദിവസം രാവിലെ തന്നെ മേല്പറഞ്ഞ സഖാക്കൾ പോസ്റ്റോഫീസിലെത്തി പ്രചരണ പ്രവർത്തനം ആരംഭിച്ചു. സ. അഴീക്കോടനായിരുന്നു മെഗാഫോണിൽ സംസാരിച്ചത്. ജീവനക്കാർ ആരും തന്നെ ഈ സഖാക്കളെ ശ്രദ്ധിക്കാനോ പ്രസംഗം കേൾക്കാനോ തയ്യാറായില്ല. ആരെ ഉദ്ദേശിച്ചാണോ പ്രചരണത്തിനു പോയത് അവർ ആരും തന്നെ തങ്ങളെ ഗൗനിക്കാതെ ഓഫീസിൽ കയറിപ്പോയപ്പോൾ അല്പം നൈരാശ്യം തോന്നിയിരുന്നു എന്ന് സ. അഴീക്കോടൻ അനുസ്മരിച്ചു. മാത്രമല്ല, ശ്രോതാക്കൾ കുറവായാലും ഉള്ളവർ ശ്രദ്ധിക്കാതിരുന്നാലും പ്രസംഗിക്കാൻ വൈഷമ്യം അനുഭവിച്ചിരുന്ന കാര്യവും സഖാവ് സൂചിപ്പിച്ചു. എന്നാൽ സ. കെ പി ഗോപാലൻ ഇതിൽനിന്നും തികച്ചും വ്യത്യസ്തനായിരുന്നു. ശ്രോതാക്കളുടെ കാര്യം ഒരു പ്രശ്നമാക്കാതെ ദീർഘനേരം പ്രസംഗിക്കാനുള്ള പ്രത്യേക വൈഭവം അദ്ദേഹത്തിനുണ്ടായിരുന്നു. മെഗാഫോണിൽ സംസാരിക്കാനുള്ള ചുമതല സ. കെ പി ഏറ്റെടുത്തു. പോസ്റ്റോഫീസിന് അകത്തേക്ക് അഭിമുഖമായി സമരത്തിനാധാരമായ പ്രശ്നങ്ങളും പണിമുടക്ക് വിജയിപ്പിക്കേണ്ട ആവശ്യകതയെപ്പറ്റിയും സ. കെ പി ദീർഘമായി സംസാരിച്ചു. ഉച്ചഭക്ഷണസമയത്തും വൈകുന്നേരം ജീവനക്കാർ ഓഫീസ് വിട്ടുപോകുമ്പോഴും ഇതാവർത്തിച്ചു. അടുത്ത ദിവസം ഏതാനും ജീവനക്കാർ ഈ സഖാക്കളെ സമീപി

ക്കാനും കൂടുതൽ കാര്യങ്ങൾ മനസ്സിലാക്കാനും ശ്രമിച്ചു. ഉച്ചയ്ക്കും വൈകുന്നേരവും സഖാക്കളുടെ പ്രസംഗം കേൾക്കാൻ കൂടുതൽ ജീവനക്കാർ തയ്യാറായി. മൂന്നാമത്തെ ദിവസം ഏതാനും ജീവനക്കാർ ഓഫീസ് വിട്ടറങ്ങി പണിമുടക്കിൽ പങ്കെടുത്തു. പോസ്റ്റ്മെൻ യൂണിയന്റെ ആദ്യകാല പ്രവർത്തകൻ സ. കോരേട്ടൻ, പിൽകാലത്ത് പോസ്റ്റ്മെൻ യൂണിയന്റെ സജീവ പ്രവർത്തകരായി തീർന്ന സഖാക്കൾ കൃഷ്ണൻ, ചോളി എന്നിവർ ആദ്യ ദിവസം പണിമുടക്കിയവരിൽപ്പെടുന്നു. തുടർദിവസങ്ങളിൽ കൂടുതൽപേർ പണിമുടക്കിൽ അണിചേരുകയും കണ്ണൂരിൽ പണിമുടക്കം ശക്തിപ്പെടുകയും ചെയ്തകാര്യം സ. അഴീക്കോടൻ അനുസ്മരിച്ചു. ഇതര ട്രേഡ് യൂണിയൻ പ്രവർത്തകർ സമരം വിജയിപ്പിക്കാനുള്ള പ്രവർത്തനങ്ങളിൽ സജീവമായി പങ്കെടുത്തിരുന്നുവെങ്കിലും ബോംബെയിലും കൽക്കത്തയിലും നടന്നതുപോലെയുള്ള അനുഭാവ പണിമുടക്കം സംഘടിപ്പിക്കാൻ അന്നത്തെ സാഹചര്യത്തിൽ കണ്ണൂരിൽ കഴിഞ്ഞിരുന്നില്ല എന്ന കാര്യവും സ. അഴീക്കോടൻ എടുത്തു പറഞ്ഞു.

1968 ലെ പണിമുടക്കിൽ പങ്കെടുത്ത് പിരിച്ചുവിട്ടും സസ്പെൻഡ് ചെയ്യപ്പെട്ടും പുറത്ത് നിൽക്കേണ്ടിവന്ന ഞങ്ങളോടൊപ്പം സ. ചോളിയുമുണ്ടായിരുന്നു. സ. ചോളിയുടെ സാന്നിദ്ധ്യവും അനുഭവങ്ങളും സമരത്തെ തുടർന്ന് പുറത്തുനിൽക്കേണ്ടിവന്ന സഖാക്കളിൽ ആവേശമുളവാക്കിയിരുന്നു എന്ന കാര്യവും ഇവിടെ സ്മരണീയമാണ്.

2

സ്വാതന്ത്ര്യത്തിനുശേഷം 1949 ലെ പണിമുടക്ക് സംരംഭം

സ്വാതന്ത്ര്യത്തിനുശേഷം ആദ്യമായി കേന്ദ്ര ജീവനക്കാർ ഒരു അഖിലേന്ത്യാ പണിമുടക്കിനു തീരുമാനമെടുത്തത് 1949 ൽ ആണ്. 1946 ൽ പോസ്റ്റ്മെൻമാരും തുടർന്ന് മറ്റു കമ്പി–തപാൽ ജീവനക്കാരും നടത്തിയ അനിശ്ചിതകാല പണിമുടക്കിനെ തുടർന്ന് കേന്ദ്ര ജീവനക്കാർക്ക് ആദ്യമായി ശമ്പള കമ്മീഷനെ നിയമിക്കാൻ ബ്രിട്ടീഷ് ഭരണാധികാരികൾ നിർബ്ബന്ധിതരായതു നേരത്തെ സൂചിപ്പിച്ചിരുന്നുവല്ലോ? തുടർന്ന് ജസ്റ്റീസ് വരദാചാരി ചെയർമാനായ ഒന്നാം ശമ്പള കമ്മീഷൻ നിയമിക്കപ്പെട്ടു.

ശമ്പളഘടനയെ സംബന്ധിച്ചും ശമ്പള കമ്മീഷൻ പരിഗണിക്കേണ്ട മറ്റു പ്രധാനാവശ്യങ്ങളെ സംബന്ധിച്ചും ഒരു ഏകീകൃതമായ സമീപനം സ്വീകരിക്കാൻ അന്നു നിലവിലുണ്ടായിരുന്ന കേന്ദ്ര ജീവനക്കാരുടെ സംഘടനകൾക്ക് സാധിച്ചിരുന്നില്ല. കമ്പി–തപാൽ ജീവനക്കാർക്ക് ഒരു ഐക്യപ്രസ്ഥാനം (UPTW) ഉണ്ടായിരുന്നുവെങ്കിലും ആ മേഖലയിലെ എല്ലാ സംഘടനകളെയും ഇതിന്റെ ഭാഗമാക്കാൻ സാധിച്ചിരുന്നില്ല. അതുകൊണ്ടുതന്നെ കമ്പി–തപാൽ മേഖലയിൽപോലും ഒരു ഏകീകൃത സമീപനം സ്വീകരിക്കാനോ ശമ്പള കമ്മീഷനിൽ സമ്മർദ്ദം ചെലുത്താനോ സാധിച്ചിരുന്നില്ല. വിവിധ വകുപ്പുകളിലുള്ള സമാന സ്വഭാവമുള്ള കേഡറുകൾക്ക് പോലും വ്യത്യസ്തമായ അവകാശവാദങ്ങളാണ് വിവിധ സംഘടനകൾ ഉന്നയിച്ചത്. ഇക്കാരണത്താൽ ശരിയായ നിഗമനത്തിലെത്താനും അതനുസരിച്ചുള്ള ശുപാർശകൾ നൽകാനും ശമ്പള കമ്മീഷനു സാധിച്ചിരുന്നില്ല. അന്നു നിലവിലുണ്ടായിരുന്ന ശമ്പള സ്കെയിലുകളെ അടിസ്ഥാനമാക്കിയാണ് പുതിയ ശമ്പള സ്കെയിലുകൾ നിർദ്ദേശിച്ചത്. അതുകൊണ്ടു നേരത്തെയുണ്ടായിരുന്ന അപാകതകൾ തുടർന്നും ഉണ്ടായി. സമാനസ്വഭാവമുള്ള കേഡറുകൾക്ക് നാലോ അഞ്ചോ വ്യത്യസ്ത സ്കെയിലുകൾ നിർദ്ദേശിക്കപ്പെട്ടിരുന്നു. നിരവധി അനോ

മലികൾ സൃഷ്ടിക്കപ്പെട്ടിരുന്നു. വ്യത്യസ്ത അവകാശവാദങ്ങൾ ഉന്നയിച്ച നൂറുകണക്കിനു നിവേദനങ്ങൾ പരിശോധിച്ച വരദാചാരി കമ്മീഷൻ ഇക്കാര്യത്തിൽ യോജിച്ച നിലപാട് സ്വീകരിക്കാൻ സംഘടനകൾക്ക് സാധിക്കാത്തതിനെപ്പറ്റി പരാമർശിച്ചിരുന്നു.

അന്നത്തെ സാഹചര്യത്തിൽ താഴെക്കിടയിലുള്ള ജീവനക്കാർക്ക് ആശ്വാസം നൽകുന്നതായിരുന്നു ശമ്പള കമ്മീഷൻ ശുപാർശ. വിലസൂചിക : 1939 = 100 അടിസ്ഥാനത്തിലാണ് ശമ്പളം പുനർനിർണ്ണയം ചെയ്തത്. 1–1–1947ന് വിലസൂചിക : 280 Point ആയിരുന്നു. ശമ്പള കമ്മീഷനുമുമ്പ് അവിദഗ്ദ്ധ (Unskilled Labour) തൊഴിലാളിയുടെ അടിസ്ഥാന ശമ്പളം 6 രൂപ മുതൽ 12 രൂപ വരെയായിരുന്നു. കൂടാതെ 12 രൂപ ക്ഷാമബത്തയും 4½ രൂപ ഇടക്കാലാശ്വാസവും ലഭിച്ചിരുന്നു. ആകെ 22½ രൂപ ആണ് ഒരുമാസം ലഭിച്ചിരുന്നത്. ശമ്പള കമ്മീഷൻ ശുപാർശയനുസരിച്ച് അത് 55 രൂപ ആയി വർദ്ധിച്ചു. 30 രൂപ അടിസ്ഥാന ശമ്പളവും 25 രൂപ ക്ഷാമബത്തയും. ക്ഷാമബത്തയുടെ കാര്യത്തിലാണ് ഏറ്റവും സ്വാഗതാർഹമായ ശുപാർശ നൽകിയത്. തങ്ങൾ നിശ്ചയിച്ച വേതനം നിലവിലുള്ള വില നിലവാരമനുസരിച്ചാണെന്നും ഭാവിയിൽ വിലക്കയറ്റം ഉണ്ടാവുകയാണെങ്കിൽ വേതനത്തിന്റെ മൂല്യം സംരക്ഷിക്കപ്പെടണമെന്നും ശമ്പള കമ്മീഷൻ നിർദ്ദേശിച്ചു. വില സൂചിക 20 പോയിന്റ് വർദ്ധിച്ചാൽ 5 രൂപ വീതം ക്ഷാമബത്തയിൽ വർദ്ധനവ് നൽകണമെന്ന് ശമ്പള കമ്മീഷൻ ശുപാർശ ചെയ്തിരുന്നു.

ശമ്പള കമ്മീഷൻ ശുപാർശകൾ നടപ്പാക്കാനുള്ള ഉത്തരവാദിത്വം സ്വാതന്ത്ര്യത്തിനുശേഷം വന്ന ദേശീയ സർക്കാരിനായിരുന്നു. നിർഭാഗ്യവശാൽ ജീവനക്കാർക്ക് അനുകൂലമായ പല നിർദ്ദേശങ്ങളും പ്രത്യേകിച്ചും ക്ഷാമബത്തയുടെ കാര്യത്തിൽ നടപ്പാക്കാൻ സർക്കാർ തയ്യാറായില്ല. ഇന്ത്യാ – പാകിസ്ഥാൻ വിഭജനത്തെ തുടർന്നുള്ള സംഭവവികാസങ്ങളും കരിഞ്ചന്തക്കാർക്കും പൂഴ്ത്തിവെപ്പുകാർക്കും എതിരായി കർശന നടപടി സ്വീകരിക്കുന്നതിൽ കോൺഗ്രസ് സർക്കാർ പരാജയപ്പെട്ടതിന്റെയും ഫലമായി വമ്പിച്ച വിലക്കയറ്റവും ഭക്ഷ്യധാന്യങ്ങളുടെ ദൗർലഭ്യവും സാധാരണ ജനങ്ങളുടെ ജീവിതം ദുസ്സഹമാക്കി. ഇതിൽനിന്നും ഒട്ടും വ്യത്യസ്തമായിരുന്നില്ല കേന്ദ്ര ജീവനക്കാരുടെയും സ്ഥിതി. വിലക്കയറ്റത്തിനനുസരിച്ചു ക്ഷാമബത്ത നൽകാനുള്ള ശമ്പള കമ്മീഷൻ ശുപാർശ പാടെ അവഗണിച്ചു. ശമ്പള കമ്മീഷനുശേഷം ഒരു തവണ പോലും ക്ഷാമബത്ത നൽകാൻ കേന്ദ്ര സർക്കാർ തയ്യാറായില്ല. ഈ സാഹചര്യത്തിലാണ് അർഹമായ ക്ഷാമബത്ത അനുവദിക്കുക, വിലക്കയറ്റം തടയുക തുടങ്ങിയ ആവശ്യങ്ങൾ ഉന്നയിച്ച് റെയിൽവെ ജീവനക്കാരടക്കം കേന്ദ്ര ജീവനക്കാർ 1949 മാർച്ച് മാസം പണിമുടക്കാൻ തീരുമാനിച്ചത്.

അഖിലേന്ത്യാ നേതാക്കൾ വിവിധ സംസ്ഥാനങ്ങൾ സന്ദർശിച്ച് പ്രചരണ പ്രവർത്തനങ്ങൾ സംഘടിപ്പിച്ചു. യൂണിയൻ ഓഫ് പി ആന്റ്

ടി വർക്കേഴ്സിന്റെ നേതൃത്വത്തിൽ മദിരാശിയിൽ വിപുലമായ സമരപ്രഖ്യാപന കൺവെൻഷൻ വിളിച്ചു ചേർക്കപ്പെട്ടു. ഈ കൺവെൻഷനിൽ പങ്കെടുക്കാൻ ഇന്ത്യയുടെ വിവിധ ഭാഗങ്ങളിൽനിന്നു പുറപ്പെട്ട പ്രതിനിധികളെ റെയിൽവെ സ്റ്റേഷനുകളിൽനിന്നും മറ്റും അറസ്റ്റ് ചെയ്തു തടവിലാക്കി. നിരവധി നേതാക്കളെ പിരിച്ചുവിട്ടു. കമ്പി–തപാൽ സംഘടനയുടെ നേതാക്കളായ സഖാക്കൾ കെ ജി ബോസ്, മണിബോസ്, ജനക് ഗുപ്ത തുടങ്ങിയവർ ഇതിൽപ്പെടുന്നു. സമരത്തെ നേരിടാൻ Safeguarding of National Security Rule എന്ന കരിനിയമം തന്നെ പടച്ചുണ്ടാക്കി.

രാജ്യത്തെമ്പാടും കേന്ദ്ര ജീവനക്കാർ വേട്ടയാടപ്പെട്ടു. റെയിൽവെ ജീവനക്കാർ ഉൾപ്പെടെ 5000ത്തോളം പേരെ തുറുങ്കിലടക്കുകയും 1500 പേരെ പിരിച്ചുവിട്ടതായും റെയിൽവെ യൂണിയൻ നേതാവും പിന്നീട് സി ഐ ടി യു ജനറൽ സെക്രട്ടറിയുമായിരുന്ന സ. നൃസിംഹ ചക്രവർത്തി റെയിൽവെ സമര ചരിത്രത്തെപ്പറ്റി എഴുതിയ ലേഖനത്തിൽ രേഖപ്പെടുത്തുകയുണ്ടായി. കേന്ദ്ര സർക്കാർ സൃഷ്ടിച്ച ഭീകരാന്തരീക്ഷത്തെ തുടർന്നു സമര തീരുമാനത്തിൽനിന്നും കേന്ദ്ര ജീവനക്കാർ പിന്മാറി. കാശ്മീർ പ്രശ്നത്തെ മുൻനിർത്തി ഇന്ത്യയും പാകിസ്ഥാനും തമ്മിൽ ഒരു യുദ്ധത്തിനുള്ള സാഹചര്യവും അന്നു നിലവിലുണ്ടായിരുന്നു. ഇതും സമരത്തിൽനിന്നു പിന്മാറാൻ കാരണമായിരുന്നു. പണിമുടക്ക് സംരംഭത്തെ പരാജയപ്പെടുത്താൻ കേന്ദ്ര സർക്കാരിനു സാധിച്ചുവെങ്കിലും ജീവനക്കാർ പ്രകടിപ്പിച്ച അമർഷവും പ്രതിഷേധവും അവഗണിക്കാൻ അവർക്ക് സാധിച്ചില്ല. 1949 ൽ തന്നെ കേന്ദ്ര ജീവനക്കാർക്ക് 10 രൂപ ക്ഷാമബത്ത അനുവദിക്കേണ്ടിവന്നു. സ്വതന്ത്ര ഇന്ത്യയിൽ തൊഴിലാളികളുടെ സമരത്തെ എങ്ങനെ നേരിടുമെന്നതിന്റെ സൂചന കൂടിയായിരുന്നു 1949 ലെ അനുഭവം.

1949 ലെ പണിമുടക്കിന്റെ പ്രചരണ പ്രവർത്തനങ്ങൾ മലബാറിലും സജീവമായി നടന്നിരുന്നു എന്നു പഴയകാല നേതാക്കൾ സൂചിപ്പിച്ചിരുന്നു. മദിരാശി സമരപ്രഖ്യാപന സമ്മേളനത്തിൽ പങ്കെടുക്കാൻ മലബാറിൽനിന്നും പ്രതിനിധികളെ തിരഞ്ഞെടുത്തിരുന്നു. മറ്റു വിശദാംശങ്ങൾ ഒന്നും ലഭ്യമല്ല. 1949 ലെ സമരവുമായി ബന്ധപ്പെട്ടു കേരളത്തിൽ അറസ്റ്റോ പിരിച്ചുവിടലോ ഉണ്ടായതായി രേഖപ്പെടുത്തിയിട്ടില്ല.

3

നാഷണൽ ഫെഡറേഷൻ ഓഫ് പി ആന്റ് ടി എംപ്ലോയീസ് (NFPTE) രൂപീകരണം

ഇന്ത്യയിലെ ആദ്യകാല ട്രേഡ് യൂണിയൻ പ്രസ്ഥാനങ്ങളിൽ പ്രമുഖമായ സ്ഥാനമാണു കമ്പി–തപാൽ ട്രേഡ് യൂണിയനുകൾക്കുണ്ടായിരുന്നത്. റെയിൽവെയോടൊപ്പം തന്നെ ഇന്ത്യയിൽ തപാൽ സർവ്വീസും ആരംഭിച്ചിരുന്നു. 1756–ലാണു പോസ്റ്റൽ സർവ്വീസ് ആരംഭിച്ചത്. തുടർന്ന് 1853 ൽ ടെലിഗ്രാഫ് സർവ്വീസും ആരംഭിച്ചിരുന്നു. തുടക്കത്തിൽ ടെലിഗ്രാഫ് വിഭാഗത്തിൽ ബ്രിട്ടീഷ് പൗരന്മാരെയാണ് ഏറെയും നിയമിച്ചിരുന്നത്. ബ്രിട്ടനിലെ ട്രേഡ് യൂണിയൻ പ്രസ്ഥാനത്തെ പറ്റിയും തൊഴിലാളികളുടെ അവകാശങ്ങളെ പറ്റിയും അറിവുള്ളവരായിരുന്നു അവർ. അതുകൊണ്ടുതന്നെ ടെലിഗ്രാഫ് വിഭാഗത്തിലാണ് ആദ്യമായി സംഘടന രൂപീകരിച്ചത്. ടെലിഗ്രാഫിസ്റ്റായ ബ്രിട്ടീഷ് പൗരൻ സ. ഹെൻറി ബാർട്ടൺ ആണ് ഇതിന് നേതൃത്വം നല്കിയത്. 1908 ൽ സ. ഹെൻറി ബാർട്ടന്റെ നേതൃത്വത്തിൽ ഇന്ത്യൻ ടെലിഗ്രാഫ് അസോസിയേഷൻ രൂപീകരിക്കപ്പെട്ടു. ഈ അസോസിയേഷന്റെ നേതൃത്വത്തിൽ ഒരു ട്രേഡ് യൂണിയൻ ജേർണലും പ്രസിദ്ധീകരിച്ചിരുന്നു. കടുത്ത പ്രതികാര നടപടികളാണു സ. ഹെൻറി ബാർട്ടനു നേരിടേണ്ടി വന്നത്.

1905 ൽ പോസ്റ്റൽ ക്ലബ്ബുകൾ വഴിയാണു പോസ്റ്റൽ മേഖലയിൽ ട്രേഡ് യൂണിയൻ പ്രസ്ഥാനത്തിനു തുടക്കം കുറിച്ചത്. സ. താരാപഥ മുഖർജിയുടെ നേതൃത്വത്തിൽ കൽക്കത്തയിലാണ് ഈ പ്രവർത്തനം തുടങ്ങിയത്. തുടർന്ന് 1920 ൽ ആൾ ഇന്ത്യാ പോസ്റ്റൽ ആന്റ് ആർ എം എസ് യൂണിയൻ എന്ന പേരിൽ അഖിലേന്ത്യാ സംഘടനയ്ക്ക് രൂപം നൽകി സ. താരാപഥ മുഖർജിയും കടുത്ത പ്രതികാര നടപടികൾക്കും ഒടുവിൽ ഡിസ്മിസ്‌ലിനും വിധേയനാവുകയും ചെയ്തിരുന്നു. ഇതേ കാലയളവിൽ തന്നെ ബോംബെയിൽ സ. വി ജി ഡാൽവിയുടെ നേതൃത്വത്തിൽ പോസ്റ്റ്മെൻ യൂണിയൻ രൂപീകരിക്കുകയും തുടർന്ന് അഖി

ലേന്ത്യാടിസ്ഥാനത്തിൽ ആൾ ഇന്ത്യാ പോസ്റ്റ്മെൻ ആന്റ് ലോവർ ട്രേഡ് സ്റ്റാഫ് യൂണിയന് രൂപംനല്കുകയും ചെയ്തിരുന്നു. 1881 ൽ നിലവിൽവന്ന ടെലിഫോൺ സർവ്വീസിലെ ജീവനക്കാർ ഇന്ത്യൻ ടെലിഗ്രാഫ് അസോസിയേഷനിലാണ് അണിനിരന്നത്.

അഖിലേന്ത്യാടിസ്ഥാനത്തിൽ ആദ്യമായി സംഘടിപ്പിക്കപ്പെട്ട 1946 ലെ പണിമുടക്കത്തെപ്പറ്റി നേരത്തെ സൂചിപ്പിച്ചുവല്ലൊ. ഈ സമരാനുഭവത്തിന്റെ പശ്ചാത്തലത്തിൽ യൂണിയൻ ഓഫ് പി ആന്റ് ടി വർക്കേഴ്സ് രൂപീകരിച്ചെങ്കിലും നിരവധി സംഘടനകൾ ഈ ഐക്യപ്രസ്ഥാനത്തിൽ ചേർന്നിരുന്നില്ല. 1954 ൽ, അന്നത്തെ കമ്യൂണിക്കേഷൻ വകുപ്പ് മന്ത്രിയായ ശ്രീ ജഗജ്ജീവറാം കമ്പി-തപാൽ വിഭാഗത്തിൽ സംഘടനാബാഹുല്യം ഒഴിവാക്കാൻ ചില നിർദ്ദേശങ്ങൾ വച്ചിരുന്നു. നിലവിലുള്ള സംഘടനകളെ പുനരേകീകരി (Re-alignment)ക്കാനും ഒരു വ്യവസായത്തിൽ ഒരു യൂണിയൻ എന്ന തത്ത്വം നടപ്പാക്കാനുമായിരുന്നു ശ്രീ ജഗജ്ജീവറാമിന്റെ നിർദ്ദേശം. ഈ നിർദ്ദേശത്തെ കമ്പി-തപാൽ വിഭാഗത്തിലെ യൂണിയനുകൾ സ്വാഗതം ചെയ്യുകയും നിലവിലുള്ള യൂണിയനുകളെ പിരിച്ചു വിട്ടുകൊണ്ട് ഒരു സംഘടനയ്ക്ക് രൂപംനല്കാൻ തീരുമാനിക്കുകയും ചെയ്തു. എന്നാൽ ഇതു സംബന്ധിച്ച കേന്ദ്ര സർക്കാർ നിർദ്ദേശം ദുരുദ്ദേശ്യപരമായിരുന്നു. പോസ്റ്റൽ, ആർ എം എസ്, ടെലികോം, ടെലിഗ്രാഫ് എന്നീ വിഭാഗങ്ങളിൽ ക്ലാസ് 3, ക്ലാസ് 4 വിഭാഗങ്ങളിൽ പ്രത്യേക ഘടക യൂണിയനുകൾ രൂപീകരിച്ച് കൊണ്ട് ഒരു നിർബ്ബന്ധിത ഫെഡറേഷനിൽ അഫിലിയേറ്റു ചെയ്യാനായിരുന്നു നിർദ്ദേശം. ക്ലാസ് 3, ക്ലാസ് 4 തരം തിരിവും ഒരു വകുപ്പിൽ തന്നെ വ്യത്യസ്ത മേഖലകളാക്കിയുള്ള തരംതിരിവും സംശയാസ്പദമായ നിർദ്ദേശങ്ങളായിരുന്നു. എന്നാൽ ജീവനക്കാരെ ബാധിക്കുന്ന പൊതുപ്രശ്നങ്ങളും അടിസ്ഥാനപരമായ ആവശ്യങ്ങളും ഉന്നയിച്ചുകൊണ്ടു ജീവനക്കാരുടെ വിപുലമായ ഐക്യം സാദ്ധ്യമാണെന്ന് വിലയിരുത്തിക്കൊണ്ടു സർക്കാർ നിർദ്ദേശം സ്വീകരിക്കുകയാണുണ്ടായത്. 1954 ൽ ഡൽഹിയിൽ ചേർന്ന വിപുലമായ സമ്മേളനത്തിൽ വെച്ച് 9 ഘടക യൂണിയനുകളോടെ നാഷണൽ ഫെഡറേഷൻ ഓഫ് പി ആന്റ് ടി എംപ്ലോയീസ് (NEPTE) രൂപീകരിച്ചു. സ. ദാദാഘോഷ് പ്രഥമ സെക്രട്ടറി ജനറലായും തിരഞ്ഞെടുക്കപ്പെട്ടു. ഘടകയൂണിയനുകൾക്ക് ഫെഡറേഷൻ വിട്ടുപോകാനോ, ഫെഡറേഷനു ഏതെങ്കിലും ഘടകയൂണിയനെ ഒഴിവാക്കാനോ സാദ്ധ്യമല്ലാത്ത ഒരു നിർബ്ബന്ധിത ഫെഡറേഷനായിരുന്നു NEPTE. കമ്പി-തപാൽ മേഖലയിൽ മറ്റൊരു സംഘടനയ്ക്ക് അംഗീകാരം നൽകില്ലെന്നും വ്യക്തമാക്കിയിരുന്നു. 1985 ൽ കമ്പി-തപാൽ വകുപ്പിന്റെ വിഭജനത്തെ തുടർന്ന് നാഷണൽ ഫെഡറേഷൻ ഓഫ് പോസ്റ്റൽ എംപ്ലോയീസ് (NFPE) നാഷണൽ ഫെഡറേഷൻ ഓഫ് ടെലികോം എംപ്ലോയീസ് (NFTE) എന്നീ രണ്ടു ഫെഡറേഷനുകൾ നിലവിൽ വരുന്നതുവരെ നേരത്തെ സൂചിപ്പിച്ച നില തുടർന്നിരുന്നു. NEPTE യുടെ മുൻകൈയ്യോടെ കേന്ദ്രജീവനക്കാ

രുടെ ഐക്യ പ്രസ്ഥാനമായ കോൺഫെഡറേഷൻ ഓഫ് സെൻട്രൽ ഗവൺമെന്റ് എംപ്ലോയീസ് ആന്റ് വർക്കേഴ്സ് എന്ന സംഘടന 1956 ൽ രൂപീകരിക്കുകയും ചെയ്തിരുന്നു. കേന്ദ്ര മേഖലയിൽ നടന്ന എണ്ണമറ്റ അവകാശ സമരങ്ങൾക്ക് നേതൃത്വം നല്കി വന്നിരുന്നതു മേല്പറഞ്ഞ സംഘടനകളായിരുന്നു. 1968 സെപ്തംബർ 19 ന്റെ സമരത്തെ തുടർന്നു NEPTE യുടെ അംഗീകാരം പിൻവലിച്ച അവസരം ഉപയോഗപ്പെടുത്തിക്കൊണ്ടാണ് Re-alignment Scheme അനുസരിച്ചുള്ള വാഗ്ദാനം ലംഘിച്ചുകൊണ്ടു FNPTO എന്ന കോൺഗ്രസ് അനുകൂല സംഘടനയ്ക്ക് കേന്ദ്രസർക്കാർ അംഗീകാരം നല്കിയത്. 1978 ൽ ജനതാസർക്കാറിലെ ജനസംഘം പാർട്ടിക്കാരനായ കമ്യൂണിക്കേഷൻ വകുപ്പുമന്ത്രി ശ്രീ. ബ്രിജലാൽ വർമ്മ BPTEF എന്ന ബി ജെ പി അനുകൂലസംഘടനയ്ക്കും തുടർന്ന് അംഗീകാരം നല്കിയിരുന്നു.

4

1960 ലെ പണിമുടക്കം

ആയിരത്തിത്തൊള്ളായിരത്തി നാൽപ്പത്തി ഒൻപതിലെ പണിമുടക്ക് സംരംഭം തന്നെ അടിച്ചമർത്തിയതിനെ തുടർന്ന് കേന്ദ്ര ജീവനക്കാർ ഒരു പണിമുടക്കിനു തയ്യാറെടുക്കുന്നത് 1957 ലാണ്. എൻ എഫ് പി ടി ഇ ആണ് പണിമുടക്ക് തീരുമാനം എടുത്തത്. 1957 ൽ ചേർന്ന ത്രികക്ഷി ലേബർ സമ്മേളനം ഇന്ത്യയിലെ തൊഴിലാളികളുടെ മിനിമം വേതനം 125 രൂപ ആയി നിശ്ചയിച്ചതിന്റെ പശ്ചാത്തലത്തിലാണ് ആ തീരുമാനം എടുത്തത്. കേന്ദ്രജീവനക്കാരുടെ ശമ്പളം ആവശ്യാധിഷ്ഠിത മിനിമം വേതനത്തിന്റെ അടിസ്ഥാനത്തിൽ നിശ്ചയിക്കാൻ 2–ാം ശമ്പളക്കമ്മീഷനെ നിയമിക്കണമെന്നാവശ്യപ്പെട്ടുകൊണ്ട് എൻ എഫ് പി ടി ഇ പണിമുടക്ക് നോട്ടീസ് നല്കി. പണിമുടക്ക് പ്രചരണം ശക്തിപ്പെട്ടതോടെ കേന്ദ്രസർക്കാർ 2–ാം ശമ്പളക്കമ്മീഷനെ നിയമിച്ചുകൊണ്ടു പണിമുടക്കം ഒഴിവാക്കി.

എന്നാൽ ആവശ്യാധിഷ്ഠിത മിനിമം വേതനത്തിന്റെ അടിസ്ഥാനത്തിൽ ശമ്പളം പരിഷ്കരിക്കണമെന്ന ആവശ്യം ശമ്പളക്കമ്മീഷന്റെ പരിഗണനാ വിഷയങ്ങളിൽ ഉൾപ്പെടുത്താൻ കേന്ദ്രസർക്കാർ തയ്യാറായില്ല. സ്വാഭാവികമായും ശമ്പളക്കമ്മീഷൻ ഇതു പരിഗണിച്ചതുമില്ല. കേവലം 80 രൂപയാണ് നാലാംതരം ജീവനക്കാരനു ശമ്പളക്കമ്മീഷൻ ശുപാർശ ചെയ്തത്. മാത്രമല്ല വിലക്കയറ്റവുമായി ബന്ധപ്പെട്ടു കാലാകാലങ്ങളിൽ ക്ഷാമബത്ത അനുവദിക്കണമെന്ന ഒന്നാം ശമ്പളക്കമ്മീഷന്റെ സ്വാഗതാർഹമായ നിർദ്ദേശം പാടെ അവഗണിക്കുകയും വില വർദ്ധനവ് അനുസരിച്ചു ക്ഷാമബത്ത നല്കാൻ സർക്കാർ ബാദ്ധ്യസ്ഥരല്ലെന്നും സർക്കാരിന്റെ സാമ്പത്തിക സ്ഥിതി പരിഗണിച്ചു യുക്തമായ തീരുമാനമെടുക്കാൻ സർക്കാരിനവകാശമുണ്ടെന്നും രണ്ടാം ശമ്പളക്കമ്മീഷൻ അഭിപ്രായപ്പെട്ടിരുന്നു. വിലക്കയറ്റം എത്ര രൂക്ഷമായാലും ക്ഷാമബത്ത പൂർണ്ണമായും നിഷേധിക്കാൻ കേന്ദ്ര സർക്കാരിന് ഇത് അവസരമൊരുക്കി. ഒരു ഉദാഹ

രണം നോക്കുക: രണ്ടാം ശമ്പളക്കമ്മീഷൻ ഒരു ക്ലാസ് 3 ജീവനക്കാരന് അനുവദിച്ച അടിസ്ഥാന ശമ്പളം 110 രൂപയും ക്ഷാമബത്ത 15 രൂപയുമാണ് 1963 ൽ സർവ്വീസിൽ പ്രവേശിച്ച ഈ ഗ്രന്ഥകർത്താവിനു ലഭിച്ചിരുന്നത്. അതിനർത്ഥം ശമ്പളക്കമ്മീഷൻ ശുപാർശകൾക്കുശേഷം 1962 ലെ ഇന്ത്യാ – ചൈന യുദ്ധത്തെ തുടർന്നുള്ള രൂക്ഷമായ വിലക്കയറ്റം ഉണ്ടായിട്ടും ഒരു രൂപ പോലും ക്ഷാമബത്ത വർദ്ധനവ് നൽകാൻ കൂട്ടാക്കിയില്ല എന്നതാണ്. 1964 ൽ ക്ഷാമബത്തയുടെ കാര്യം തീരുമാനിക്കാൻ മറ്റൊരു കമ്മീഷനെ (ദാസ് കമ്മീഷൻ) നിയമിക്കുന്നതുവരെ ഈ സ്ഥിതി തുടർന്നിരുന്നു. ക്ഷാമബത്തയുടെ കാര്യത്തിൽ ഒന്നാം ശമ്പളക്കമ്മീഷന്റെ നിർദ്ദേശം നിരാകരിച്ചതോടൊപ്പം ജീവനക്കാർക്ക് അനുകൂലമായ മറ്റു പല നിർദ്ദേശങ്ങളും നിരാകരിക്കപ്പെട്ടിരുന്നു. ഈ സാഹചര്യത്തിൽ ശമ്പളക്കമ്മീഷൻ ശുപാർശകളിൽ ജീവനക്കാർക്ക് അനുകൂല മാറ്റം വരുത്തണമെന്നാവശ്യപ്പെട്ടുകൊണ്ട് കേന്ദ്രജീവനക്കാരുടെ കോൺഫെഡറേഷനും ആൾ ഇന്ത്യാ റെയിൽവെ മെൻസ് ഫെഡറേഷനും നാഷണൽ ഫെഡറേഷൻ ഓഫ് പി ആന്റ് ടി എംപ്ലോയീസും, ആൾ ഇന്ത്യാ ഡിഫൻസ് എംപ്ലോയീസ് ഫെഡറേഷനും സംയുക്തമായി പണിമുടക്കാൻ തീരുമാനിച്ചു. 1960 ജൂലൈ 11 അർദ്ധരാത്രി മുതൽ അനിശ്ചിതകാല പണിമുടക്കം നടത്തുമെന്ന നോട്ടീസ് സംയുക്ത സമരസമിതി നല്കി. എസ് എം ജോഷി (എ ഐ ഡി ഇ എഫ്) ചെയർമാനായും പീറ്റർ അൽവാരീസ് (എ ഐ ആർ എഫ്) കൺവീനർ ആയും പി എസ് ആർ ആഞ്ജനേയലു (എൻ എഫ് പി ടി ഇ), ഡി എസ് രാജരത്തിനം (കോൺഫെഡറേഷൻ) എന്നിവർ അംഗങ്ങളായും ഉള്ള സമരസമിതിയാണ് പണിമുടക്കു സമരത്തിനു നേതൃത്വം നല്കിയത്.

പണിമുടക്ക് നോട്ടീസ് ലഭിച്ചതിനുശേഷം ജീവനക്കാർ ഉന്നയിച്ച പ്രശ്നങ്ങൾ ചർച്ച ചെയ്യാനോ പരിഹരിക്കാനോ കേന്ദ്ര സർക്കാർ തയ്യാറായില്ല. മറിച്ച്, പണിമുടക്കിനെ നേരിടാനുള്ള നീക്കങ്ങളാണ് കേന്ദ്രസർക്കാരിന്റെ ഭാഗത്തുനിന്നും ഉണ്ടായത്. കേന്ദ്രജീവനക്കാരുടെ അവകാശസമരത്തെ ആഭ്യന്തര കലാപമായി വിശേഷിപ്പിച്ചുകൊണ്ട് പ്രധാനമന്ത്രി ജവഹർലാൽ നെഹ്റു തന്നെ ആൾ ഇന്ത്യാ റേഡിയോ വഴി സമരത്തെ നേരിടാൻ ജനങ്ങളോട് ആഹ്വാനം നല്കി. സമരത്തിനെതിരായ പ്രചരണം എ ഐ ആർ, മറ്റു സർക്കാർ മാദ്ധ്യമങ്ങൾ, ദേശീയ പത്രങ്ങൾ എന്നിവ വഴി നിരന്തരം നടത്തിക്കൊണ്ടിരുന്നു. പണിമുടക്കത്തെ നിരോധിച്ചുകൊണ്ട് അവശ്യസർവ്വീസ് സംരക്ഷണ ഓർഡിനൻസ് (ESMO)പ്രഖ്യാപിച്ചു. ഇതനുസരിച്ചു പണിമുടക്കുന്നവരെ മാത്രമല്ല പ്രേരിപ്പിക്കുന്നവരേയും സഹായിക്കുന്നവരെയും അറസ്റ്റ് ചെയ്യാനും തുറുങ്കിലടയ്ക്കാനും പൊലീസിനു അധികാരം നല്കി. സാമ്പത്തിക സഹായവും നിയമസഹായവും കുറ്റകൃത്യമായി പ്രഖ്യാപിക്കപ്പെട്ടു. ടെലിഗ്രാഫ് സംവിധാനങ്ങളും റെയിൽവെ സംവിധാനങ്ങളും സംരക്ഷിക്കാൻ സായുധസേനാംഗങ്ങളെ നിയോഗിച്ചു. സമരത്തെ നേരിടാൻ കോൺഗ്രസ് ഓഫീസ് വഴിയും മറ്റും വളണ്ടിയർമാർ എന്ന ഓമനപ്പേരിൽ കരിങ്കാലികളെ റിക്രൂട്ട് ചെയ്തു. പണിമുടക്കം ആരംഭിക്കുന്നതിനു മുമ്പായി തന്നെ രാജ്യത്തെമ്പാടും

നേതാക്കളും പ്രവർത്തകരും അറസ്റ്റ് ചെയ്യപ്പെട്ടു. നിയമസഹായം കുറ്റകൃത്യമായി വ്യാഖ്യാനിക്കപ്പെട്ടു. പല സ്ഥലങ്ങളിലും വക്കീലന്മാർ ജീവനക്കാർക്ക് വേണ്ടി കോടതിയിൽ ഹാജരാവാൻ തയ്യാറായില്ല. എൻ എഫ് പി ടി ഇ സെക്രട്ടറി ജനറൽ സ. പി എസ് ആർ ആഞ്ജനേയലുവിനെ അറസ്റ്റു ചെയ്തു ചങ്ങലയോടു കൂടിയ കൈയാമം വെച്ചു വലിച്ചുകൊണ്ടു ഡൽഹി തെരുവിലൂടെ നടത്തി തീഹാർ ജയിലിൽ അടച്ചു. സമരസമിതി കൺവീനർ പീറ്റർ അൽവാരീസ് ഉൾപ്പെടെ സമരസമിതി നേതാക്കളെ ഒന്നടങ്കം അറസ്റ്റ് ചെയ്തു തുറുങ്കിലടച്ചു.

എന്നാൽ ഇതുകൊണ്ടൊന്നും സമരത്തിൽനിന്നും ജീവനക്കാരെ പിൻതിരിപ്പിക്കാൻ സാധിച്ചില്ല. രാജ്യത്തെമ്പാടും ജീവനക്കാർ കൂട്ടത്തോടെ പണിമുടക്കി. വിവിധ സ്ഥലങ്ങളിൽ ലാത്തിച്ചാർജ്ജും വെടിവെപ്പും ഉണ്ടായി. ദാഹോഡിൽ 5 റെയിൽവെ ജീവനക്കാർ വെടിവെപ്പിൽ രക്തസാക്ഷിത്വം വരിച്ചു. പണിമുടക്കിയ ജീവനക്കാരെ അറസ്റ്റ് ചെയ്തും തുറുങ്കിലടച്ചും സസ്പെൻഡ് ചെയ്തും പിരിച്ചുവിട്ടും രാജ്യത്താകമാനം ഭീകരാന്തരീക്ഷം തന്നെ സൃഷ്ടിച്ചു. കേന്ദ്രജീവനക്കാർ വമ്പിച്ച സാമ്പത്തികാനുകൂല്യങ്ങൾ പറ്റുന്നവരാണെന്നും അവരുടെ സമരം രാജ്യദ്രോഹപരമാണെന്നും എ ഐ ആർ ഉം മറ്റു സർക്കാർ മാദ്ധ്യമങ്ങളും വഴി വ്യാപകമായ പ്രചരണം നടത്തി കേന്ദ്രജീവനക്കാരെ സമൂഹത്തിൽ നിന്നും ഒറ്റപ്പെടുത്താനും ശ്രമിച്ചു. സമരത്തിന് രാഷ്ട്രീയ പാർട്ടികളിൽ നിന്നും ബഹുജന സംഘടനകളിൽനിന്നും പ്രതീക്ഷിച്ച പിന്തുണ ലഭിച്ചില്ല. ജൂലൈ 14ന് രാജ്യവ്യാപകമായി സോളിഡാരിറ്റി ആക്ഷന് എ ഐ ടി യു സി ആഹ്വാനം ചെയ്തിരുന്നുവെങ്കിലും അതും വിജയം കണ്ടില്ല. ഈ സാഹചര്യത്തിൽ ജയിലിൽവെച്ചു തന്നെ അഞ്ചാമത്തെ ദിവസം സമരം നിരുപാധികം പിൻവലിക്കാൻ സമരസമിതി നേതാക്കൾ നിർബ്ബന്ധിതരായി.

അറസ്റ്റു ചെയ്യപ്പെട്ടവരുടെയും ശിക്ഷിക്കപ്പെട്ടവരുടെയും വിശദാംശങ്ങൾ സംഘടനാതലത്തിൽ ലഭ്യമല്ല. ഇതു സംബന്ധിച്ചു പാർലമെന്റിൽവെച്ച ചില കണക്കുകൾ ഇവിടെ രേഖപ്പെടുത്തുന്നു. യഥാർത്ഥ ശിക്ഷാ നടപടികളുടെ പൂർണ്ണ വിവരം സർക്കാർ വെളിപ്പെടുത്തുമെന്നു കരുതാനാവില്ല.

1.	അറസ്റ്റ് ചെയ്യപ്പെട്ട ജീവനക്കാർ	–	17780
2.	പണിമുടക്കത്തെ സഹായിച്ചതിന്റെ പേരിൽ അറസ്റ്റ് ചെയ്യപ്പെട്ടവർ	–	2359
3.	കോടതി ശിക്ഷിച്ച ജീവനക്കാർ	–	1630
4.	കോടതി ശിക്ഷിച്ച പുറത്തുള്ളവർ	–	214
5.	വെടിവെപ്പിൽ മരിച്ചവർ	–	5
6.	പണിമുടക്കത്തോടനുബന്ധിച്ചു കൊല്ലപ്പെട്ടവർ	–	1 പൊലീസ് കോൺസ്റ്റബിൾ 8 വളണ്ടിയർമാർ (കരിങ്കാലികൾ?)

7. പണിമുടക്ക് ദിവസങ്ങളിൽ ഹാജരായ വളന്റിയർമാർ	–	24291

1960 ൽ പശ്ചിമ റെയിൽവേയിലെ ദാവോദിൽ വെടിയേറ്റു മരിച്ച രക്ത സാക്ഷികൾ.

1. സ. രൺജിത്ത് സിങ്ങ്
2. സ. സഖാറാം
3. സ. സീതാറാം
4. സ. കൃപാശങ്കർ
5. പേര് ലഭ്യമായിട്ടില്ല

കമ്പി–തപാൽ വിഭാഗം

പണിമുടക്കിയവർ	–	84500
അറസ്റ്റ് ചെയ്യപ്പെട്ടവർ	–	6455
കോടതി ശിക്ഷിച്ചവർ	–	1630
ശിക്ഷിക്കപ്പെട്ട പുറത്തുള്ളവർ	–	214
പിരിച്ചുവിട്ടവർ	–	1144
വകുപ്പുതല ശിക്ഷാ നടപടികൾ	–	17771

യഥാർത്ഥത്തിൽ പ്രതികാരനടപടികൾക്ക് വിധേയരായവർ ഇതിലെ ത്രയോ കൂടുതലാണ്.

പാർലമെന്റിനകത്തും പുറത്തും എം പിമാരായ സ. എ കെ ജി, ശ്രീ. വാജ്പേയ്, ശ്രീ. നാഥ് പൈ, സഖാക്കൾ എസ് എം ബാനർജി, ഇന്ദ്രജിത് ഗുപ്ത, പാർവ്വതി കൃഷ്ണൻ എന്നിവർ നടത്തിയ പോരാട്ടം പിരിച്ചുവിട്ടവരെ തിരിച്ചെടുപ്പിക്കാൻ സംഘടനകൾക്ക് സഹായകരമായിരുന്നു. എന്നാൽ മറ്റു ശിക്ഷാനടപടികൾ പലതും വർഷങ്ങളോളം തുടർന്നിരുന്നു.

1946 ൽ കേന്ദ്രജീവനക്കാരുടെ ശമ്പളം പരിഷ്കരിക്കാൻ ഒന്നാം ശമ്പളക്കമ്മീഷനെ നിയമിക്കാൻ ആവശ്യപ്പെട്ടുകൊണ്ടു നടത്തിയ സമരം വിദേശഭരണം അവസാനിപ്പിക്കാനുള്ള ദേശീയ സമരത്തിന്റെ ഭാഗമാണെന്നു പറഞ്ഞു പിന്തുണ പ്രഖ്യാപിച്ച ശ്രീ. ജവഹർലാൽ നെഹ്റുവും കോൺഗ്രസു പാർട്ടിയും സ്വാതന്ത്ര്യത്തിനുശേഷം കൂലി കൂടുതൽ ആവശ്യപ്പെട്ടു കേന്ദ്രജീവനക്കാർ നടത്തിയ സമരം രാജ്യദ്രോഹപരമാണെന്നു വിശേഷിപ്പിച്ചു ചോരയിൽ മുക്കി കൊല്ലാൻ ശ്രമിച്ചതു കോൺഗ്രസിന്റെ യഥാർത്ഥ വർഗ്ഗസ്വഭാവം വെളിപ്പെടുത്തുന്നതായിരുന്നു. സർക്കാർ അംഗീകരിച്ച ആവശ്യാധിഷ്ഠിത മിനിമം വേതനം സർക്കാർ മേഖലയിൽ നടപ്പാക്കിയാൽ തങ്ങൾ പ്രതിനിധാനം ചെയ്യുന്ന മുതലാളിമാരും നടപ്പാക്കാൻ നിർബ്ബന്ധിക്കപ്പെടും. അതു തങ്ങളുടെ വർഗ്ഗതാല്പര്യത്തിനെതിരായിത്തീരും എന്ന ചിന്താഗതിയാണ് കേന്ദ്രസർക്കാരിനെ നയിച്ചത് എന്നു വ്യക്തം. ആവശ്യാധിഷ്ഠിത മിനിമം കൂലിയെ സംബന്ധിച്ച ത്രികക്ഷി ലേബർ സമ്മേളന തീരുമാനം സ്വകാര്യമേഖലയിൽ ഇതുവരെ നടപ്പാക്കിയില്ല എന്ന വസ്തുത നാം കാണേണ്ടതാണ്.

5

1960 ലെ പണിമുടക്കം – കേരളത്തിലെ അനുഭവം

കേരളത്തിൽ ഈ സമരം എങ്ങനെ നടന്നു എന്നതിനെ സംബന്ധിച്ചു സംഘടനാപരമായുള്ള രേഖകൾ അധികം ലഭ്യമല്ല. സമരത്തിനു നേതൃത്വം കൊടുത്തവരും പങ്കെടുത്തവരുമായി നടത്തിയ ആശയവിനിമയത്തിലൂടെയാണ് ഇക്കാര്യം വിശദീകരിക്കാൻ ശ്രമിക്കുന്നത്. സഖാക്കൾ വി എ എൻ നമ്പൂതിരി, പരേതനായ സ. ടി എം ജനാർദ്ദനൻ, മറ്റ് അറസ്റ്റ് ചെയ്യപ്പെട്ടവരും ശിക്ഷിക്കപ്പെട്ടവരുമായ സഖാക്കൾ എന്നിവരിൽ നിന്നുമാണ് വിശദാംശങ്ങൾ ശേഖരിച്ചത്.

1960 ലെ സമരം കേരളത്തിലും ശക്തമായി സംഘടിപ്പിച്ചിരുന്നു. സമരസമിതിയിലെ പല സംഘടനകളിൽനിന്ന് ഭിന്നമായി സർക്കാരിന്റെ നടപടികളെ മുൻകൂട്ടി മനസ്സിലാക്കി വേണ്ട മുൻഒരുക്കങ്ങൾ എൻ എഫ് പി ടി ഇ നടത്തിയിരുന്നു. എല്ലാ ജില്ലാ കേന്ദ്രങ്ങളിലും സമരസഹായ കമ്മിറ്റികളും നിയമ സഹായ കമ്മിറ്റികളും രൂപീകരിക്കാൻ നിർദ്ദേശിക്കപ്പെട്ടിരുന്നു. അന്നു കേരളം, മദിരാശി പി ആന്റ് ടി സർക്കിളിന്റെ ഭാഗമായിരുന്നു. സർക്കിൾ യൂണിയൻ പ്രതിനിധികളായ സി എം എൻ നമ്പീശൻ, എ എം എ മജീദ്, വി കെ സെയ്തു മുഹമ്മദ് എന്നിവർ വ്യാപകമായി കേരളത്തിൽ പ്രചരണ പ്രവർത്തനങ്ങൾ നടത്തിയിരുന്നു. ടെലികോം മേഖലയിൽ തിരുവനന്തപുരം ഡിവിഷനിൽ ഒഴികെ കേരളത്തിൽ കമ്പി –തപാൽ മേഖലയിൽ ശക്തമായ സമരമാണ് സംഘടിപ്പിച്ചത്. സ്റ്റേറ്റ് ഇലക്ട്രിസിറ്റി ഡിപ്പാർട്ടുമെന്റിൽനിന്നു വന്നവരും ടെലികോം ഡിപ്പാർട്ട്മെന്റ് നേരിട്ട് നിയമിച്ചവരും സർവ്വീസിൽ ഉണ്ടായിരുന്നു. ഇതുമായി ബന്ധപ്പെട്ട നിരവധി പ്രശ്നങ്ങൾ കാരണം അഖിലേന്ത്യാ സമരത്തിൽ പങ്കെടുക്കാനുള്ള പ്രവർത്തനങ്ങളിൽ ഉത്തരവാദിത്വപ്പെട്ടവർ മാറിനിന്നതാണ് തിരുവനന്തപുരം ഡിവിഷനിൽ സമരം പരാജയപ്പെടാനുണ്ടായ കാരണങ്ങളിൽ പ്രധാനം.

പണിമുടക്ക് നിരോധന ഓർഡിനൻസ് പ്രഖ്യാപിച്ചതിനെ തുടർന്ന് പൊലീസും ഉദ്യോഗസ്ഥ പ്രമാണിമാരും കേരളമാകെ ഭീകരാന്തരീക്ഷം സൃഷ്ടിച്ചിരുന്നു. ശ്രീ. പട്ടം താണുപിള്ളയുടെ നേതൃത്വത്തിലുള്ള കോൺഗ്രസ് – പി എസ് പി – ലീഗ് മുക്കൂട്ട് മുന്നണിയാണ് അന്ന് കേരളം ഭരിച്ചിരുന്നത്. പണിമുടക്കം തുടങ്ങുന്നതിനുമുമ്പെ തന്നെ നേതാക്കളെ അറസ്റ്റ് ചെയ്യാൻ നീക്കങ്ങൾ ഉണ്ടായി. മുൻകൂട്ടി തീരുമാനിച്ചതിന്റെ അടിസ്ഥാനത്തിൽ നേതാക്കൾ ഒളിവിൽനിന്നുകൊണ്ടാണ് സമരത്തിനു നേതൃത്വം നൽകിയത്. പണിമുടക്കം പരാജയപ്പെടുത്താൻ കോൺഗ്രസ് ആപ്പീസുകളിൽനിന്നും സേവാദൾ വളണ്ടിയർമാർ ഉൾപ്പെടെയുള്ള കരിങ്കാലികളെ റിക്രൂട്ട് ചെയ്തു കേന്ദ്രസർക്കാർ ഓഫീസുകളിൽ വിന്യസിച്ചിരുന്നു. പല കോൺഗ്രസ് ഓഫീസുകളും കരിങ്കാലികളെ റിക്രൂട്ട് ചെയ്യുന്ന കേന്ദ്രങ്ങളായി മാറി. പണിമുടക്കിയ ജീവനക്കാരെ പൊലീസിനു ചൂണ്ടിക്കാണിക്കുന്ന ഒറ്റുകാരായും ഇവർ പ്രവർത്തിച്ചു. വിദ്യാഭ്യാസ യോഗ്യത പോലും കണക്കാക്കാതെ കരിങ്കാലി സേവനത്തിന്റെ പേരിൽ ഇവരെ പിന്നീട് സർവ്വീസിൽ നിയമിച്ച ലജ്ജാകരമായ നടപടിയും കേന്ദ്ര സർക്കാരിന്റെ ഭാഗത്തുനിന്നും ഉണ്ടായി. പണിമുടക്ക് ദിവസങ്ങളിൽ കേന്ദ്ര സർവ്വീസിൽ ജോലി ചെയ്യാൻ തയ്യാറാണെന്നു സംസ്ഥാന ജീവനക്കാരുടെ ചില സംഘടനകളും പ്രഖ്യാപിച്ചിരുന്നു.

മേല്പറഞ്ഞ പ്രതികൂല സാഹചര്യങ്ങളെ വകവെക്കാതെ പണിമുടക്കിൽ പങ്കെടുത്ത നൂറുകണക്കിനു ജീവനക്കാരെ അറസ്റ്റ് ചെയ്തു തടവറയിലാക്കി. പണിമുടക്കിയ ജീവനക്കാരെ വീടുകളിൽനിന്നും ലോഡ്ജുകളിൽനിന്നും വ്യാപകമായി അറസ്റ്റ് ചെയ്തു. പാനൂർ പോസ്റ്റാഫീസിൽനിന്നും സ. എൻ പി പത്മനാഭനെയും പയ്യന്നൂർ ടെലിഫോൺ എക്സ്ചേഞ്ചു പരിസരത്തുനിന്നു സ. പി നാരായണനെയും അറസ്റ്റ് ചെയ്തു കോടതിയിൽ ഹാജരാക്കി. നിയമസഹായവും കുറ്റകരമായി പ്രഖ്യാപിച്ച അന്നത്തെ സാഹചര്യത്തിൽ പണിമുടക്കിയ ജീവനക്കാർക്കുവേണ്ടി ഹാജരാവാൻ വക്കീലന്മാർ തയ്യാറായിരുന്നില്ല. നിയമത്തിന്റെ നൂലാമാലകൾ ഒന്നും അറിയാത്ത ജീവനക്കാർ കോടതിയിൽ നിസ്സഹായരായിരുന്നു. കോടതിയിൽ കുറ്റം നിഷേധിക്കണമെന്നും അല്ലെങ്കിൽ വിചാരണയില്ലാതെ ശിക്ഷിക്കപ്പെടും എന്ന പ്രാഥമിക അറിവുപോലും അന്നുണ്ടായിരുന്നില്ല. കോടതിയിൽ ഹാജരാക്കിയ സ. പി നാരായണനോടു പണിമുടക്കിയിരുന്നോ എന്നു മജിസ്ട്രേറ്റ് ചോദിച്ചു. പണിമുടക്കി; ഇനിയും പണിമുടക്കും എന്ന മറുപടി നൽകി. കുറ്റസമ്മതം നടത്തി എന്നു പറഞ്ഞുകൊണ്ടു 6 മാസത്തെ കഠിനതടവും ഇനിയും പണിമുടക്കം നടത്തും എന്നു പറഞ്ഞത് കോടതിയോടുള്ള അവഹേളനമായി കണക്കാക്കി കോടതിയലക്ഷ്യത്തിന് ഒരുമാസത്തെ തടവും കൂടി വിധിച്ചു. പണിമുടക്കി എന്നു കോടതിയുടെ ചോദ്യത്തിനു മറുപടി പറഞ്ഞ സ. എൻ പി പത്മനാഭനെയും 6 മാസത്തെ കഠിനതടവിനു ശിക്ഷിച്ചു. ഈ സംഭവം നിയമവൃത്തങ്ങളിൽ സജീവ ചർച്ചാ വിഷയമായി. അന്നു തലശ്ശേരി

ബാറിൽ പ്രാക്ടീസ് ചെയ്തിരുന്ന ശ്രീ. വി ആർ കൃഷ്ണയ്യ (പിന്നീട് സുപ്രീംകോടതി ജഡ്ജി)രുടെ നേതൃത്വത്തിൽ വക്കീലന്മാരുടെ യോഗം ചേരുകയും പണിമുടക്കിയ കേന്ദ്രജീവനക്കാർക്ക് വേണ്ടി കോടതിയിൽ ഹാജരാകാനും നിയമസഹായങ്ങൾ എത്തിക്കാനും തീരുമാനിച്ചു. ഇതിനിടയിൽ കണ്ണൂർ ടെലികോം ബ്രാഞ്ച് സെക്രട്ടറി സ. എ കന്തസ്വാമിയെയും ടെലിഫോൺ ഓപ്പറേറ്റർ സ. എം എൻ നാരായണൻ നമ്പൂതിരിയെയും ലോഡ്ജിൽനിന്നും അറസ്റ്റ് ചെയ്തു കോടതിയിൽ ഹാജരാക്കി. കോടതിയിൽ എത്തിയപ്പോഴാണ് സ. വി എ എൻ നമ്പൂതിരി എന്നു കരുതിയാണ് മേല്പറഞ്ഞ നമ്പൂതിരിയെ അറസ്റ്റ് ചെയ്തത് എന്നു മനസ്സിലായത്. ഇതു മനസ്സിലാക്കിയ മജിസ്ട്രേറ്റ് ജോലിയിൽ പ്രവേശിക്കാമെങ്കിൽ വെറുതെ വിടാമെന്ന് എം എൻ എൻ നമ്പൂതിരിയോടു പറഞ്ഞു. എന്നാൽ സ. നമ്പൂതിരി അതിനു തയ്യാറായില്ല. കന്തസ്വാമിയേയും എം എൻ എൻ നമ്പൂതിരിയേയും 6 മാസം വീതം കഠിനതടവിനു ശിക്ഷിച്ചു. ഇതേ രീതിയിൽ തൊടുപുഴയിൽനിന്നും ശിക്ഷിച്ച സ. ടി രാമചന്ദ്രന്റെ കാര്യത്തിൽ സ. സെയ്തു മുഹമ്മദ് ഇടപെട്ട് സെഷൻസ് കോടതിയിൽ അപ്പീൽ നൽകി. പണിമുടക്കിയോ എന്ന ചോദ്യത്തിനു Yes എന്നു മറുപടി പറഞ്ഞ ഉടനെ സ. രാമചന്ദ്രനെ 6 മാസത്തെ കഠിന തടവിനു ശിക്ഷിക്കുകയായിരുന്നു. അപ്പീൽ അനുവദിച്ചുകൊണ്ട് സെഷൻസ് കോടതി നൽകിയ വിധി മറ്റു കേസുകളിൽ നമുക്ക് അനുകൂലമായി മാറി. വിധിയുടെ പ്രസക്ത ഭാഗങ്ങൾ താഴെ കൊടുക്കുന്നു.

"............... I therefore find that the conviction based on the mono-syllabic answer "yes" will not amount to an admission of the guilt of the accused.

I therefore set aside the conviction and sentense passed by the Lower Court and allow the appeal and acquitted the accused".

സ. ജനു മാസ്റ്ററെ ഏതാനും ജീവനക്കാരോടൊപ്പം ജൂലായ് 12 ന് കണ്ണൂർ ബാങ്ക് മെൻസ് ഹോമിൽ നിന്നും അറസ്റ്റ് ചെയ്ത് മജിസ്ട്രേറ്റ് മുമ്പിൽ ഹാജരാക്കി. സഖാക്കൾ എൻ സി നാരായണൻ, വി വി കേളുക്കുട്ടി എന്നിവരും അറസ്റ്റ് ചെയ്തവരിൽ ഉൾപ്പെട്ടിരുന്നു. ഇവരെ 6 മാസത്തെ കഠിന തടവിനു ശിക്ഷിച്ചു. സഖാക്കൾ എൻ ഒ ആനന്ദൻ, കെ സി ഭാസ്കരൻ എന്നിവരെ പണിമുടക്ക് പിൻവലിക്കുന്നതിന്റെ തലേ ദിവസമാണ് അറസ്റ്റു ചെയ്തത്. എന്നാൽ കോടതിയിൽ നിന്നും ശിക്ഷാ നടപടി ഉണ്ടായിരുന്നില്ല. പണിമുടക്ക് പിൻവലിച്ചതിനെ തുടർന്ന് പതിമൂന്ന് ദിവസത്തിനുശേഷം സ. ജനു മാസ്റ്ററെ ജാമ്യത്തിൽ വിട്ടു. സ. കേളുക്കുട്ടിക്ക് ജാമ്യം ലഭിക്കാൻ കാലതാമസം വന്നിരുന്നു.

കോഴിക്കോട് പണിമുടക്കം നടത്തി പ്രകടനം നടത്തിയ 40 സ്ത്രീ ജീവനക്കാരെ ഒന്നടങ്കം അറസ്റ്റ് ചെയ്തു. കോഴിക്കോട് സബ്ജയിലിൽ സ്ത്രീകളെ പാർപ്പിക്കാൻ സൗകര്യമില്ലാത്തതുകൊണ്ട് കണ്ണൂർ സെൻട്രൽ ജയിലിലേക്കാണ് കൊണ്ടുപോയത്. സഖാക്കൾ ടി കല്യാണി, മീനാ

ക്ഷിക്കുട്ടി, ടി വി കാർത്ത്യായനി, ഹംസകുമാരി (തിരുവനന്തപുരത്തുനിന്നും റിട്ടയർ ചെയ്തു), ഡി സുഭദ്രാദേവി (തിരുവനന്തപുരത്തുനിന്നും റിട്ടയർ ചെയ്തു) തുടങ്ങിയവരെല്ലാം അന്ന് അറസ്റ്റ് ചെയ്യപ്പെട്ടിരുന്നു. സ്ത്രീ സഖാക്കളെ കണ്ണൂർ സെൻട്രൽ ജയിലിൽ പ്രവേശിപ്പിച്ചതറിഞ്ഞ് ഒളിവിൽനിന്നും സമരം നയിച്ചിരുന്ന സ. കെ ഭാസ്കരൻനായർ കണ്ണൂരിലേക്ക് കുതിച്ചെത്തി. സ. ടി കല്യാണിയുടെ ഭർത്താവ് നാരായണനാണെന്നു പറഞ്ഞു സന്ദർശനാനുമതി വാങ്ങി ജയിലിൽ പ്രവേശിക്കുകയും സഖാക്കൾക്ക് ആവശ്യമായ മാർഗ്ഗനിർദ്ദേശങ്ങൾ നൽകുകയും ചെയ്തു. സ. കല്യാണിയെ അറസ്റ്റ് ചെയ്തതറിഞ്ഞു ജയിലിലെത്തിയ ഭർത്താവ് നാരായണൻ സന്ദർശനാനുമതി ആവശ്യപ്പെട്ടപ്പോഴാണ് തങ്ങളെ കബളിപ്പിച്ച് ജയിലിനകത്തു പ്രവേശിച്ചത് ഭാസ്കരൻ നായരാണെന്നു അധികൃതർക്ക് ബോദ്ധ്യപ്പെട്ടത്. സന്ദർഭോചിതമായ തീരുമാനമെടുക്കാനുള്ള ഭാസ്കരൻനായരുടെ കഴിവ് പിന്നീട് പലപ്പോഴും ഞങ്ങൾക്ക് ബോദ്ധ്യപ്പെട്ടതാണ്. സ. ഭാസ്കരൻനായർ പിന്നീട് ടെലികോം ക്ലാസ് 3 യൂണിയന്റെ സംസ്ഥാന പ്രസിഡന്റായി സേവനം അനുഷ്ഠിച്ചിരുന്നു.

ജയിലിലെ ഭക്ഷണ / പാനീയങ്ങൾ നിരസിച്ചുകൊണ്ടു വനിതാ സഖാക്കൾ തങ്ങളെ അറസ്റ്റ് ചെയ്തതിലും വൃത്തിഹീനമായ അന്തരീക്ഷത്തിൽ പാർപ്പിച്ചതിലും പ്രതിഷേധം രേഖപ്പെടുത്തി. അടുത്തദിവസം ജയിൽ അധികൃതർ ഈ സഖാക്കളെ സന്ദർശിക്കുകയും ജാമ്യത്തിൽ വിടാനുള്ള നടപടികൾ സ്വീകരിക്കാമെന്നും ഉറപ്പ് നൽകുകയും ചെയ്തു. പിന്നീട് ജയിലിൽനിന്നും വിട്ടയച്ച ഇവരെ സ. വി എ എൻ നമ്പൂതിരി ഉൾപ്പെടെയുള്ള സഖാക്കൾ സ്വീകരിച്ചു. പുറത്തുവന്ന സഖാക്കൾക്ക് അടിയന്തരമായും ഭക്ഷണം ഏർപ്പാട് ചെയ്യുന്നതിന് വിഘ്നം സൃഷ്ടിക്കപ്പെട്ടു. കണ്ണൂരിലെ ടെലിഫോൺ വിഭാഗത്തിൽ ജോലി നോക്കുന്നവർ ഭൂരിഭാഗവും കണ്ണൂരിനു പുറത്തുള്ളവരായിരുന്നു. ഭക്ഷണത്തിന് അവർ ആശ്രയിച്ചിരുന്നതു ഭാരതി ഹോട്ടലിനെയായിരുന്നു. അവിടേക്കാണ് സ്ത്രീ സഖാക്കളെ എത്തിച്ചത്. എന്നാൽ, പണിമുടക്കിയവർക്ക് ഭക്ഷണം നൽകരുത് എന്ന പൊലീസിന്റെ ഭീഷണി കാരണം ഹോട്ടൽ ഉടമ ശ്രീ പൊതുവാൾ ഭക്ഷണം നൽകാൻ വിസമ്മതിച്ചു. തൊട്ടടുത്ത ഹോട്ടലായ മദ്രാസ് കെഫെയും അതേ നിലപാട് സ്വീകരിച്ചു. ഒടുവിൽ കണ്ണൂരിലെ പ്രധാന പത്രപ്രവർത്തകനും സോഷ്യലിസ്റ്റ് നേതാവുമായ ശ്രീ തായത്ത് രാഘവൻ തന്റെ വീട്ടിൽ എത്തിച്ചാണ് ഇവർക്ക് ഭക്ഷണം നൽകിയത്. സ. തായത്ത് രാഘവന്റെ ഭാര്യ ടി സി വിശാലാക്ഷിയും പണിമുടക്കിലായിരുന്നു. പിന്നീട് കണ്ണൂരിൽ ടെലിഫോൺ മോണിട്ടറായി ജോലി ചെയ്തിരുന്ന സ. മീനാക്ഷിക്കുട്ടി അറസ്റ്റും തുടർന്നുണ്ടായ സംഭവവികാസങ്ങളും ഈ ഗ്രന്ഥകർത്താവിനോട് വിശദീകരിക്കുകയുണ്ടായി.

വനിതാ ജീവനക്കാരുടെ അറസ്റ്റിനെ തുടർന്ന് കോഴിക്കോട് പോസ്റ്റൽ യൂണിയൻ നേതാക്കളായ സഖാക്കൾ ഡി സി ഡിക്രൂസ്, കെ ദാമോദരൻ, ലൈൻ സ്റ്റാഫ് യൂണിയൻ നേതാവ് സ. കെ കൃഷ്ണൻ, ട്രാ

ഫിക് യൂണിയൻ നേതാക്കളായ സഖാക്കൾ പി മൊയ്തു, കെ ചന്ദ്രൻ തുടങ്ങി നിരവധി നേതാക്കളെയും ജീവനക്കാരെയും അറസ്റ്റ് ചെയ്തു കോടതിയിൽ ഹാജരാക്കിയിരുന്നു. സ. കെ ഭാസ്കരൻനായരെ പണിമുടക്ക് അവസാനിച്ച ദിവസമാണ് അറസ്റ്റ് ചെയ്തത്. ഇവരെയൊന്നും കോടതി ശിക്ഷിച്ചിരുന്നില്ല. അറസ്റ്റ് ചെയ്യപ്പെട്ടവരെ മുഴുവൻ സർവ്വീസിൽനിന്നും സസ്പെൻഡ് ചെയ്തിരുന്നു. പാലക്കാട് പണിമുടക്കിനു നേതൃത്വം നൽകിയ പോസ്റ്റൽ യൂണിയൻ നേതാവ് സ. സേതുമാധവൻ, ടെലികോം യൂണിയൻ നേതാക്കളായ സഖാക്കൾ കെ പി ഗോവിന്ദൻകുട്ടി, എം എസ് നായർ തുടങ്ങിയവരെയും നിരവധി ജീവനക്കാരെയും അറസ്റ്റ് ചെയ്തു ജയിലിലടച്ചു. സ. കെ പി ഗോവിന്ദൻകുട്ടി പിന്നീട് ദീർഘകാലം ടെലികോം ക്ലാസ് 3 യൂണിയന്റെ സംസ്ഥാന പ്രസിഡന്റായിരുന്നു.

സ. ഏകാംബരൻ

ഏറ്റവും വലിയ ദുരന്തം പാലക്കാടാണ് നടന്നത്. പണിമുടക്കിനെ തുടർന്ന് പിരിച്ചുവിടപ്പെട്ട പാലക്കാട് ടെലിഫോൺ എക്സ്ചേഞ്ചിലെ ഓപ്പറേറ്റർ സ. ഏകാംബരൻ പിരിച്ചുവിടലിന്റെ ആഘാതം സഹിക്കാനാവാതെ ആത്മഹത്യ ചെയ്തു. എന്നാൽ ഇത്തരം ദുരന്തങ്ങൾ പിന്നീട് ഒരു സമരത്തിലും ആവർത്തിച്ചിരുന്നില്ല. ഏതു കടുത്ത പ്രതികാര നടപടികളെയും ചെറുത്തു തോല്പിക്കാനും ജീവനക്കാരെ സംരക്ഷിക്കാനും പ്രസ്ഥാനത്തിനു കഴിയും എന്ന വിശ്വാസമാണ് പിന്നീട് അത്തരം ദുരന്തങ്ങൾ ആവർത്തിക്കാതിരിക്കാൻ പ്രധാന കാരണം. നാളിതുവരെ കമ്പി–തപാൽ വിഭാഗത്തിൽ പണിമുടക്കത്തിൽ പങ്കെടുത്ത ആരും തന്നെ (1949ലെ പണിമുടക്കം ഒഴികെ) സ്ഥിരമായി സർവ്വീസിനു പുറത്തു പോകേണ്ടിവന്നിട്ടില്ല.

പണിമുടക്കിന്റെ അടുത്ത ദിവസം തൃശ്ശൂരിൽ പണിമുടക്കിയ 24 സ്ത്രീ ജീവനക്കാരെ അറസ്റ്റ് ചെയ്തു ലോക്കപ്പിൽ ആക്കിയിരുന്നു. ഈ അറസ്റ്റിനെപ്പറ്റി സ. എം ആർ ചന്ദ്രനും അന്ന് അറസ്റ്റ് ചെയ്യപ്പെട്ടവരിൽ ഒരാളായ സ. മാനസിനായരും (രാജ്യസഭാംഗം സ. ടി എൻ സീമയുടെ മാതാവ്) ഗ്രന്ഥകർത്താവിനോട് വിശദീകരിക്കുകയുണ്ടായി. പണിമുടക്കിയ സ്ത്രീ ജീവനക്കാർ കിഴക്കേക്കോട്ടയിലെ പോസ്റ്റാഫീസ് ക്വാർട്ടേഴ്സിൽ ഒത്തുകൂടിയിരിക്കുകയായിരുന്നു. പോസ്റ്റൽ എംപ്ലോയീസ് യൂണിയൻ നേതാവായ സ. കെ പി ബാലകൃഷ്ണനായിരുന്നു പോസ്റ്റ് മാസ്റ്റർ. സ. ബാലകൃഷ്ണന്റെ ഭാര്യയും ടെലിഫോൺ ജീവനക്കാരിയുമായ സ. വിലാസിനിയും തന്റെ പ്രസവാവധി റദ്ദാക്കിക്കൊണ്ടു പണിമുടക്കത്തിൽ പങ്കെടുത്തിരുന്നു. ഏതോ ഒറ്റുകാരൻ നല്കിയ വിവരമനു

സരിച്ചു പൊലീസുകാർ ക്വാർട്ടേഴ്സ് വളയുകയും എല്ലാ സ്ത്രീ സഖാക്കളെയും അറസ്റ്റ് ചെയ്തു ലോക്കപ്പിലേക്ക് കൊണ്ടുപോവുകയും ചെയ്തു. 51 ദിവസം പ്രായമായ കൈക്കുഞ്ഞുമായാണ് സ. വിലാസിനിയെ അറസ്റ്റ് ചെയ്തത്. സഖാക്കൾ സുമതിക്കുട്ടി, കുഞ്ഞാലി, കല്ല്യാണിക്കുട്ടി, പത്മാലയ എന്നിവരും അറസ്റ്റ് ചെയ്യപ്പെട്ടവരിൽ ഉണ്ടായതായി സ. മാനസിനായർ ഓർക്കുന്നു. സ്ത്രീ സഖാക്കളുടെ സംരക്ഷണാർത്ഥം പോസ്റ്റാഫീസിന് പുറത്തുനിൽക്കുകയായിരുന്ന സ. എം ആർ ചന്ദ്രനുൾപ്പെടെ മറ്റു മൂന്നു സഖാക്കളെയും പൊലീസ് അറസ്റ്റ് ചെയ്തു. സ. ബാലകൃഷ്ണനെ അറസ്റ്റ് ചെയ്യാനുള്ള ശ്രമം വിജയിച്ചില്ല. പോസ്റ്റാഫീസിന്റെ ഉത്തരവാദിത്വം ഏറ്റെടുക്കാൻ ആരെങ്കിലും ഉണ്ടെങ്കിൽ മാത്രമേ അറസ്റ്റിന് വഴങ്ങുകയുള്ളൂ എന്ന സ. ബാലകൃഷ്ണന്റെ നിലപാട് പൊലീസ് അംഗീകരിക്കുകയായിരുന്നു. അറസ്റ്റ് ചെയ്തതിലല്ല; മറിച്ച് പൊലീസ് സ്റ്റേഷനിലും ലോക്കപ്പിലും പൊലീസുകാർ നടത്തിയ അസഭ്യവർഷവും ഭീഷണിയുമാണ് ഏറെ പ്രയാസങ്ങൾ സൃഷ്ടിച്ചതെന്നു സ. മാനസിനായർ സൂചിപ്പിക്കുകയുണ്ടായി. തെരുവിൽനിന്നും പിടിച്ചുകൊണ്ടുവന്ന സ്ത്രീകളോടൊപ്പമാണ് നമ്മുടെ സഖാക്കളെയും പാർപ്പിച്ചത്. അടുത്ത ദിവസം ജോലിക്ക് പോകാൻ തയ്യാറായാൽ വിട്ടയക്കാമെന്ന സൗമനസ്യവും പൊലീസുകാർ പ്രകടിപ്പിച്ചതായി സ. മാനസിനായർ പറഞ്ഞു. എന്നാൽ ഞങ്ങൾ പണിമുടക്കിൽ ഉറച്ചു നിൽക്കുമെന്ന മറുപടി പൊലീസുകാരെ വിറളിപിടിപ്പിച്ച കാര്യവും സഖാവ് സൂചിപ്പിച്ചു. ഇതിനിടയിൽ പോസ്റ്റൽ യൂണിയൻ നേതാക്കളായ സ. പി ബാലകൃഷ്ണൻ, കെ പി ബാലകൃഷ്ണൻ, ടെലികോം യൂണിയൻ നേതാക്കളായ സഖാക്കൾ എം സി അയ്യപ്പക്കുട്ടി, കെ അയ്യപ്പൻ, പി നാരായണൻനായർ (സ. മാനസിയുടെ ഭർത്താവ്) തുടങ്ങി 200ഓളം സഖാക്കളെയും അറസ്റ്റ് ചെയ്ത് പൊലീസ് സ്റ്റേഷനിൽ എത്തിച്ചിരുന്നു. പിന്നീട് എല്ലാവരെയും കോടതിയിൽ ഹാജരാക്കി. പണിമുടക്കിയോ എന്ന മജിസ്ട്രേട്ടിന്റെ ചോദ്യത്തിനു പണിമുടക്കി എന്നു സ്ത്രീ ജീവനക്കാർ ഉൾപ്പെടെ മറുപടി നൽകി. പണിമുടക്കം കുറ്റകരമായി പ്രഖ്യാപിച്ചതുകൊണ്ട് പണിമുടക്കി എന്നു കുറ്റസമ്മതം നടത്തിയാൽ ശിക്ഷിക്കാൻ കോടതി ബാദ്ധ്യസ്ഥമായിരുന്നു. എന്നാൽ ശിക്ഷാനടപടി സ്വീകരിക്കുന്നതിനുപകരം കോടതിയിൽ ഉണ്ടായിരുന്ന ഒരു വക്കീലിനെ ഇതിന്റെ ഭവിഷ്യത്ത് പ്രതികളെ ബോദ്ധ്യപ്പെടുത്താൻ മജിസ്ട്രേട്ട് ചുമതലപ്പെടുത്തിയതായി സ. പി ബാലകൃഷ്ണൻ പറയുകയുണ്ടായി. വക്കീലിന്റെ ഉപദേശത്തെത്തുടർന്ന് എല്ലാവരും കുറ്റം നിഷേധിക്കുന്നതായി കോടതിയിൽ പറയുകയും എല്ലാവരെയും ജാമ്യത്തിൽ വിടുകയും ചെയ്തതായി സ. പി ബാലകൃഷ്ണൻ ഓർക്കുന്നു. എന്നാൽ കുന്നംകുളത്തും വടക്കാഞ്ചേരിയിലും അറസ്റ്റ് ചെയ്ത സഖാക്കൾക്ക് ഈ ഉപദേശം ലഭിക്കാത്തതുകൊണ്ട് കഠിനതടവിനു വിധേയരായതു തങ്ങളെ ഏറ്റവും കൂടുതൽ വിഷമിപ്പിച്ച കാര്യമായിരുന്നു എന്നു സ. പി ബാലകൃഷ്ണൻ പറയുകയുണ്ടായി. സ.

എം സി അയ്യപ്പക്കുട്ടി ടെലികോം ക്ലാസ് 3 യൂണിയന്റെയും സ. പി ബാലകൃഷ്ണൻ പോസ്റ്റൽ ക്ലാസ് 3 യൂണിയന്റെയും സംസ്ഥാന സെക്രട്ടറിമാരായി പിന്നീട് പ്രവർത്തിക്കുകയുണ്ടായി.

ആലുവാ മേഖലയിൽനിന്നാണ് പോസ്റ്റൽ യൂണിയൻ നേതാക്കളായ സ. വി കെ സെയ്തു മുഹമ്മദ്, സ. കുഞ്ഞുമോൻ എന്നിവരെയും ടെലികോം യൂണിയൻ നേതാക്കളായ എ ബി നായർ (പിന്നീട് തിരുവനന്തപുരം ഡിവിഷണൽ സെക്രട്ടറി), തോമസ് ധനപാൽ എന്നിവരെയും അറസ്റ്റ് ചെയ്തത്. സ. കെ പത്മകുമാരൻനായർ (പിന്നീട് ടെലികോം ഓഫീസർമാരുടെ സംഘടനാ നേതാവ്) എറണാകുളത്തു വെച്ചാണ് അറസ്റ്റ് ചെയ്യപ്പെട്ടത്. എറണാകുളത്ത് പണിമുടക്കി ടെലിഫോൺ എക്സ്ചേഞ്ച് പരിസരത്തു നിന്നിരുന്ന 43 വനിതാ സഖാക്കളെ പൊലീസുകാർ അറസ്റ്റ് ചെയ്തു ലോക്കപ്പിൽ ആക്കിയിരുന്നു. ടെലിഫോൺ എക്സ്ചേഞ്ചിലെ 3 സ്ത്രീ ജീവനക്കാർ ഒഴികെ എല്ലാവരും അറസ്റ്റ് ചെയ്യപ്പെട്ടു. എല്ലാവരെയും ജാമ്യത്തിൽ വിട്ടുവെങ്കിലും സർവ്വീസിൽനിന്നും സസ്പെൻഡ് ചെയ്യപ്പെട്ടിരുന്നു. 40 ദിവസത്തിനുശേഷമാണ് ഇവരുടെ സസ്പെൻഷൻ പിൻവലിച്ചത്. പിന്നീട് തിരുവനന്തപുരത്തുനിന്നും റിട്ടയർ ചെയ്ത സഖാക്കൾ നിർമ്മല കുമാരി, ഭഗവതിയമ്മ, അന്നമ്മ കുര്യാക്കോസ്, ശോശാമ്മ ജോൺ എന്നിവർ അന്ന് അറസ്റ്റ് ചെയ്യപ്പെട്ടവരിൽ ഉൾപ്പെടുന്നു. എറണാകുളത്തെ വനിതാ നേതാക്കളായ ലില്ലിഗോപാലനും സുബ്ബലക്ഷ്മിയും അറസ്റ്റ് ചെയ്യപ്പെട്ടവരിൽ ഉൾപ്പെട്ടിരുന്നു.

തിരുവനന്തപുരം പോസ്റ്റൽ യൂണിയൻ നേതാക്കളായ സഖാക്കൾ പി ചെല്ലപ്പൻപിള്ള, കെ എൻ രത്നം എന്നിവർ ഉൾപ്പെടെ നിരവധി ജീവനക്കാർ അറസ്റ്റ് ചെയ്യപ്പെട്ടു. ആലപ്പുഴ, കൊല്ലം, കോട്ടയം ജില്ലകളിൽ നടന്ന അറസ്റ്റ്, സസ്പെൻഷൻ നടപടികളുടെ വിശദാംശങ്ങൾ ലഭ്യമല്ല. പാർലമെന്റിൽ വെച്ച കണക്കനുസരിച്ച് കേരളത്തിൽ 1391 പേർ അറസ്റ്റ് ചെയ്യപ്പെടുകയും 855 പേരെ കോടതി ശിക്ഷിക്കുകയും ചെയ്തിരുന്നു. നിരവധി പേർ ഡിസ്മിസലിനും സസ്പെൻഷനും വിധേയരായിരുന്നു. നൂറുകണക്കിനു താൽക്കാലിക ജീവനക്കാർ പിരിച്ചുവിടപ്പെട്ടു. ആയിരക്കണക്കിനു ചാർജ്ജ് ഷീറ്റുകൾ നൽകി വകുപ്പുതല ശിക്ഷാ നടപടികൾ സ്വീകരിച്ചിരുന്നു. 1962 ഓടു കൂടി പിരിച്ചുവിട്ടവരെയെല്ലാം തിരിച്ചെടുത്തുവെങ്കിലും മറ്റു ശിക്ഷാ നടപടികൾ വർഷങ്ങളോളം തുടർന്നിരുന്നു.

6

സർക്കിൾ യൂണിയനുകളുടെ രൂപീകരണം

ആയിരത്തിത്തൊള്ളായിരത്തി അറുപത്തി ഒന്നിലാണ് കേരളത്തിൽ പ്രത്യേകമായി ഒരു പി ആന്റ് ടി സർക്കിൾ രൂപീകരിക്കുന്നത്. അതുവരെ മദിരാശി സർക്കിളിന്റെ ഭാഗമായാണ് കമ്പി–തപാൽ ഓഫീസുകൾ പ്രവർത്തിച്ചിരുന്നത്. സർക്കിൾ തലവനായി ഡയറക്ടർ ഓഫ് പോസ്റ്റ് ആന്റ് ടെലിഗ്രാഫ് (DPT) നിയമിക്കപ്പെട്ടു. തിരുവനന്തപുരം, തൃശ്ശൂർ, കോഴിക്കോട് എന്നീ മൂന്ന് ടെലിഗ്രാഫ് ഡിവിഷനുകളാണ് അന്നിവിടെ ഉണ്ടായിരുന്നത്.

കേരളത്തിൽ പി ആന്റ് ടി സർക്കിൾ രൂപീകരണത്തോടെ സംഘടനാ സംവിധാനത്തിലും മാറ്റം വന്നു. അതുവരെ മദിരാശി സർക്കിൾ യൂണിയന്റെ ഭാഗമായാണ് ഇവിടെ സംഘടനാ സംവിധാനം ഉണ്ടായിരുന്നത്. 1954 ൽ രൂപീകൃതമായ നാഷണൽ ഫെഡറേഷൻ ഓഫ് പി ആന്റ് ടി എംപ്ലോയീസ് (NFPTE)നു 9 സ്വതന്ത്ര ഘടക സംഘടനകൾ ഉണ്ടായിരുന്നു. പോസ്റ്റൽ, ആർ എം എസ്, ടെലികോം എഞ്ചിനീയറിങ്, ടെലിഗ്രാഫ് ട്രാഫിക് എന്നീ വിഭാഗങ്ങളിൽ ക്ലാസ് 3, ക്ലാസ് ഫോർ ജീവനക്കാരെ പ്രതിനിധാനം ചെയ്യുന്ന രണ്ടുവീതം സംഘടനകളും അഡ്മിനിസ്ട്രേറ്റീവ് വിഭാഗത്തിൽ ക്ലാസ് 3, ക്ലാസ് 4 വിഭാഗം ഉൾക്കൊള്ളുന്ന ഒരു സംഘടനയുമാണ് എൻ എഫ് പി ടി ഇയുടെ ഘടക സംഘടനകൾ. ഈ സംഘടനകൾ എല്ലാം സ്വതന്ത്രമായ (എൻ എഫ് പി ടി ഇയിൽനിന്നും വിട്ടുപോകാൻ പാടില്ല എന്ന നിബന്ധനയോടുകൂടി) പ്രവർത്തനങ്ങളോടു കൂടിയവയായിരുന്നു. എല്ലാ സംഘടനയ്ക്കും സംസ്ഥാനതലത്തിൽ സർക്കിൾ യൂണിയനുകൾ ഉണ്ടായിരുന്നു. സ്വാഭാവികമായും കേരളത്തിലും 9 സർക്കിൾ യൂണിയനുകൾ രൂപീകരിക്കണമായിരുന്നു.

പോസ്റ്റൽ ക്ലാസ് 3 യൂണിയന്റെ മദിരാശി അസി. സർക്കിൾ സെക്രട്ടറിയായി പ്രവർത്തിച്ചിരുന്ന സ. വി കെ സെയ്ദ് മുഹമ്മദ് എറണാകുളത്ത്

വിളിച്ചു ചേർത്ത സംഘടനാ നേതാക്കളുടെ യോഗമാണ് സംഘടനാ രൂപീകരണത്തിന്റെ പ്രാരംഭ ചർച്ചകൾ നടത്തിയത്. ഈ യോഗത്തിൽ മദിരാശി സർക്കിൾ സെക്രട്ടറിമാരായ സഖാക്കൾ എ എം എ മജീദ് (EIII), എ പിരമനാഥൻ (PIII), സി എം എൻ നമ്പീശൻ (സർക്കിൾ പ്രസിഡന്റ് EIV), തൃശ്ശൂർ ഡിവിഷണൽ സെക്രട്ടറിമാരായ സഖാക്കൾ എം സി അയ്യപ്പക്കുട്ടി (EIII), എം ആർ ചന്ദ്രൻ (EIV), തിരുവനന്തപുരം PIV യൂണിയൻ സെക്രട്ടറി സ. പി ചെല്ലപ്പൻപിള്ള തുടങ്ങിയവർ പങ്കെടുത്തിരുന്നു. മറ്റു സംസ്ഥാനങ്ങളെപ്പോലെ സ്വതന്ത്ര സംഘടനകളായി രൂപീകരിക്കുന്നതിനുപകരം എൻ എഫ് പി ടി ഇയുടെ സംസ്ഥാന ഘടകമെന്ന നിലയിൽ പ്രവർത്തിക്കാനുതകുന്ന ഒരു ഏകോപന സമിതിയും ഘടക സംഘടനകളോടൊപ്പം രൂപീകരിക്കണമെന്നു യോഗം തീരുമാനിച്ചു. 9 സംഘടനകളുടെയും സർക്കിൾ സമ്മേളനം ഒരു സ്ഥലത്തു വെച്ചു നടത്തണമെന്നും തീരുമാനിച്ചു. തിരുവനന്തപുരത്താണ് പ്രഥമ സംസ്ഥാന സമ്മേളനം നടത്താൻ യോഗം തീരുമാനിച്ചത്.

വി കെ സെയ്ദ് മുഹമ്മദ്

പി ചെല്ലപ്പൻപിള്ള

എം സി അയ്യപ്പകുട്ടി

എം ആർ ചന്ദ്രൻ

കമ്പി–തപാൽ ജീവനക്കാരുടെ ഐക്യത്തിന്റെ പ്രതീകമായി 9 ഘടക സംഘടനകളുടെയും സംയുക്ത സർക്കിൾ സമ്മേളനം തിരുവനന്തപുരത്തുവെച്ചു നടന്നു. മറ്റു സംസ്ഥാനങ്ങളിൽനിന്നും വ്യത്യസ്തമായ അനുഭവമായിരുന്നു ഇത്. ഈ സംയുക്ത സമ്മേളനത്തിന്റെ പ്രാധാന്യം കണക്കിലെടുത്ത് ഘടക യൂണിയനുകളുടെ 9 ജനറൽ സെക്രട്ടറിമാരും സെക്രട്ടറി ജനറലും സമ്മേളനത്തിൽ പങ്കെടുത്തിരുന്നു. സംയുക്ത സമ്മേളനത്തെ സ്വാഗതം ചെയ്യുന്നതോടൊപ്പം എൻ എഫ് പി ടി ഇയ്ക്ക് ഭരണഘടനയനുസരിച്ചു സംസ്ഥാന ഘടകമില്ലെന്നു ഓർമ്മപ്പെടുത്താനും അഖിലേന്ത്യാ നേതാക്കൾ മറന്നില്ല. കേരളത്തെ തുടർന്ന് ബംഗാൾ, അസം തുടങ്ങിയ ഏതാനും സർക്കിളുകളിൽ മാത്രമാണ് ഇത്തരത്തിലുള്ള ഐക്യപ്രസ്ഥാനം നിലവിൽ വന്നിരുന്നത് എന്ന കാര്യം നാം വിസ്മരിക്കരുത്.

കേരളത്തിലെ ആദ്യ സർക്കിൾ സെക്രട്ടറിമാരായി സഖാക്കൾ വി കെ സെയ്ദ് മുഹമ്മദ് (പോസ്റ്റൽ ക്ലാസ് 3), പി ചെല്ലപ്പൻപിള്ള (പോസ്റ്റ്

മെൻ & ക്ലാസ് 4), എ കെ കോശി (ടെലിഗ്രാഫ് എഞ്ചിനീയറിങ് ക്ലാസ് 3), കൃഷ്ണപിള്ള (ലൈൻ സ്റ്റാഫ് & ക്ലാസ് 4), എസ് ജനാർദ്ദനൻ പോറ്റി (ടെലിഗ്രാഫ് ട്രാഫിക് ക്ലാസ് 3), പി വേലപ്പൻനായർ (ട്രാഫിക് ക്ലാസ് 4), സാം ഡി രാജ് (ആർ എം എസ് ക്ലാസ് 3), എം കേശവൻനായർ (ആർ എം എസ് ക്ലാസ് 4), സ. ടി പത്മനാഭൻ (അഡ്. യൂണിയൻ) എന്നിവർ തെരഞ്ഞെടുക്കപ്പെട്ടു.

ഏകോപന സമിതിയുടെ ചെയർമാനായി സ. ടി സി എൻ മേനോൻ (എം പി)യും കൺവീനർ ആയി സ. വി കെ സെയ്ദ് മുഹമ്മദും തെരഞ്ഞെടുക്കപ്പെട്ടു.

സംയുക്ത സർക്കിൾ സമ്മേളനം താഴെ പറയുന്ന തീരുമാനങ്ങൾ എടുത്തു.

1. കമ്പി–തപാൽ ജീവനക്കാരുടെ ഐക്യത്തിന്റെ പ്രതീകമായി ഏകോപന സമിതി പ്രവർത്തിക്കണം.
2. സർക്കിൾ സെക്രട്ടറിമാർ ഒരു ഓഫീസ് കേന്ദ്രീകരിച്ചു പ്രവർത്തിക്കണം.
3. പി ആന്റ് ടി ഹൗസ് എന്ന നാമധേയത്തിൽ പുളിമൂട്ടിലെ ഒരു വാടക കെട്ടിടത്തിൽ ഓഫീസ് പ്രവർത്തനം ആരംഭിക്കണം.
4. ഏകോപന സമിതിയുടെ മുഖപത്രമായി 'കമ്പി–തപ്പാൽ' എന്ന പേരിൽ ജേർണ്ണൽ പ്രസിദ്ധീകരിക്കണം.
5. വാർഷിക സമ്മേളനങ്ങൾ തുടർന്നും സംയുക്തമായി സംഘടിപ്പിക്കണം.

ഈ തീരുമാനങ്ങൾ എല്ലാം അക്ഷരംപ്രതി നടപ്പാക്കാൻ ഏകോപന സമിതിക്ക് സാധിച്ചിരുന്നു എന്നത് നമുക്ക് അഭിമാനപൂർവ്വം സ്മരിക്കാം. സൗകര്യപ്രദമായ സ്വന്തം കെട്ടിടം പണിതിട്ടും സർക്കിൾ സെക്രട്ടറിമാർ ഒരു ഓഫീസ് മുറിയിൽ ഇരുന്നാണ് തുടർന്നും പ്രവർത്തിച്ചത്. കമ്പി–തപ്പാൽ വകുപ്പിന്റെ വിഭജനത്തെ തുടർന്ന് കേന്ദ്ര സർക്കാരിന്റെ നിർദേശത്തിന്റെ അടിസ്ഥാനത്തിൽ 1985 ൽ എൻ എഫ് പി ടി ഇ രണ്ടു ഫെഡറേഷനുകളായി (എൻ എഫ് പി ഇ, എൻ എഫ് ടി ഇ) വിഭജിക്കപ്പെട്ടപ്പോഴും കേരളത്തിലെ സംഘടനാ പ്രവർത്തനം സംയുക്തമായി തുടർന്നിരുന്നു. അടിയന്തരാവസ്ഥയെ തുടർന്നു 1977 ൽ മാത്രമാണ് സംയുക്ത സർക്കിൾ സമ്മേളനം നടക്കാതിരുന്നത്. ടെലികോം കമ്പനി വല്ക്കരണത്തെ തുടർന്ന് ബി എസ് എൻ എൽ എംപ്ലോയീസ് യൂണിയൻ രൂപീകരിച്ചതിനുശേഷവും 2002ലെ മഞ്ചേരി സംയുക്ത സമ്മേളനം വരെ സംയുക്ത പ്രവർത്തനം തുടർന്നിരുന്നു.

സർക്കിൾ ഏകോപന സമിതിയുടെ ചെയർമാന്മാരായി പൊതുവെ പാർലമെന്റ് അംഗങ്ങളെയാണ് തിരഞ്ഞെടുത്തിരുന്നത്. സി പി ഐ നേതാവും എംപിയുമായ സ. ടി സി എൻ മേനോൻ ആയിരുന്നു ആദ്യത്തെ ചെയർമാൻ. തുടർന്ന് സ. ഇ ബാലാനന്ദൻ, ഡോക്ടർ മാത്യു കുര്യൻ, സ. വി വിശ്വനാഥ മേനോൻ, സ. സുശീല ഗോപാലൻ, സ. ഒ ഭരതൻ,

സ. എൻ എൻ കൃഷ്ണദാസ് തുടങ്ങിയ എം പിമാരും വിവിധ കാലയള വിൽ സർക്കിൾ ഏകോപന സമിതിയുടെ ചെയർമാൻമാരായി പ്രവർ ത്തിച്ചിരുന്നു.

1961 ൽ ആരംഭിച്ച കമ്പി–തപാൽ ജീവനക്കാരുടെ സംയുക്ത പ്രവർ ത്തനം 2002ലെ മഞ്ചേരി സമ്മേളനത്തോടെ അവസാനിച്ചെങ്കിലും ഐ ക്യസ്മരണകളുമായി എൻ എഫ് പി ഇ സംഘടനയുടെയും ബി എസ് എൻ എൽ എംപ്ലോയീസ് യൂണിയന്റെയും ആസ്ഥാനങ്ങൾ തിരുവനന്ത പുരം 'പി ആന്റ് ടി ഹൗസ്' ഉൾപ്പെടെ വിവിധ ജില്ലാ കേന്ദ്രങ്ങളിൽ ഒരേ ഓഫീസുകളിലാണ് ഇപ്പോഴും പ്രവർത്തിക്കുന്നത്. വയനാട്, പത്തനം തിട്ട ഒഴികെ എല്ലാ ജില്ലാ കേന്ദ്രങ്ങളിലും എൻ എഫ് പി ടി ഇയുടെ പേ രിൽ സ്വന്തമായി കെട്ടിടങ്ങൾ പണിതിരുന്നു. കെട്ടിടങ്ങളുടെ മേൽനോട്ടം എൻ എഫ് പി ഇ – ബി എസ് എൻ എൽ ഇ യു നേതാക്കൾ അടങ്ങിയ ട്രസ്റ്റാണ് നിർവ്വഹിക്കുന്നത്. ആലപ്പുഴയിൽ ബി എസ് എൻ എൽ എം പ്ലോയീസ് യൂണിയനു സ്വന്തമായ കെട്ടിടം ഇതിനകം പണിതിട്ടുണ്ട്.

ഏകോപന സമിതിയുടെ മുഖപത്രമായ *കമ്പി–തപാൽ* നു പുറമെ *കേരളാ പോസ്റ്റ്* പോസ്റ്റൽ ക്ലാസ് 3 യൂണിയന്റെയും *ടെലിന്യൂസ്, ടെലി വർക്കർ* എന്നിവ ടെലികോം ക്ലാസ് 3 യൂണിയന്റെയും *ഫോൺ വർക്കർ* ലൈൻസ്റ്റാഫ് യൂണിയന്റെയും *ആർ എം എസ് ന്യൂസ്* ആർ എം എസ് യൂണിയനുകളുടെയും മുഖപത്രങ്ങളായി പ്രസിദ്ധീകരിച്ചിരുന്നു.

"പി ആന്റ് ടി ഹൗസ്"

കേരളത്തിലെ കമ്പി–തപാൽ ജീവനക്കാരുടെ ഐക്യത്തിന്റെ പ്രതീകമാണ് തിരുവനന്തപു രത്ത് സ്ഥിതി ചെയ്യുന്ന "പി ആന്റ് ടി ഹൗസ്". 1961 മുതൽ കമ്പി–തപാൽ ജീവനക്കാരുടെ മാത്രമല്ല മറ്റ് സർവ്വീസ് സം ഘടനകളുടെയും ഇതര ട്രേഡ് യൂണിയനുകളുടെയും ആദ്യകാ ല ആശ്രയകേന്ദ്രം പി ആന്റ് ടി ഹൗസ് ആയിരുന്നു. അദ്ധ്യാ പക സർവ്വീസ് സംഘടനകളുടെ ആദ്യകാല സമരങ്ങളുടെ ചർ ച്ചകളുടെയും തീരുമാനങ്ങളു ടെയും വേദിയായിരുന്നു പലപ്പോ ഴും പി ആന്റ് ടി ഹൗസ്. പുളി മൂട്ടിലെ ടാക്സി ജീവനക്കാരും ചുമട്ടു തൊഴിലാളികളും

പി ആന്റ് ടി ഹൗസ് കെട്ടിടത്തിന് സ. എൻ പി പത്മനാഭൻ തറക്കല്ലിടുന്നു. സമീപം തിരുവനന്തപുരം മേയർ സ. ജയൻ ബാബു, പി വി ചന്ദ്രശേഖരൻ

അവരുടെ പ്രവർത്തന കേന്ദ്രമായി കണ്ടിരുന്നത് പി ആന്റ് ടി ഹൗസ് ആയിരുന്നു. 1968 ലെ കേന്ദ്ര ജീവനക്കാരുടെ സമരം അടിച്ചമർത്താൻ കേരളത്തിൽ ആദ്യമായി ഇറക്കിയ സി ആർ പിക്കാർ അവരുടെ ന്യായമായ ആവശ്യങ്ങൾക്കുവേണ്ടി പണിമുടക്കേണ്ടി വന്നപ്പോൾ അവരുടെ ആശ്രയ കേന്ദ്രവും പി ആന്റ് ടി ഹൗസ് ആയിരുന്നു. അന്നു പിരിച്ചുവിടപ്പെട്ട സി ആർ പി ക്കാരെ സംരക്ഷിക്കാൻ സ. എൻ പി പത്മനാഭന്റെ നേതൃത്വത്തിൽ നടത്തിയ പ്രവർത്തനം ഏറെ ശ്രദ്ധിക്കപ്പെട്ടതായിരുന്നു.

നേരത്തെ സൂചിപ്പിക്കപ്പെട്ടപോലെ പുളിമൂട്ടിലെ ഒരു വാടക കെട്ടിടത്തിലാണ് പി ആന്റ് ടി ഹൗസ് പ്രവർത്തനം ആരംഭിച്ചത്. സ. വി കെ സെയ്ദുമുഹമ്മദും സ. പപ്പേട്ടനും കുടുംബസമേതം താമസിച്ചതും ഇതേ കെട്ടിടത്തിലായിരുന്നു. 1977 ൽ ഈ കെട്ടിടവും സ്ഥലവും വിലയ്ക്ക് വാങ്ങുകയും പുതിയ കെട്ടിടം പണിയാൻ തീരുമാനിക്കുകയും ചെയ്തു. അടിയന്തരാവസ്ഥയെ തുടർന്നുള്ള സംഭവവികാസങ്ങളും 1982 ലെ സമരത്തെ തുടർന്നുള്ള തുടർച്ചയായ പ്രതികാര നടപടികളും കാരണം ഉദ്ദേശിച്ച രീതിയിൽ കെട്ടിട നിർമ്മാണ ഫണ്ട് ശേഖരിക്കാൻ സാധിച്ചിരുന്നില്ല. ജീവനക്കാരിൽനിന്നുള്ള സംഭാവന മാത്രമാണ് കെട്ടിട നിർമ്മാണ ഫണ്ടിലേക്ക് ശേഖരിച്ചത്. ഇക്കാരണങ്ങൾകൊണ്ട് കെട്ടിട നിർമ്മാണം 1988 ൽ മാത്രമാണ് ആരംഭിക്കാൻ സാധിച്ചത്. 1988 ഒക്ടോബർ 22 ന് നമ്മുടെ പ്രിയങ്കരനായ നേതാവ് സ. എൻ പി പത്മനാഭൻ ആണ് കെട്ടിടത്തിന് തറക്കല്ല് ഇടൽ നിർവ്വഹിച്ചത്. പി ആന്റ് ടി സിവിൽ വിങ് ജോലികൾ നിർവ്വഹിച്ചിരുന്ന ശ്രീ. മുരുകനായിരുന്നു കരാറുകാരൻ. ജീവനക്കാരോടും നമ്മുടെ നേതാക്കളോടും അടുത്ത ബന്ധം പുലർത്തിയിരുന്ന എക്സിക്യൂട്ടീവ് എഞ്ചിനീയർ ശ്രീ. എസ് ഹരികുമാർ (പിന്നീട് സിവിൽ വിങ് ചീഫ് എഞ്ചിനീയർ) ആണ് ആവശ്യമായ ഉപദേശ നിർദ്ദേശങ്ങൾ നൽകിയിരുന്നത്. ഇതു സർക്കാർ കെട്ടിടമല്ലെന്നും, പോസ്റ്റ്മാൻമാരും ലൈൻമാൻമാരും ഉൾപ്പെടെയുള്ള ജീവനക്കാരുടെ സംഭാവന കൊണ്ടു നിർമ്മിക്കുന്ന കെട്ടിടമാണെന്ന് ഓർത്തുകൊണ്ട് നിർമ്മാണം അടിയന്തരമായി പൂർത്തിയാക്കണമെന്നും ശ്രീ. ഹരികുമാർ അന്നു മുരുകനോടു പറയുകയുണ്ടായി. അത് അക്ഷരംപ്രതി അനുസരിച്ചുള്ള പ്രവർത്തനമാണ് പിന്നീട് ദർശിച്ചത്. 10 മാസം കൊണ്ടാണ് മൂന്നു നിലകളുള്ള കെട്ടിടത്തിന്റെ പണി പൂർത്തീകരിച്ചത്. സ. എൻ പി പത്മനാഭൻ ചെയർമാനായും പി ബാലകൃഷ്ണൻ സെക്രട്ടറിയായും സ. പി വി ചന്ദ്രശേഖരൻ ട്രഷററുമായ പി ആന്റ് ടി ഹൗസ് ട്രസ്റ്റാണ് നിർമ്മാണ പ്രവർത്തനങ്ങൾക്ക് നേതൃത്വം നൽകിയത്.

1989 ആഗസ്ത് 27നു പശ്ചിമ ബംഗാൾ മുഖ്യമന്ത്രി സ. ജ്യോതിബസു കെട്ടിടം ഉദ്ഘാടനം ചെയ്തു. അന്നത്തെ തദ്ദേശ സ്വയം ഭരണ വകുപ്പ് മന്ത്രി വി ജെ തങ്കപ്പന്റെ അദ്ധ്യക്ഷതയിൽ ചേർന്ന യോഗത്തിൽ സി പി ഐ എം സംസ്ഥാന സെക്രട്ടറി സ. വി എസ് അച്യുതാനന്ദൻ, എസ് രാമചന്ദ്രൻപിള്ള എന്നിവർ പ്രസംഗിച്ചു. ഐക്യബോധത്തിന്റെ പ്ര

പി & ടി ഹൗസ് പശ്ചിമബംഗാൾ മുഖ്യമന്ത്രി സ. ജ്യോതി ബസു ഉദ്ഘാടനം ചെയ്യുന്നു. വേദിയിൽ സഖാക്കൾ എസ് രാമചന്ദ്രപിള്ള, വി ജെ തങ്കപ്പൻ, വി എസ് അച്യുതാനന്ദൻ

തീകമായ സംഘടനയ്ക്ക് സ്വന്തമായ ഒരു ഓഫീസ് കെട്ടിടം ഉണ്ടാകുന്നത് ഭാവിയിലെ ത്യാഗപൂർണ്ണമായ പ്രവർത്തനങ്ങൾക്ക് മാറ്റു കൂട്ടുമെന്നു സ. ജ്യോതിബസു അഭിപ്രായപ്പെടുകയുണ്ടായി.

പി ആന്റ് ടി ഹൗസിന്റെ ഉടമസ്ഥതയും നിയന്ത്രണവും പി ആന്റ് ടി ഹൗസ് ട്രസ്റ്റിൽ നിക്ഷിപ്തമാണ്. സ. പപ്പേട്ടന്റെ നിര്യാണത്തെ തുടർന്ന് ഈ കെട്ടിടത്തിലെ സമ്മേളന ഹാൾ ''സ. എൻ പി പത്മനാഭൻ സ്മാരക ഹാൾ'' എന്ന് നാമകരണം ചെയ്തിട്ടുണ്ട്. 1961 നു ശേഷം ഏകോപനസമിതിയുടെ നേതൃത്വത്തിൽ നടന്ന സംഘടനാ പ്രവർത്തനങ്ങളുടെയും പ്രക്ഷോഭ സമരങ്ങളുടെയും ചരിത്രം ഹ്രസ്വമായി പ്രതിപാദിക്കാനാണ് തുടർന്നുദ്ദേശിക്കുന്നത്.

7

പ്രശ്നങ്ങളുടെ പൊതുസ്ഥിതിയും വെല്ലുവിളികളും

ആയിരത്തിത്തൊള്ളായിരത്തി അറുപതിലെ പണിമുടക്കിനെ തുടർന്നുള്ള പ്രത്യേക സാഹചര്യം നിലനിന്നിരുന്ന അവസരത്തിലാണ് കേരളത്തിൽ പുതിയ സർക്കിൾ യൂണിയനുകൾ നിലവിൽവന്നത്. എൻ എഫ് പി ടി ഇ ഉൾപ്പെടെ പണിമുടക്കിയ സംഘടനകളുടെ അംഗീകാരം പിൻവലിക്കപ്പെട്ടിരുന്നു. പണിമുടക്കിനെ തുടർന്നുള്ള ചാർജുഷീറ്റുകളും ശിക്ഷാ നടപടികളും തുടർന്നുവരികയായിരുന്നു. ശിക്ഷാ നടപടികളുടെ കാര്യത്തിൽപ്പോലും ഒരു ഉറപ്പും ലഭിക്കാതെ ഏകപക്ഷീയമായാണ് പണിമുടക്കം പിൻവലിച്ചത്. അതുകൊണ്ടുതന്നെ കേന്ദ്ര സർക്കാർ ഓഫീസുകളിൽ ഉദ്യോഗസ്ഥന്മാർ ഭീകരാന്തരീക്ഷം സൃഷ്ടിച്ചിരുന്നു. ജീവനക്കാരുടെ ന്യായമായ ആവശ്യങ്ങൾപോലും പരിഹരിക്കാതെയും സംഘടനാ നേതാക്കളെ അവഗണിച്ചുകൊണ്ടുമായിരുന്നു ഉദ്യോഗസ്ഥ ഭരണം. 1961 ൽ രൂപംകൊണ്ട സർക്കിൾ യൂണിയനുകൾക്ക് നേരിടേണ്ടിവന്നിരുന്ന വെല്ലുവിളികൾ ഇതൊക്കെയായിരുന്നു.

അമിതമായ അദ്ധ്വാനഭാരം, ഒ ടി എ പോലും നൽകാതെ അധിക ജോലി അടിച്ചേല്പിക്കൽ, അർഹമായ ലീവ് നിഷേധിക്കൽ, ഓഫീസുകളുടെ അപര്യാപ്തത, പ്രാഥമികാവശ്യങ്ങൾ പോലും നിർവ്വഹിക്കാൻ സൗകര്യമില്ലാത്ത പോസ്റ്റോഫീസുകൾ, ഇ ഡി പോസ്റ്റാഫീസുകളുടെ വാടക ഇ ഡി ജീവനക്കാർ നൽകണമെന്ന വ്യവസ്ഥ, എല്ലാറ്റിനുമുപരി ഉദ്യോഗസ്ഥരുടെ മനുഷ്യത്വരഹിതമായ പെരുമാറ്റം ഇതെല്ലാമായിരുന്നു ജീവനക്കാർ അഭിമുഖീകരിച്ചിരുന്ന പ്രശ്നങ്ങൾ. ജീവനക്കാരുടെ ദൈനംദിന ആവശ്യങ്ങൾ പരിഹരിക്കാൻ വളരെ പരിമിതമായ മാർഗ്ഗങ്ങളാണ് അന്നു സംഘടനാ നേതൃത്വം അവലംബിച്ചത്. ബ്രാഞ്ച് തലത്തിലും ഡിവിഷണൽതലത്തിലും നിവേദനം നൽകുക, മാസ/ദ്വൈമാസ കൂടിക്കാഴ്ചകളിൽ ഓഫീസർമാരുമായി പ്രശ്നങ്ങൾ ചർച്ചചെയ്യുക, പരിഹാ

രത്തിന് അനന്തമായി കാത്തുനിൽക്കുക, വീണ്ടും ഇത്തരം നടപടികൾ ആവർത്തിക്കുക ഇതായിരുന്നു പൊതുവെയുള്ള സമീപനരീതി. അപൂർവ്വമായി ചില ലോക്കൽ സമരങ്ങളും. അതിൽ ഒന്നായിരുന്നു. സ. വി എ എൻ നമ്പൂതിരിയുടെ നേതൃത്വത്തിൽ 1962 ൽ കണ്ണൂരിൽ നടന്ന 'ഡെറ്റോൾസമരം'. അന്ന് ടെലിഫോൺ ഓപ്പറേറ്റർമാർക്ക് വെവ്വേറെ Head gear set കൾ നൽകുമായിരുന്നില്ല. ഒരു സെറ്റ് തന്നെ മാറിമാറി ഉപയോഗിക്കണം. ഒരാൾ ഉപയോഗിച്ച സെറ്റ് ഡെറ്റോൾ ഉപയോഗിച്ച് വൃത്തിയാക്കണം. ഇതിനാവശ്യമായ ഡെറ്റോൾ ദിവസങ്ങളോളം ലഭ്യമാകാത്ത സാഹചര്യത്തിൽ ഡെറ്റോൾ ഉപയോഗിച്ച് വൃത്തിയാക്കാത്ത സെറ്റ് ഉപയോഗിക്കേണ്ട എന്ന് സംഘടന തീരുമാനിച്ചു. ജീവനക്കാർ ഇതു നടപ്പാക്കിയതോടെ സ്വാഭാവികമായും സർവ്വീസിന്റെ പ്രവർത്തനം സ്തംഭിച്ചു. 1960 ലെ പണിമുടക്കിനെ തുടർന്നുള്ള ഭീകരാവസ്ഥയിൽ ഇത്തരം ലളിതമായ പ്രതിഷേധം പോലും വലിയ സംഭവമായി റിപ്പോർട്ട് ചെയ്യപ്പെട്ടിരുന്നു. ജോലിയെടുക്കാൻ വിസമ്മതിച്ച 11 ജീവനക്കാർക്ക് റൂൾ – 14 ചാർജ്ജ് ഷീറ്റ് നൽകിയിരുന്നു.

വി എസ് മാധവൻ നായർ

ആർ എം എസ് വിഭാഗത്തിലെ സ്ഥിതിയായിരുന്നു ഏറ്റവും ദയനീയം. അമിതമായ ജോലിഭാരത്തോടെ കരിവണ്ടിയിലെ യാത്ര, യാത്രയവസാനിച്ചാൽ സുഖമായി വിശ്രമിക്കാനുള്ള റെസ്റ്റ് ഹൗസുകളുടെ അപര്യാപ്തത, തൊട്ടതിനൊക്കെ മെമ്മോയും ചാർജ്ജു ഷീറ്റും, അത്യാവശ്യ കാര്യങ്ങൾക്കുപോലും ലീവ് നിഷേധിക്കൽ, ഇതിനൊക്കെ പുറമെ ഐ ആർ എം, എസ് ആർ എം തുടങ്ങിയ ഉദ്യോഗസ്ഥരുടെ ക്രൂരമായ നടപടികൾ. ഇതെല്ലാം നരകതുല്യമായ അവസ്ഥ ആർ എം എസ് വിഭാഗത്തിൽ സൃഷ്ടിച്ചിരുന്നു. ഇത്തരം കാര്യങ്ങൾ നിവേദനത്തിലൂടേയോ, പ്രതിമാസ കൂടിക്കാഴ്ചയിലോ ഉന്നയിച്ചാൽ സംഘടനാ നേതാക്കൾക്കെതിരായി നടപടി തീർച്ച. ഇതെല്ലാം നിത്യസംഭവങ്ങളായിരുന്നു. എറണാകുളം ആർ എം എസ് സൂപ്രണ്ടിന്റെ തൊഴിലാളിദ്രോഹ നടപടികൾക്കെതിരായി നിരന്തരം പ്രതികരിച്ച എറണാകുളം ഡിവിഷണൽ സെക്രട്ടറി സ. വി എസ് മാധവൻ നായരെ പ്രതികാരബുദ്ധിയോടെയാണ് സൂപ്രണ്ട് പലപ്പോഴും നേരിട്ടത്. ജീവനക്കാരുടെ ന്യായമായ ആവശ്യങ്ങൾപോലും പരിഹരിക്കാൻ പറ്റാത്ത നിസ്സഹായാവസ്ഥയും തന്നെ നിരന്തരം വേട്ടയാടിക്കൊണ്ടിരിക്കുന്ന സൂപ്രണ്ടിന്റെ നടപടികളും സ്വന്തം ജീവൻ ബലിയർപ്പിക്കാൻ സ. മാധവൻ നായരെ നിർബ്ബന്ധിതനാക്കി.

''എന്റെ രക്തത്തിനുവേണ്ടി ദാഹിച്ച എസ് ആർ എം, ഇതാ എന്റെ

ജീവൻ തന്നെ എടുത്തോളൂ'' എന്ന് ആർ എം എസ് സൂപ്രണ്ടിന് കത്തെഴുതിവെച്ചാണ് സ. മാധവൻ നായർ ആത്മഹത്യ ചെയ്തത്. നമ്മുടെ പ്രസ്ഥാനത്തെ ആകെ ഞെട്ടിച്ച സംഭവമായിരുന്നു ഇത്. 1965ലായിരുന്നു ഈ സംഭവം. സ. മാധവൻ നായരുടെ മൃതദേഹം സ്വദേശമായ തിരുവനന്തപുരത്തേക്ക് കൊണ്ടുപോവുമ്പോൾ ആലപ്പുഴ വെച്ച് അന്ത്യാഭിവാദ്യം അർപ്പിക്കാൻ ഗ്രന്ഥകർത്താവിന് ഇടവന്നിരുന്നു. ഉദ്യോഗസ്ഥ ദുഷ്പ്രഭുത്വത്തിനെതിരെയുള്ള ശക്തമായ പോരാട്ടത്തിന്റെ അനിവാര്യതയാണ് ഈ സംഭവം എന്നെപ്പോലുള്ള പ്രവർത്തകരെ ബോദ്ധ്യപ്പെടുത്തിയത്. ഈ സംഭവത്തിനുശഷം ആർ എം എസ് ജീവനക്കാർ ഒരിക്കലും നിസ്സഹായാവസ്ഥ പ്രകടിപ്പിച്ചില്ല എന്നാണ് അനുഭവം. ഉദ്യോഗസ്ഥ ദുഷ്പ്രഭുത്വത്തിനെതിരെ അതിശക്തമായ സമരങ്ങളിൽ ആർ എം എസ് ജീവനക്കാർ എന്നും മുൻപന്തിയിലുണ്ടായിരുന്നു.

1965 ൽ കോഴിക്കോട് ചേർന്ന നാലാം സംയുക്ത സർക്കിൾ സമ്മേളനം സ. മാധവൻ നായരെ ആത്മഹത്യയിലേക്ക് നയിച്ച സാഹചര്യങ്ങളും ഉദ്യോഗസ്ഥരുടെ ദുഷ്ചെയ്തികളും പ്രാദേശികമായി പരിഹരിക്കേണ്ട പ്രശ്നങ്ങളും സജീവമായി ചർച്ച ചെയ്തു. ഇത്തരം പ്രശ്നങ്ങളിൽ സംഘടനുടെ സമീപനത്തിൽ അടിസ്ഥാനപരമായ മാറ്റങ്ങൾ വേണമെന്ന അഭിപ്രായം ഉയർന്നുവന്നു. പ്രാദേശിക പ്രശ്നങ്ങൾ പരിഹരിക്കുന്നതിനു നിവേദനങ്ങൾക്കുപരി ജീവനക്കാരെ അണിനിരത്തി പ്രക്ഷോഭം സംഘടിപ്പിക്കണമെന്നു പ്രതിനിധികൾ ആവശ്യപ്പെട്ടു. എന്നാൽ ഈ ദിശയിലുള്ള തീരുമാനങ്ങൾ ഒന്നും കോഴിക്കോട് സമ്മേളനത്തിൽ ഉണ്ടായില്ല. പ്രശ്നങ്ങൾ പരിഹരിച്ചു കിട്ടാനുള്ള മാർഗ്ഗങ്ങളെ സംബന്ധിച്ച് ആശയപരമായ അഭിപ്രായവ്യത്യാസം നേതാക്കളിൽ തന്നെ പ്രകടമായിരുന്നു. തൊഴിലാളിവർഗ്ഗ കാഴ്ചപ്പാടോടെ ജീവനക്കാരെ അണിനിരത്തി പ്രക്ഷോഭത്തിന്റെ മാർഗ്ഗം സ്വീകരിക്കണമെന്ന ആശയത്തിന്റെ വക്താക്കളിൽ ഒരാളായ സ. എൻ പി പത്മനാഭനെ പോസ്റ്റൽ ക്ലാസ് 3 യൂണിയന്റെ അസി. സർക്കിൾ സെക്രട്ടറിയായി തെരഞ്ഞെടുത്തതും തിരുവനന്തപുരം ഹെഡ് ക്വാർട്ടേഴ്സ് കേന്ദ്രീകരിച്ചു പ്രവർത്തിക്കണം എന്നു കോഴിക്കോട് സമ്മേളനം തീരുമാനിച്ചതും സ്വാഗതാർഹമായിരുന്നു.

8

കൊല്ലം സമ്മേളനത്തിന്റെ പ്രാധാന്യം

ആയിരത്തിത്തൊള്ളായിരത്തി അറുപത്തി ആറിൽ കൊല്ലത്തു ചേർന്ന 5–ാം സംയുക്ത സർക്കിൾ സമ്മേളനം സംഘടനയുടെ പ്രവർത്തനശൈലിയിൽ മൗലികമായ മാറ്റം വരുത്തുന്നതിനുള്ള വേദിയായി. ബ്യൂറോക്രസിയുടെ അഴിഞ്ഞാട്ടം തികച്ചും ഗൗരവമായി കാണുന്നുവെന്നും അതു സംഘടനാപരമായി നേരിടണമെന്നും കൊല്ലം സമ്മേളനം അംഗീകരിച്ച നയപരിപാടി പ്രമേയത്തിൽ നിർദ്ദേശിച്ചു. ഉദ്യോഗസ്ഥരുടെ സാമ്പത്തിക അധികാര പരിധിയിൽ വരുന്ന ജീവനക്കാരെ ബാധിക്കുന്ന പ്രശ്നങ്ങൾ പരിഹരിക്കാനും, നിലവിലുള്ള നിയമങ്ങൾ അനുസരിച്ചു ലഭ്യമാക്കേണ്ട ആനുകൂല്യങ്ങൾ ജീവനക്കാർക്ക് നൽകുവാനും ഉദ്യോഗസ്ഥർ ബാദ്ധ്യസ്ഥരാണെന്നും അങ്ങനെ ചെയ്യുന്നില്ലെങ്കിൽ ജീവനക്കാരെ അണിനിരത്തി പ്രക്ഷോഭത്തിലൂടെ അവകാശങ്ങൾ നേടിയെടുക്കാനും പ്രമേയം നിർദ്ദേശിച്ചു. സംഘടനയുടെ പ്രവർത്തനത്തിന്റെ വ്യക്തമായ ദിശാമാറ്റമാണ് കൊല്ലം സമ്മേളനത്തോടെ ദൃശ്യമായത്. സ. എൻ പി പത്മനാഭനെ പോസ്റ്റൽ ക്ലാസ് 3യുടെ സർക്കിൾ സെക്രട്ടറിയായി തെരഞ്ഞെടുത്തു. ടെലികോം എഞ്ചിനീയറിങ് ക്ലാസ് 3 യൂണിയന്റെ സർക്കിൾ സെക്രട്ടറിയായ സ. എം സി അയ്യപ്പക്കുട്ടി മേല്പറഞ്ഞ ആശയങ്ങളുടെ പ്രധാന വക്താവായി തുടരുന്നുണ്ടായിരുന്നു.

സ. എൻ പി പത്മനാഭൻ

കൊല്ലം സമ്മേളനത്തിന്റെ പ്രാധാന്യം മനസ്സിലാക്കണമെങ്കിൽ ചിലകാര്യങ്ങൾ കൂടി സൂചിപ്പിക്കേണ്ടിയിരിക്കുന്നു. കോൺഗ്രസ്

ഗവൺമെന്റ് തുടർന്നുവരുന്ന സാമ്പത്തികവും മറ്റു ജനവിരുദ്ധ നയങ്ങളോടുള്ള സമീപനത്തെ സംബന്ധിച്ചും ഇടതുപക്ഷ പാർട്ടികളിലും ട്രേഡ് യൂണിയൻ പ്രസ്ഥാനങ്ങളിലും ആശയസംവാദങ്ങളും ആശയ ധ്രുവീകരണവും നടന്നുകൊണ്ടിരുന്ന കാലഘട്ടമായിരുന്നു 1960–67. തൊഴിലാളികളുടെ കൂലിയും മറ്റാനുകൂല്യങ്ങളും നേടിയെടുക്കുക എന്ന കേവലമായ സാമ്പത്തികവാദത്തിലധിഷ്ഠിതമായ സംഘടനാ പ്രവർത്തന ശൈലി സ്വീകരിക്കുന്ന ഒരു വിഭാഗം. അവർക്ക് സർക്കാർ നയമോ മറ്റു ജനദ്രോഹ നടപടികളോ പ്രശ്നമല്ല. തൊഴിലാളികൾക്ക് അതിൽ ഒരു കാര്യവുമില്ല എന്ന നിലപാട്. ഐ എൻ ടി യു സി, എൻ എഫ് ഐ ആർ (നാഷണൽ ഫെഡറേഷൻ ഓഫ് ഇന്ത്യൻ റെയിൽവെ) തുടങ്ങിയ കോൺഗ്രസ് അനുകൂല സംഘടനകൾ ഈ വിഭാഗത്തിൽപ്പെടുന്നു. ശ്രീ. ജവഹർലാൽ നെഹ്റു നേതൃത്വം നല്കുന്ന കോൺഗ്രസ് സർക്കാരിൽ പുരോഗമനം കണ്ടെത്തുകയും വർഗ്ഗസഹകരണത്തിന്റെ നയം ആവിഷ്കരിക്കുകയും ചെയ്യുന്ന പരിഷ്കരണവാദ നേതാക്കൾ നയിക്കുന്ന മറ്റൊരു വിഭാഗം. എന്നാൽ ഇവയിൽനിന്നും വ്യത്യസ്തമായി, സാമ്പത്തികാവശ്യങ്ങൾ നേടിയെടുക്കാനുള്ള പോരാട്ടം പ്രധാനമാണെങ്കിലും അതോടൊപ്പം തന്നെ സർക്കാരിന്റെ തെറ്റായ സാമ്പത്തിക നയത്തിനും ജനദ്രോഹ നടപടികൾക്കും എതിരായി പ്രതികരിക്കാനും ജനങ്ങളോടൊപ്പം നിൽക്കുവാനും തയ്യാറാവുക; സാമൂഹ്യമാറ്റത്തിനു നിർണ്ണായക പങ്ക് വഹിക്കേണ്ട ശക്തി എന്ന നിലയിൽ തൊഴിലാളികളെ ബോധവൽക്കരിക്കുക; കൂലിയടിമ വ്യവസ്ഥ തന്നെ ഇല്ലാതായാൽ മാത്രമേ തങ്ങളുടെ പ്രശ്നങ്ങൾക്ക് ശാശ്വതപരിഹാരം ഉണ്ടാവൂ എന്ന തിരിച്ചറിവ് നൽകുക; ദീർഘവീക്ഷണത്തോടെയും ശാസ്ത്രീയമായും വിലയിരുത്തി ആവശ്യങ്ങൾ ഉന്നയിക്കുക; അവ നേടിയെടുക്കാൻ തൊഴിലാളികളുടെ സംഘടിതശക്തി ഉപയോഗപ്പെടുത്തുക: തൊഴിലാളികളുടെ വിപുലമായ ഐക്യം കെട്ടിപ്പടുക്കുക എന്നീ കാഴ്ചപ്പാടുകൾ വിഭാവനം ചെയ്യുന്ന നേതാക്കളും സംഘടനകളും ഉൾപ്പെടുന്ന മറ്റൊരു വിഭാഗം. സ്വാഭാവികമായും ഇത്തരം ആശയസംവാദങ്ങളും ആശയധ്രുവീകരണവും കമ്പി–തപാൽ പ്രസ്ഥാനത്തിലും നടന്നിരുന്നു. എൻ എഫ് പി ടി ഇയുടെ അന്നത്തെ നേതാക്കളായിരുന്ന ഒ പി ഗുപ്ത, ഡി ജ്ഞാനയ്യ തുടങ്ങിയവർ രണ്ടാമത് സൂചിപ്പിച്ച വിഭാഗത്തിന്റേയും സഖാക്കൾ കെ ജി ബോസ്, എൻ ജെ അയ്യർ, ആദിനാരായണ എന്നിവർ അവസാനം പറഞ്ഞ വിഭാഗത്തിന്റെയും വക്താക്കളായിരുന്നു. സ. കെ ജി ബോസിന്റെ കാഴ്ചപ്പാടുകൾ പിൻതുടരുന്നവരായിരുന്നു സഖാക്കൾ എൻ പി പത്മനാഭനും സ. എം സി അയ്യപ്പക്കുട്ടിയും. 1967 ൽ പാലക്കാട് നടന്ന 6–ാം സംയുക്ത സർക്കിൾ സമ്മേളനത്തിൽ സ. എൻ പി പത്മനാഭൻ സർക്കിൾ ഏകോപന സമിതിയുടെ കൺവീനർ ആയി തെരഞ്ഞെടുക്കപ്പെട്ടു.

കൊല്ലം സമ്മേളനത്തിനുശേഷം സംഘടനയുടെ താഴെതട്ടുവരെയുള്ള ഘടകങ്ങളുടെ പ്രവർത്തനശൈലിയുടെ 'അലകും പിടിയും' മാ

റിയിരുന്നു. ബ്യൂറോക്രസിക്കെതിരായി നിരവധി പ്രാദേശിക സമരങ്ങൾ സംഘടിപ്പിക്കപ്പെട്ടു. ജീവനക്കാരുടെ ഏതു പ്രശ്നവും കൈകാര്യം ചെയ്യാനും വേണ്ടി വന്നാൽ പ്രാദേശിക സമരം സംഘടിപ്പിക്കുവാനും ബ്രാഞ്ച്/ഡിവിഷണൽ യൂണിയനുകൾ തയ്യാറായി. ഭക്ഷ്യസമരം, പൊലീസ് വെരിഫിക്കേഷനെതിരെയുള്ള സമരം, എറണാകുളം ഡോർമിറ്ററി സമരം, ആർ എം എസ് നേതാക്കളെ പൊലീസ് കയ്യേറ്റം ചെയ്തതിനെതിരായി നടത്തിയ സമരം, കാഞ്ഞിരപ്പള്ളി സമരം, കൽപ്പറ്റ സമരം, വളപട്ടണം സമരം, കോട്ടയം സംഘടനാ സെക്രട്ടറിമാരെ സ്ഥലമാറ്റം ചെയ്തതിനെതിരെ സമരം, കോഴിക്കോട് പൊലീസ് നരനായാട്ടിനെതിരായ സമരം, ഇ ഡി പോസ്റ്റാഫീസ് വാടക അധികൃതർ തന്നെ നല്കാൻ ആവശ്യപ്പെട്ട സമരം അങ്ങനെ എണ്ണമറ്റ പ്രാദേശിക സമരങ്ങൾ സംസ്ഥാനത്താകെ ആവേശകരമായ അനുഭവങ്ങളായി മാറി. ചില പ്രാദേശിക സമരം ഡിവിഷൻ തലത്തിലും സർക്കിൾ തലത്തിലും വ്യാപിക്കുകയുണ്ടായി. പ്രതികാര നടപടികൾക്കെതിരെ തുടർച്ചയായി നടത്തിയ പ്രക്ഷോഭങ്ങൾ, 1974ലെ ബോണസ് സമരം, ട്രേഡ് യൂണിയൻ അവകാശം സംരക്ഷിക്കാനും റൊട്ടേഷനൽ സ്ഥലംമാറ്റത്തിനും എതിരായി നടത്തിയ സമരം, ബോണസ് പരിധി എടുത്തുകളയാൻ നടത്തിയ സമരം, തൊഴിൽ സുരക്ഷിതത്വത്തിനു ഭീഷണിയായ ഭരണഘടനാ വകുപ്പുകൾ നീക്കം ചെയ്യാൻ ആവശ്യപ്പെട്ട സമരം, സ്വകാര്യവൽകരണത്തിന് എതിരായി നടത്തിയ സമരങ്ങൾ ED/RTP/Casual ജീവനക്കാരെ സ്ഥിരപ്പെടുത്താൻ ആവശ്യപ്പെട്ട സമരം, കേന്ദ്ര സർക്കാരിന്റെ സാമ്പത്തിക നയത്തിനെതിരായി തുടർച്ചയായി നടത്തിയ പണിമുടക്ക് സമരങ്ങൾ ടെലികോം സ്വകാര്യവൽക്കരണത്തിനും കോർപ്പറേഷൻ രൂപീകരണത്തിനും എതിരായി നടത്തിയ പ്രചരണ പ്രക്ഷോഭങ്ങൾ ഇതെല്ലാം ഈ കാലയളവിൽ സംഘടിപ്പിച്ച സമരങ്ങളാണ്. കൂടാതെ ഇതരസംഘടനകൾ നടത്തിയ സമരങ്ങളിലും സമ്മേളനങ്ങളിലും എൻ എഫ് പി ടി ഇ പ്രവർത്തകരുടെ സജീവ സാന്നിദ്ധ്യം ഉറപ്പുവരുത്തിയിരുന്നു. സമരൈക്യപ്രസ്ഥാനം എന്ന വിശേഷണത്തിനു തികച്ചും അർഹമായ പ്രവർത്തനശൈലിയാണ് ഈ കാലഘട്ടത്തിൽ സർക്കിൾ യൂണിയനുകളും സർക്കിൾ ഏകോപന സമിതിയും കാഴ്ചവെച്ചത്.

9

ഭക്ഷ്യസമരം ആദ്യത്തെ ഗോസ്ലോ സമരം

ആയിരത്തിത്തൊള്ളായിരത്തി അറുപത്തി എഴ് ജൂൺ-ജൂലൈ മാസത്തോടെ കേരളത്തിൽ അതിരൂക്ഷമായ ഭക്ഷ്യക്ഷാമം അനുഭവപ്പെട്ടു. റേഷൻ ഷോപ്പ് മുഖേനയുള്ള അരിവിതരണം ഏറക്കുറെ സ്തംഭനാവസ്ഥയിൽ എത്തിയിരുന്നു. പരസ്യ വിപണിയിൽ ഭക്ഷ്യധാന്യങ്ങൾക്ക് വമ്പിച്ച വിലക്കയറ്റം അനുഭവപ്പെട്ടു. കേരളത്തിലെ സംഘടിത തൊഴിലാളികൾ ഉൾപ്പെടെ ഭക്ഷ്യപ്രശ്നം പരിഹരിക്കാനും സ്റ്റാറ്റ്യൂട്ടറി റേഷൻ സമ്പ്രദായം കേരളത്തിൽ നടപ്പാക്കാനും ആവശ്യപ്പെട്ടുകൊണ്ട് പ്രക്ഷോഭത്തിനിറങ്ങി. സ്വഭാവികമായും ഇതിന്റെ പ്രതികരണം കമ്പി-തപാൽ ജീവനക്കാരിലും ദൃശ്യമായി. റേഷൻ സമ്പ്രദായം പുനഃസ്ഥാപിക്കണമെന്നും കരിഞ്ചന്തയിൽനിന്നും ഭക്ഷ്യധാന്യങ്ങൾ വാങ്ങാൻ ശമ്പള അഡ്വാൻസ് അനുവദിക്കണമെന്നും ആവശ്യപ്പെട്ടുകൊണ്ട് കണ്ണൂർ, കോഴിക്കോട്, തൃശൂർ, കോട്ടയം, ആലപ്പുഴ തുടങ്ങിയ കേന്ദ്രങ്ങളിൽ പോസ്റ്റുമാന്മാർ 2-ാം ഡെലിവറിയും ക്ലിയറൻസും ബഹിഷ്കരിച്ചു. ടെലികോം വിഭാഗത്തിൽ ഫീൽഡ് സ്റ്റാഫും പട്ടിണികിടന്നുകൊണ്ട് ജോലിചെയ്യാൻ സാദ്ധ്യമല്ലെന്നു പറഞ്ഞ് ജോലി ബഹിഷ്കരിക്കാൻ തുടങ്ങി. രണ്ടാം ദിവസം പിന്നിടുമ്പോഴേക്കും ഓഫീസുകളിലും ടെലിഫോൺ എക്സ്ചേഞ്ചുകളിലുമുള്ള ജീവനക്കാർ ഗോസ്ലോ സമരം ആരംഭിച്ചിരുന്നു. തുടർന്ന് ആർ എം എസ് ജീവനക്കാരും സമരത്തിൽ അണിചേർന്നു.

കേരളത്തിന്റെ ജനകീയ പ്രശ്നങ്ങളിൽ തങ്ങളുടെ പങ്ക് വഹിക്കുക എന്ന മഹനീയ ലക്ഷ്യവും ഈ സമരത്തിലുണ്ടായിരുന്നു. കേരളത്തിൽ വിവിധ ജനവിഭാഗങ്ങൾ നടത്തിയ രൂക്ഷമായ സമരപരിപാടികൾ ഇവിടെ സ്റ്റാറ്റ്യൂട്ടറി റേഷനിങ്ങിന് ആവശ്യമായ ഭക്ഷ്യധാന്യങ്ങൾ എത്തിക്കാൻ കേന്ദ്രസർക്കാരിനെ നിർബ്ബന്ധിതമാക്കി. കമ്പി-തപാൽ ജീവനക്കാർ നടത്തിവന്ന സമരം അവസാനിപ്പിക്കാൻ പി എം ജി യും. ഡൽഹിയിൽ

പി ആന്റ് ടി ബോർഡും ഇടപെട്ടു. കേരളത്തിൽ ഭക്ഷ്യക്ഷാമം ഗുരുതരമാണെന്നും സംസ്ഥാനജീവനക്കാർക്ക് ഓണം അഡ്വാൻസ് വർദ്ധിപ്പിക്കുകയും അരമാസത്തെ ശമ്പളം അഡ്വാൻസായി നൽകിയെന്നും ഇതേരീതിയിൽ കേരളത്തിലെ കമ്പി–തപാൽ ജീവനക്കാരുടെ ആവശ്യം അംഗീകരിക്കണം എന്നും മുഖ്യമന്ത്രി സ. ഇ എം എസ് കേന്ദ്ര കമ്യൂണിക്കേഷൻ മന്ത്രിക്ക് എഴുതി. ഈ സാഹചര്യത്തിൽ സമരം പിൻവലിക്കാൻ മുഖ്യമന്ത്രി അഭ്യർത്ഥിച്ചു. ശമ്പളത്തിൽനിന്നുള്ള പിടുത്തം നിർത്തിവെക്കുമെന്നും ശമ്പള അഡ്വാൻസ് അനുവദിക്കാൻ ധനകാര്യ വകുപ്പിനോട് അഭ്യർത്ഥിക്കുമെന്നും പി ആന്റ് ടി ബോർഡ് ഫെഡറേഷൻ നേതാക്കൾക്ക് ഉറപ്പുകൊടുത്തുവെങ്കിലും അഡ്വാൻസ് അനുവദിക്കുകയുണ്ടായില്ല. അന്നത്തെ കമ്പി–തപാൽ മേഖലയിലെ തൊഴിൽ സാഹചര്യവും തൊഴിലുകളുടെ പ്രത്യേകതകളനുസരിച്ച് ഗോസ്ലോ സമരം ശക്തമായ ഒരു സമരമുറായാണെന്നു ഭക്ഷ്യസമരം തെളിയിച്ചു. പിന്നീട് നടന്ന മിക്ക പ്രാദേശിക സമരങ്ങളിലും ഇതേ സമരമുറയാണ് നാം ഫലപ്രദമായി ഉപയോഗപ്പെടുത്തിയത് 1967 ആഗസ്ത് 8 മുതൽ 13 വരെയാണ് ഗോസ്ലോ സമരം നടന്നത്.

10

പൊലീസ് വെരിഫിക്കേഷനെതിരെ

ബ്രിട്ടീഷ് ഭരണകാലത്ത് പട്ടാളത്തിലും കേന്ദ്ര സർവ്വീസിലും ജോലിക്ക് അപേക്ഷിക്കുന്നവരെ പൊലീസ് വെരിഫിക്കേഷനു വിധേയമാക്കിയിരുന്നു. ക്രിമിനൽ പശ്ചാത്തലമറിയാനല്ല; മറിച്ച് സ്വാതന്ത്ര്യസമര പ്രസ്ഥാനങ്ങളുമായി ബന്ധമുണ്ടോ, കമ്യൂണിസ്റ്റ് ആശയമുൾക്കൊള്ളുന്ന കുടുംബ പശ്ചാത്തലമാണോ എന്നറിയാനാണ് പൊലീസ് വെരിഫിക്കേഷൻ നടത്തിയിരുന്നത്. സ്വാതന്ത്ര്യാനന്തരകാലത്തും ഈ സംവിധാനം തുടർന്നു. കമ്യൂണിസ്റ്റ് പശ്ചാത്തലമുള്ള കുടുംബം ആണെങ്കിൽ ജോലി നിഷേധിക്കുന്ന തരത്തിലായിരുന്നു ഈ വെരിഫിക്കേഷൻ.

പ്രസിദ്ധ നോവലിസ്റ്റ് ആയ ശ്രീ. മലയാറ്റൂർ രാമകൃഷ്ണനെ കമ്യൂണിസ്റ്റനുഭാവിയായി മുദ്രകുത്തി സർക്കാർ സർവ്വീസിൽനിന്നും പിരിച്ചുവിട്ട കാര്യം സ. പി ഗോവിന്ദപ്പിള്ള തന്റെ ആത്മകഥയിൽ വിവരിച്ചിരുന്നു. സ. പി ജിയുടെ ഭാര്യ സ. എം ജെ രാജമ്മയെയും ഇതേ കാരണത്താൽ പിരിച്ചുവിട്ടിരുന്നു. ''മലയാറ്റൂർ രാമകൃഷ്ണനായാലും വൈകുണ്ഠം പരമേശ്വരനായാലും കമ്യൂണിസ്റ്റുകാർക്ക് എന്റെ സർക്കാരിന്റെ കീഴിൽ ജോലി കൊടുക്കുകയില്ല'' എന്ന തിരുവിതാംകൂർ പ്രധാനമന്ത്രിയായിരുന്ന ശ്രീ. പട്ടം താണുപിള്ളയുടെ പ്രഖ്യാപനവും സ. പി ജി തന്റെ ആത്മകഥയിൽ പരാമർശിച്ചിരുന്നു.

കേരളത്തിൽ നമ്മുടെ പ്രസ്ഥാനത്തിനു നേരിടേണ്ടിവന്ന പ്രധാന വെല്ലുവിളികളിൽ ഒന്നായിരുന്നു ഇത്. നിരവധി ചെറുപ്പക്കാർക്ക് യോഗ്യത ഉണ്ടായിട്ടും കമ്പി–തപാൽ വിഭാഗത്തിൽ ഉൾപ്പെടെ കേന്ദ്ര സർവ്വീസിൽ ജോലി നിഷേധിക്കപ്പെട്ടിരുന്നു. നിരവധി സഖാക്കൾ ജോലിയിൽ പ്രവേശിച്ചതിനുശേഷം പൊലീസ് വെരിഫിക്കേഷനെ തുടർന്ന് പിരിച്ചുവിടപ്പെട്ടു. സംഘടനയ്ക്ക് പ്രത്യേകിച്ചൊന്നും ചെയ്യാൻ പറ്റാത്ത രീതി

യിലാണ് ഈ പിരിച്ചുവിടൽ നടന്നത്. എന്നാൽ പൊലീസ് വെരിഫിക്കേഷന്റെ പേരിൽ കോഴിക്കോട്ടുനിന്നും ഒരു വനിതാ ജീവനക്കാരിയെ പിരിച്ചുവിട്ടപ്പോൾ സംഘടന ശക്തിയായി പ്രതികരിക്കാൻ തയ്യാറായി. കോഴിക്കോട് ടെലഫോൺ എക്സ്ചേഞ്ചിലെ ഒരു ടെലിഫോൺ ഓപ്പറേറ്ററായ ശ്രീമതി ചന്ദ്രമതിയെ (ഇപ്പോൾ കണ്ണൂരിൽ എ ഐ ബി ഡി പി എയുടെ സജീവ പ്രവർത്തക) 1966 ഡിസംബർ മാസം റൂൾ 5 (1) പ്രകാരം പിരിച്ചുവിട്ടു. പൊലീസ് വെരിഫിക്കേഷനാണ് കാരണമെന്ന് അധികൃതർ പറഞ്ഞു. ചന്ദ്രമതിയുടെ അച്ഛൻ പഴയകാല കമ്യൂണിസ്റ്റ് പ്രവർത്തകനാണെന്നായിരുന്നു റിപ്പോർട്ട്, ഇതിന്റെ അടിസ്ഥാനത്തിലായിരുന്നു പിരിച്ചുവിടൽ. ഈ നടപടിക്കെതിരായി എൻ എഫ് പി ടി ഇ സംഘടനകൾ ഒന്നടങ്കം കേരള വ്യാപകമായി വിപുലമായ പ്രചരണ പ്രക്ഷോഭങ്ങൾ നടത്തി. പാർലമെന്റിൽ സ. എ കെ ജി ഈ പ്രശ്നം ഗൗരവമായി ഉന്നയിച്ചു. ഭരണഘടനാപരമായി അഭിപ്രായ സ്വാതന്ത്ര്യം അനുവദിച്ച ഒരു രാജ്യത്ത് ഇത്തരം നടപടികൾ ലജ്ജാകരമാണെന്ന് സ. എ കെ ജി പറഞ്ഞു. സ്വതന്ത്ര ഇന്ത്യയിൽ പൊലീസ് വെരിഫിക്കേഷൻ നിർത്തലാക്കണമെന്ന് എ കെ ജി യോടൊപ്പം വിവിധ പാർട്ടിയിലെ നേതാക്കളും പാർലമെന്റിൽ ആവശ്യപ്പെട്ടു. തുടർന്ന് സ. ചന്ദ്രമതിയെ സർവ്വീസിൽ തിരിച്ചെടുത്തു. എന്നാൽ ഈ സമ്പ്രദായം നിർത്തലാക്കാൻ അധികൃതർ തയ്യാറായില്ല. പിന്നീട് ടെലിഫോൺ വിഭാഗത്തിൽ തന്നെ സഖാക്കൾ കെ. സിറിയക്, ഇ പി തമ്പാൻ, വിത്സൻ, കുട്ടൻ (കാസർഗോഡ്), ഗോവിന്ദൻ (തലശ്ശേരി) തുടങ്ങിയവരെ പൊലീസ് വെരിഫിക്കേഷന്റെ പേരിൽ പിരിച്ചുവിട്ടു. വിവിധ പ്രക്ഷോഭ പരിപാടികൾ സംഘടിപ്പിച്ചെങ്കിലും ഇവരെ തിരിച്ചെടുപ്പിക്കാൻ സാധിച്ചില്ല. ദീർഘകാലം സംഘടന അവരെ സംരക്ഷിച്ചുപോന്നു. സ. ഇ പി തമ്പാൻ പ്രമുഖ രാഷ്ട്രീയ പാർട്ടിയുടെ പ്രാദേശിക നേതാവായും സ. ഗോവിന്ദൻ തലശ്ശേരിയിൽ അഡ്വക്കേറ്റുമായി പ്രവർത്തിക്കുന്നു. പോസ്റ്റൽ ക്ലാസ് 3 യൂണിയൻ നേതാവായിരുന്ന സ. പി വി കുഞ്ഞികൃഷ്ണനെയും 1962 ൽ ഇതേ കാരണത്താൽ പിരിച്ചുവിട്ടിരുന്നു. മൂന്നുവർഷത്തിനുശേഷം തമിഴ്നാട് സർക്കിൾ വഴിയാണ് വീണ്ടും സ. കുഞ്ഞികൃഷ്ണൻ സർവ്വീസിൽ പ്രവേശിച്ചത്.

രാഷ്ട്രീയ പ്രവർത്തകനാണെന്നാരോപിച്ചുകൊണ്ട് ടെലിഫോൺ ഓപ്പറേറ്റർ സെലക്ഷൻ ലിസ്റ്റിൽനിന്നും പി പ്രേംകുമാർ എന്ന ഉദ്യോഗാർത്ഥിയെ ആലപ്പുഴ ഡിവിഷണൽ എഞ്ചിനീയർ ഒഴിവാക്കിയിരുന്നു. ഇതിനെതിരെ കേരള ഹൈക്കോടതിയെ സമീപിച്ചതിനെ തുടർന്ന് സുപ്രധാനമായ ഒരു വിധി കോടതി പുറപ്പെടുവിച്ചു.

> നിയമം അനുസരിച്ച് പ്രവർത്തിക്കുന്നതും നിരോധിക്കപ്പെടാത്തതുമായ ഒരു രാഷ്ട്രീയ പാർട്ടിയിലോ സംഘത്തിലോ ചേർന്ന് പ്രവർത്തിക്കാൻ ഈ നാട്ടിലെ ഏതു പൗരനും അവകാശമുണ്ടെ

ന്നും അത്തരം സംഘടനയുമായി ബന്ധപ്പെട്ട് പ്രവർത്തിച്ചതുകൊണ്ടുമാത്രം ഒരു പൗരനും ജോലി നിഷേധിക്കാൻ സർക്കാരിനു അധികാരമില്ല.

എന്ന് കേരള ഹൈക്കോടതി വ്യക്തമാക്കിയിരുന്നു.

വിപുലമായ പ്രചരണ പ്രക്ഷോഭങ്ങളുടെയും ഹൈക്കോടതിയുടെ മേല്പറഞ്ഞവിധിയുടെയും അടിസ്ഥാനത്തിൽ, പൊലീസ് വെരിഫിക്കേഷൻ പൂർണ്ണമായും നിർത്തിയില്ലെങ്കിലും ഇതിനെ തുടർന്നുള്ള പിരിച്ചുവിടലുകൾ പിന്നീട് ഉണ്ടായില്ല.

11

കാഞ്ഞിരപ്പള്ളി സമരം (1968 ജനുവരി)

ആയിരത്തിത്തൊള്ളായിരത്തി എഴുപതിനു മുമ്പ് കേരളത്തിൽ ഭൂരിഭാഗം ടെലിഫോൺ എക്സ്ചേഞ്ച് പരിധിക്കുള്ളിൽപോലും ലോക്കൽ കോൾ വിളിക്കുന്നതിന് ഓപ്പറേറ്ററുടെ സഹായം വേണമായിരുന്നു. നിരവധി വരിക്കാർ ഒരേ സമയം വിളിക്കാൻ ശ്രമിക്കുമ്പോൾ സ്വഭാവികമായ കാലതാമസം വരുന്നതു വരിക്കാരും ജീവനക്കാരും തമ്മിലുള്ള സംഘർഷത്തിനു വഴിവെച്ചിരുന്നു. ടെലിഫോൺ എക്സ്ചേഞ്ചുകളുടെ പ്രവർത്തനങ്ങളെപ്പറ്റി വരിക്കാർക്ക് വലിയ നിശ്ചയമില്ലാത്തതായിരുന്നു അടിസ്ഥാന കാരണം. ടെലിഫോൺ കൈയ്യിലെടുത്താൽ അല്പം പോലും ക്ഷമകാണിക്കാത്ത ചില പുത്തൻ പണക്കാർ കാഞ്ഞിരപ്പള്ളിയിൽ നിരന്തരം പ്രശ്നം സൃഷ്ടിച്ചിരുന്നു. ഒടുവിൽ ടെലിഫോൺ എക്സ്ചേഞ്ചിൽ കടന്നുവന്നു ജീവനക്കാരെ കൈയേറ്റം ചെയ്യുന്ന സ്ഥിതിവിശേഷത്തിലെത്തി. 1968 ജനുവരി 9 നു രാത്രി കാഞ്ഞിരപ്പള്ളിയിലെ ഒരു പ്രമുഖ സ്ഥാപനത്തിന്റെ ഉടമയും ഏതാനും ഗുണ്ടകളും ടെലിഫോൺ എക്സ് ചേഞ്ചിൽ അതിക്രമിച്ചു കയറുകയും ഡ്യൂട്ടിയിലുണ്ടായിരുന്ന സ. എസ് കരുണാകരനെ (പിന്നീട് ടെലികോം ക്ലാസ് III സർക്കിൾ യൂണിയന്റെ സംഘടനാ സെക്രട്ടറിയായിരുന്നു.) കൈയേറ്റം ചെയ്യുകയും ചെയ്തു. സംരക്ഷിത മേഖലയായി പ്രഖ്യാപിക്കപ്പെട്ട ടെലിഫോൺ എക്സ്ചേഞ്ചിൽ അതിക്രമിച്ചു കയറുന്നതും ജീവനക്കാരെ കയ്യേറ്റം ചെയ്യുന്നതും കുറ്റകരമാണെന്നു മാത്രമല്ല ടെലിഗ്രാഫ് ആക്ട് അനുസരിച്ച് അത്തരക്കാരുടെ ടെലിഫോൺ കണക്ഷൻ വിച്ഛേദിക്കേണ്ടതുമാണ്. എന്നാൽ കാഞ്ഞിരപ്പള്ളി സംഭവത്തിൽ കോട്ടയം ഡി ഇ ടി ജീവനക്കാരുടെ പരാതി അവഗണിക്കുകയും ടെലിഫോൺ വരിക്കാരന്റെ പരാതിയുടെ പേരിൽ ജീവനക്കാർക്കു നേരെ അച്ചടക്ക നടപടി ഭീഷണി മുഴക്കുകയും ചെയ്തു. ഇതിനെതിരെ കാഞ്ഞിരപ്പള്ളിയിലെ ടെലഫോൺ ജീവനക്കാരും പോസ്റ്റൽ

ജീവനക്കാരും സമരത്തിനിറങ്ങി. പോസ്റ്റൽ ക്ലാസ് 3 യൂണിയൻ നേതാവ് കെ ആർ തങ്കപ്പന്റെ നേതൃത്വത്തിൽ ഡി ഇ ടി യേയും പരിവാരങ്ങളേയും ഏതാനും മണിക്കൂർ നേരം 'ഘരാവോ' ചെയ്യുകയുണ്ടായി. ജീവനക്കാരെ കൈയ്യേറ്റം ചെയ്ത ടെലിഫോൺ വരിക്കാരനെയും ഗുണ്ടകളെയും അറസ്റ്റ് ചെയ്യണമെന്നാവശ്യപ്പെട്ടുകൊണ്ട് കാഞ്ഞിരപ്പള്ളിയിൽ കമ്പി–തപ്പാൽ ജീവനക്കാരും മറ്റു തൊഴിലാളികളും വമ്പിച്ച പ്രകടനം നടത്തി. തുടർന്ന് നടന്ന യോഗവും ഗുണ്ടകൾ കൈയേറി സംഘർഷം സൃഷ്ടിച്ചു. ഇതിനെ തുടർന്ന് കേരളമൊട്ടുക്കും കമ്പി–തപാൽ ജീവനക്കാർ പ്രകടനം നടത്തുകയും കോട്ടയം ഡിവിഷനിൽ പ്രക്ഷോഭം സംഘടിപ്പിക്കുകയും ചെയതു. തുടർന്ന് ടെലിഫോൺ വരിക്കാരനെയും ഗുണ്ടകളെയും അറസ്റ്റ് ചെയ്യുകയും പ്രശ്നക്കാരനായ വരിക്കാരന്റെ ടെലിഫോൺ ടെലിഗ്രാഫ് ആക്ട് അനുസരിച്ച് വിച്ഛേദിക്കുകയും ചെയ്തു. നോട്ടീസ് നൽകാതെ നടപടിയെടുത്തു എന്ന സാങ്കേതിക കാരണം കൊണ്ട് ടെലിഫോൺ കണക്ഷൻ വീണ്ടും നൽകാൻ കേരള ഹൈക്കോടതി നിർദ്ദേശിച്ചിരുന്നു. കോട്ടയം ജില്ലയിൽ ടെലിഫോൺ ജീവനക്കാർക്കെതിരായ ആക്രമണങ്ങൾക്ക് ഒരു പരിധിവരെ അറുതി വരുത്താൻ കാഞ്ഞിരപ്പള്ളി സമരം സഹായകരമായി.

12

വളപട്ടണം സമരം (1968 ഏപ്രിൽ)

ആയിരത്തിത്തൊള്ളായിരത്തി അറുപത്തി ആറിലെ എൻ എഫ് പി ടി ഇയുടെ 5–ാം സംസ്ഥാന സമ്മേളനത്തിനുശേഷം നടന്ന പ്രാദേശിക സമരങ്ങളിൽ ഏറ്റവും പ്രധാനമായിരുന്നു വളപട്ടണം സമരം. ബ്യൂറോക്രസിയുടെ ഏറ്റവും ക്രൂരമായ പ്രതികാര നടപടികളെ വെല്ലുവിളിച്ചുകൊണ്ട് അവിഭക്ത കോഴിക്കോട് ഡിവിഷ (പാലക്കാട് മുതൽ കാസർഗോഡ് വരെ) നിലെ മുഴുവൻ ടെലികോം ജീവനക്കാരെയും പണിമുടക്കിലുൾപ്പെടെ അണിനിരത്തി വിജയിപ്പിച്ചതായിരുന്നു വളപട്ടണം സമരം. 1960ലെ പണിമുടക്കിനെ തുടർന്നുള്ള പൊലീസ് അറസ്റ്റും മറ്റു നടപടികളും പിരിച്ചുവിടലും തുടർന്നുള്ള ഏകപക്ഷീയമായ സമരത്തിൽനിന്നുള്ള പിൻമാറ്റവും പണിമുടക്കത്തോട് പൊതുവെ ഭീതിയുളവാക്കുന്ന അന്തരീക്ഷമായിരുന്നു കേന്ദ്ര സർവ്വീസിൽ അന്ന് നിലവിലുണ്ടായിരുന്നത്. മറ്റ് കരിനിയമങ്ങളോടൊപ്പം പണിമുടക്കിലോ ഘരാവോ തുടങ്ങിയ സമരമുറകളിലോ പങ്കാളികളാകുന്ന കേന്ദ്ര ഗവൺമെന്റ് ജീവനക്കാരുടെ പൂർവ്വകാല സർവ്വീസ് വിശദീകരണം കൂടാതെ റദ്ദാക്കാനുള്ള എഫ് ആർ 17 എ എന്ന നിയമം പാർലമെന്റ് അംഗീകരിച്ച സന്ദർഭവുമായിരുന്നു അത്.

ടെലികമ്യൂണിക്കേഷൻ സൗകര്യങ്ങളുടെ കാര്യത്തിൽ ഏറ്റവും അവഗണിക്കപ്പെട്ട ഒരു മേഖലയായിരുന്നു മലബാർ. ഇതിന്റെ ഫലമായുള്ള കാര്യക്ഷമതാരാഹിത്യത്തിൽ ബലിയാടുകളാകുന്നതു ജീവനക്കാരായിരുന്നു. അതുകൊണ്ടു ജീവനക്കാരുടെ പ്രശ്നങ്ങൾക്കൊപ്പം തന്നെ ടെലിഫോൺ എക്സ്ചേഞ്ചുകളുടെ വിപുലീകരണത്തിനും മറ്റു വികസനകാര്യങ്ങൾക്കും, സംഘടന താല്പര്യമെടുത്തിരുന്നു. മലഞ്ചരക്ക് വ്യാപാരത്തിനും മറ്റും പ്രസിദ്ധമായ ഒരു വാണിജ്യകേന്ദ്രമായിരുന്നു വളപട്ടണം. അവിടെ പഴയ സമ്പ്രദായത്തിലുള്ള (Non Multiple) എക്സ്ചേഞ്ചാ

യിരുന്നു നിലവിലുണ്ടായിരുന്നത്. Non -Metering ഉം ആയിരുന്നു വളപട്ടണം. വരിക്കാർ തമ്മിലും, കണ്ണൂർ ടെലിഫോൺ എക്സ്ചേഞ്ചിന്റെ പരിധിയിൽ വരുന്ന വരിക്കാരെ ബന്ധപ്പെടുത്തുന്നതിനും ചാർജ്ജ് വസൂലാക്കിയിരുന്നില്ല. എന്നാൽ കണ്ണൂരിൽനിന്നും വളപട്ടണത്തേക്കുള്ള എല്ലാ കാളുകളും ചാർജ്ജ് ചെയ്യപ്പെട്ടിരുന്നു. അതുകൊണ്ടുതന്നെ വളപട്ടണം എക്സ്ചേഞ്ച് പ്രവർത്തനത്തിൽ വലിയ തിരക്കായിരുന്നു അനുഭവപ്പെട്ടിരുന്നത്. കണ്ണൂരിലേക്കായിരുന്നു കൂടുതൽ വിളികൾ. കണ്ണൂരുമായി ബന്ധപ്പെടാൻ കേവലം നാലു ലൈനുകൾ മാത്രം. സ്വാഭാവികമായും വളപട്ടണം വരിക്കാർ അസംതൃപ്തരായിരുന്നു. വളപട്ടണം ടെലിഫോൺ എക്സ്ചേഞ്ച് വികസിപ്പിക്കാനും മീറ്റർ ഏർപ്പെടുത്താനും കണ്ണൂരിലേക്ക് കൂടുതൽ ലൈനുകൾ ഏർപ്പെടുത്താനും സംഘടന നിരന്തരം ആവശ്യപ്പെട്ടുവരികയായിരുന്നു. പക്ഷെ അതൊന്നും ശ്രദ്ധിക്കാൻ അധികൃതർ കൂട്ടാക്കിയിരുന്നില്ല. ഈ സാഹചര്യത്തിലുള്ള സംഘർഷമാണ് വളപട്ടണം സമരത്തിന് ആധാരം.

പ്രമുഖ മലഞ്ചരക്ക് വ്യാപാരിയും ട്രാൻസ്പോർട്ട് സർവ്വീസുകളുടെ ഉടമയുമായ ഒരു വരിക്കാരൻ ലോക്കൽ കാളുകൾ കിട്ടാതെ വരുമ്പോൾ ജീവനക്കാരെ തെറിവിളിക്കുന്നതു പതിവായിരുന്നു. 1968 ഏപ്രിൽ മാസത്തിലെ ഒരു ദിവസം ആ വരിക്കാരൻ ടെലിഫോൺ എക്സ്ചേഞ്ചിൽ അതിക്രമിച്ചു കടന്നുവരികയും നമ്മുടെ സജീവ പ്രവർത്തകനായിരുന്ന സ. കെ എസ് ജോർജ്ജിനെ കൈയേറ്റം ചെയ്യുകയും ചെയ്തു. പ്രകോപനപരമായ ഈ നടപടിയിൽ ജീവനക്കാർ ശക്തിയായി പ്രതിഷേധിക്കുകയും പ്രസ്തുത വരിക്കാരന്റെ പേരിൽ നടപടിയെടുക്കാൻ ആവശ്യപ്പെടുകയും ചെയ്തു. നിരോധിതമേഖലയായ ടെലിഫോൺ എക്സ്ചേഞ്ചിൽ അതിക്രമിച്ചുകടന്നതിനും ഡ്യൂട്ടിയിലുണ്ടായിരുന്ന ജീവനക്കാരെ കൈയേറ്റം ചെയ്തതിനും എതിരെ അധികൃതർ ഒന്നും ചെയ്തില്ല. ഈ സാഹചര്യത്തിൽ പ്രസ്തുത വരിക്കാരന്റെ പേരിലുള്ള ടെലിഫോൺ നമ്പറുകൾ ബഹിഷ്കരിക്കാൻ സംഘടന തീരുമാനിച്ചു. അതോടൊപ്പം തന്നെ പൊലീസ് നടപടിക്കും ടെലിഗ്രാഫ് ആക്ട് അനുസരിച്ച് നമ്പറുകൾ ഡിസ്കണക്ട് ചെയ്യാനും ആവശ്യപ്പെട്ടുകൊണ്ട് പ്രക്ഷോഭം ആരംഭിക്കാനും തീരുമാനിച്ചു. പ്രക്ഷോഭം ആരംഭിച്ചതോടെ കൂടുതൽ പ്രകോപനപരമായ നടപടികൾ വരിക്കാരുടെ ഭാഗത്തുനിന്നും ഉണ്ടായി. ഇതിനെത്തുടർന്ന് വളരെ സംഘർഷാത്മകമായ സ്ഥിതിവിശേഷം വളപട്ടണത്ത് സംജാതമായി. അധികൃതർ വളരെ ലാഘവത്തോടെയാണ് ഈ പ്രശ്നത്തെ നേരിട്ടത്. സർക്കിൾ യൂണിയന്റെ ഇടപെടലിനെ തുടർന്ന് കോഴിക്കോട് ഡി ഇ ടി ശ്രീ. കെ എസ് തോമസ് വളപട്ടണത്ത് എത്തിച്ചേർന്ന് സംഘടനാ നേതാക്കളുമായി പ്രശ്നം ചർച്ച ചെയ്തു. ആദ്യദിവസത്തെ ചർച്ചയിൽ വരിക്കാരന്റെ അതിക്രമങ്ങൾ ഗൗരവമായി കാണുന്നുവെന്നും ജീവനക്കാരെ മർദ്ദിച്ച വരിക്കാരന് എതിരായി പൊലീസ് നടപടിയും ടെലിഗ്രാഫ് ആക്ട് അനുസരിച്ചു മറ്റു നടപടി

കൾ എടുക്കുന്ന കാര്യം പരിഗണിക്കുന്നതിനും ഡി ഇ ടി സന്നദ്ധത പ്രകടിപ്പിച്ചിരുന്നു. എന്നാൽ വാണിജ്യ മണ്ഡലത്തിന്റെയും കോൺഗ്രസ് പാർട്ടിയുടെയും ഇടപെടലിനെ തുടർന്ന് അടുത്ത ദിവസം ചർച്ച ആരംഭിച്ച നിമിഷം മുതൽ ഡി ഇ ടി നിഷേധ നിലപാടാണ് സ്വീകരിച്ചത്. ചർച്ചയിൽ സഖാക്കൾ പി വി ചന്ദ്രശേഖരൻ, കാരായി ശ്രീധരൻ, വി കേശവൻ എന്നിവർ പങ്കെടുത്തിരുന്നു. ഒരു ഘട്ടത്തിൽ ചർച്ചയിൽനിന്നും ശ്രീ. കെ എസ് തോമസ് ഇറങ്ങിപ്പോവുകയും ജീപ്പിൽ കയറി സ്ഥലംവിടാൻ ഒരുങ്ങുകയും ചെയ്തു. ഡി ഇ ടിയുടെ നിലപാടിനെതിരെ ജീവനക്കാർ ശക്തിയായി പ്രതിഷേധിച്ചു മുദ്രാവാക്യം വിളിച്ചു. തന്നെ ഘരാവോ ചെയ്യാൻ ജീവനക്കാർ ശ്രമിക്കുകയാണെന്നു തെറ്റിദ്ധരിച്ച് ഓടി രക്ഷപ്പെടാനുള്ള ഒരു വൃഥാശ്രമം അദ്ദേഹം നടത്തി. ഓടുന്നതിനിടയിൽ ഡി ഇ ടി ശ്രീ. തോമസിനെ തടഞ്ഞുനിർത്താൻ ശ്രമിച്ച സഖാക്കൾ പി വി ഉണ്ണികൃഷ്ണൻ (എ ഐ ബി ഡി പി എ നേതാവ്) എം സുന്ദർരാജ് (ഇപ്പോൾ ജീവിച്ചിരിപ്പില്ല) എന്നിവരുമായി പിടിവലി നടത്തിക്കൊണ്ട് രംഗം വഷളാക്കാനും ശ്രീ തോമസ് ശ്രമിച്ചിരുന്നു. പിന്നീടു തന്നെ ഘരാവോ ചെയ്തു എന്ന കള്ളറിപ്പോർട്ട് പി എം ജിക്കു നൽകി സ്ഥലം വിടുകയും ചെയ്തു. ജീവനക്കാരുടെ അവകാശങ്ങൾ സംരക്ഷിക്കാൻ ഘരാവോയും ഒരു സമരമാർഗ്ഗമായി സ്വീകരിച്ച കാലഘട്ടമായിരുന്നു അന്ന്. ഡി ഇ ടിയുടെ റിപ്പോർട്ടിന്റെ അടിസ്ഥാനത്തിൽ കർശന നടപടികൾ സ്വീകരിക്കാൻ പിഎം ജി നിർദ്ദേശം നൽകി. പ്രകടനത്തിനു നേതൃത്വം കൊടുത്ത സഖാക്കൾ പി വി ചന്ദ്രശേഖരൻ, കാരായി ശ്രീധരൻ, വി കേശവൻ തുടങ്ങിയവരുടെ പൂർവ്വകാല സർവ്വീസ് റദ്ദാക്കി ഉത്തരവ് പുറപ്പെടുവിച്ചു. FR 17A യുടെ അനന്തരഫലം അന്ന് എന്താണെന്ന് നിർവ്വചിച്ചിരുന്നില്ല. ലഭിച്ചുകൊണ്ടിരുന്ന ശമ്പളം നിഷേധിച്ചു കൊണ്ടു മിനിമം ശമ്പളം ആയിരിക്കും തുടർന്ന് ലഭിക്കുകയെന്നും Credit ൽ ഉള്ള ലീവൊക്കെ നഷ്ടപ്പെട്ടു എന്നും അധികാരികൾ അറിയിച്ചു. എന്നാൽ FR 17A യ്ക്ക് ഇത്തരത്തിലുള്ള അന്തരഫലമില്ലെന്നു 1969 ൽ വിശദീകരിക്കപ്പെട്ടെങ്കിലും തൽക്കാലം സംഘടനാ നേതാക്കളെ സാമ്പത്തിക ബുദ്ധിമുട്ടിലാക്കാനും അർഹമായ ലീവ് നിഷേധിക്കാനും അധികൃതർക്ക് സാധിച്ചിരുന്നു. വളപട്ടണം സമരത്തിനുശേഷം നടന്ന നിരവധി സമരത്തിൽ പങ്കെടുത്തതിന്റെ പേരിൽ ഏർപ്പെടുത്തിയ FR 17A ഉൾപ്പെടെയുള്ള ശിക്ഷാനടപടികൾ റദ്ദാക്കിയിരുന്നുവെങ്കിലും വളപട്ടണം സമരത്തെ തുടർന്നുള്ള FR 17A നേതാക്കളുടെ റിട്ടയർമെന്റിന് ഏതാനും മാസം മുമ്പ് മാത്രമാണ് റദ്ദാക്കിയത്.

സഖാക്കൾ പി വി ചന്ദ്രശേഖരൻ, കാരായി ശ്രീധരൻ, വി കേശവൻ, കെ ജി ജയരാജ്, പി വി ഉണ്ണികൃഷ്ണൻ, എം സുന്ദർരാജ്, കെ എസ് ജോർജ്ജ്, കെ ഭാസ്കരൻ, കെ കെ ജനാർദ്ദനൻ തുടങ്ങി നിരവധി സഖാക്കൾക്ക് റൂൾ 14 അനുസരിച്ച് കുറ്റപത്രവും നൽകിയിരുന്നു.

അധികൃതരുടെ ശിക്ഷാനടപടികൾക്ക് പുറമെ ടെലിഫോൺ വരി

ക്കാരുടെ സംഘടിത പ്രകോപനങ്ങൾക്കും ജീവനക്കാർ വിധേയരായി. സമരത്തിനു നേതൃത്വം കൊടുക്കുന്ന സംഘടനാ നേതാക്കളെ ശാരീരികമായി നേരിടുന്ന ഭീഷണിയും അതിനുള്ള ശ്രമങ്ങളും ഉണ്ടായി. ഇതിനെതിരെ കേന്ദ്ര–സംസ്ഥാന–പൊതുമേഖലാ ജീവനക്കാരും മറ്റു തൊഴിലാളികളും സ. ടി എം ജനാർദ്ദനന്റെ നേതൃത്വത്തിൽ സംഘടിതമായി വളപട്ടണത്തിൽ എത്തിച്ചേരുകയും സമരത്തിനു പിന്തുണ പ്രഖ്യാപിച്ചുകൊണ്ട് പ്രകടനം നടത്തുകയും ചെയ്തിരുന്നു. ഇന്ന് ഇത്തരം നടപടികളിൽ പുതുമ കാണില്ല. പക്ഷെ അന്നത്തെ സാഹചര്യത്തിൽ തൊഴിലാളികൾ പ്രകടിപ്പിച്ച ഐക്യദാർഢ്യം ആവേശകരമായിരുന്നു.

പ്രതികാര നടപടികൾ തുടർന്നതല്ലാതെ സമരം ഒത്തുതീർപ്പിലെത്തിക്കാനുള്ള ഒരു ശ്രമവും അധികൃതരുടെ ഭാഗത്തുനിന്നു ഉണ്ടായില്ല. ഇതിനിടയിൽ വളപട്ടണം സന്ദർശിച്ച കോൺഗ്രസ് അഖിലേന്ത്യാ പ്രസിഡന്റ് ശ്രീ. നിജലിംഗപ്പ വാണിജ്യമണ്ഡലത്തിന്റെ ആവശ്യത്തെ തുടർന്ന് ഈ പ്രശ്നത്തിൽ ഇടപെടുകയും സമരം അടിച്ചമർത്താൻ നിർദ്ദേശിക്കുകയും ചെയ്തു. സങ്കീർണ്ണമായ ഈ സാഹചര്യത്തിൽ ശക്തമായ സമരത്തിൽ കൂടി മാത്രമേ പ്രശ്നം പരിഹരിക്കാൻ സാധിക്കുകയുള്ളൂ എന്ന നിഗമനത്തിലായിരുന്നു സംഘടനാ നേതൃത്വം. തുടർന്ന് ഡിവിഷൻ വ്യാപകമായി പണിമുടക്ക് ഉൾപ്പെടെയുള്ള സമരപരിപാടികൾ പ്രഖ്യാപിക്കുകയും ചെയ്തു. സ. വി എ എൻ നമ്പൂതിരി അന്ന് കോഴിക്കോട് ഡിവിഷൻ സംഘടനാ സെക്രട്ടറിയായിരുന്നു. ആദ്യനാളുകളിൽ രോഗശയ്യയിൽ ആയിരുന്ന സ, നമ്പൂതിരി പണിമുടക്കം പ്രഖ്യാപിച്ചതിനെ തുടർന്ന് ആശുപത്രിയിൽനിന്നും ഡിസ്ചാർജ്ജ് വാങ്ങി. ഡിവിഷനിൽ ഒട്ടുക്കും നടന്ന പണിമുടക്ക് പ്രചരണ പരിപാടിയിൽ പങ്കെടുത്തു. പണിമുടക്കം ഗംഭീരവിജയമായിരുന്നു. പണിമുടക്കിൽ പങ്കെടുത്ത മുഴുവൻ ജീവനക്കാർക്കും ഡയിസ്നോൺ അടിച്ചേൽപ്പിച്ചിരുന്നു.

പൂർവ്വകാല സർവ്വീസ് റദ്ദാക്കലും റൂൾ 14 കുറ്റപത്രവും മറ്റു പ്രതികാര നടപടികളും വെല്ലുവിളിച്ചുകൊണ്ടു പണിമുടക്കിൽ ജീവനക്കാർ പ്രകടിപ്പിച്ച നിശ്ചയദാർഢ്യം അധികൃതരുടെ കണ്ണുതുറപ്പിക്കുന്നതായിരുന്നു. ടൂൾ/പെൻ ഡൗൺ സമരം വഴി സർവ്വീസ് സ്തംഭിപ്പിക്കുന്ന രീതിയിലായിരുന്നു പണിമുടക്കം. തൊഴിലാളിദ്രോഹത്തിന് കുപ്രസിദ്ധി നേടിയ ഡിവിഷണൽ എഞ്ചിനീയർ ശ്രീ. കെ എസ് തോമസിന്റെ ഓഫീസ് എന്നും ഭീതിയുടെ അന്തരീക്ഷത്തിലായിരുന്നു. ആ ഓഫീസിൽ ശ്രീ. തോമസിനെ അമ്പരപ്പിച്ച അനുഭവമായിരുന്നു അന്നുണ്ടായത്. താൻ എത്തുമ്പോഴേക്കും തന്നെ അനുഗമിച്ചിരുന്ന ക്ലാസ് 4 ജീവനക്കാരനെ കണ്ടില്ല. ബെല്ലടിച്ചപ്പോൾ ആ ജീവനക്കാരൻ വരികയും താൻ പണിമുടക്കിലാണെന്നു പറഞ്ഞ് തന്റെ സീറ്റിൽ ഇരിക്കുകയും ചെയ്തു. അടിയന്തരമായ ഒരു ലെറ്റർ തയ്യാറാക്കണമെന്നു പറഞ്ഞു സ്റ്റെനോഗ്രാഫറെ വിളിച്ചപ്പോൾ താനും പണിമുടക്കിലാണെന്ന മറുപടിയാണ് ലഭിച്ചത്. സ. എം പി ബാലകൃഷ്ണനായിരുന്നു (പിന്നീട് ചീഫ് അക്കൗണ്ട്സ് ഓഫീ

സറായി പിരിഞ്ഞു) സ്റ്റെനോ. തുടർന്ന് ഓഫീസിൽ മുഴുവൻ അദ്ദേഹം നിരീക്ഷിച്ചു. എല്ലാവരും പണിമുടക്കിൽ. പിന്നെ താനെന്തിന് ഇവിടെ ഇരിക്കണം എന്ന് ആക്രോശിച്ചുകൊണ്ട് പുറത്തുപോകാൻ ഡ്രൈവറെ വിളിച്ചു. താനും പണിമുടക്കിലാണെന്ന മറുപടിയാണ് ഡ്രൈവറിൽനിന്നും ലഭിച്ചത്. പണിമുടക്കിന്റെ അടുത്ത ദിവസം തന്നെ മുഴുവൻ ജീവനക്കാർക്കും ഡയസ്നോൺ അടിച്ചേല്പിച്ചു കൊണ്ടാണ് ശ്രീ. തോമസ് തന്റെ പ്രതികാരം പ്രകടിപ്പിച്ചത്. സഖാക്കൾ കെ ഭാസ്കരൻനായർ, വി കേശവൻ, കെ സി എസ് നായർ, എം വി സദാനന്ദൻ തുടങ്ങിയ നേതാക്കൾ എല്ലാം അന്ന് കോഴിക്കോട് ഡിവിഷണൽ ഓഫീസിൽ പ്രവർത്തിച്ചുവരികയായിരുന്നു.

കടുത്ത ശിക്ഷാ നടപടികളും അധികൃതരുടെ സമ്മർദ്ദവും ശക്തമായ രാഷ്ട്രീയ ഇടപെടലും ഉണ്ടായിട്ടും സമരം നടന്ന 9 ദിവസങ്ങളിലും വിവാദ വരിക്കാരന് ഒരു കോൾ പോലും നടത്താനോ വിളികൾ സ്വീകരിക്കാനോ സാധിച്ചിരുന്നില്ല. ഉദ്യോഗസ്ഥരിലും രാഷ്ട്രീയക്കാരിലും സമ്മർദ്ദം ചെലുത്തിയിട്ട് കാര്യമില്ലെന്നും ജീവനക്കാരുടെ സഹകരണമാണ് ആവശ്യമെന്നു പ്രസ്തുത വരിക്കാരന് പരസ്യമായി പറയേണ്ടിവന്നു.

സമരം എങ്ങനെയും ഒത്തുതീർപ്പിലെത്തിക്കണമെന്നു ഡിവിഷണൽ – സർക്കിൾ അധികൃതർക്ക് വീണ്ടുവിചാരമുണ്ടായി, എന്നാൽ നേരത്തേ സൂചിപ്പിച്ച രാഷ്ട്രീയ ഇടപെടലുകളും മറ്റു സമ്മർദ്ദങ്ങളും കാരണം പ്രശ്നങ്ങൾ ഇവരുടെ നിയന്ത്രണത്തിലായിരുന്നില്ല. എം പിമാരുടെയും, സ. കെ ജി ബോസ് ഉൾപ്പെടെയുള്ള അഖിലേന്ത്യാ നേതാക്കളുടെയും ഇടപെടലിനെ തുടർന്ന് ഡൽഹിയിൽ കമ്പി–തപാൽ ബോർഡ് അധികൃതർ സമരം ഒത്തുതീർപ്പിലെത്തിക്കാൻ തയ്യാറായി. വളപട്ടണം സമരത്തിനാധാരമായ പ്രശ്നങ്ങൾ പരിഹരിക്കാമെന്നും, നേതാക്കൾക്കെതിരെയുള്ള പൂർവ്വകാല സർവ്വീസ് റദ്ദാക്കൽ നടപടിയൊഴികെയുള്ള ശിക്ഷാനടപടികൾ പിൻവലിക്കാമെന്നും അധികൃതർ ഉറപ്പ് നൽകി. കുഴപ്പക്കാരനായ ടെലിഫോൺ വരിക്കാരന്റെ ടെലിഫോൺ വിച്ഛേദിക്കാമെന്ന ഉറപ്പ് നൽകിയെങ്കിലും കേരള ഹൈക്കോടതിയുടെ ഒരു വിധിയുടെ പശ്ചാത്തലത്തിൽ അതു പ്രാവർത്തികമായിരുന്നില്ല. ടെലിഫോൺ വരിക്കാരുടെ സൗകര്യങ്ങൾ വർദ്ധിപ്പിക്കാനും ഈ സമരം ഇടയാക്കിയിരുന്നു. ടെലഫോൺ എക്സ്ചേഞ്ച് വികസിപ്പിക്കുകയും കണ്ണൂരിലേക്ക് കൂടുതൽ ലൈനുകൾ അനുവദിക്കുകയും ചെയ്തു. കൂടാതെ വളപട്ടണം എക്സ്ചേഞ്ച് ഓട്ടോമൈസ് ചെയ്യാനുള്ള നടപടിയും ത്വരിതപ്പെടുത്തി. 1974 ൽ അത് പ്രവർത്തികമാക്കുകയും ചെയ്തു. ടെലിഫോൺ എക്സ്ചേഞ്ചിൽ അതിക്രമിച്ചുവന്ന് ജീവനക്കാരെ ഭീഷണിപ്പെടുത്തുന്നതിനും കൈയ്യേറ്റം ചെയ്യുന്നതിനുമുള്ള പ്രവണത കാഞ്ഞിരപ്പള്ളി, വളപട്ടണം സമരങ്ങളെ തുടർന്ന് ഏതാണ്ട് അവസാനിച്ചു.

സർക്കിൾ ഏകോപന സമിതി കൺവീനർ സ. എൻ പി പത്മനാഭൻ,

സർക്കിൾ സെക്രട്ടറി സ. എം സി അയ്യപ്പക്കുട്ടി, അസി. സർക്കിൾ സെക്രട്ടറി സ. കെ പി ഗോവിന്ദൻകുട്ടി എന്നിവരുടെ ഉപദേശ നിർദ്ദേശങ്ങളും സജീവ സാന്നിദ്ധ്യവും സമരത്തിന്റെ വിവിധ ഘട്ടങ്ങളിൽ ഉണ്ടായിരുന്നു. എന്നാൽ അഖിലേന്ത്യാ ജനറൽ സെക്രട്ടറി സ. ഒ പി ഗുപ്തയിൽനിന്നും തിക്തമായ അനുഭവമാണ് ഈ സമരത്തിൽ ഉണ്ടായത്. മാവോ ചിന്തയാൽ പ്രേരിതരായ ഏതാനും സംഘടനാ പ്രവർത്തകർ ഡി ഇ ടി യെ ഘരാവോ ചെയ്തു എന്നാണു സ. ഗുപ്ത ഈ സമരത്തെപ്പറ്റി സംഘടനയുടെ മുഖപത്രമായ *ടെലികോമിൽ* വിശേഷിപ്പിച്ചത്. മാവോ ചിന്തയുടെയും നക്സലിസത്തിന്റെയും പേരിൽ തൊഴിലാളി പ്രവർത്തകരെ വേട്ടയാടുന്ന ആ കാലഘട്ടത്തിൽ സ. ഗുപ്തയുടെ പരാമർശത്തിന്റെ ഗൗരവം നാം കാണേണ്ടിയിരിക്കുന്നു.

13

1968 ലെ ഐതിഹാസിക സമരം

ശാസ്ത്രീയാടിസ്ഥാനത്തിലുള്ള കൂലി സമ്പ്രദായം നടപ്പിലാക്കണമെന്ന ഇന്ത്യൻ തൊഴിലാളിവർഗ്ഗത്തിന്റെ പൊതുവായ ആവശ്യം ഉന്നയിച്ചുകൊണ്ടു കേന്ദ്ര ജീവനക്കാർ നടത്തിയ 1968 ലെ ഒരു ദിവസത്തെ പണിമുടക്കിനെ കേന്ദ്രജീവനക്കാരുടെ ഐതിഹാസിക സമരമായാണ് വിശേഷിപ്പിക്കുന്നത്. കേന്ദ്രജീവനക്കാർ സെപ്തംബർ 19 എന്നും രക്തസാക്ഷി ദിനമായാണ് ആചരിക്കുന്നത്. ആ സമരത്തിൽ 13 ധീരരായ സഖാക്കളാണ് ബലിയർപ്പിക്കപ്പെട്ടത്.

പശ്ചാത്തലം

ഇന്ത്യൻ ഭരണഘടന തൊഴിലാളികൾക്ക് നല്കിയ വാഗ്ദാനം ജീവന കൂലി (Living Wage) യാണ്. ജീവനകൂലിയെന്നാൽ തൊഴിലാളിക്കും കുടുംബത്തിനും സുഭിക്ഷമായി, അന്തസ്സോടെ ജീവിക്കാനുള്ള കൂലി സമ്പ്രദായമാണ്. സ്വാതന്ത്ര്യം നേടി 10 വർഷത്തിനുശേഷമാണ് ശാസ്ത്രീയമായ ഒരു കൂലി സമ്പ്രദായം നടപ്പാക്കാനുള്ള ആലോചന തന്നെ നടന്നത്. 1957 ൽ ചേർന്ന ത്രികക്ഷി ലേബർ സമ്മേളനമാണ് ഇക്കാര്യത്തെപ്പറ്റി വിശദമായി ചർച്ച ചെയ്തത്. ജീവന കൂലി എന്തായിരിക്കണം എന്ന ചർച്ചയിലാണ് ഇന്ത്യയിൽ അന്നു നിലവിലുള്ള കൂലി സമ്പ്രദായത്തെപ്പറ്റി പരിശോധന നടന്നത്. അതുവരെ ഒരു തൊഴിലാളിക്കും കുടുംബത്തിനും ജീവിക്കാനാവശ്യമായ ചുരുങ്ങിയ കൂലി എന്തായിരിക്കണം എന്ന കാര്യത്തിൽപോലും ധാരണ ഉണ്ടായിരുന്നില്ല. അതുകൊണ്ട് 15–ാം ലേബർ സമ്മേളനം ആവശ്യാധിഷ്ഠിത ചുരുങ്ങിയ കൂലി എന്തായിരിക്കണം എന്ന കാര്യമാണ് ചർച്ച ചെയ്ത് തീരുമാനിച്ചത്. അതിനുശേഷം മര്യാദ കൂലി (Fair Wage)- ജീവനകൂലി (Living Wage)- എന്നിവ തീരുമാനിക്കുന്നതാണ് ഉചിതം എന്ന നിഗമനത്തിലാണ് ലേബർ

കോൺഫറൻസ് എത്തിച്ചേർന്നത്. 1957ലെ വിലനിലവാരമനുസരിച്ച് ഒരു തൊഴിലാളിക്കും കുടുംബത്തിനും (തൊഴിലാളി, ഭാര്യ, രണ്ടു കുട്ടികൾ) ജീവിക്കാനാവശ്യമായ (ഭക്ഷണം, വസ്ത്രം, പാർപ്പിടം മറ്റ് അത്യാവശ്യ കാര്യങ്ങൾ) ചുരുങ്ങിയ കൂലി 125 രൂപ ആയി നിശ്ചയിച്ചു.

1957ൽ ചേർന്ന എൻ എഫ് പി ടി ഇയുടെ ഫെഡറൽ കൗൺസിൽ യോഗം ആവശ്യാധിഷ്ഠിത മിനിമം വേതനത്തിന്റെ അടിസ്ഥാനത്തിൽ കേന്ദ്ര ജീവനക്കാരുടെ ശമ്പളം പരിഷ്കരിക്കാനും രണ്ടാം ശമ്പളക്കമ്മീഷൻ നിയമിക്കാനും ആവശ്യപ്പെട്ടുകൊണ്ട് പണിമുടക്കാൻ തീരുമാനിച്ചിരുന്നു. ശമ്പളക്കമ്മീഷൻ നിയമനത്തെ തുടർന്നു പണിമുടക്കം പിൻവലിച്ചെങ്കിലും ആവശ്യാധിഷ്ഠിത മിനിമം വേതനം ശമ്പളക്കമ്മീഷന്റെ പരിഗണനാ വിഷയങ്ങളിൽ ഉൾപ്പെടുത്താൻ കേന്ദ്ര സർക്കാർ തയ്യാറായില്ല. രണ്ടാം ശമ്പളക്കമ്മീഷൻ റിപ്പോർട്ടിനെ തുടർന്നു 1960 ൽ കേന്ദ്രജീവനക്കാർ നടത്തിയ പണിമുടക്കിലും ഈ വിഷയം ഉന്നയിച്ചിരുന്നു.

ജെ സി എം രൂപീകരണം

1960 ലെ പണിമുടക്കിന്റെ പശ്ചാത്തലത്തിൽ കേന്ദ്രജീവനക്കാരുടെ പ്രശ്നങ്ങൾ പരിഹരിക്കാൻ ഫലപ്രദമായ സംവിധാനങ്ങൾ ഏർപ്പെടുത്തണമെന്ന ഗൗരവമായ ചർച്ചകൾ നടന്നിരുന്നു. ബ്രിട്ടനിൽ നിലവിലുള്ള Whitely Council ന്റെ മാതൃകയിൽ കേന്ദ്രജീവനക്കാർക്ക് ഒരു കൂടിയാലോചനാ സമിതി രൂപീകരിക്കുമെന്നാണ് ഇതു സംബന്ധിച്ച് 1966 ൽ ആഭ്യന്തര മന്ത്രിയായ ശ്രീ. ഗുൽസാരിലാൽ നന്ദ പാർലമെന്റിൽ പ്രഖ്യാപിച്ചത്. ജീവനക്കാരുടെ പ്രശ്നങ്ങൾ ഉന്നയിക്കാനും ചർച്ചയിലൂടെ പരിഹരിക്കാനും തർക്ക വിഷയങ്ങൾ നിർബ്ബന്ധിത ആർബിട്രേഷനു വിടാനുമുള്ള സംവിധാനമാണ് Whitely Council. ആർബിട്രേഷൻ തീരുമാനം സ്വീകരിക്കാൻ സർക്കാരും ജീവനക്കാരും നിർബ്ബന്ധിതരാണ്. ആർബിട്രേഷൻ തീരുമാനം ഉണ്ടായാൽ 5 വർഷത്തേക്ക് പ്രസ്തുത ആവശ്യം വീണ്ടും ഉന്നയിക്കാൻ ജീവനക്കാർക്ക് അവകാശമുണ്ടായിരിക്കില്ല. ഫലത്തിൽ ജീവനക്കാർക്ക് പണിമുടക്കാനുള്ള അവസരം ഇല്ലാതാക്കുന്നതായിരുന്നു പ്രസ്തുത സംവിധാനം. എന്നാൽ ഇന്ത്യയിൽ രൂപീകരിച്ച സംയുക്ത കൂടിയാലോചനാ സമിതി (JCM) മേല്പറഞ്ഞതിൽനിന്നും വ്യത്യസ്തമായിരുന്നു. ജെ സി എമ്മിൽ പ്രശ്നങ്ങൾ ഉന്നയിക്കുന്നതിൽ നിയന്ത്രണം ഏർപ്പെടുത്തിയിരുന്നു. ആർബിട്രേഷൻ തീരുമാനം സ്വീകരിക്കാൻ ജീവനക്കാർ നിർബ്ബന്ധിതരാണ്. എന്നാൽ ജീവനക്കാർക്ക് അനുകൂലമായ തീരുമാനങ്ങൾ ആണെങ്കിൽ നിരാകരിക്കാൻ കേന്ദ്ര സർക്കാരിന് അധികാരമുണ്ടായിരിക്കും. ഇക്കാര്യം പാർലമെന്റിൽ അറിയിക്കണമെന്നു മാത്രം. മാത്രമല്ല ജീവനക്കാർ പണിമുടക്കില്ല എന്നു മുൻകൂട്ടി സമ്മതിച്ചാൽ മാത്രം ജെ സി എമ്മിൽ അംഗത്വം നല്കുമെന്നും

വ്യക്തമാക്കപ്പെട്ടിരുന്നു. ശക്തമായ എതിർപ്പിനെ തുടർന്ന് അവസാനം പറഞ്ഞ നിബന്ധന ഒഴിവാക്കി.

1966 ൽ രൂപീകൃതമായ സംയുക്ത കൂടിയാലോചനാ സമിതിയുടെ ആദ്യയോഗത്തിൽ തന്നെ ആവശ്യാധിഷ്ഠിത മിനിമം വേതനത്തിന്റെ അടിസ്ഥാനത്തിൽ ശമ്പളം പരിഷ്കരിക്കുക, ക്ഷാമബത്തയിൽ പൂർണ്ണ സമീകരണം ഉറപ്പുവരുത്തുക എന്നീ അടിസ്ഥാനാവശ്യങ്ങളാണ് എൻ എഫ് പി ടി ഇ ഉന്നയിച്ചത്. രണ്ടുവർഷക്കാലം ഇവ ജെ സി എമ്മിന്റെ പരിഗണനയിലായിരുന്നു. പ്രശ്ന പരിഹാരം അനന്തമായി നീണ്ടുപോകുന്നതിനെതിരെ സംഘടനാ പ്രതിനിധികൾ ശക്തമായ നിലപാട് സ്വീകരിച്ചതിനെ തുടർന്ന് വിചിത്രമായ വാദഗതിയുമായി സർക്കാർ മുന്നോട്ടുവന്നു. മേല്പറഞ്ഞ രണ്ടാവശ്യങ്ങളും കേന്ദ്രസർക്കാരിന്റെ വേതന നയവുമായി ബന്ധപ്പെട്ട നയപ്രശ്നങ്ങൾ ആണെന്നും ഇവ ജെ സി എമ്മിൽ ചർച്ച ചെയ്യാൻ പാടില്ല എന്നതുമായിരുന്നു സർക്കാർ വാദം. രണ്ടുവർഷത്തെ ചർച്ചക്കുശേഷമാണ് ഈ നിലപാട് എടുത്തത് എന്ന് നാം മനസ്സിലാക്കണം. ജെ സി എം സ്കീം അനുസരിച്ച് ഇക്കാര്യത്തിലുള്ള വിയോജിപ്പ് രേഖപ്പെടുത്തി നിർബ്ബന്ധിത മാദ്ധ്യസ്ഥത്തിനു വിടണമെന്ന ആവശ്യവും നിരാകരിക്കപ്പെട്ടു. കേന്ദ്രസർക്കാരിന്റെ ഈ നിലപാടിനെതിരെ പ്രതിഷേധിച്ചുകൊണ്ട് സംഘടനാ പ്രതിനിധികൾ, കോൺഗ്രസ് നേതാവും നാഷണൽ ഫെഡറേഷൻ ഓഫ് ഇന്ത്യൻ റെയിൽവെയുടെ പ്രസിഡന്റും സ്റ്റാഫ് വിഭാഗം ലീഡറുമായ ശ്രീ. എ പി ശർമ്മയുടെ നേതൃത്വത്തിൽ ഇറങ്ങിപ്പോക്ക് നടത്തി. തുടർന്ന് ശ്രീ. എ പി ശർമ്മയുടെ അദ്ധ്യക്ഷതയിൽ ചേർന്ന യോഗം കേന്ദ്രസർക്കാരിന്റെ പ്രസ്തുത നിലപാടിനെതിരായി പണിമുടക്കണമെന്ന് അഭിപ്രായപ്പെട്ടിരുന്നു. 1968 സെപ്തംബർ 19 ന്റെ സമരത്തിന് നിദാനമായത് ഈ സാഹചര്യങ്ങളായിരുന്നു.

എന്നാൽ യഥാർത്ഥ പണിമുടക്ക് തീരുമാനമെടുത്തപ്പോൾ ശ്രീ. എ പി ശർമ്മയും ഐ എൻ ടി യു സി യൂണിയനുകളും ഇതിൽനിന്നും പിന്മാറി. ഒരു വിഭാഗം സംഘടനകളെ സമരത്തിൽനിന്നും മാറ്റിനിർത്താൻ സഹായിച്ചതിനു ശ്രീ. എ പി ശർമ്മയ്ക്ക് ഉടൻ പ്രതിഫലം കൊടുക്കാനും കേന്ദ്രസർക്കാർ തയ്യാറായി. അദ്ദേഹത്തെ ഉടൻ കേന്ദ്രമന്ത്രിയായും പിന്നീട് ഗവർണ്ണറായും നിയമിച്ച നടപടി 1968 ലെ സമരചരിത്രത്തിലെ കറുത്ത ഏടായി ഇന്നും അവശേഷിക്കുന്നു.

ആവശ്യങ്ങൾ

- ആവശ്യാധിഷ്ഠിത മിനിമം വേതനത്തിന്റെ അടിസ്ഥാനത്തിൽ ശമ്പളം പരിഷ്കരിക്കുക
- ക്ഷാമബത്തയിൽ പൂർണ്ണ സമീകരണം.
- ക്ഷാമബത്ത ശമ്പളത്തിൽ ലയിപ്പിക്കുക.

- കാഷ്വൽ – കണ്ടിജൻസി – കോൺട്രാക്റ്റ് സമ്പ്രദായം അവസാനിപ്പിക്കുക.
- സ്ഥിരം ജീവനക്കാരുടെ ശമ്പളത്തിന് ആനുപാതികമായി ഇ ഡി, കാഷ്വൽ ജീവനക്കാർക്കും കുറഞ്ഞ വേതനം നിജപ്പെടുത്തുക തുടങ്ങി 10 ഓളം ആവശ്യങ്ങൾ ആണ് പണിമുടക്കിൽ ഉന്നയിച്ചത്.

1968 ലെ വില നിലവാരം അനുസരിച്ച് ആവശ്യാധിഷ്ഠിത മിനിമം വേതനത്തിന്റെ അടിസ്ഥാനത്തിൽ 270 രൂപ ഗ്രൂപ്പ് ഡി ജീവനക്കാരനു ലഭിക്കണമായിരുന്നു. എന്നാൽ കേവലം 135 രൂപ ആണ് കിട്ടിക്കൊണ്ടിരുന്നത്. ജീവിത വില സൂചിക വർദ്ധിക്കുന്നതിന് അനുസരിച്ച് ക്ഷാമബത്ത വർദ്ധിപ്പിക്കുക എന്ന തത്ത്വം സർക്കാർ അംഗീകരിച്ചിരുന്നു. എന്നാൽ വിലക്കയറ്റംമൂലം യഥാർത്ഥ വേതനത്തിൽ വന്നുകൊണ്ടിരുന്ന മൂല്യശോഷണം പൂർണ്ണമായും സമീകരിക്കാൻ സർക്കാർ തയ്യാറായിരുന്നില്ല. അതുകൊണ്ടാണ് ക്ഷാമബത്തയിൽ പൂർണ്ണ സമീകരണം ആവശ്യപ്പെട്ടത്.

വിട്ടുവീഴ്ച

പണിമുടക്കിന് തയ്യാറെടുക്കുമ്പോൾ തന്നെ ആവശ്യമായ വിട്ടുവീഴ്ചകൾ നടത്തി പ്രശ്നം പരിഹരിക്കാൻ സംഘടനകൾ ശ്രമിച്ചിരുന്നു. അവശ്യാധിഷ്ഠിത മിനിമം വേതനം തത്ത്വത്തിൽ അംഗീകരിച്ചുകൊണ്ട് 30 രൂപ എങ്കിലും അടിസ്ഥാന ശമ്പളത്തിൽ വർദ്ധനവ് വരുത്തുകയും ക്ഷാമബത്തയിൽ പൂർണ്ണ സമീകരണം ഏർപ്പെടുത്തുകയും ചെയ്താൽ പണിമുടക്കിൽനിന്നും പിന്മാറാമെന്ന് സംഘടനകൾ വ്യക്തമാക്കിയിരുന്നു. എന്നാൽ ഒരു വിട്ടുവീഴ്ചയ്ക്കും സർക്കാർ തയ്യാറായിരുന്നില്ല. സമരത്തെ നേരിടാനുള്ള തയ്യാറെടുപ്പിലായിരുന്നു അവർ.

ലാഘവത്തോടെയുള്ള സമീപനം

ഇന്ത്യൻ ഭരണാധികാരികൾ തുടർന്നുവരുന്ന സാമ്പത്തിക നയം തന്നെ തിരുത്താൻ നിർബ്ബന്ധിക്കപ്പെടുന്ന ആവശ്യങ്ങൾ ഉൾക്കൊള്ളുന്ന സമരം സർവ്വശക്തിയും ഉപയോഗിച്ച് തകർക്കാൻ സർക്കാർ ശ്രമിക്കുമെന്ന കാര്യം വ്യക്തമായിരുന്നു. മാത്രമല്ല ശാസ്ത്രീയമായ ശമ്പളഘടന കേന്ദ്രസർക്കാർ നടപ്പാക്കിയാൽ സ്വകാര്യമേഖലയിലും പ്രത്യാഘാതം സൃഷ്ടിക്കുമെന്നും സർക്കാരിന് അറിയാം. മുതലാളിത്ത താല്പര്യം സംരക്ഷിക്കാൻ പ്രതിജ്ഞാബദ്ധരായ കോൺഗ്രസ് സർക്കാർ മേല്പറഞ്ഞ ആവശ്യം മുൻനിർത്തി നടത്തുന്ന സമരം എന്തു വില കൊടുത്തും അടിച്ചമർത്തുമെന്നുള്ള കാര്യവും വ്യക്തമായിരുന്നു. സ്വതന്ത്ര ഇന്ത്യയിൽ സർക്കാർ ജീവനക്കാരുടെ സമരം എങ്ങനെ നേരിടുമെന്നതിന്റെ അനുഭവം 1960 ൽ തന്നെ ബോദ്ധ്യപ്പെട്ടതുമാണ്. അതു

കൊണ്ട് കൂടുതൽ മുന്നൊരുക്കത്തോടെ വേണം സമരം സംഘടിപ്പിക്കേണ്ടത് എന്നു സ. കെ ജി ബോസ് ഉൾപ്പെടെയുള്ള നേതാക്കൾ മുന്നറിയിപ്പ് നല്കിയിരുന്നു. എന്നാൽ കേവലം ഒരു സൂചനാ പണിമുടക്കായതുകൊണ്ട് 1960 ലെ അനുഭവം ആവർത്തിക്കണമെന്നില്ല എന്നായിരുന്നു എൻ എഫ് പി ടി ഇ നേതൃത്വത്തിന്റെ നിലപാട്. ഇക്കാര്യം ബോദ്ധ്യപ്പെടുത്തുന്ന ഒരനുഭവം ഗ്രന്ഥകർത്താവിനുണ്ടായത് ഇവിടെ രേഖപ്പെടുത്തുകയാണ്. 1960ലെ സമരത്തിന് നേതൃത്വം കൊടുത്തതിന്റെ പേരിൽ അറസ്റ്റ് ചെയ്തു ചങ്ങലയോടെയുള്ള കയ്യാമംവെച്ചു ഡൽഹി തെരുവിലൂടെ നടത്തിച്ച എൻ എഫ് പി ടി ഇയുടെ സെക്രട്ടറി ജനറലായിരുന്ന സ. പി എസ് ആർ ആഞ്ജനേയലു ആണ് 1968ലെ സമരപ്രചരണത്തിന് കേരളത്തിൽ വന്നത്. അദ്ദേഹം കണ്ണൂരും സന്ദർശിച്ചിരുന്നു. സ. ആഞ്ജനേയലുവോടൊപ്പം ആന്ധ്രയിൽ സംഘടനാ പ്രവർത്തനം നടത്തിയിരുന്ന ശ്രീ. ഇ പി മാധവൻ നായരായിരുന്നു കണ്ണൂർ പോസ്റ്റൽ സൂപ്രണ്ട്. ശ്രീ മാധവൻ നായരുടെ ആവശ്യപ്രകാരം സ. ജനുമാസ്റ്ററും ഗ്രന്ഥകർത്താവും സ. ആഞ്ജനേയലുമായി മാധവൻ നായരെ സന്ദർശിച്ചിരുന്നു. 1960ലെ അനുഭവം ചൂണ്ടിക്കാണിച്ചുകൊണ്ട് ഈ സമരത്തിലും കടുത്ത പ്രതികാര നടപടികൾ ഉണ്ടാകില്ലേ എന്നു മാധവൻനായർ ചോദിച്ചു. സ. ആഞ്ജനേയലുവിന്റെ മറുപടി ഇതായിരുന്നു. "No. It is only a Token Strike - just like a sunday. We will strike work on 19th September and report for duty on 20th itself.".- 1968ലെ സമരത്തെ തുടർന്നുള്ള കേരളത്തിലെ മർദ്ദകവീരരിൽ പ്രധാനിയായിരുന്നു പ്രസ്തുത മാധവൻ നായർ എന്നുകൂടി ഇവിടെ സൂചിപ്പിക്കുന്നു.

പണിമുടക്ക് നിരോധിക്കുന്നു

പണിമുടക്കിനു ദിവസങ്ങൾക്കുമുമ്പ് തന്നെ അവശ്യസർവ്വീസ് സംരക്ഷണ ഓർഡിനൻസ് (ESMO) പുറപ്പെടുവിച്ചുകൊണ്ട് പണിമുടക്കം നിരോധിച്ചു. വിവിധ തരത്തിലുള്ള അച്ചടക്ക നടപടികൾ സ്വീകരിക്കാൻ ആവശ്യമായ നിർദ്ദേശങ്ങളും പുറപ്പെടുവിച്ചു. സെപ്തംബർ 18നു തന്നെ മർദ്ദന നടപടികളും അറസ്റ്റും ആരംഭിച്ചു. സമരപ്രചരണ യോഗത്തിൽ സംസാരിച്ചുകൊണ്ടിരിക്കെ ആർ എം എസ് യൂണിയൻ ജനറൽ സെക്രട്ടറി സ. എൻ ജെ അയ്യരെയും മറ്റു നേതാക്കളെയും ഡൽഹി റെയിൽവെ സ്റ്റേഷൻ പരിസരത്തുനിന്നും അറസ്റ്റ് ചെയ്ത് തുറങ്കിലടച്ചു. എൻ എഫ് പി ടി ഇ സെക്രട്ടറി ജനറൽ ഡി ജ്ഞാനയ്യ, ലൈൻ സ്റ്റാഫ് യൂണിയൻ ജനറൽ സെക്രട്ടറി ചന്ദ്രശേഖർ, കോൺഫെഡറേഷൻ നേതാവ് എസ് മധുസൂദനൻ എന്നിവരെ വിവിധ സ്ഥലങ്ങളിൽ വെച്ച് അറസ്റ്റ് ചെയ്തു. ഡൽഹിയിൽനിന്നു മാത്രം 3000ത്തോളം സംഘടനാ പ്രവർത്ത

കർ അറസ്റ്റു ചെയ്യപ്പെട്ടു. കേരളം ഒഴികെ രാജ്യത്തിന്റെ വിവിധ ഭാഗങ്ങളിൽനിന്നും ആയിരക്കണക്കിന് നേതാക്കളും പ്രവർത്തകരും അറസ്റ്റ് ചെയ്യപ്പെട്ടു. ഇതിനെ തുടർന്ന് സെപ്തംബർ 18ന് തന്നെ ഡൽഹിയിലും മറ്റു സ്ഥലങ്ങളിലും സമരം ആരംഭിച്ചു.

കേന്ദ്ര സർവ്വീസ് നിശ്ചലമായി

പണിമുടക്ക് നിരോധന ഓർഡിനൻസിനെ തുടർന്ന് പണിമുടക്കുന്നവരെയും പ്രേരിപ്പിക്കുന്നവരെയും സഹായിക്കുന്നവരെയും തടവിലാക്കാനുള്ള ഉത്തരവുകൾ പുറപ്പെടുവിച്ചിരുന്നു. സമരത്തെ കർശനമായി നേരിടാൻ സംസ്ഥാന സർക്കാരുകൾക്ക് നിർദ്ദേശം നൽകി. എന്നാൽ ഇതിനെയെല്ലാം വെല്ലുവിളിച്ചുകൊണ്ട് ബഹുഭൂരിപക്ഷം ജീവനക്കാരും പണിമുടക്കി കേന്ദ്രസർവ്വീസുകൾ നിശ്ചലമാക്കി.

അറസ്റ്റ്, ലാത്തിച്ചാർജ്ജ്, വെടിവെപ്പ്

12000 ജീവനക്കാരെ അറസ്റ്റ് ചെയ്ത് ജയിലിലടച്ചു. രാജ്യത്തിന്റെ വിവിധ ഭാഗങ്ങളിൽ ക്രൂരമായ ലാത്തിച്ചാർജ്ജും വെടിവെപ്പും നടത്തി. പതിനായിരത്തോളം ജീവനക്കാർ ലാത്തിച്ചാർജ്ജിനും ടിയർഗ്യാസ് പ്രയോഗത്തിനും വിധേയരായി.

സമാനതകളില്ലാത്ത രക്തസാക്ഷിത്വം

സെപ്തംബർ 19 ന്റെ സമരത്തിൽ പങ്കെടുത്ത് രക്തസാക്ഷിത്വം വരിച്ചവർ വെടിവെപ്പിനെ തുടർന്ന് മാത്രമായിരുന്നില്ല. പത്താൻകോട്ടിൽ പണിമുടക്കി ക്വാർട്ടേഴ്സുകളിൽ കഴിഞ്ഞ റെയിൽവെ ജീവനക്കാരെ പൊലീസുകാർ ബയനറ്റ് ചൂണ്ടി റെയിൽവെ സ്റ്റേഷനിൽ കൊണ്ടുവരികയും എഞ്ചിനിൽ കയറ്റി തോക്ക് ചൂണ്ടിക്കൊണ്ട് വണ്ടിയോടിക്കാൻ നിർബ്ബന്ധിക്കുകയും ചെയ്തിരുന്നു. ആ എഞ്ചിൻ തടയാൻ ശ്രമിച്ച 5 റെയിൽവെ തൊഴിലാളികളുടെമേൽ തീവണ്ടി കയറ്റിയാണ് രകതസാക്ഷിത്വത്തിലേക്ക് തള്ളിവിട്ടത്. ഡൽഹിയിൽ ഇന്ദ്രപ്രസ്ഥ എന്ന ബഹുനില കെട്ടിടത്തിന്റെ 7-ാം നിലയിൽനിന്ന് പൊലീസുകാർ തൂക്കി എറിഞ്ഞതിനെ തുടർന്നാണ് സെൻട്രൽ പബ്ലിക് വർക്സ് ഡിപ്പാർട്ട്മെന്റിലെ സ. അർജുൻ സിങ് എന്ന ജീവനക്കാരൻ രക്തസാക്ഷിത്വം വരിച്ചത്. അപ്രതീക്ഷിതമായി ഈ ദൃശ്യം പകർത്തിയ ഒരു പ്രസ് ഫോട്ടോഗ്രാഫറാണ് ഇക്കാര്യം വെളിപ്പെടുത്തിയത്. ഈ സംഭവം പാർലമെന്റിൽ വലിയ കോളിളക്കം സൃഷ്ടിച്ചിരുന്നു.

പത്താൻകോട്ടിലും ബിക്കാനീറിലും ഗൗഹട്ടിയിലും ഡൽഹിയിലുമായി 8 റയിൽവേ ജീവനക്കാർ ഉൾപ്പെടെ 13 സഖാക്കളാണ് 1968 സമരത്തിൽ രക്തസാക്ഷിത്വം വരിച്ചത്.

1968 ൽ രക്തസാക്ഷിത്വം വരിച്ച റയിൽവേ ജീവനക്കാർ

1.	**സ. പരേഷ് സന്യാൽ**	ഗൗഹതി (ആസ്സാം)യിൽ വെടിയേറ്റു രക്തസാക്ഷിത്വം വരിച്ചു
2. 3.	**സ. രമൺ ആചാരി** **സ. കിഷൺ ഗോപാൽ**	ബിക്കാനീറി(രാജസ്ഥാൻ)ൽ വെടിയേറ്റു രക്തസാക്ഷിത്വം വരിച്ചു.
4. 5. 6. 7. 8.	**സ. ലക്ഷ്മൺ സിങ്** **സ. രാജ് ബഹദൂർ** **സ. ദേവ് രാജ്** **സ. ഗുർദീപ്സിങ്** **സ. ഗാമ**	പത്താൻകോട്ടി(പഞ്ചാബ്)ൽ പിക്കറ്റിങ് നടത്തിയ ഈ സഖാക്കൾ തീവണ്ടി എഞ്ചിൻ കയറ്റിയതിനെ തുടർന്ന് ചതഞ്ഞരഞ്ഞു രക്തസാക്ഷിത്വം വരിച്ചു.

ക്രൂരമായ പ്രതികാര നടപടികൾ

സമരത്തിനു നേതൃത്വം കൊടുക്കുന്നതിലും പങ്കാളിത്തത്തിലും കമ്പി-തപാൽ ജീവനക്കാർ മുൻപന്തിയിലായിരുന്നു. സർക്കാർ കണക്കനുസരിച്ച് 123000 പേർ ഈ മേഖലയിൽ പണിമുടക്കിയിരുന്നു. 1171 താൽക്കാലിക ജീവനക്കാർ ഉടൻ പിരിച്ചുവിടപ്പെട്ടു. 49 പേരെ ഡിസ്മിസ് ചെയ്തു. 3756 പേർ സസ്പെന്റ് ചെയ്യപ്പെട്ടു. 3677 പേർ അറസ്റ്റ് ചെയ്യപ്പെട്ടിരുന്നു. കേന്ദ്ര സർവ്വീസിലെ 64000 താൽക്കാലിക ജീവനക്കാർക്ക് പിരിച്ചുവിടൽ നോട്ടീസ് നൽകിയിരുന്നു. വിവിധ ശിക്ഷാ നടപടികൾക്ക് വിധേയരായവർ ഒരുലക്ഷത്തിൽപ്പരമായിരുന്നു എന്നോർക്കുമ്പോൾ ഭരണാധികാരികൾ നടത്തിയ പ്രതികാര നടപടികളുടെ ഏകദേശ രൂപം വ്യക്തമാകും.

പ്രതികാര നടപടികൾക്കെതിരായ പോരാട്ടം

മേല്പറഞ്ഞ ക്രൂരമായ പ്രതികാര നടപടികൾക്കെതിരെ ശക്തമായ ചെറുത്തുനില്പ് സമരം സംഘടിപ്പിക്കാൻ എൻ എഫ് പി ടി ഇ തീരുമാനിച്ചു. ഇതിന്റെ അടിസ്ഥാനത്തിൽ അഖിലേന്ത്യാടിസ്ഥാനത്തിൽ കമ്പി-തപാൽ ജീവനക്കാർ Work-to- Rule- സമരം ആരംഭിച്ചു. കമ്പി-തപാൽ സർവ്വീസിനെ ഇത് ഗുരുതരമായി ബാധിച്ചു. എന്നാൽ പ്രതികാര നടപടികൾ പിൻവലിക്കാൻ അധികാരികൾ തയ്യാറായില്ല. ഇതിനെ തുടർന്ന് 1968 ഒക്ടോബർ 11 മുതൽ അഖിലേന്ത്യാ നേതാക്കൾ അനിശ്ചിതകാല നിരാഹാരം ആരംഭിച്ചു. ദേശീയ ട്രേഡ് യൂണിയനുകൾ ഐക്യദാർഢ്യം പ്രകടിപ്പിച്ചുകൊണ്ട് പ്രതിഷേധ പ്രകടനങ്ങൾക്ക് ആഹ്വാനം നൽകിയിരുന്നു. അന്തർദ്ദേശീയ ട്രേഡ് യൂണിയൻ സംഘടനകളും പ്രതികാര നടപടികൾ പിൻവലിക്കാൻ ഇന്ത്യൻ ഭരണാധികാരികളോട് ആവശ്യപ്പെട്ടിരുന്നു. വിവിധ ട്രേഡ് യൂണിയൻ സംഘടനകളുടെയും എംപിമാരുടെയും നേതൃത്വത്തിൽ ഒക്ടോബർ 17ന് പ്രധാനമന്ത്രി ഇന്ദിരാഗാന്ധിയു

ടെ വസതിയിലേക്ക് വമ്പിച്ച റാലി സംഘടിപ്പിച്ചിരുന്നു.

പ്രതികാര നടപടികൾ പിൻവലിക്കണമെന്നാവശ്യപ്പെട്ടുകൊണ്ട് പാർലമെന്റിൽ സഖാക്കൾ എസ് എ ഡാങ്കെ, പി രാമമൂർത്തി, എസ് എം ജോഷി, ശ്രീ. ജെ ബി കൃപലാനി, ഭൂപേഷ് ഗുപ്ത, മോഹൻ ധരിയ തുടങ്ങിയ പ്രമുഖ നേതാക്കൾ സംസാരിക്കുകയുണ്ടായി. പാർലമെന്റിൽ ഉണ്ടായ ശക്തമായ പ്രതിഷേധം സർക്കാരിനെ പ്രതിരോധത്തിലാക്കി. ഇതിനെ തുടർന്ന് ഒക്ടോബർ 18ന് പ്രതികാര നടപടികൾ പിൻവലിക്കാനുള്ള ആദ്യ നടപടി ആരംഭിച്ചു. 64000 താൽക്കാലിക ജീവനക്കാർക്ക് നൽകിയ പിരിച്ചുവിടൽ നോട്ടീസ് പിൻവലിക്കാൻ തീരുമാനിച്ചു. ഇതിനെ തുടർന്ന് നേതാക്കൾ നടത്തിവന്ന നിരാഹാരസമരം പിൻവലിച്ചു. എന്നാൽ പിരിച്ചുവിട്ടവരെയും സസ്പെന്റ് ചെയ്തവരെയും തിരിച്ചെടുക്കാനും മറ്റു ശിക്ഷാ നടപടികൾ പിൻവലിക്കാനും വർഷങ്ങൾ തന്നെ കാത്തിരിക്കേണ്ടിവന്നിരുന്നു.

കമ്പി–തപാൽ ജീവനക്കാരെ ഭിന്നിപ്പിക്കുന്നു

1968 സമരത്തിലെ മറ്റൊരു തിക്തമായ അനുഭവം കമ്പി–തപാൽ ജീവനക്കാരുടെ ഐക്യത്തെ ശിഥിലീകരിക്കാൻ ഭരണവർഗ്ഗത്തിനു കഴിഞ്ഞു എന്നതാണ്. ഒരു വ്യവസായത്തിൽ ഒരു യൂണിയൻ എന്ന തത്വത്തിന്റെ അടിസ്ഥാനത്തിൽ കമ്പി–തപാൽ മേഖലയിൽ എൻ എഫ് പി ടി ഇക്ക് മാത്രമേ അംഗീകാരം ഉണ്ടായിരുന്നുള്ളൂ. 1954ലെ റീ– അലൈൻമെന്റ് സ്കീം അനുസരിച്ച് മറ്റൊരു യൂണിയനെ അംഗീകരിക്കാൻ സാദ്ധ്യമല്ലായിരുന്നു. എൻ എഫ് പി ടി ഇ രൂപീകരിച്ചതു മുതൽ ഈ മേഖലയിൽ വന്ന അഭൂതപൂർവ്വമായ ഐക്യവും കേന്ദ്ര ജീവനക്കാരുടെ അവകാശസമരങ്ങളുടെ കുന്തമുനയായി പ്രവർത്തിച്ചു വന്നതും അധികൃതരിൽ അങ്കലാപ്പ് സൃഷ്ടിച്ചിരുന്നു. 1968ലെ സമരത്തെ തുടർന്ന് എൻ എഫ് പി ടി ഇയുടെ അംഗീകാരം പിൻവലിക്കുകയും എഫ് എൻ പി ടി ഒ എന്ന സർക്കാർ വിലാസം സംഘടനയ്ക്ക് അംഗീകാരം നൽകുകയും ചെയ്തു. ഇതോടെ കമ്പി–തപാൽ മേഖലയിൽ സംഘടനാ ബാഹുല്യത്തിന് തുടക്കംകുറിച്ചു. എഫ് എൻ പി ടി ഒ എന്ന സംഘടന രൂപീകരിക്കുകയോ രജിസ്റ്റർ ചെയ്യുകയോ ചെയ്യുന്നതിനു മുമ്പ് തന്നെ മുൻകൂറായി അംഗീകാരം നൽകുകയായിരുന്നു. എന്നാൽ ജീവനക്കാരുടെ പിന്തുണ ആർജ്ജിക്കാൻ നാളിതുവരെ ഈ സംഘടനയ്ക്ക് സാധിച്ചിരുന്നില്ല എന്നതാണ് അനുഭവം. ഏറ്റവും ഒടുവിൽ 2013 ഏപ്രിൽ മാസം ബി എസ് എൻ എല്ലിൽ നടന്ന റഫറണ്ടത്തിൽ കേവലം 6 ശതമാനം ജീവനക്കാരുടെ പിന്തുണയാണ് പ്രസ്തുത സംഘടനയ്ക്ക് ലഭിച്ചത്. സമാനമായ സ്ഥിതിയാണ് പോസ്റ്റൽ മേഖലയിലും.

സമരത്തിന്റെ നേട്ടങ്ങൾ

സെപ്തംബർ 19 ന്റെ സമരം ക്രൂരമായി അടിച്ചമർത്തിയെങ്കിലും

ആ സമരത്തിന്റെ പ്രാധാന്യവും നേട്ടങ്ങളും എന്നെന്നും സ്മരിക്കപ്പെടും. ഇന്ത്യൻ തൊഴിലാളിവർഗ്ഗത്തിന്റെ അടിസ്ഥാനാവശ്യമായ ആവശ്യാധിഷ്ഠിത മിനിമം വേതനം രാജ്യത്ത് സജീവമായി ഉയർത്തിക്കൊണ്ടുവരാൻ ഈ സമരത്തിന് സാധിച്ചു. പൊലീസ് മർദ്ദനവും വെടിവെപ്പും ജയിൽവാസവും പിരിച്ചുവിടലും നേരിട്ടുകൊണ്ട് അവകാശസമരം സംഘടിപ്പിക്കാനും മർദ്ദന നടപടികൾ അതിജീവിക്കാനും കേന്ദ്രജീവനക്കാരുടെ പ്രസ്ഥാനത്തിനു സാധിക്കുമെന്ന് ഈ സമരം തെളിയിച്ചു. സമരത്തെത്തുടർന്ന് ശമ്പളപരിഷ്കരണത്തിന് മൂന്നാം ശമ്പളക്കമ്മീഷനെ നിയമിക്കാൻ കേന്ദ്രസർക്കാർ നിർബ്ബന്ധിതരായി. 1957 ലെ ത്രികക്ഷി ലേബർ സമ്മേളനത്തിന്റെ മാനദണ്ഡങ്ങൾക്ക് നിരക്കുന്നതല്ലെങ്കിലും പുതിയ ചില മാനദണ്ഡങ്ങൾ അനുസരിച്ച് 1973 ൽ കേന്ദ്ര സർവ്വീസിലെ അവിദഗ്ദ്ധനായ ജീവനക്കാരന് മിനിമം വേതനമായ 196 രൂപ നിശ്ചയിക്കാനും അതിന്റെ അടിസ്ഥാനത്തിൽ കേന്ദ്രജീവനക്കാരുടെ ശമ്പളം പരിഷ്കരിക്കാനും മൂന്നാം ശമ്പളക്കമ്മീഷൻ നിർബ്ബന്ധിതരായി. സമരത്തിൽ നാം ഉന്നയിച്ച രണ്ടാമത്തെ ആവശ്യമായ ക്ഷാമബത്തയിൽ പൂർണ്ണ സമീകരണം മൂന്നും നാലും ശമ്പളക്കമ്മീഷനുകൾ ഭാഗികമായും അഞ്ചാം ശമ്പളക്കമ്മീഷൻ പൂർണ്ണമായും അംഗീകരിച്ചുകൊണ്ട് കേന്ദ്ര ജീവനക്കാർക്ക് തൃപ്തികരമായ ഒരു ക്ഷാമബത്തയ് ഫോർമുലയ്ക്ക് വഴിതെളിയിച്ചതു 1968 സെപ്തംബർ 19 സമരമായിരുന്നു. പ്രക്ഷോഭ സമരങ്ങൾ ഇല്ലാതെ തന്നെ പൂർണ്ണ സമീകരണത്തോടെ വർഷത്തിൽ രണ്ടുപ്രാവശ്യം ക്ഷാമബത്ത ലഭിക്കുമ്പോൾ കേന്ദ്ര ജീവനക്കാർ അനുസ്മരിക്കേണ്ടത് സെപ്തംബർ 19 സമരവും ആ സമരത്തിൽ ജീവൻ ബലിയർപ്പിക്കപ്പെട്ട രക്തസാക്ഷികളെയുമാണ്.

14

1968 സമരം – കേരളത്തിലെ അനുഭവങ്ങൾ

ആയിരത്തിത്തൊള്ളായരത്തി അറുപതിലെ പണിമുടക്കനുഭവത്തിന്റെ പശ്ചാത്തലത്തിൽ, 1968 സെപ്തംബർ 19 ഒരു സൂചനാ പണിമുടക്കാണെങ്കിലും കേരളത്തിൽ വിപുലമായ പ്രചരണത്തിനും മറ്റു പ്രതിരോധ പ്രവർത്തനങ്ങൾക്കുമാണ് എൻ എഫ് പി ടി ഇ ഏകോപനസമിതിയും കോൺഫെഡറേഷനും തീരുമാനമെടുത്തത്. സമരത്തിൽ ഉന്നയിച്ച ആവശ്യങ്ങളുടെ പ്രാധാന്യത്തെപ്പറ്റിയും തൊഴിലാളിസമരങ്ങളോടുള്ള കേന്ദ്ര സർക്കാരിന്റെ നിലപാടിനെ സംബന്ധിച്ചും കേരളമൊട്ടുക്കും വിപുലമായ പ്രചരണ പ്രവർത്തനങ്ങളാണ് സംഘടിപ്പിക്കപ്പെട്ടത്. സർക്കിൾ സെക്രട്ടറിമാരും മറ്റു നേതാക്കളും ഈ പ്രചരണ പരിപാടികളിൽ പങ്കെടുത്തിരുന്നു. എൻ എഫ് പി ടി ഇ കേന്ദ്ര നേതൃത്വത്തെ പ്രതിനിധീകരിച്ചു മുൻ സെക്രട്ടറി ജനറൽ സ. പി എസ് ആർ ആഞ്ജനേയലു വിവിധ ജില്ലാ കേന്ദ്രങ്ങൾ സന്ദർശിച്ചു ജീവനക്കാരെ അഭിസംബോധന ചെയ്തിരുന്നു.

സമരസമിതികളും വിവിധ ട്രേഡ് യൂണിയൻ – സർവ്വീസ് സംഘടനാ പ്രതിനിധികളും രാഷ്ട്രീയ പാർട്ടി പ്രതിനിധികളും ഉൾപ്പെടുന്ന സമര സഹായ സമിതികളും സംസ്ഥാന /ജില്ലാ കേന്ദ്രങ്ങളിലും പ്രാദേശികമായി ഓരോ കേന്ദ്ര സർക്കാർ ഓഫീസുകൾ കേന്ദ്രീകരിച്ചും രൂപീകരിച്ചിരുന്നു. 1960ലെ പണിമുടക്ക് സമരകാലത്ത് കേന്ദ്ര സർക്കാർ ഓഫീസുകളിൽ ജോലി ചെയ്യാൻ തയ്യാറാണെന്നു പ്രഖ്യാപിച്ച സംസ്ഥാന സർക്കാർ ജീവനക്കാർ ഈ സമരത്തിൽ തികച്ചും വ്യത്യസ്തമായ സമീപനമാണ് സ്വീകരിച്ചത്. എൻ ജി ഒ യൂണിയന്റെയും കെ ജി പി ടി എയുടെയും നേതൃത്വത്തിൽ സംസ്ഥാന ജീവനക്കാർ സമരം വിജയിപ്പിക്കാനുള്ള പ്രവർത്തനങ്ങളിൽ കേന്ദ്രജീവനക്കാരോടൊപ്പം ഉണ്ടായിരുന്നു.

പ്രമുഖ അഭിഭാഷകർ ഉൾപ്പെടുന്ന നിയമസഹായ സമിതികൾ സംസ്ഥാന / ജില്ലാ കേന്ദ്രങ്ങളിൽ രൂപീകരിച്ചിരുന്നു.

വ്യത്യസ്തമായ സമീപനം

1968 ൽ സ. ഇ എം എസ്സിന്റെ നേതൃത്വത്തിലുള്ള സപ്തകക്ഷി മുന്നണിയാണ് കേരളം ഭരിച്ചിരുന്നത്. അവകാശ സമരങ്ങളോടും തൊഴിലാളികളുടെ ആവശ്യം അംഗീകരിക്കുന്ന കാര്യത്തിലും കോൺഗ്രസ് നേതൃത്വത്തിലുള്ള സർക്കാരുകളിൽനിന്നും തികച്ചും വ്യത്യസ്തമായ നിലപാടാണ് ഇ എം എസ് സർക്കാർ സ്വീകരിച്ചുവന്നിരുന്നത്. സെപ്തംബർ 19 സമരം നിരോധിച്ചുകൊണ്ടുള്ള അവശ്യ സർവ്വീസ് സംരക്ഷണ ഓർഡിനൻസ് (ESMO) പ്രഖ്യാപിച്ചതിനെ തുടർന്ന് രാജ്യത്തെമ്പാടും കേന്ദ്ര ജീവനക്കാരെ അറസ്റ്റ് ചെയ്തു ജയിലിൽ അടയ്ക്കുന്ന സന്ദർഭത്തിൽ കേരളത്തിൽ ഈ ഓർഡിനൻസ് നടപ്പാക്കില്ല എന്നു സ. ഇ എം എസ് പ്രഖ്യാപിച്ചു. എസ്മോ ലംഘിച്ചതിന്റെ പേരിൽ ജീവനക്കാരെ അറസ്റ്റ് ചെയ്യാനോ കേസ് ചാർജ്ജ് ചെയ്യാനോ കേരള സർക്കാർ തയ്യാറല്ലെന്നും പ്രഖ്യാപിക്കപ്പെട്ടു. മാത്രമല്ല തൊഴിലാളിവിരുദ്ധ ഓർഡിനൻസിനെതിരായും പണിമുടക്കിനു പിന്തുണ പ്രഖ്യാപിച്ചും സമരസഹായ സമിതിയുടെ ആഭിമുഖ്യത്തിൽ തിരുവനന്തപുരം പുത്തരിക്കണ്ടം മൈതാനിയിൽ സംഘടിപ്പിച്ച വമ്പിച്ച റാലിയെ അഭിവാദ്യം ചെയ്തു കൊണ്ട് മന്ത്രിമാരായ സഖാക്കൾ ടി വി തോമസ്, ഇ കെ ഇമ്പിച്ചിബാവ, ടി കെ ദിവാകരൻ, മത്തായി മാഞ്ഞൂരാൻ എന്നിവർ സംസാരിച്ചത് വമ്പിച്ച വിവാദത്തിന് തിരികൊളുത്തിയിരുന്നു. സമരത്തെ നേരിടാൻ സി ആർ പിക്കാരെ കേരളത്തിൽ വിന്യസിക്കുമെന്ന കേന്ദ്ര ആഭ്യന്തര വകുപ്പിന്റെ പ്രഖ്യാപനവും സ. ഇ എം എസ് ചോദ്യം ചെയ്തു. ക്രമസമാധാനപാലനം പൂർണ്ണമായും സംസ്ഥാന സർക്കാരിന്റെ പരിധിയിലാണെന്നു വ്യക്തമാക്കികൊണ്ടു സി ആർ പിക്കാർ അവരുടെ ബാരക്കിൽ തന്നെ നിൽക്കേണ്ടിവരുമെന്ന് സ. ഇ എം എസ് മുന്നറിയിപ്പ് നൽകി. ഇതിന്റെയെല്ലാം പേരിൽ ഇ എം എസ് സർക്കാരിനെ പിരിച്ചുവിടുമെന്നു കേന്ദ്ര ഭരണാധികാരികൾ ഭീഷണി മുഴക്കിയിരുന്നു. ഈ സമയത്ത് ഇതുസംബന്ധിച്ച നിരവധി പത്രവാർത്തകൾ പ്രചരിക്കുകയുണ്ടായി. ഇതെല്ലാം കേരളത്തിലെ പണിമുടക്കിനു പ്രത്യേക മാനം തന്നെ സൃഷ്ടിച്ചിരുന്നു.

അധികൃതരുടെ മുന്നൊരുക്കം

പണിമുടക്കിനു തലേദിവസം ജോലിക്ക് വന്ന സ്ത്രീകളടക്കമുള്ള ജീവനക്കാരെ നിർബ്ബന്ധിച്ചു പുറത്തുവിടാതെയും കരിങ്കാലി പണി ചെയ്യാൻ തയ്യാറായി വരുന്ന ജീവനക്കാർക്ക് ടെലിഫോൺ എക്സ്ചേഞ്ചിലും പോസ്റ്റാഫീസുകളിലും ഓഫീസുകളിലും താമസിപ്പിക്കാനും അധികൃതർ നടപടി സ്വീകരിച്ചു. ഇവർക്കാവശ്യമായ ഭക്ഷണം ശേഖരിച്ചുവെക്കാനും നടപടിയുണ്ടായി. അധികൃതരുടെ ഇത്തരം നടപടികൾ പല

സ്ഥലത്തും സംഘർഷത്തിന് ഇടയാക്കിയിരുന്നു. ചില സ്ഥലങ്ങളിൽ സംസ്ഥാന സർക്കാരിന്റെ നയത്തിനെതിരായി ചില പൊലീസ് അധികൃതരുടെ ഇടപെടലും ലാത്തിചാർജ്ജും ഉണ്ടായിരുന്നു. പൊലീസിന്റെ ഇടപെടലിനെ ശക്തിയായി പ്രതിരോധിച്ചുകൊണ്ട് തൃശ്ശൂരിൽ സമരസമിതി നേതാക്കളായ സഖാക്കൾ കെ പി ഗോവിന്ദൻകുട്ടി, പി ബാലകൃഷ്ണൻ, എം ആർ ചന്ദ്രൻ, എൻ മാധവൻകുട്ടി, പി ജി വാസുദേവൻ, സി കെ മാധവൻ, കെ രാമൻ എന്നിവരുടെ നേതൃത്വത്തിൽ ജീവനക്കാർ ടെലിഫോൺ എക്സ്ചേഞ്ചിലേക്ക് ഇരച്ചുകയറുകയും അവിടെ നിർബ്ബന്ധിപ്പിച്ചു താമസിപ്പിച്ച മുഴുവൻ ജീവനക്കാരെയും പുറത്തിറക്കിക്കൊണ്ട് എക്സ്ചേഞ്ച് താഴിട്ടുപൂട്ടുകയും ചെയ്തു. കൂട്ടത്തോടെ ഇറങ്ങിവന്ന നേതാക്കളുമായും ജീവനക്കാരുമായി പൊലീസുകാർ തർക്കിക്കുകയും സംഘർഷ സ്ഥിതി ഉളവാക്കുകയും ചെയ്തു. തുടർന്ന് ഭീകരമായി ലാത്തിച്ചാർജ്ജും നടത്തി. ടെലിഫോൺ എക്സ്ചേഞ്ച് പരിസരത്തുള്ള കച്ചവടസ്ഥാപനങ്ങളിലും പൊലീസ് ഓടിക്കയറി ലാത്തി വീശുകയുണ്ടായി. സഖാക്കൾ സി കെ മാധവൻ, എസ് കെ ഗോപാലൻ, ശങ്കരു എന്നിവർക്ക് പരിക്കേറ്റിരുന്നു. തുടർന്ന് കച്ചവടക്കാർ സെപ്തംബർ 19ന് തൃശ്ശൂർ പട്ടണത്തിൽ ഹർത്താൽ പ്രഖ്യാപിച്ചിരുന്നു.

കോഴിക്കോട് എക്സ്ചേഞ്ചിലും തലേദിവസം തന്നെ ജീവനക്കാരെ പാർപ്പിക്കാനും പണിമുടക്കം പൊളിക്കാനുള്ള നടപടികൾ അധികൃതർ സ്വീകരിച്ചിരുന്നു. ആവശ്യമായ ഭക്ഷണസാധനങ്ങൾ സംഭരിച്ചുകൊണ്ട് ഓഫീസർമാർ മുഴുവൻ അവിടെ തങ്ങുകയായിരുന്നു. ടെലിഫോൺ എക്സ്ചേഞ്ചിനകത്ത് സി ആർ പിക്കാരും പുറത്ത് കേരളാ പൊലീസും നിലയുറപ്പിച്ചിരുന്നു. ഇതെല്ലാം അവഗണിച്ച് സ. വി എ എൻ നമ്പൂതിരി കാരായി ശ്രീധരൻ, സ. കെ പ്രഭാകരൻ, പി വി നമ്പീശൻ എന്നിവരുടെ നേതൃത്വത്തിൽ സംഘടനാ പ്രവർത്തകർ ഒന്നടങ്കം എക്സ്ചേഞ്ചിൽ തള്ളിക്കയറുകയും കരിങ്കാലിപ്പണി ചെയ്യാൻ നിർബ്ബന്ധിച്ചു നിർത്തിയ മുഴുവൻ ജീവനക്കാരെയും ഇറക്കിക്കൊണ്ടു വരികയും ചെയ്തു. എറണാകുളം എക്സ്ചേഞ്ചിൽ രാത്രി 12 മണിക്ക് പണിമുടക്കം ആരംഭിച്ചുകൊണ്ട് പുറത്തിറങ്ങിയ ജീവനക്കാരെ സഖാക്കൾ എം ആർ രാജേന്ദ്രൻനായരുടെയും ആർ ഡി പണിക്കരുടെയും നേതൃത്വത്തിൽ സ്വീകരിച്ചാനയിക്കുകയും അതോടൊപ്പം നിർബ്ബന്ധിച്ച് കരിങ്കാലിപ്പണി ചെയ്യിക്കാൻ നിർത്തിയവരേയും ഇറക്കിക്കൊണ്ടു വരികയും ചെയ്തു.

സ്ത്രീകൾക്ക് ഡോർമിറ്ററി സൗകര്യം ഇല്ലാത്ത ചെറിയ കെട്ടിടത്തിൽ പ്രവർത്തിച്ചിരുന്ന കണ്ണൂർ ടെലിഫോൺ എക്സ്ചേഞ്ചിൽ സ്ത്രീ ജീവനക്കാർ ഉൾപ്പെടെ ഏതാനും ജീവനക്കാരെ രാത്രി പാർപ്പിക്കാനുള്ള അധികൃതരുടെ നീക്കവും സംഘർഷത്തിനിടയാക്കി. തന്റെ ഭാര്യയെ നിർബ്ബന്ധിച്ചു കരിങ്കാലിപ്പണി ചെയ്യാൻ രാത്രിയിൽ ടെലിഫോൺ എക്സ്ചേഞ്ചിൽ കയറ്റിയ ഡോക്ടറായ ഭർത്താവ് തന്റെ നടപടിയെ ന്യായീകരിച്ചു സംസാരിച്ചത് സമരസഹായ പ്രവർത്തകരെ പ്രകോപിതരാക്കി.

പ്രസ്തുത ഡോക്ടറേയും കൂടെ ഉണ്ടായിരുന്ന ഒരു സി ആർ പിക്കാരനെയും ''സ്നേഹപൂർവ്വം'' തലോടി വിട്ടിരുന്നു. സമരസമിതി നേതാക്കളായ പി വി ചന്ദ്രശേഖരനും പി എൻ കുറുപ്പും തങ്ങളെ മർദ്ദിക്കുകയും കൊല്ലാൻ ശ്രമിക്കുകയും ചെയ്തു എന്നു പ്രസ്തുത ഡോക്ടറും സി ആർ പിക്കാരനും പൊലീസ് സ്റ്റേഷനിൽ ചെന്നു പരാതിപ്പെട്ടു. സംഭവം നടന്നു എന്നു പറയുന്ന സമയത്തു പൊലീസ് എസ് ഐയും പാർട്ടിയും ടെലിഫോൺ എക്സ്ചേഞ്ച് പരിസരത്തുണ്ടായിരുന്നു. രാത്രി 8 മണിക്കുശേഷം സ്ത്രീ ജീവനക്കാർക്കു പ്രവേശനം ഇല്ലാതിരുന്ന കണ്ണൂർ എക്സ്ചേഞ്ചിൽ സ്ത്രീകളെ നിർത്തിയതിന് എതിരായി എസ് ഐയോടു മേല്പറഞ്ഞ നേതാക്കൾ സംസാരിക്കുകയായിരുന്നു. അതുകൊണ്ടു തന്നെ പ്രഥമദൃഷ്ട്യാ കള്ളപ്പരാതിയാണെന്നു പറഞ്ഞുകൊണ്ട് എസ് ഐ പൊലീസ് സ്റ്റേഷനിൽനിന്നും ഇവരെ ഇറക്കിവിടുകയായിരുന്നു. ചില ഉദാഹരണങ്ങൾ ചൂണ്ടിക്കാണിക്കുക മാത്രമാണ് ഇവിടെ ചെയ്യുന്നത്. സമാനമായ സംഭവങ്ങൾ സംസ്ഥാനത്തിന്റെ വിവിധ ഭാഗങ്ങളിൽ നിന്നു റിപ്പോർട്ട് ചെയ്യപ്പെട്ടിരുന്നു.

സേവാദൾ വളണ്ടിയർമാരെ അടിച്ചിറക്കി

1960 ൽ കേന്ദ്രജീവനക്കാരുടെ പണിമുടക്കം പൊളിക്കാൻ കേന്ദ്ര സർക്കാർ ഓഫീസുകളിൽ സേവാദൾ വളണ്ടിയർമാരെ നിയോഗിക്കുകയും സമരാനന്തരം ഇവർക്ക് കേന്ദ്രസർവ്വീസിൽ സ്ഥിരം നിയമനം നൽകുകയും ചെയ്തിരുന്നു. 1968 ലെ സമരത്തിലും പഴയ അനുഭവങ്ങൾ ആവർത്തിക്കാമെന്ന വ്യാമോഹത്തോടെ കണ്ണൂർ ജില്ലാ കോൺഗ്രസ് കമ്മിറ്റി വിവിധ ഓഫീസുകളിലേക്ക് സേവാദൾ വളണ്ടിയർമാരെ നിയോഗിച്ചിരുന്നു. ഡി സി സി ഓഫീസിൽനിന്നുള്ള നിർദേശത്തെ തുടർന്ന് സെപ്തംബർ 18 ന് വൈകുന്നേരം പയ്യന്നൂർ ടെലിഫോൺ എക്സ്ചേഞ്ചിൽ കരിങ്കാലിപ്പണിക്കായി എത്തിച്ചേർന്ന 4 സേവാദൾ വളണ്ടിയർമാരെ സഖാക്കൾ പി എ തോമസ്, എം വാസുദേവൻ നമ്പൂതിരി എന്നിവരുടെ നേതൃത്വത്തിൽ കായികമായി തടഞ്ഞു തിരിച്ചയച്ചിരുന്നു. 7 സേവാദൾ വളണ്ടിയർമാർ 18നു വൈകുന്നേരം വളപട്ടണം ടെലിഫോൺ എക്സ്ചേഞ്ചിൽ എത്തിച്ചേർന്നു. ഇവരുടെ വരവിന്റെ ഉദ്ദേശ്യം മനസ്സിലാക്കിയ ജീവനക്കാർ സഖാക്കൾ എം സുന്ദർരാജ്, പി വി ഉണ്ണികൃഷ്ണൻ, കെ എസ് ജോർജ്ജ്, കെ കെ ജനാർദ്ദനൻ എന്നിവരുടെ നേതൃത്വത്തിൽ തടഞ്ഞുനിർത്തുകയുണ്ടായി. എന്നാൽ വളപട്ടണം ഇ എസ് പി ശ്രീ. എം രാമചന്ദ്രന്റെ നിർദ്ദേശപ്രകാരം പൊലീസ് അവരെ അകത്തുകയറ്റിവിട്ടു. വിവരം അറിഞ്ഞ ഗ്രന്ഥകാരൻ ഇ എസ് പി രാമചന്ദ്രനുമായി ബന്ധപ്പെടുകയും സേവാദൾ വളണ്ടിയർമാരെ ഇറക്കിവിടാൻ ആവശ്യപ്പെടുകയും ചെയ്തു. മുകളിൽനിന്നുള്ള നിർദ്ദേശപ്രകാരമാണ് അവരെ കയറ്റിയതെന്നും സമരം കഴിയുന്നതുവരെ അവർ ഓഫീസിൽ ഉണ്ടാകുമെന്നായിരുന്നു മറുപടി. ടെലിഫോൺ എക്സ്ചേഞ്ച്

സംരക്ഷിക്കാൻ മറ്റു ചിലർ കൂടി അവിടെ വരുമെന്നും അവരെ കൂടി അവിടെ പ്രവേശിപ്പിക്കേണ്ടി വരുമെന്നും ഇ എസ് പിയോട് പറയേണ്ടി വന്നു. അധികം താമസിയാതെ വെസ്റ്റേൺ ഇന്ത്യാ പ്ലൈവുഡ്സിൽനിന്നും ഷിഫ്റ്റ് കഴിഞ്ഞ് ഇറങ്ങിയ തൊഴിലാളികൾ കൂട്ടത്തോടെ ടെലിഫോൺ എക്സ്ചേഞ്ചിൽ എത്തിച്ചേർന്നു. തടയാനുള്ള പൊലീസ് ശ്രമത്തെ പരാജയപ്പെടുത്തിക്കൊണ്ട് അവർ അകത്തു പ്രവേശിക്കുകയും എല്ലാ സേവാദൾ വളണ്ടിയർമാരെയും അടിച്ചിറക്കുകയും ഒരു ടാക്സി കാറിൽ കയറ്റി ഡി സി സി ഓഫീസിലേക്ക് പറഞ്ഞുവിടുകയും ചെയ്തു. ഇതോടെ മറ്റ് ഓഫീസുകളിലേക്ക് സേവാദൾ വളണ്ടിയർമാരെ അയക്കാനുള്ള ശ്രമം ഡി സി സി ഉപേക്ഷിച്ചു. സമരത്തിനുശേഷം തമിഴ്നാട്ടിലേക്ക് സ്ഥലംമാറ്റം വാങ്ങിപ്പോയ ശ്രീ. രാമചന്ദ്രൻ വർഷങ്ങൾക്കുശേഷം ടെലികോം ഡയറക്ടർ ആയി തിരുവനന്തപുരത്ത് നിയമിതനായതിനെ തുടർന്ന് തമ്മിൽ കണ്ടുമുട്ടിയപ്പോൾ ആദ്യം അനുസ്മരിച്ചത് വളപട്ടണം സംഭവമായിരുന്നു. തന്റെ ഓഫീസിൽ അഭയംപ്രാപിച്ച വളണ്ടിയർമാരെ മർദ്ദിക്കുന്നതു കണ്ടു ഭയത്തോടെ സ്വിച്ച്ബോർഡിന്റെ മറവിൽ നിന്നതും ഓഫീസറാണെന്നു പറഞ്ഞപ്പോൾ വെറുതെ വിട്ടതും ശ്രീ. രാമചന്ദ്രൻ അനുസ്മരിച്ചു. പിന്നീട് തന്നോട് മാന്യതയോടെയാണ് തൊഴിലാളികൾ പെരുമാറിയത് എന്നും ശ്രീ. രാമചന്ദ്രൻ പറയുകയുണ്ടായി.

ഉജ്ജ്വലമായ സമരം

കേന്ദ്രസർക്കാരിന്റെ എല്ലാ ഭീഷണികളെയും മർദ്ദന നടപടികളെയും വെല്ലുവിളിച്ചുകൊണ്ട് കേരളത്തിൽ 85 ശതമാനം കമ്പി–തപാൽ ജീവനക്കാർ സെപ്തംബർ 19 ന് പണിമുടക്കി. പല സ്ഥലങ്ങളിലും ജോലിക്ക് ഹാജരാവാൻ വന്ന കരിങ്കാലികളെ പിക്കറ്റു ചെയ്യേണ്ടിവന്നിരുന്നു. ചില സ്ഥലങ്ങളിൽ അറസ്റ്റും പൊലീസ് നടപടിയും ഉണ്ടായിരുന്നു. ഒരു കോൺഗ്രസ് നേതാവിന്റെ സഹായത്തോടെ ഒരു സ്ത്രീജീവനക്കാരിയെ കോഴിക്കോട് ടെലിഫോൺ എക്സ്ചേഞ്ചിൽ കരിങ്കാലിപ്പണിക്ക് കയറ്റാൻ ശ്രമമുണ്ടായി. സ. വി എ എൻ നമ്പൂതിരി ഗേറ്റിൽ കിടന്നുകൊണ്ട് ആ ശ്രമം പരാജയപ്പെടുത്തി. തുടർന്ന് സ. നമ്പൂതിരിയെ അറസ്റ്റു ചെയ്തുമാറ്റാനുള്ള പൊലീസ് നടപടി സംഘർഷത്തിനിടയാക്കിയിരുന്നു. പ്രതിഷേധത്തിനിടയിൽ സ. നമ്പൂതിരിയെ അറസ്റ്റ് ചെയ്തു നീക്കി. തുടർന്ന് കാരായി ശ്രീധരൻ ഗേറ്റിൽ കിടന്നുകൊണ്ട് സ്ത്രീ ജീവനക്കാരിയെ അകത്തു കടത്താനുള്ള ശ്രമം തടഞ്ഞു. സ. കാരായി ശ്രീധരനേയും അറസ്റ്റ് ചെയ്തു നീക്കി പൊലീസുകാർ അവരെ അകത്തുകയറ്റി. എന്നാൽ പോലീസ് കേസ് ചാർജ്ജ് ചെയ്തിരുന്നില്ല. അവിടെ വെച്ചു തന്നെ രണ്ടുപേരെയും വിട്ടയച്ചു. മർദ്ദകവീരനായ ഡി ഇ ടി, കെ എസ് തോമസിന്റെ ഓഫീസിൽ എങ്ങനെയും കുറച്ചുപേരെ കരിങ്കാലിപ്പണിക്ക് കയറ്റാൻ ശ്രമമുണ്ടായെങ്കിലും സഖാക്കൾ കെ ഭാസ്കരൻനായർ, വി കേശവൻ, കെ സി എസ് നായർ, എം വി സദാനന്ദൻ തുടങ്ങിയ നേതാ

ക്കളുടെ സന്ദർഭോചിതമായ ഇടപെടലുകൾ ഈ ശ്രമം പരാജയപ്പെടുത്തിയിരുന്നു. കോഴിക്കോട് മേഖലയിൽ സമരത്തിനു നേതൃത്വം നൽകിയവരിൽ സഖാക്കൾ വി എ എൻ നമ്പൂതിരി, കാരായി ശ്രീധരൻ, പി വി നമ്പീശൻ, കെ കൃഷ്ണൻ (ഇ4), കെ ദാമോദരൻ (പി3 യൂണിയൻ), മാധവൻനായർ (പി4), പി മൊയ്തു, ചന്ദ്രൻ (ട്രാഫിക് യൂണിയൻ) എന്നിവരും ഉൾപ്പെടുന്നു. പോസ്റ്റൽ യൂണിയൻ നേതാക്കളായ സി നാരായണൻ, രാമൻമേനോൻ എന്നിവർ തിരൂരിൽ സമരത്തിനു നേതൃത്വം നൽകിയിരുന്നു. പാലക്കാട് സ. എം അച്യുതൻകുട്ടി, എ കന്തസ്വാമി, എം എസ് നായർ, ടി പി സേതുമാധവൻ (പി3) എന്നിവർ നേതൃത്വം നൽകി. തൃശ്ശൂരിൽ സഖാക്കൾ കെ പി ഗോവിന്ദൻകുട്ടി, എം ആർ ചന്ദ്രൻ, പി ബാലകൃഷ്ണൻ, ശങ്കരനാരായണൻ, എൻ മാധവൻകുട്ടി, പി ജി വാസുദേവൻ എന്നിവർ നേതൃത്വം നൽകി. ആലപ്പുഴ ടെലിഫോൺ എക്സ്ചേഞ്ചിൽ കരിങ്കാലികളെ കയറ്റാനുള്ള ശ്രമത്തിനെതിരെ പിക്കറ്റുചെയ്ത സഖാക്കൾ എസ് ആർ കെ പണിക്കർ, എ വിജയശേഖരൻനായർ എന്നിവരെയും പോസ്റ്റാഫീസ് പിക്കറ്റു ചെയ്ത പി എസ് സോമശേഖരനെയും അറസ്റ്റ് ചെയ്തിരുന്നു. പിക്കറ്റിനെ തുടർന്ന് പിരിഞ്ഞുപോയ ഏതാനും ജീവനക്കാരെ ടെലിഫോൺ എക്സ്ചേഞ്ചിൽ കയറ്റണമെന്നാവശ്യപ്പെട്ടുകൊണ്ട് കോൺഗ്രസ് നേതാവ് വി ഇസഡ് ജോബിന്റെ നേതൃത്വത്തിൽ കോൺഗ്രസ് പ്രവർത്തകരും ഗുണ്ടകളും എക്സ്ചേഞ്ച് ഗേറ്റിനുമുമ്പിൽ സംഘർഷം സൃഷ്ടിച്ചിരുന്നു. സഖാക്കൾ ജേക്കബ് ടി എബ്രഹാം, പി വി നാരായണൻ നമ്പൂതിരി, പി സി ജോസഫ്, ക്ലമന്റ് തുടങ്ങിയവരുടെ നേതൃത്വത്തിൽ ഇതിനെതിരെ ശക്തമായ ചെറുത്തുനില്പ് നടത്തേണ്ടിവന്നിരുന്നു. സംഘടനാ പ്രവർത്തകർ തങ്ങളെ മർദ്ദിച്ചു എന്നു പരാതിപ്പെട്ടുകൊണ്ട് ശ്രീ ജോബിനും കൂട്ടർക്കും ഉടൻ സ്ഥലം വിടേണ്ടിവന്നിരുന്നു. സഖാക്കൾ എൻ എം എസ് റാവു, നെടുമുടി ഗോപാലകൃഷ്ണൻ, എസ് ആർ കെ പണിക്കർ, അബ്ദു റഹിമാൻ സേഠ് എന്നിവരും സമരത്തിനു നേതൃത്വം നല്കിയവരിൽ ഉൾപ്പെടുന്നു.

രാവിലെ 6 മണിക്ക് തന്നെ തിരുവനന്തപുരം കേന്ദ്ര കമ്പി ആപ്പീസിൽ വാശിയോടെ കരിങ്കാലിപ്പണിക്ക് വന്ന ഒരു സ്ത്രീ ജീവനക്കാരിയെ ഗേറ്റിൽ കിടന്നുകൊണ്ട് ടി4 യൂണിയൻ നേതാവ് സ. ആർ കൃഷ്ണൻനായർ പിക്കറ്റു ചെയ്തു. സ. കൃഷ്ണൻനായരുടെ കിടപ്പും ജീവനക്കാരുടെ മുദ്രാവാക്യം വിളിയും കണ്ട് ആ ജീവനക്കാരി പരിഭ്രമിച്ചു നിൽക്കുമ്പോഴാണ് അന്നത്തെ കേരള ഐ ജി ശ്രീ. ഗോപാലൻ കാറിൽ അതുവഴി വന്നത്. ബഹളം കണ്ടു കാർ നിർത്തിയ അദ്ദേഹം ഗേറ്റിൽ വരികയും കൈ പിടിച്ചുകൊണ്ട് ആ സ്ത്രീ ജീവനക്കാരിയെ അകത്തു കടത്തിവിടുകയും ചെയ്തു. ഇതിനെ ചോദ്യം ചെയ്ത സർക്കിൾ സെക്രട്ടറി സ. സി ടി ചോതി (ബി എസ് എൻ എൽ ഡി ജി എം ആയി റിട്ടയർ ചെയ്തു) കെ അർജുനൻ (എ ഐ ബി ഡി പി എ സംസ്ഥാന വൈസ് പ്രസിഡന്റ്) എന്നിവരെ പൊലീസുകാർ പിടിച്ചുമാറ്റി. ഐ ജിയോട് കൈ

ചൂണ്ടി സംസാരിച്ചെന്നാരോപിച്ച് സ. അർജ്ജുനനെ വാനിൽ കയറ്റി പൊലീസ് സ്റ്റേഷനിൽ കൊണ്ടുപോയി. നേതാക്കളുടെ ഇടപെടലിനെ തുടർന്ന് കേസ് ഒന്നും ചാർജ്ജ് ചെയ്തിരുന്നില്ല. രാവിലെ ഉണ്ടായ സംഭവം ജീവനക്കാരെ പ്രകോപിതരാക്കിയിരുന്നു. വൈകുന്നേരം കേന്ദ്ര കമ്പി ആപ്പീസിനു മുമ്പിൽ വമ്പിച്ച പ്രതിഷേധ പ്രകടനമായിരുന്നു. ജോലിക്ക് കയറിയ ജീവനക്കാരിക്കു പുറത്തിറങ്ങാൻ പറ്റാത്ത സ്ഥിതിയായിരുന്നു. പിന്നീട് വൻ പൊലീസ് സന്നാഹത്തോടെ ജീവനക്കാരുടെ രോഷപ്രകടനത്തിനിടയിലൂടെയാണ് ഈ സ്ത്രീയെ ഇറക്കിക്കൊണ്ടുപോയത്. കേരള സർക്കാരിനും ജീവനക്കാർക്കും എതിരായ മുദ്രാവാക്യം മുഴക്കി കോൺഗ്രസ് പ്രവർത്തകർ അവിടെ എത്തിച്ചേർന്നതും സംഘർഷത്തിനിടയാക്കി. തുടർന്ന് ലാത്തിച്ചാർജ്ജ് നടത്തി ആളുകളെ വിരട്ടിയോടിച്ചു. പി 4 യൂണിയൻ നേതാവ് എസ് നാരായണൻനായർ, ജി രവീന്ദ്രൻനായർ (ഇപ്പോൾ എ ഐ ബി ഡി പി എ സംസ്ഥാന അസി. സെക്രട്ടറി) എന്നിവർക്ക് പരിക്ക് പറ്റിയിരുന്നു.

ലാത്തിച്ചാർജ്ജിന് ഏതാനും മിനിട്ടിനു മുമ്പ് സ. എൻ പി പത്മനാഭനും സി ടി ഒ വിനു സമീപം ഉണ്ടായിരുന്നു. മുഖ്യമന്ത്രിയുടെ പ്രൈവറ്റ് സെക്രട്ടറി വിളിച്ചതിനെ തുടർന്ന് സ. എൻ പി പത്മനാഭന് മുഖ്യമന്ത്രി ഇ എം എസിനെ കാണാൻ ശാന്തിനഗറിലുള്ള വസതിയിൽ പോകേണ്ടി വന്നിരുന്നു. സെപ്തംബർ 19ന് ഉച്ചയോടെ സ. ഇ എം എസ് മന്ത്രിസഭയെ പിരിച്ചുവിടുമെന്ന ശക്തമായ പ്രചരണം നടക്കുന്നുണ്ടായിരുന്നു. സ. ഇ എം എസിനെ സന്ദർശിച്ചു തിരിച്ചുവരുമ്പോഴേക്കും സി ടി ഒ വിന്റെ മുമ്പിലുള്ള പ്രവർത്തകരെ ആകെ ലാത്തിച്ചാർജ്ജ് ചെയ്ത് പിരിച്ചുവിട്ടിരുന്നു. റോഡിൽ മുഴുവൻ ചെരിപ്പുകളും സി ടി ഒവിന്റെ മുമ്പിൽ കനത്ത പൊലീസ് സന്നാഹവുമാണ് സ. എൻ പി പത്മനാഭൻ കണ്ടത്. അപ്പോഴാണ് ജീവനക്കാരുടെ നേരെ ലാത്തിച്ചാർജ്ജ് ചെയ്ത വിവരം അറിയുന്നത്. പൊലീസ് സന്നാഹത്തിനുമുമ്പിൽ സ. പപ്പേട്ടൻ പൊലീസ് നടപടിക്കെതിരെ ഒറ്റയ്ക്ക് മുദ്രാവാക്യം മുഴക്കി. സ. എൻ ഡി ബാബുവും ഒപ്പമുണ്ടായിരുന്നു. മുദ്രാവാക്യം വിളി കേട്ടതോടെ ചിന്നിച്ചിതറി ഓടിപ്പോയ സഖാക്കളും ലാത്തിച്ചാർജ്ജിന്റെ വിവരം അറിഞ്ഞ മറ്റു തൊഴിലാളി സംഘടനാ നേതാക്കളും നിമിഷങ്ങൾക്കകം അവിടെ എത്തിച്ചേർന്നിരുന്നു. തുടർന്ന് നടന്ന വമ്പിച്ച പ്രതിഷേധ യോഗത്തിനുശേഷമാണ് ജീവനക്കാർ പിരിഞ്ഞുപോയത്.

തിരുവനന്തപുരത്തു സർക്കിൾ സെക്രട്ടറിമാർക്ക് പുറമെ സമരത്തിനു നേതൃത്വം നൽകിയവരിൽ സഖാക്കൾ എ ബി നായർ, ജി ജി കെ പിള്ള, കെ എൻ രത്നം, കെ മാധവൻനായർ, ടി വി ജോസഫ്, കെ എ എബ്രഹാം, കെ പരമേശ്വരൻനായർ, എം കേശവൻനായർ എന്നിവരുൾപ്പെടുന്നു. പി എം ജി ഓഫീസിലെ വിജയകരമായ സമരത്തിന് സഖാക്കൾ സി എം എൻ നമ്പീശൻ, കെ ആർ ബി കൈമൾ (ഇപ്പോൾ ഹൈക്കോടതിയിൽ സീനിയർ അഭിഭാഷകൻ) എന്നിവരായിരുന്നു നേതൃ

ത്വം നല്കിയിരുന്നത്. കൊല്ലത്ത് സഖാക്കൾ ഡി സി ഡിക്രൂസ്, ജി സോമൻ, സുധാകരൻപിള്ള എന്നിവരായിരുന്നു നേതൃത്വം നല്കിയിരുന്നത്. കോട്ടയത്ത് സഖാക്കൾ ഇ എൻ നായർ, പി നാരായണൻനായർ, കെ ആർ തങ്കപ്പൻ, എം കെ ജേക്കബ്, കെ സി ജോർജ് എന്നിവർ നേതൃത്വം നല്കി. എറണാകുളത്ത് നേതൃത്വം നല്കിയവരിൽ സഖാക്കൾ വി കെ സെയ്ദ് മുഹമ്മദ്, കുഞ്ഞുമോൻ, ടി കെ ശ്രീനിവാസൻ, എബ്രഹാം കുരിയൻ, കെ അയ്യപ്പൻ, ആർ ഡി പണിക്കർ, എം കെ ജോർജ്, പി നാരായണൻ നായർ, എം ആർ രാജേന്ദ്രൻനായർ, പി എ കുമാരൻ എന്നിവർ ഉൾപ്പെടുന്നു.

കണ്ണൂരിൽ പൊലീസ് സഹായത്തോടെ കരിങ്കാലികൾക്ക് ഭക്ഷണം എത്തിക്കാനുള്ള അധികൃതരുടെ നീക്കം സംഘടനാ പ്രവർത്തകർ ഇടപെട്ട് പരാജയപ്പെടുത്തിയിരുന്നു. പിന്നീട് പൊലീസ് സർക്കിൾ ഇൻസ്പെക്ടറുടെ നേതൃത്വത്തിൽ പൊലീസ് വണ്ടിയിൽ ടെലിഫോൺ എക്സ്ചേഞ്ചിൽ ഭക്ഷണം എത്തിക്കാൻ ശ്രമമുണ്ടായി. ഇതിനെ ചോദ്യം ചെയ്യുകയും പൊലീസ് വാഹനം തടയുകയും ചെയ്ത സഖാക്കൾ പി വി ചന്ദ്രശേഖരൻ, പി എൻ കുറുപ്പ്, കെ ജി ജയരാജ്, കെ വി ബാലകൃഷ്ണൻ, കെ ഭാസ്കരൻ 1, എൻ ബാലാമണി, എൻ പി പീറ്റർ എന്നിവരെ പൊലീസ് അറസ്റ്റു ചെയ്തു നീക്കംചെയ്യുകയും ഭക്ഷണം അകത്ത് എത്തിക്കുകയും ചെയ്തു. ഇതു കൂടുതൽ പ്രതിഷേധത്തിനും സംഘർഷത്തിനും ഇടയാക്കിയിരുന്നു. ശക്തമായ എതിർപ്പിനിടയിലും കരിങ്കാലികൾക്ക് ഭക്ഷണം എത്തിക്കാനുള്ള പൊലീസിന്റെ ശ്രമം പ്രവർത്തകരിൽ അല്പം നിരാശയുണ്ടാക്കിയിരുന്നു. എന്നാൽ കരിങ്കാലി ഭക്ഷണത്തെപ്പറ്റി സ. കെ വി ബാലകൃഷ്ണന്റെ കാവ്യാത്മകമായ മുദ്രാവാക്യം ജീവനക്കാരിൽ ആവേശമുയർത്തിയിരുന്നു. സന്ദർഭോചിതമായി മുദ്രാവാക്യം ചമയ്ക്കാനും വിളിക്കാനുമുള്ള സ. ബാലകൃഷ്ണന്റെ പ്രത്യേക കഴിവ് അനുസ്മരണീയമാണ്. പൊലീസ് നടപടിയെ തുടർന്ന് സി പി ഐ എം ജില്ലാ സെക്രട്ടറി സ. പാട്യം ഗോപാലൻ ഇടപെടുകയും സംഘടനാ പ്രവർത്തകരെ വിട്ടയക്കുകയും ചെയ്തു. കണ്ണൂർ എസ് പിയുടെ പ്രത്യേക നിർദേശമനുസരിച്ചാണ് കരിങ്കാലികൾക്ക് ഭക്ഷണം എത്തിച്ചത് എന്നായിരുന്നു സ. പാട്യത്തോട് സർക്കിൾ ഇൻസ്പെക്ടർ വിശദീകരിച്ചത്. തുടർന്ന് സ. പാട്യം ഗോപാലൻ പൊലീസ് സൂപ്രണ്ടിനെ ബന്ധപ്പെട്ടു. കരിങ്കാലികൾക്ക് ഭക്ഷണവും മറ്റു സുഖസൗകര്യങ്ങളും ചെയ്തു കൊടുക്കാൻ കേരള സർക്കാരിന്റെ നിർദ്ദേശമുണ്ടോ എന്ന ചോദ്യത്തിനു വളരെ ധിക്കാരപരമായിരുന്നു എസ് പിയുടെ മറുപടി. പിന്നീട് കേരള ഡി ജി പി ആയിത്തീർന്ന ശ്രീ. രാധാകൃഷ്ണനായിരുന്നു അന്നു കണ്ണൂർ എസ് പി. സർക്കാരിന്റെ പൊതുനയത്തിനെതിരായി പ്രവർത്തിച്ചാൽ ഫലമെന്തായിരിക്കുമെന്നു മൂന്നു ദിവസത്തിനുള്ളിൽ എസ് പിക്ക് മനസ്സിലായി. അദ്ദേഹത്തെ തിരുവനന്തപുരത്തു പുതുതായി ആരംഭിച്ച ഹോം ഗാർഡിന്റെ ആസ്ഥാനത്ത് എ ഐ ജി ആയാണ് സ്ഥലമാ

റ്റം ചെയ്തത്. തൃശ്ശൂരും തിരുവനന്തപുരത്തും അതിക്രമം കാണിച്ച പോലീസ് ഉദ്യോഗസ്ഥന്മാർക്കെതിരെയും നടപടിയുണ്ടായിരുന്നു. പോസ്റ്റൽ മേഖലയിലെ ശക്തമായ സമരത്തിനു സഖാക്കൾ ടി എം ജനാർദ്ദനൻ, എൻ ഒ ആനന്ദൻ, എൻ സി നാരായണൻ, കെ സി ഭാസ്കരൻ എന്നിവരാണ് നേതൃത്വം നൽകിയത്. എറണാകുളത്ത് കയ്യേറ്റത്തിനു വന്ന ഐ എൻ ടി യു സി ഗുണ്ടകളുമായി നേരിട്ട് ഏറ്റുമുട്ടലുകൾ തന്നെയുണ്ടായിരുന്നു. കോഴിക്കോട്, പാലക്കാട്, ആലുവ, കോട്ടയം, കൊല്ലം തുടങ്ങിയ പ്രധാന കേന്ദ്രങ്ങളിൽ മാത്രമല്ല പുനലൂർ, കായംകുളം, ചങ്ങനാശ്ശേരി, കുന്ദംകുളം, ഇരിഞ്ഞാലക്കുട,തലശ്ശേരി, കൽപ്പറ്റ മുതലായ സ്ഥലങ്ങളിലും കരിങ്കാലികളെ പിക്കറ്റു ചെയ്യാനും ഐ എൻ ടി യു സി ഗുണ്ടകളെ ആട്ടിയോടിക്കാനും ജീവനക്കാർ തയ്യാറായിരുന്നു.

ഉദ്യോഗസ്ഥ മേധാവികൾക്ക് അമിതാധികാരം

ജീവനക്കാർക്ക് അനുകൂലമായ നിലപാട് സംസ്ഥാന സർക്കാർ സ്വീകരിക്കുകയും എസ്മോ വകുപ്പുകൾ അനുസരിച്ച് അറസ്റ്റോ കേസുകൾ ചാർജ്ജ് ചെയ്യുകയോ ഇല്ലെന്ന പ്രഖ്യാപനത്തെയും തുടർന്ന് ഉദ്യോഗസ്ഥന്മാർക്ക് അമിതാധികാരം നല്കി ജീവനക്കാരെ നേരിടാനാണ് കേന്ദ്ര സർക്കാർ നിർദ്ദേശിച്ചത്. രാജ്യത്തിന്റെ മറ്റു ഭാഗങ്ങളിൽനിന്നും വ്യത്യസ്തമായ സമീപനമാണ് അവർ സ്വീകരിച്ചത്. പിരിച്ചുവിടലിലും സസ്പെൻഷനിലും റൂൾ 14 ഉൾപ്പെടെയുള്ള കുറ്റപത്രങ്ങൾ നല്കുന്നതിലും നിർബ്ബന്ധിത സ്ഥലംമാറ്റ കാര്യങ്ങളിലും ഒടുവിൽ പ്രതികാര നടപടികൾ അവസാനിപ്പിക്കാൻ ഘട്ടംഘട്ടമായുള്ള കേന്ദ്ര സർക്കാരിന്റെ നിർദ്ദേശങ്ങൾ നടപ്പാക്കുന്നതിലും ഈ വിവേചന നയം പ്രകടമായിരുന്നു.

വിജയകരമായ ചെറുത്തുനില്പ് സമരം

കേരളത്തിൽ ഇ എം എസ് സർക്കാരിന്റെ സഹായ നിലപാട് കാരണം പറയത്തക്ക അനിഷ്ട സംഭവങ്ങളോ പൊലീസ് നടപടികളോ ഉണ്ടായില്ലെങ്കിലും രാജ്യത്തിന്റെ വിവിധ ഭാഗങ്ങളിൽ നടന്ന വെടിവെപ്പും 13 ധീരരായ സഖാക്കളുടെ രക്തസാക്ഷിത്വവും പൊലീസ് നരനായാട്ടിനും മറ്റു പ്രതികാര നടപടികൾക്കും എതിരായി സെപ്തംബർ 20 മുതൽ കേരളത്തിലും വർക്ക് റ്റു റൂൾ സമരം ആരംഭിച്ചിരുന്നു. തുടർ ദിവസങ്ങളിൽ പണിമുടക്കിയ ജീവനക്കാർക്ക് എതിരായ സസ്പെൻഷൻ ഓർഡറുകളും പിരിച്ചുവിടൽ നോട്ടീസുകളും വന്നുകൊണ്ടിരുന്നു. കേരളത്തിൽ 1000ത്തോളം ജീവനക്കാർക്കാണ് പിരിച്ചുവിടൽ നോട്ടീസ് നല്കിയത്. പിരിച്ചുവിടൽ നോട്ടീസിനു വിധേയരായവർ ഏതെങ്കിലും പ്രക്ഷോഭ പരിപാടികളിൽ പങ്കെടുത്താൽ ബാക്കി ദിവസത്തെ ശമ്പളം നല്കി ഉടൻ പിരിച്ചുവിടുമെന്നും മുന്നറിയിപ്പ് നൽകിയിരുന്നു. റൂൾ 5 അനുസരിച്ച് ഒരു മാസത്തെ നോട്ടീസ് നൽകുകയോ അല്ലെങ്കിൽ ഒരുമാസത്തെ വേതനം നല്കിക്കൊണ്ട് ഉടൻ പിരിച്ചുവിടുകയോ ആവാം. കേരള

ത്തിൽ എമ്പാടും സംഘടനാ നേതാക്കളും പ്രധാന പ്രവർത്തകരും സസ്പെന്റ് ചെയ്യപ്പെട്ടു. എന്നാൽ ഇത്തരം നടപടികൾ ഒന്നും ജീവനക്കാരുടെ മനോവീര്യം തളർത്തിയിരുന്നില്ല.

കണ്ണൂരിൽ ഗ്രന്ഥകർത്താവിനുണ്ടായ നേരിട്ടുള്ള അനുഭവം ചൂണ്ടിക്കാണിക്കുന്നത് ഉചിതമായിരിക്കുമെന്നു കരുതുന്നു. അന്നു സംസ്ഥാനാടിസ്ഥാനത്തിലുള്ള റിക്രൂട്ട്മെന്റ് സമ്പ്രദായമാണ് നിലവിലുണ്ടായിരുന്നത്. ആദ്യ നിയമനം മിക്കവർക്കും കണ്ണൂർ, കോഴിക്കോട് തുടങ്ങിയ വടക്കൻ മേഖലയിലായിരുന്നു. അതുകൊണ്ടുതന്നെ താല്ക്കാലിക ജീവനക്കാരുടെ എണ്ണം താരതമ്യേന ഇവിടങ്ങളിൽ കൂടുതലായിരുന്നു. സെപ്തംബർ 19ന് തൊട്ടുമുമ്പ് സർവ്വീസിൽ വന്നവരും ഇക്കൂട്ടത്തിൽ ഉണ്ടായിരുന്നു. അവരിലൊരാളായിരുന്നു സ. പി എം ഏലിയാമ്മ (ഇപ്പോൾ എ ഐ ബി ഡി പി എയുടെ സജീവ പ്രവർത്തക). പണിമുടക്കിൽ പങ്കെടുത്താൽ പിരിച്ചുവിടും എന്ന സീനിയർ വനിതാ സഖാക്കളുടെ സംസാരം സ. ഏലിയാമ്മയിലും ആശങ്കയുളവാക്കിയിരുന്നു. വീട്ടിലെ ഏക വരുമാനം തന്റേതു മാത്രമാണെന്ന കാര്യവും സഖാവ് സംഘടനാ നേതാക്കളെ അറിയിച്ചിരുന്നു. സംഘടനയിൽ വിശ്വാസം അർപ്പിച്ച സ. ഏലിയാമ്മയും സെപ്തംബർ 19ന് പണിമുടക്കി പിരിച്ചുവിടൽ നോട്ടീസിനു വിധേയയായിരുന്നു. പ്രതികാര നടപടികൾക്കെതിരായി കണ്ണൂർ ടെലിഫോൺ എക്സ്ചേഞ്ചു ഗേറ്റിൽ നടന്ന പ്രകടനത്തിൽ പങ്കെടുത്തുവെന്നാരോപിച്ചു പിരിച്ചുവിടൽ നോട്ടീസ് കൈപ്പറ്റിയ സ. ജി ശശിധരൻ ആചാരി(ഇപ്പോൾ എ ഐ ബി ഡി പി എ അസി. സെക്രട്ടറി)യെ ബാക്കി ദിവസത്തെ ശമ്പളം നൽകി ഉടൻ പിരിച്ചുവിട്ടു. ഇതിൽ പ്രതിഷേധിച്ച് മിന്നൽ പണിമുടക്ക് നടത്തിക്കൊണ്ട് സർവ്വീസ് സ്തംഭിപ്പിച്ചു. പിരിച്ചുവിടൽ നോട്ടീസ് കൈപ്പറ്റിയ തന്നെയും പിരിച്ചുവിടുമെന്ന ബോദ്ധ്യത്തോടെ തന്നെ സ. ഏലിയാമ്മയുൾപ്പെടെയുള്ള പിരിച്ചുവിടൽ നോട്ടീസ് ലഭിച്ച സഖാക്കളും മിന്നൽ പണിമുടക്കത്തിൽ പങ്കെടുത്തിരുന്നു. അടുത്ത ദിവസം തന്നെ സ. ഏലിയാമ്മയെയും സ. എസ് നാരായണനെയും പിരിച്ചുവിട്ടു. പിരിച്ചുവിടൽ ഉത്തരവ് ലഭിക്കുന്ന സഖാക്കളെ മാലയിട്ടാനയിച്ചുകൊണ്ട് എക്സ്ചേഞ്ചിൽ വരികയും ഒരുമണിക്കൂർ പണിമുടക്കിക്കൊണ്ട് സർവ്വീസ് സ്തംഭിപ്പിക്കുക എന്ന സമരപരിപാടിയാണ് നടപ്പാക്കിവന്നത്. ഈ പ്രക്രിയ വർക്ക് റ്റു റൂൾ സമരം അവസാനിപ്പിച്ച ഒക്ടോബർ 18 വരെ സംഘടിപ്പിച്ചിരുന്നു. ഇതിനകം 13 പേരെ കണ്ണൂർ എക്സ്ചേഞ്ചിൽനിന്നു മാത്രം പിരിച്ചുവിട്ടിരുന്നു. ഒക്ടോബർ 18 ന്റെ കേന്ദ്ര സർക്കാർ തീരുമാനമനുസരിച്ച് പിരിച്ചുവിടൽ നോട്ടീസ് (ഉടൻ പിരിച്ചുവിട്ടവർ ഒഴികെ) പിൻവലിക്കാൻ ഉത്തരവ് വന്നിരുന്നു. അവസാനം പിരിച്ചുവിട്ടത് സ. ആർ പത്മനാഭനെയായിരുന്നു. സമരം അവസാനിക്കുന്ന ദിവസം ഹെഡ്പോസ്റ്റാഫീസിൽ നടന്ന ഒരു പ്രകടനത്തിൽ പങ്കെടുക്കാൻ പ്രവർത്തകർ എല്ലാം പോയ സമയം നോക്കിയാണ് സ. പത്മനാഭനെ പിരിച്ചുവിട്ടത്. മാലയിട്ടു സ്വീകരിക്കാനോ മുദ്രാവാക്യം വിളിക്കാ

നോ ആരും ഉണ്ടായിരുന്നില്ല. പിരിച്ചുവിടൽ ഉത്തരവ് നൽകിയ ഉദ്യോഗസ്ഥനെ അമ്പരപ്പിച്ചുകൊണ്ട് ''പിരിച്ചുവിടൽ പുല്ലാണ്'' എന്ന മുദ്രാവാക്യം മുഴക്കിക്കൊണ്ടാണ് ഉത്തരവ് കൈപ്പറ്റിയത്. ഏതാനും സ്ത്രീ ജീവനക്കാർ മാത്രമാണ് അപ്പോൾ ഡ്യൂട്ടിയിൽ ഉണ്ടായിരുന്നത്. ഒറ്റയ്ക്ക് മുദ്രാവാക്യവുമായി എക്സ്ചേഞ്ചിൽ പ്രവേശിച്ചപ്പോൾ മാത്രമാണ് സ. പത്മനാഭനെയും പിരിച്ചുവിട്ട കാര്യം അവർ മനസ്സിലാക്കുന്നത്. നേതാക്കളുടെ നിർദ്ദേശത്തിനു കാത്തുനിൽക്കാതെ കുത്തിയിരിപ്പ് സമരം നടത്തിക്കൊണ്ടാണ് വനിതാ സഖാക്കൾ പ്രതികരിച്ചത്. പിന്നീട് സർവ്വീസിൽ തിരിച്ചെടുത്തുവെങ്കിലും സ. പത്മനാഭൻ ജോലിയിൽ പ്രവേശിച്ചിരുന്നില്ല. ഉയർന്ന വിദ്യാഭ്യാസ യോഗ്യതയുണ്ടായിരുന്ന സ. പത്മനാഭൻ റിസർവ്വ് ബാങ്കിൽ ഉന്നത പദവിയിൽനിന്ന് ഈ അടുത്ത കാലത്താണ് റിട്ടയർ ചെയ്തത്.

കേരളത്തിലുടനീളം ഉടൻ പിരിച്ചുവിടലിനെതിരായി മേൽ സൂചിപ്പിച്ച തരത്തിൽ വിവിധ സമരപരിപാടികൾ സംഘടിപ്പിച്ചിരുന്നു. അഖിലേന്ത്യാതലത്തിൽ 1000ത്തിൽപ്പരം പേരെ പിരിച്ചുവിട്ടപ്പോൾ അതിൽ 290 പേർ കേരളത്തിലായിരുന്നു. ഇതിനു പുറമെ 544 പേരെ സസ്പെൻഷനും വിധേയരാക്കിയിരുന്നു. ഡിസ്മിസൽ ഉൾപ്പെടെയുള്ള വലിയ ശിക്ഷാ നടപടികൾ സ്വീകരിക്കാനുതകുന്ന റൂൾ 14 ചാർജ്ജ് ഷീറ്റുകളും നൂറുകണക്കിന് ജീവനക്കാർക്ക് നൽകിയിരുന്നു. പണിമുടക്കിൽ പങ്കെടുത്ത എല്ലാ ജീവനക്കാർക്കും ബ്രേക്ക് ഇൻ സർവ്വീസും അടിച്ചേല്പിച്ചിരുന്നു.

കേരളത്തിൽ കമ്പി-തപാൽ വിഭാഗത്തിലെ സസ്പെൻഷനുകളുടെയും പിരിച്ചുവിടലിന്റെ സംഘടന തിരിച്ചുള്ള കണക്കുകൾ താഴെ കൊടുക്കുന്നു.

	Termination	Suspension
1. Telecom Class III	87	226
2. Line Staff & Cl IV	52	57
3. Postal Class III	45	122
4. Postmen & Class IV	33	48
5. RMS Class III	45	19
6. RMS Class IV	5	4
7. Traffic Class III	1	35
8. Traffic Class IV	9	21
9. Admn Union	13	12
Total	**290**	**544**

പ്രതികാര നടപടികൾക്കു വിധേയരായവരിൽ നാടകകൃത്തും സാഹിത്യകാരനുമായ സ. കെ ടി മുഹമ്മദും പ്രസിദ്ധ കവി സ. കടമ്മനിട്ട രാമ

കൃഷ്ണനും ഉൾപ്പെട്ടിരുന്ന കാര്യം ഇവിടെ സ്മരണീയമാണ്. അന്നു ടെലികോം വിഭാഗവും പി എം ജിയുടെ കീഴിലായിരുന്നു. തൊഴിലാളി വിരുദ്ധനായ ശ്രീ. രംഗനാഥനായിരുന്നു കേരള പി എം ജി.

തൊഴിലാളിദ്രോഹ നടപടികൾക്ക് കുപ്രസിദ്ധിയാർജ്ജിച്ച കോഴിക്കോട് ഡി ഇ ടി ശ്രീ. കെ എസ് തോമസ്, കണ്ണൂർ പോസ്റ്റൽ സൂപ്രണ്ട് ശ്രീ. ഇ പി മാധവൻനായർ, എറണാകുളം ഡി ഇ ടി ശ്രീ. അലക്സാണ്ടർ എന്നിവർ വൈരാഗ്യബുദ്ധിയോടെയാണ് ജീവനക്കാരെ നേരിട്ടത്. വളപട്ടണം സമരത്തെ തുടർന്നുള്ള സംഘർഷഭരിതമായ സന്ദർഭത്തിലായിരുന്നു സെപ്തംബർ 19 സമരം. ശ്രീ. കെ എസ് തോമസിന്റെ എല്ലാ ഭീഷണികളേയും നേരിട്ട് കോഴിക്കോട് ഡിവിഷനിൽ 90 ശതമാനത്തിലധികം ജീവനക്കാർ പണിമുടക്കിയത് ശ്രീ. കെ എസ് തോമസിനെ രോഷാകുലനാക്കിയിരുന്നു. സസ്പെന്റ് ചെയ്യപ്പെട്ട സംഘടനാ നേതാക്കളായ സഖാക്കൾ വി എ എൻ നമ്പൂതിരി, കെ ഭാസ്കരൻ നായർ, പി വി ചന്ദ്രശേഖരൻ, കാരായി ശ്രീധരൻ എന്നിവർ ടെലിഫോൺ എക്സ്ചേഞ്ചിലോ ഓഫീസുകളിലോ പ്രവേശിക്കരുത് എന്നു കാണിച്ചു കോഴിക്കോട് ഡിവിഷനിലെ എല്ലാ ഓഫീസുകളിലും നോട്ടീസ് പതിച്ചിരുന്നു. എന്നാൽ ഇതെല്ലാം അവഗണിച്ചുകൊണ്ട് നേതാക്കൾ ഓഫീസുകളിൽ കയറിച്ചെല്ലുകയും ജീവനക്കാരെ കാണുകയും റിലീഫ് പ്രവർത്തനങ്ങൾക്ക് നേതൃത്വം കൊടുക്കുകയും ചെയ്തിരുന്നു. ഇതിന്റെ പേരിലും ചാർജ്ജ്ഷീറ്റുകൾ നല്കിയിരുന്നു. ഈ സന്ദർഭത്തിൽ സ. എൻ പി പത്മനാഭൻ സ. നമ്പൂതിരിയോടൊപ്പം കോഴിക്കോട് മാനാഞ്ചിറ ടെലിഫോൺ എക്സ്ചേഞ്ചിൽ എത്തിയിരുന്നു. എന്നാൽ ഗേറ്റ് അടച്ചുകൊണ്ട് സെക്യൂരിറ്റി ജീവനക്കാർ നേതാക്കളെ തടഞ്ഞു. അവരെ തള്ളിമാറ്റിക്കൊണ്ട് ഗേറ്റ് തള്ളിത്തുറന്ന് നേതാക്കൾ അകത്ത് പ്രവേശിച്ചു. ജീവനക്കാരെ സന്ദർശിക്കുന്നതിനിടയിൽ അധികൃതർ പൊലീസിനെ വിളിച്ചുവരുത്തുകയും എക്സ്ചേഞ്ചിൽ അതിക്രമിച്ചു കടന്നതിന്റെ പേരിൽ സ. എൻ പി പത്മനാഭന്റെയും സ. നമ്പൂതിരിയുടെയും പേരിൽ കേസ് എടുപ്പിക്കുകയും ചെയ്തിരുന്നു. ഈ കേസ് മൂന്നു വർഷത്തോളം നീണ്ടുനിന്നിരുന്നു.

സസ്പെൻഷനെ തുടർന്നു പോസ്റ്റ്മെൻ യൂണിയൻ സർക്കിൾ സെക്രട്ടറി സ. പി ചെല്ലപ്പൻപിള്ളയെ തിരുവനന്തപുരം ജനറൽ പോസ്റ്റാഫീസി(ജി പി ഒ)ൽ പ്രവേശിക്കുന്നതു തടഞ്ഞിരുന്നു. എന്നാൽ ഇതൊന്നും കൂസാതെ സ. ചെല്ലപ്പൻപിള്ള ജി പി ഒയിൽ സന്ദർശിച്ച് ജീവനക്കാരിൽ നിന്നും റിലീഫ് പ്രവർത്തനത്തിനുള്ള സംഭാവന സ്വീകരിക്കാൻ ശ്രമിച്ചിരുന്നു. തുടർന്ന് പോസ്റ്റ്മാസ്റ്റർ പൊലീസിനെ വിളിച്ചുവരുത്തുകയും സ. ചെല്ലപ്പൻപിള്ളയെ അറസ്റ്റ് ചെയ്യിക്കുകയും ചെയ്തു. ഇതിനെതിരെ പ്രതിഷേധിച്ച പോസ്റ്റ്മെൻമാർ തങ്ങളെയും കൂടി അറസ്റ്റ് ചെയ്യണമെന്നാവശ്യപ്പെട്ടു. പോസ്റ്റ്മാസ്റ്റർ പറഞ്ഞാൽ എല്ലാവരെയും അറസ്റ്റ് ചെയ്യാമെന്നായിരുന്നു പോലീസ് നിലപാട്. പൊലീസ് നടപടിയെ തടഞ്ഞ

പോസ്റ്റ്മാൻമാരെയും അറസ്റ്റ് ചെയ്യാൻ പോസ്റ്റ്മാസ്റ്റർ എഴുതിക്കൊടുത്തു. ഇതോടെ മറ്റു ജീവനക്കാർ പ്രതിഷേധവുമായി രംഗത്തെത്തി. ജി പി ഒ യിന്റെ പ്രവർത്തനം പൂർണ്ണമായും സ്തംഭിച്ചു. തുടർന്ന് പോസ്റ്റൽ സൂപ്രണ്ടും തപാൽ സർവ്വീസ് നടത്താൻ പി എം ജി ഓഫീസിൽ നിന്നും ഏതാനും ഓഫീസർമാരും ജി പി ഒയിൽ എത്തിച്ചേർന്നു. ഓഫീസർമാർ ജി പി ഒയിൽ പ്രവേശിക്കുന്നത് ജീവനക്കാർ ഉപരോധിച്ചു. ഇതിനെ തുടർന്ന് സ്ത്രീ ജീവനക്കാർ ഉൾപ്പെടെ മുഴുവൻ ജീവനക്കാരെയും അറസ്റ്റ് ചെയ്ത് വഞ്ചിയൂർ പൊലീസ് സ്റ്റേഷനിലേക്ക് കൊണ്ടുപോയി. ജി പി ഒയിനു പുറത്ത് എൻ പി പത്മനാഭൻ, എം സി അയ്യപ്പക്കുട്ടി തുടങ്ങിയ സർക്കിൾ സെക്രട്ടറിമാരുടെയും ജി പി മോഹനചന്ദ്രൻ, ചെറുന്നിയൂർ ശശിധരൻനായർ തുടങ്ങി സമര സഹായ സമിതി നേതാക്കളുടെയും നേതൃത്വത്തിൽ വമ്പിച്ച പ്രതിഷേധ പ്രകടനവും നടന്നിരുന്നു. തുടർന്ന് നടന്ന ചർച്ചയിൽ രാത്രി 9 മണിയോടെ എല്ലാവരെയും പൊലീസ് കസ്റ്റഡിയിൽനിന്നും വിട്ടയച്ചു.

വർക്ക് റ്റു റൂൾ സമരകാലത്ത് ഓവർടൈം ജോലി ബഹിഷ്കരിച്ചു എന്നാരോപിച്ച് കോഴിക്കോട് ടി ആർ എ യൂണിറ്റിൽ 18 സ്ത്രീ ജീവനക്കാരുടെ പൂർവ്വകാല സർവ്വീസ് റദ്ദാക്കുകയും റൂൾ 14 ചാർജ്ജ്ഷീറ്റുകൾ നൽകുകയും ചെയ്തിരുന്നു. ഇതിൽ പ്രതിഷേധിച്ചു ഡി ഇ ടി ഓഫീസിനു മുമ്പിൽ നടന്നുവന്നിരുന്ന അനിശ്ചിതകാല സത്യാഗ്രഹ പന്തലിലെ കസേരകൾ രാത്രി സമയത്ത് വാച്ച്മാനെ ഉപയോഗിച്ച് ശ്രീ കെ എസ് തോമസ് തന്റെ ഓഫീസിലേക്ക് മാറ്റിയിരുന്നു. അടുത്തദിവസം സത്യാഗ്രഹ പന്തലിൽ എത്തിയ സ. കെ ഭാസ്കരൻനായർ, കെ എസ് തോമസ് ആണ് ഇതിന്റെ പിന്നിൽ എന്നു മനസ്സിലാക്കി. ഡി ഇ ടി കെ എസ് തോമസ് സത്യാഗ്രഹ പന്തലിലെ കസേരകൾ കട്ടുകൊണ്ടുപോയി എന്ന് പരാതിപ്പെട്ടുകൊണ്ട് പൊലീസിനെ സമീപിച്ചു. നിമിഷങ്ങൾക്കകം പൊലീസ് സ്ഥലത്തെത്തി ശ്രീ. കെ എസ് തോമസിനെ ചോദ്യം ചെയ്തു. ''കസേരക്കള്ളാ തോമസ്സേ'' എന്ന മുദ്രാവാക്യം വിളികൾക്കിടയിൽ കെ എസ് തോമസ് തന്റെ ശിങ്കിടികൾ വഴി കസേരകൾ സമര പന്തലിൽ എത്തിച്ചു. ആവേശകരമായ ഇത്തരം അനുഭവങ്ങൾ ഏറെയാണ്. ഓവർടൈം ജോലി നിഷേധിച്ചതിനെതിരെ കേരളത്തിൽ വിവിധ സ്ഥലങ്ങളിൽ പ്രതികാര നടപടികൾ സ്വീകരിച്ചിരുന്നു.

വർക്ക് റ്റു റൂൾ സമരകാലത്തും പല സ്ഥലത്തും സർവ്വീസിൽ സ്തംഭനാവസ്ഥ അനുഭവപ്പെട്ടിരുന്നു. ഇതിനെതിരെ ടെലിഫോൺ വരിക്കാരിൽനിന്നും പ്രതികരണങ്ങൾ ഉണ്ടായിരുന്നു. തങ്ങളുടെ കേടായ ടെലിഫോണുകൾ നന്നാക്കുന്നില്ല എന്നാരോപിച്ചുകൊണ്ട് ഒരു ലൈൻമാൻ സഖാവിനെ എറണാകുളം വൈ എം സി എയിൽ തടഞ്ഞുവെച്ചിരുന്നു. വിവരം അറിഞ്ഞു ജീവനക്കാർ ഒന്നടങ്കം സഖാക്കൾ കെ അയ്യപ്പൻ, എം ആർ രാജേന്ദ്രൻനായർ, ആർ ഡി പണിക്കർ, പി എ കുമാരൻ എന്നിവരുടെ നേതൃത്വത്തിൽ പ്രകടനമായി വൈ എം സി എയിൽ പോവുകയും ലൈൻമാൻ സഖാവിനെ മോചിപ്പിച്ചു കൊണ്ടുവരികയും ചെയ്തിരുന്നു.

ടെലിഫോൺ വരിക്കാരുടെ പേരിൽ സംസ്ഥാനത്തിന്റെ പല സ്ഥലത്തും കോൺഗ്രസ് പ്രവർത്തകരും സാമൂഹ്യവിരുദ്ധരും ജീവനക്കാർക്കെതിരെ നടപടികളുമായി വന്നിരുന്നു.

പ്രതികാര നടപടികൾക്കെതിരെ തുടർ പ്രക്ഷോഭങ്ങൾ

1968 ഒക്ടോബർ 18ന്റെ കേന്ദ്രസർക്കാർ തീരുമാനത്തിന്റെ ഭാഗമായി കേരളത്തിലെ പിരിച്ചുവിടൽ നോട്ടീസുകൾ പിൻവലിച്ചിരുന്നു. എന്നാൽ പിരിച്ചുവിട്ടവരുടെയും സസ്പെന്റ് ചെയ്യപ്പെട്ടവരുടെയും കാര്യത്തിൽ തീരുമാനമുണ്ടായിരുന്നില്ല. അക്രമ സംഭവങ്ങളിൽപെടാത്തവരും കേവലം പണിമുടക്കിൽ മാത്രം പങ്കെടുത്തവരുടെ നടപടികൾ പിൻവലിക്കാമെന്ന തീരുമാനവും ആദ്യഘട്ടത്തിൽ കേരളത്തിൽ നടപ്പാക്കിയിരുന്നില്ല.

ഇതിനെ തുടർന്ന് പ്രതികാര നടപടികൾ പിൻവലിക്കണമെന്നാവശ്യപ്പെട്ടുകൊണ്ട് കേരളത്തിലൊട്ടുക്കും ഓഫീസുകൾക്ക് മുമ്പിൽ സത്യാഗ്രഹവും തുടർന്ന് കാൽനട ജാഥകളും സംഘടിപ്പിച്ചിരുന്നു. 1969 ജൂലൈ മാസം ചേർന്ന സർക്കിൾ ഏകോപന സമിതി, സർക്കിൾ സെക്രട്ടറിമാർ ഉൾപ്പെടെ ജീവനക്കാർ തിരുവനന്തപുരം പി എം ജി ഓഫീസിനു മുൻപിൽ അനിശ്ചിതകാല സത്യഗ്രഹം നടത്താൻ തീരുമാനിച്ചു. ജൂലൈ 14ന് സത്യഗ്രഹം ആരംഭിച്ച ആദ്യദിവസം എം പിമാർ, എം എൽ എമാർ, ട്രേഡ് യൂണിയൻ – സർവ്വീസ് സംഘടനാ നേതാക്കൾ ഉൾപ്പെടെ നൂറുകണക്കിന് ജീവനക്കാർ പങ്കെടുത്തിരുന്നു. 82 ദിവസം നീണ്ടുനിന്ന

തൃശൂരിൽ നടന്ന കൂട്ടസത്യാഗ്രഹം സ. എ കെ ജി ഉദ്ഘാടനം ചെയ്യുന്നു

സത്യാഗ്രഹത്തിന് അഭിവാദ്യം അർപ്പിച്ചുകൊണ്ടുള്ള പ്രകടനങ്ങളും നേതാക്കളുടെ പ്രസംഗങ്ങളുംകൊണ്ട് പി എം ജി ഓഫീസ് പരിസരം സജീവമായിരുന്നു. വിവിധ സർവ്വീസ് സംഘടനകളാണ് സത്യഗ്രഹികൾക്ക് ഭക്ഷണം എത്തിച്ചിരുന്നത്. കേന്ദ്ര ആഭ്യന്തര മന്ത്രിയുമായി നടത്തിയ ചർച്ചയുടെ വിശദാംശങ്ങൾ വിവരിച്ചുകൊണ്ട് സ. എ കെ ജിയുടെ പ്രസംഗത്തോടെയാണ് സത്യഗ്രഹം അവസാനിപ്പിച്ചത്. തുടർന്ന് പുറത്തുനിൽക്കുന്ന ജീവനക്കാരെ തിരിച്ചെടുക്കുന്ന കാര്യത്തിൽ കാര്യമായ പുരോഗതി ഉണ്ടായി. 1970ഓടുകൂടി 150 പേർ ഒഴികെ എല്ലാവരെയും തിരിച്ചെടുത്തിരുന്നു. 1970 ഏപ്രിലിൽ മാസത്തോടെ നേതാക്കളും പ്രധാന പ്രവർത്തകരെയും ഒഴികെ എല്ലാവരെയും തിരിച്ചെടുത്തിരുന്നു. ഇവരെ തിരിച്ചെടുക്കാൻ പിന്നെയും കാത്തിരിക്കേണ്ടിവന്നു.

മുഴുവൻ ജീവനക്കാരെയും തിരിച്ചെടുക്കാനും മറ്റു ശിക്ഷാനടപടികൾ പിൻവലിക്കാനും ആവശ്യപ്പെട്ടുകൊണ്ട് വീണ്ടും പ്രക്ഷോഭം നടത്തേണ്ടിവന്നു. 1971 സെപ്തംബർ – ഒക്ടോബർ മാസങ്ങളിൽ എല്ലാ ജില്ലാ കേന്ദ്രങ്ങളിലും വമ്പിച്ച കൂട്ടസത്യഗ്രഹം സംഘടിപ്പിച്ചിരുന്നു. വിവിധ ജില്ലാ കേന്ദ്രങ്ങളിൽ സ. എ കെ ജി സന്ദർശിച്ച് ജീവനക്കാരെ അഭിസംബോധന ചെയ്തിരുന്നു. തുടർന്ന് 1972 മാർച്ച് മാസം കാസർഗോഡുനിന്ന് തിരുവനന്തപുരത്തേക്ക് ഒരു ജീപ്പ് ജാഥ സംഘടിപ്പിച്ചിരുന്നു. 1972 മാർച്ച് 19ന് കാസർഗോഡുനിന്നും ആരംഭിച്ച ജീപ്പ് ജാഥ മുനിസിപ്പൽ ചെയർമാൻ സ. രാമണ്ണറായി ആണ് ഉദ്ഘാടനം ചെയ്തത്. സംസ്ഥാനത്തിന്റെ വിവിധ ഭാഗങ്ങളിൽ സഞ്ചരിച്ച് 12-ാമത്തെ ദിവസമാണ് തിരുവനന്തപുരത്ത് എത്തിച്ചേർന്നത്. ആയിരക്കണക്കിന് ജീവനക്കാർ പങ്കെടുത്ത റാലിയോടെയാണ് ജീപ്പ് ജാഥ അവസാനിപ്പിച്ചത്.

റിലീഫ് പ്രവർത്തനങ്ങൾ

പിരിച്ചുവിട്ട 290 സഖാക്കളുടെ റിലീഫ് പ്രവർത്തനം ഒരു വെല്ലുവിളിയായി കേരളത്തിലെ പ്രസ്ഥാനത്തിന് ഏറ്റെടുക്കേണ്ടിവന്നിരുന്നു. ഈ ആവശ്യത്തിനുള്ള തുക കണ്ടെത്താനുള്ള ഉത്തരവാദിത്വം പ്രാദേശിക ഏകോപന സമിതികൾക്കായിരുന്നു. ജീവനക്കാരെയും മറ്റു തൊഴിലാളിസംഘടനകളെയും ആശ്രയിക്കുക മാത്രമായിരുന്നു മാർഗ്ഗം. ഇക്കാര്യത്തിൽ ബീഡി – കൈത്തറി, കശുവണ്ടി – കാർഷിക തൊഴിലാളികളും സംസ്ഥാന ജീവനക്കാരും നല്കിയ സഹായം അവിസ്മരണീയമാണ്. കമ്പി-തപാൽ ജീവനക്കാരെ കേരളത്തിലെ സംഘടിത തൊഴിലാളി പ്രസ്ഥാനത്തോട് കൂടുതൽ അടുപ്പിച്ചത് ഈ കാലഘട്ടത്തിലെ പ്രവർത്തനങ്ങളായിരുന്നു എന്നത് ഒരു ചരിത്രവസ്തുതയാണ്. ഹുണ്ടിക പിരിവ്, നാടകപ്രദർശനം എന്നിവ വഴിയും പണം കണ്ടെത്തിയിരുന്നു. ചുരുക്കം ചില സ്ഥലങ്ങളിലൊഴികെ പിരിച്ചുവിട്ട ജീവനക്കാർക്ക് മുഴുവൻ ശമ്പളവും നൽകിയിരുന്നു. പിരിച്ചുവിട്ടവരെ ലോഡ്ജുകളിലും ഹോസ്റ്റലുകളിലും പാർപ്പിക്കുകയും കുടുംബങ്ങളിലേക്കുള്ള പണം കൃത്യമായി മണി

യോർഡർ ആയി അയക്കുകയും ചെയ്തിരുന്നു. പിരിച്ചുവിട്ട കാര്യം പല കുടുംബങ്ങളും അറിഞ്ഞിരുന്നില്ല. ഇതിനുപുറമെയാണ് കോടതിച്ചെലവുകൾക്കുള്ള ഭാരിച്ച തുക കണ്ടെത്തേണ്ടിയിരുന്നത്. ഈ പ്രവർത്തനങ്ങളെല്ലാം അവിസ്മരണീയമായ നിലയിലാണ് സംഘടിപ്പിച്ചതെന്നുള്ള കാര്യം ഒരു വസ്തുതയായി നിലനിൽക്കുന്നു. പ്രതികാര നടപടികൾക്കെതിരായി നടത്തിയ പ്രക്ഷോഭങ്ങൾക്കും റിലീഫ് പ്രവർത്തനങ്ങൾക്കും ആവശ്യമായ ഉപദേശവും നിർദ്ദേശവും തന്ന പ്രിയങ്കരനായ സ. എ കെ ജി നൽകിയ നേതൃത്വം ഇപ്പോഴും വളരെ ആവേശകരമായ സ്മരണകൾ ഉയർത്തുന്നു.

സംഘടനാ നേതാക്കളെ സ്ഥലം മാറ്റുന്നു

സംഘടനാ നേതാക്കളെയും പ്രധാന പ്രവർത്തകരെയും ഏറ്റവും ഒടുവിലാണ് സസ്പെൻഷൻ റദ്ദാക്കി തിരിച്ചെടുത്തത്. എന്നാൽ പ്രതികാരദാഹത്തോടെയാണ് തുടർന്നും അധികൃതർ നേരിട്ടത്. സസ്പെൻഷൻ റദ്ദാക്കിയതിനെ തുടർന്ന് സർക്കിൾ സെക്രട്ടറി സ. എം സി അയ്യപ്പക്കുട്ടിയെ സംഘടനയുടെ ഹെഡ്ക്വാർട്ടേഴ്സ് ആയ തിരുവനന്തപുരത്തുനിന്നും ആലുവയിലേക്ക് സ്ഥലം മാറ്റം ചെയ്തു. സഖാക്കൾ വി എ എൻ നമ്പൂതിരി, കെ ഭാസ്കരൻനായർ, കെ പ്രഭാകരൻ എന്നിവരെ എറണാകുളത്തേക്കും ലൈൻ സ്റ്റാഫ് യൂണിയൻ നേതാവ് സ. കെ കൃഷ്ണനെ മട്ടന്നൂരിലേക്കും സ്ഥലം മാറ്റം ചെയ്തു. സ. എം ചാക്കോയെ തലശ്ശേരിയിൽനിന്നും എറണാകുളത്തേക്ക് സ്ഥലംമാറ്റി. എറണാകുളത്തുനിന്നും സഖാക്കൾ കെ അയ്യപ്പൻ, എം കെ ജോർജ്, ആർ ഡി പണിക്കർ എന്നിവരെ കോഴിക്കോട്ടേക്കും മാറ്റിയിരുന്നു. സ. പി നാരായണൻ നായരെ പാലക്കാടേക്ക് സ്ഥലംമാറ്റം ചെയ്തു. സ. എം ആർ രാജേന്ദ്രൻനായരെ എറണാകുളത്തുനിന്നും പയ്യന്നൂരിലേക്കാണ് സ്ഥലംമാറ്റം ചെയ്തത്. എന്നാൽ പയ്യന്നൂർ എത്തി അടുത്ത ദിവസം തന്നെ സഖാവ് ജോലി രാജിവെച്ചിരുന്നു. നിയമബിരുദധാരിയായ സഖാവ് രാജേന്ദ്രൻനായർ ഹൈക്കോടതിയിൽ പ്രാക്ടീസ് ചെയ്യാനാണ് രാജിവെച്ചത്. എന്നാൽ രാജി സ്വീകരിക്കാൻ അധികൃതർ തയ്യാറായില്ല. അധികൃതരുടെ പകപോക്കൽ നടപടിയുടെ ഭാഗമായി 6 മാസത്തിനുശേഷം മാത്രമാണ് ഹൈക്കോടതിയിൽ എൻറോൾ ചെയ്യാൻ സാധിച്ചത്. ഇപ്പോൾ സഖാവ് എം ആർ രാജേന്ദ്രൻനായർ സുപ്രീം കോടതിയിലെ അഭിഭാഷകനാണ്. സ. ടി എം ജനാർദ്ദനനെ (ജനു മാസ്റ്റർ) കേരളത്തിന്റെ വടക്കേ അറ്റമായ മുള്ളേരിയയിലേക്കും സ. പി വി ചന്ദ്രശേഖരനെ പയ്യന്നൂരിലേക്കും സ്ഥലംമാറ്റം ചെയ്തിരുന്നു. തിരുവനന്തപുരം ആർ എം എസിൽനിന്നും സഖാക്കൾ കെ പരമേശ്വരൻനായർ, പി കെ രാഘവൻ, എം ആർ സി നായർ എന്നിവരെയും എറണാകുളത്തുനിന്നും സ. കരീം ഷായെയും കണ്ണൂരിലേക്കാണ് മാറ്റിയത്. നിരവധി സഖാക്കൾ ഇതുപോലെ സ്ഥലംമാറ്റം ചെയ്യപ്പെട്ടിരുന്നു. സ. കെ ഭാസ്കരൻനായർ എറണാകുളത്ത് പോകാൻ കൂട്ടാ

ക്കിയിരുന്നില്ല. തുടർന്നും സസ്പെൻഷനിൽ നിർത്തിയ ഭാസ്കരൻനായരെ പിന്നീട് കോഴിക്കോട് തന്നെ നിലനിർത്തിയിരുന്നു.

പിരിച്ചുവിടലിനെതിരെ ഹൈക്കോടതിയിലേക്ക്

പിരിച്ചുവിടൽ നോട്ടീസുകൾ പിൻവലിച്ചെങ്കിലും ഉടൻ പിരിച്ചുവിട്ടവരുടെ കാര്യത്തിൽ അനുകൂല തീരുമാനമുണ്ടാകാത്ത സാഹചര്യത്തിൽ പ്രക്ഷോഭത്തോടൊപ്പം നിയമനടപടികളും സ്വീകരിക്കാൻ സംഘടന തീരുമാനിച്ചിരുന്നു. പിരിച്ചുവിടലിനെതിരെ ഹൈക്കോടതിയെ സമീപിക്കാനുള്ള അവസാന തീയതിക്ക് ഏതാനും ദിവസം മുമ്പാണ് ഇക്കാര്യത്തിൽ തീരുമാനമെടുത്തത്. 290 റിട്ടു കേസുകൾ ഫയൽ ചെയ്യാനാവശ്യമായ ഭാരിച്ച ചെലവും ഇത്രയും പേരുടെ വിശദാംശങ്ങളും ചുരുങ്ങിയ സമയത്തിനുള്ളിൽ ശേഖരിക്കുക എന്നതും ഒരു വെല്ലുവിളി തന്നെയായിരുന്നു. സർക്കിൾ ഏകോപന സമിതി നിശ്ചയിച്ച ദിവസം തന്നെ എല്ലാ വിശദാംശങ്ങളും ശേഖരിച്ചുകൊണ്ടും ആവശ്യമായ പണവുമായി പ്രാദേശിക കൺവീനർമാർ എറണാകുളത്ത് എത്തിച്ചേർന്നിരുന്നു.

സർക്കിൾ ഏകോപന സമിതിയുടെ ആദ്യ ചെയർമാനും മുൻ എംപിയുമായ സ. ടി സി എൻ മേനോൻ വഴി റിട്ടുകൾ ഫയൽ ചെയ്യാനാണ് തീരുമാനിച്ചിരുന്നത്. സ. ടി സി എൻ മേനോനെ സന്ദർശിച്ച സമയത്താണ് ഇതിനുള്ള പ്രായോഗിക ബുദ്ധിമുട്ടുകൾ മനസ്സിലായത്. ഓരോ റിട്ടിനും നിരവധി പേപ്പറുകൾ ടൈപ്പ് ചെയ്ത് തയ്യാറാക്കണമായിരുന്നു. ഫോട്ടോസ്റ്റാറ്റും മറ്റു സൗകര്യങ്ങളുള്ള ഇന്നത്തെ സ്ഥിതിയായിരുന്നില്ല അന്നു നിലവിലുണ്ടായിരുന്നത്. ഇത്രയധികം റിട്ടുകൾ നിശ്ചിത സമയത്തിനുള്ളിൽ തയ്യാറാക്കുക പ്രയാസമായിരിക്കും എന്ന് സ. ടി സി എൻ സൂചിപ്പിച്ചു. ഞങ്ങളിൽ പലരും ടൈപ്പ് ചെയ്യാൻ അറിയുന്നവരായിരുന്നു. എറണാകുളത്തെ എല്ലാ ഇലക്ട്രിസിറ്റി ഓഫീസുകളിലും ഉള്ള ടൈപ്പ്റൈറ്ററുകൾ മാരുതി ഹോട്ടലിൽ എത്തിക്കുകയും ജൂനിയർ വക്കീലിന്റെ നിർദ്ദേശാനുസരണം ഞങ്ങൾ ജോലി ആരംഭിക്കുകയും ചെയ്തു. ഇലക്ട്രിസിറ്റി ജീവനക്കാരുടെ സംഘടനാ നേതാവായിരുന്നു ടി സി എൻ. ഇലക്ട്രിസിറ്റി ജീവനക്കാർക്ക് ഏറ്റവും നല്ല ശമ്പളഘടന നിർദ്ദേശിച്ച ആദ്യത്തെ വേജ് ബോർഡ് തീരുമാനത്തിനു പ്രേരകശക്തിയായി പ്രവർത്തിച്ചത് സ. ടി സി എൻ ആയിരുന്നു.

വക്കീൽ ഓഫീസും ഞങ്ങളുമെല്ലാം ശ്രമിച്ചിട്ടും ഏകദേശം 150 റിട്ടുകൾ മാത്രമാണ് തയ്യാറാക്കാൻ സാധിച്ചത്. ഏതായാലും സ. ടി സി എൻ മേനോന്റെ സ്വാധീനത്തിന്റെ ഫലമായി എല്ലാ റിട്ടുകളും ഫയൽ ചെയ്യാൻ സാധിച്ചിരുന്നു.

റിട്ടുകളുടെ തീരുമാനത്തിനു കാലതാമസം നേരിട്ടിരുന്നു. ഇതിനിടയിൽ പ്രക്ഷോഭത്തിന്റെയും സംഘടനാ ഇടപെടലിന്റെയും ഫലമായി ഭൂരിഭാഗം ജീവനക്കാരെയും തിരിച്ചെടുത്തിരുന്നു. ഹൈക്കോടതി എല്ലാ റിട്ടുകളും അനുവദിച്ച് പിരിച്ചുവിട്ട കാലത്തെ ശമ്പളവും നല്കിക്കൊണ്ട്

വിധി പ്രഖ്യാപിച്ചു. ഇതിനെതിരെ കേന്ദ്ര സർക്കാർ സുപ്രീംകോടതിയിൽ അപ്പീൽ നൽകിയെങ്കിലും കോടതി ചിലവ് സഹിതം തള്ളിയിരുന്നു. ആർ എം എസ് ക്ലാസ് 4 മുൻ സർക്കിൾ സെക്രട്ടറി സ. കെ വി ഗോപിനാഥിന് എതിരായ അപ്പീലാണ് ആദ്യം സുപ്രീംകോടതി തീരുമാനിച്ചത്. തിരിച്ചെടുത്തവർക്ക് പിരിച്ചുവിടൽ കാലത്തെ ശമ്പളം നിഷേധിച്ചിരുന്നു. എന്നാൽ ഹൈക്കോടതിവിധിക്കുശേഷം മുഴുവൻ ജീവനക്കാർക്കും പിരിച്ചുവിട്ട കാലത്തെ മുഴുവൻ ശമ്പളവും ലഭിച്ചിരുന്നു. കാലതാമസം വന്ന കേസുകളിൽ ലോ ഓഫ് ലിമിറ്റേഷന്റെ പേരിൽ ചില സഖാക്കൾക്ക് ശമ്പള കുടിശ്ശികയിൽ കുറവ് വന്നിരുന്നു. കേരളത്തിൽ മാത്രമാണ് പിരിച്ചുവിട്ട കാലത്തെ വേതനം ലഭ്യമായത്. കേരള ഹൈക്കോടതി വിധി ചൂണ്ടിക്കാണിച്ച് മറ്റു സംസ്ഥാനങ്ങളിലും പിരിച്ചുവിട്ട കാലത്തെ ശമ്പളം നൽകണമെന്ന് എൻ എഫ് പി ടി ഇ തുടർച്ചയായി ആവശ്യപ്പെട്ടിരുന്നു. എന്നാൽ കേന്ദ്ര സർക്കാർ ഇതനുവദിച്ചിരുന്നില്ല.

ഓർഡിനൻസ് ലംഘന കേസുകൾ

എസ്മോ വകുപ്പുകൾ ലംഘിച്ചു പണിമുടക്കിയാൽ സെക്ഷൻ 4ഉം സമരത്തിനു പ്രേരിപ്പിച്ചാൽ സെക്ഷൻ 5ഉം ഭീഷണിപ്പെടുത്തിയാൽ സെക്ഷൻ 6 ഉം അനുസരിച്ചും പൊലീസ് കേസ് ചാർജ്ജ് ചെയ്യണമെന്നായിരുന്നു നിർദ്ദേശം. പണിമുടക്കിയ ജീവനക്കാരെ അറസ്റ്റ് ചെയ്യാനോ കേസ് ചാർജ്ജ് ചെയ്യാനോ ഇ എം എസ് സർക്കാർ തയ്യാറാകാത്ത സാഹചര്യത്തിൽ ഉദ്യോഗസ്ഥന്മാർ സ്വകാര്യ അന്യായം വഴി കോടതിയെ സമീപിക്കാനാണ് കേന്ദ്ര സർക്കാർ നിർദ്ദേശിച്ചത്. പണിമുടക്കിനെ തുടർന്നു നൂറുകണക്കിനു സ്വകാര്യ അന്യായങ്ങൾ കേരളത്തിൽ വിവിധ കോടതികളിലായി ഫയൽ ചെയ്തിരുന്നു. സംഘടനാ നേതാക്കൾക്കും പ്രവർത്തകർക്കും എതിരായി സെക്ഷൻ 5ഉം 6ഉം കൂടി ചേർത്താണ് അന്യായങ്ങൾ ഫയൽ ചെയ്തത്. ഇങ്ങനെ ചാർജ്ജ് ചെയ്ത കേസുകൾ എല്ലാം തന്നെ മന്ത്രിസഭാ തീരുമാനമനുസരിച്ച് ഇ എം എസ് സർക്കാർ പിൻവലിച്ചു. ഈ തീരുമാനത്തിനെതിരെ കേന്ദ്ര സർക്കാർ ഹൈക്കോടതിയിൽ അപ്പീൽ നൽകി. സ്വകാര്യ അന്യായങ്ങൾ വഴി ഫയൽ ചെയ്ത കേസുകൾ പിൻവലിക്കാൻ സംസ്ഥാന സർക്കാരിന് അവകാശമില്ല എന്ന വാദഗതിയാണ് കേന്ദ്ര സർക്കാർ ഉന്നയിച്ചത്. ഈ വാദം അംഗീകരിച്ചുകൊണ്ട് കേസുകൾ പിൻവലിച്ച നടപടി ഹൈക്കോടതി റദ്ദാക്കി. കേസുകൾ പിൻവലിക്കാൻ അനുവദിച്ച കോടതികൾ പ്രസ്തുത കേസുകൾ വീണ്ടും കേൾക്കാൻ പാടില്ല എന്നു കൂടി ഹൈക്കോടതി നിർദ്ദേശിച്ചിരുന്നു. ചീഫ് ജസ്റ്റീസ് പി ടി രാമൻനായരുടേതായിരുന്നു പ്രസ്തുത വിധി. ഈ വിധിയെ തുടർന്ന് വിദൂര സ്ഥലങ്ങളിലുള്ള കോടതികളിൽ പ്രവർത്തകർക്ക് ഹാജരാകേണ്ടിവന്നിരുന്നു.

കോഴിക്കോട്ടുള്ള ഒരു കേസ് ഒഴികെ എസ്മോ ലംഘന കേസുകളിൽപെട്ട എല്ലാവരെയും വിട്ടയച്ചിരുന്നു. കോഴിക്കോട് സ. കെ സി എ

സ് നായർ ഉൾപ്പെടെ 3 പേരെ 50 രൂപ പിഴയടക്കാനോ 15 ദിവസത്തെ തടവിനോ ശിക്ഷിച്ചിരുന്നു. എന്നാൽ അപ്പീലിൽ ഈ സഖാക്കളെയും കുറ്റവിമുക്തരാക്കിയിരുന്നു.

കേരളത്തിലെ പ്രഗൽഭരായ അഭിഭാഷകരാണ് ജീവനക്കാർക്കു വേണ്ടി ഹാജരായത്. പിരപ്പൻകോട് ശ്രീധരൻനായർ (തിരുവനന്തപുരം), ടി സി എൻ മേനോൻ, ഈശ്വര അയ്യർ (എറണാകുളം), ശ്രീ പി വി അയ്യപ്പൻ (തൃശ്ശൂർ), പി കെ കുഞ്ഞിരാമ പൊതുവാൾ (കോഴിക്കോട്), എം കെ ദാമോദരൻ (തലശ്ശേരി) തുടങ്ങിയവർ ഇതിൽ ഉൾപ്പെടും. ഓർഡിനൻസ് ലംഘന കേസുകളും ജീവനക്കാർക്ക് എതിരായ മറ്റു ക്രിമിനൽ കേസുകളും വിജയകരമായി കൈകാര്യം ചെയ്തതിൽ ഇവരോട് കടപ്പെട്ടിരിക്കുന്നു.

തലശ്ശേരി, കൂത്തുപറമ്പ്, കണ്ണൂർ, തളിപ്പറമ്പ്, പയ്യന്നൂർ കോടതികളിലായി നടന്ന കേസുകൾ അഡ്വ. എം കെ ദാമോദരനാണ് വിജയകരമായി കൈകാര്യം ചെയ്തിരുന്നത്. സ്വന്തം വാഹനത്തിൽ വിവിധ കോടതികളിൽ ഹാജരായ അഡ്വ. എം കെ ദാമോദരൻ ഫീസിനത്തിൽ ഒന്നും കൈപ്പറ്റാൻ കൂട്ടാക്കിയിരുന്നില്ല. എൻ എഫ് പി ടി ഇയുടെ തലശ്ശേരി ഏകോപനസമിതിയുടെ ചെയർമാൻ കൂടിയായിരുന്നു അദ്ദേഹം. തുടർന്ന് ഹൈക്കോടതിയിൽ പ്രാക്ടീസ് ആരംഭിച്ചതിനുശേഷവും കമ്പി–തപാൽ ജീവനക്കാരുടെ സംഘടനാപരവും ജീവനക്കാരെ ബാധിക്കുന്നതുമായ പ്രധാന കേസുകൾ അഡ്വ. എം കെ ദാമോദരനാണ് കൈകാര്യം ചെയ്തുവന്നിരുന്നത്. ഏറ്റവും ഒടുവിൽ മൊബൈൽ കാൾഷീറ്റ് ചോർത്തി നൽകി എന്നാരോപിച്ച് ഒരു ബി എസ് എൻ എൽ ജീവനക്കാരനെതിരായി പൊലീസ് ചമച്ച കള്ളക്കേസും ഹൈക്കോടതിയിൽ വിജയകരമായി കൈകാര്യം ചെയ്തത് അഡ്വ. ദാമോദരനായിരുന്നു. മുൻ അഡ്വക്കേറ്റ് ജനറൽ കൂടിയായ സ. എം കെ ദാമോദരൻ ഇപ്പോൾ ഹൈക്കോടതിയിലെ സീനിയർ അഭിഭാഷകൻ ആയി പ്രവർത്തിക്കുന്നു. കോഴിക്കോട് അഡ്വ. പി കെ കുഞ്ഞിരാമ പൊതുവാളും സൗജന്യമായാണ് 1968ലെ കേസുകൾ കൈകാര്യം ചെയ്തത്.

ക്രിമിനൽ കേസുകൾ

എസ്മോ ലംഘിച്ചതിനെതിരെയുള്ള കേസുകൾക്ക് പുറമെ കൊലപാതകശ്രമം ഉൾപ്പെടെയുള്ള കുറ്റകൃത്യം ചെയ്തതായുള്ള കള്ളപ്പരാതിയുടെ പേരിലും സംഘടനാ നേതാക്കൾക്കെതിരെ കേസുകൾ ചാർജ്ജ് ചെയ്തിരുന്നു. പൊലീസ് ഈ കേസുകൾ ആദ്യഘട്ടത്തിൽ ചാർജ്ജ് ചെയ്യാൻ കൂട്ടാക്കിയിരുന്നില്ല. പിന്നീട് പി എം ജിയുടെ നിർദ്ദേശത്തിന്റെ അടിസ്ഥാനത്തിൽ സ്വകാര്യ അന്യായം വഴിയാണ് കേസുകൾ ചാർജ്ജ് ചെയ്തത്.

സെപ്തംബർ 18ന് രാത്രിയിൽ കണ്ണൂരിൽ ഉണ്ടായ സംഭവം വിവരിച്ചിരുന്നുവല്ലോ. പ്രസ്തുത ഡോക്ടറുടെ കള്ളപ്പരാതിയുടെ അടിസ്ഥാ

നത്തിൽ സഖാക്കൾ പി വി ചന്ദ്രശേഖരൻ, പി എൻ കുറുപ്പ് എന്നിവരുടെ പേരിൽ ഡോക്ടറേയും കൂട്ടുകാരനേയും മർദ്ദിക്കുകയും കൊല്ലാൻ ശ്രമിക്കുകയും ചെയ്തെന്നായിരുന്നു കേസ്. എറണാകുളത്ത് അസി. എഞ്ചിനീയർ പി എ രാധാകൃഷ്ണനെ മർദ്ദിച്ചവശനാക്കി, ജീവാപായം വരുത്താൻ ശ്രമിച്ചു എന്നാരോപിച്ചുകൊണ്ട് സഖാക്കൾ ആർ ഡി പണിക്കർ, സുധാകരൻ, ജി പത്മനാഭൻനായർ തുടങ്ങി നാലുപേർക്കെതിരെയും സ. എ പുരുഷോത്തമൻ ഉൾപ്പെടെ രണ്ടുപേർക്കും എതിരായി രണ്ടു ക്രിമിനൽ കേസുകൾ ചാർജ്ജ് ചെയ്തിരുന്നു.

എറണാകുളം ഡി ഇ പി വി സി അലക്സാണ്ടറുടെയും ചില കരിങ്കാലികളുടെയും കള്ളപ്പരാതിയെ ആസ്പദമാക്കി സ. പി നാരായണൻ നായരു (സ. ടി എൻ സീമ എംപിയുടെ പിതാവ്)ടെയും സ. വി എസ് തങ്കപ്പന്റെയും പേരിൽ (ഇപ്പോൾ സി ജി പി എ കോട്ടയം ജില്ലാ സെക്രട്ടറി) ഒന്നിലധികം കോടതി കേസുകൾ ചാർജ്ജ് ചെയ്തിരുന്നു. ഇതിന്റെ പേരിൽ രണ്ടു സഖാക്കളെയും 18 മാസക്കാലം സസ്പെൻഷനിൽ നിർത്തിയിരുന്നു. ഈ കേസുകളും തെളിവില്ലാത്തതിന്റെ പേരിൽ തള്ളിയിരുന്നു.

തലശ്ശേരിയിൽ ടെലിഫോൺ മോണിട്ടറെ കയ്യേറ്റം ചെയ്തു എന്നാരോപിച്ചുകൊണ്ട് ബ്രാഞ്ച് സെക്രട്ടറി സ. എം ചാക്കോവിന്റെ പേരിലും കേസ് എടുത്തിരുന്നു. പൊലീസ് നേരിട്ട് എക്സ്ചേഞ്ചിൽനിന്നും സ. എം ചാക്കോവിനെ അറസ്റ്റ് ചെയ്തു കേസെടുക്കുകയായിരുന്നു. തിരുവനന്തപുരം ജില്ലയിൽ ആറ്റിങ്ങൽ പോസ്റ്റ്മാസ്റ്ററെ ക്വാർട്ടേഴ്സിൽ പൂട്ടിയിടുകയും ജീവാപായം വരുത്താൻ ശ്രമിക്കുകയും ചെയ്തു എന്നാരോപിച്ച് സഖാക്കൾ എം ചന്ദ്രശേഖരൻനായർ (ഇപ്പോൾ സി ജി പി എ സംസ്ഥാന വൈസ്പ്രസിഡന്റ്) പോസ്റ്റ്മെൻ യൂണിയൻ നേതാവ് വട്ടിയൂർക്കാവ് സുകുമാരൻ എന്നിവരുടെ പേരിലും കേസ് ചാർജ്ജ് ചെയ്തിരുന്നു.

1972 വരെ ഈ കേസുകൾ തുടർന്നിരുന്നു. തെളിവുകളുടെ അഭാവം ചൂണ്ടിക്കാണിച്ചുകൊണ്ട് എല്ലാവരേയും കുറ്റവിമുക്തരാക്കിയിരുന്നു. ആദ്യഘട്ടത്തിലെ പൊലീസിന്റെ സഹായകരമായ നിലപാടും കേസുകളിൽ അനുകൂലമായ വിധി വരാൻ കാരണമായിരുന്നു.

കരിങ്കാലികളുടെയും ഉദ്യോഗസ്ഥരുടെയും കള്ളപ്പരാതിയുടെ അടിസ്ഥാനത്തിൽ കേരളത്തിൽ നിരവധി കേസുകൾ ചാർജ്ജ് ചെയ്യുകയും കോടതി നടപടികൾ ഉണ്ടാകുകയും ചെയ്തിരുന്നു. വിശദാംശങ്ങൾ ലഭ്യമല്ലാത്തതു കൊണ്ട് ഇവിടെ രേഖപ്പെടുത്തുന്നില്ലെന്നു മാത്രം.

സി ബി ഐ കേസ്

1968 സമരത്തെത്തുടർന്നുള്ള തൊഴിലാളിദ്രോഹ നടപടികൾക്ക് കുപ്രസിദ്ധി നേടിയ ഉദ്യോഗസ്ഥരിൽ പ്രമുഖരായിരുന്നു കോഴിക്കോട് ഡിവിഷണൽ എഞ്ചിനീയർ ശ്രീ. കെ എസ് തോമസും കണ്ണൂർ പോസ്റ്റൽ

സൂപ്രണ്ട് ശ്രീ. ഇ പി മാധവൻനായരും എന്നു നേരത്തെ സൂചിപ്പിച്ചിരുന്നുവല്ലോ? സ്ത്രീ ജീവനക്കാർക്കെതിരെപോലും സ്വകാര്യ അന്യായം ഫയൽ ചെയ്യാനും കേസെടുപ്പിക്കാനും ഇവർ മുന്നിട്ടിറങ്ങി പ്രവർത്തിച്ചിരുന്നു. പിരിച്ചുവിടലും സസ്പെൻഷനുകളും ഈ മേഖലകളിൽ താരതമ്യേന കൂടുതലായിരുന്നു. റൂൾ 14 കുറ്റപത്രങ്ങൾ നല്കി ശിക്ഷിക്കുന്നതിലും ഇവർ മുന്നിൽ തന്നെയായിരുന്നു.

എന്നാൽ ഇതുകൊണ്ടൊന്നും ജീവനക്കാരുടെ മനോവീര്യം തകർക്കാൻ ഇവർക്ക് സാധിച്ചിരുന്നില്ല. പിരിച്ചുവിട്ടവരെ സംരക്ഷിക്കുന്നതിലും അവരുടെ കുടുംബങ്ങൾക്ക് പ്രതിമാസം കൃത്യമായി സാമ്പത്തിക ആനുകൂല്യങ്ങൾ എത്തിക്കുന്നതിലും സംഘടനാ നേതാക്കൾ നടത്തിവന്നിരുന്ന പ്രവർത്തനങ്ങൾ ഇവരെ വിറളി പിടിപ്പിച്ചിരുന്നു. ഇതിനുള്ള സാമ്പത്തിക സ്രോതസ്സ് എവിടെനിന്നാണ് ലഭിക്കുന്നത് എന്നറിയാനും ഇവർ ശ്രമം ആരംഭിച്ചിരുന്നു. ജീവനക്കാരിൽനിന്നും മറ്റു തൊഴിലാളികളിൽ നിന്നും സംഭാവന പിരിക്കുന്നതും റിലീഫ് പ്രവർത്തനത്തിന്റെ ഭാഗമായി നാടക പ്രദർശനം തുടങ്ങിയവ സംഘടിപ്പിക്കുന്നതും അവരുടെ ശ്രദ്ധയിൽപ്പെട്ടിരുന്നു. ഇതെല്ലാം കേന്ദ്ര ജീവനക്കാരുടെ സ്വഭാവ നിയമ (Conduct Rules)-ത്തിന് എതിരാണെന്നു ചൂണ്ടിക്കാണിച്ച് ഇക്കാര്യങ്ങളെല്ലാം അന്വേഷിച്ച് നടപടി സ്വീകരിക്കണമെന്നാവശ്യപ്പെട്ടുകൊണ്ട് ഇവർ സി ബി ഐയെ സമീപിച്ചു.

റിലീഫ് പ്രവർത്തനത്തിന്റെ ഭാഗമായി കാളിദാസ കലാകേന്ദ്രത്തിന്റെ *യുദ്ധഭൂമി* എന്ന നാടകം കണ്ണൂരിലും *സത്രം* എന്ന നാടകം തലശ്ശേരിയിലും ഞങ്ങൾ പ്രദർശിപ്പിച്ചിരുന്നു. ഉദ്യോഗസ്ഥരുടെ ഇടപെടലും നിയമപ്രശ്നവും പരിഗണിച്ച് എൻ എഫ് പി ടി ഇയുടെ പേരിൽ ഇവ സംഘടിപ്പിച്ചിരുന്നില്ല. കേന്ദ്ര – സംസ്ഥാന – പൊതുമേഖല ജീവനക്കാരുടെ സംഘടനകളുടെ ഏകോപന സമിതിയുടെ പേരിലാണ് നാടകം പ്രദർശിപ്പിച്ചത്. പക്ഷേ, ഇതിന്റെ കൺവീനറും ഈ ലേഖകനായിരുന്നു. നികുതി ഇളവിനുവേണ്ടി മുനിസിപ്പാലിറ്റിയുമായും പള്ളിക്കുന്നു പഞ്ചായത്തുമായും ബന്ധപ്പെട്ട രേഖകളിലും ഈ ലേഖകന്റെ ഒപ്പാണ് ഉണ്ടായിരുന്നത്.

സമരസമിതി ചെയർമാൻ സ. ടി എം ജനാർദ്ദനൻ, കൺവീനർ സ. പി വി ചന്ദ്രശേഖരൻ, പോസ്റ്റൽ ക്ലാസ് 3 യൂണിയൻ സെക്രട്ടറി സ. എൻ ഒ ആനന്ദൻ, പോസ്റ്റൽ യൂണിയന്റെ പ്രമുഖ നേതാവ് സ. കെ സി ഭാസ്കരൻ, പോസ്റ്റ്മെൻ യൂണിയൻ സെക്രട്ടറി സ: എൻ സി നാരായണൻ, തലശ്ശേരിയിൽനിന്നും ടെലികോം യൂണിയൻ ക്ലാസ് 3 സംസ്ഥാന വൈസ് പ്രസിഡന്റ് പി നാരായണൻ, പോസ്റ്റൽ ക്ലാസ് 3 യൂണിയൻ നേതാവ് സ. കെ നാരായണൻ എന്നിവരുടെ പേരിലാണ് സി ബി ഐ കേസ് ചാർജ്ജ് ചെയ്തിരുന്നത്.

കണ്ണൂരിൽ ഒരു ടെലികോം ഉദ്യോഗസ്ഥനെതിരെ സി ബി ഐ അന്വേഷണം നടക്കുന്ന സന്ദർഭമായിരുന്നു അപ്പോൾ. അഴിമതിയെ സംബ

ന്ധിച്ച ഒരു പത്രപ്രസ്താവനയെപ്പറ്റി അന്വേഷിക്കാൻ സി ബി ഐ ഇൻസ്പെക്ടർ ശ്രീ. രാമാനന്ദൻ ഈ ഗ്രന്ഥകർത്താവിനേയും സമീപിച്ചിരുന്നു. ഈ അവസരത്തിലാണ് സംഘടനാ നേതാക്കൾക്കെതിരെ അന്വേഷണം നടത്താൻ അധികൃതർ സി ബി ഐയെ സമീപിച്ച കാര്യം ശ്രീ. രാമാനന്ദൻ സൂചിപ്പിക്കുന്നത്. അതുകൊണ്ടുതന്നെ മുൻകരുതൽ എടുക്കുന്നതിന് അവസരം ലഭിച്ചിരുന്നു. രണ്ടാഴ്ചയ്ക്കകം സി ബി ഐ അന്വേഷണം ആരംഭിക്കുകയും ചെയ്തു. ഇൻസ്പെക്ടർ രാമാനന്ദനായിരുന്നു അന്വേഷണ ചുമതല. പ്രാരംഭ അന്വേഷണം അദ്ദേഹം പൂർത്തിയാക്കി. സംഘടനാ നേതാക്കളോട് അനുകൂലമായ നിലപാടാണ് പല കാര്യത്തിലും അദ്ദേഹം സ്വീകരിച്ചിരുന്നത്. എന്നാൽ തുടർന്ന് അന്വേഷണ ചുമതല ഏറ്റെടുത്ത ഡി വൈ എസ് പി കൃഷ്ണൻകുട്ടിനായർ തികച്ചും വ്യത്യസ്തനായിരുന്നു. എങ്ങനെയും സംഘടനാ നേതാക്കളെ കുറ്റക്കാരാക്കി ശിക്ഷിക്കാനുള്ള വാശിയിലായിരുന്നു അദ്ദേഹം. പ്രമുഖ കോൺഗ്രസ് നേതാവ് ശ്രീ. പാമ്പൻ മാധവനായിരുന്നു ഒന്നാം സാക്ഷി. കെ സി ഭാസ്കരനും പി വി ചന്ദ്രശേഖരനും തന്നെ സമീപിച്ചുകൊണ്ട് *യുദ്ധഭൂമി* എന്ന നാടകത്തിന്റെ 50 രൂപയുടെ ടിക്കറ്റ് നല്കിയെന്നും 1968 സെപ്തംബർ 19 സമരത്തിൽ പിരിച്ചുവിട്ടവരെ സഹായിക്കാനാണ് നാടകം നടത്തുന്നത് എന്ന കാര്യം പറഞ്ഞിരുന്നു എന്നുമായിരുന്നു ശ്രീ. പാമ്പന്റെ സാക്ഷിമൊഴി. ഉദ്യോഗസ്ഥർക്ക് പുറമെ കണ്ണൂരിലെ പല പ്രമുഖ വ്യക്തികളേയും സാക്ഷികളാക്കിയിരുന്നു.

സി ബി ഐ അന്വേഷണ നടപടികളിൽ അഭിഭാഷകരുടെ സേവനം നിഷേധിക്കപ്പെട്ടിരുന്നു. സാധാരണ ഡിപ്പാർട്ട്മെന്റ് അന്വേഷണത്തെപ്പോലെ മറ്റു ജീവനക്കാരുടെ സഹായം ലഭ്യമാക്കാൻ മാത്രമാണ് അനുവദിച്ചത്. കേരളത്തിൽ ഡിപ്പാർട്ട്മെന്റൽ അന്വേഷണങ്ങളിൽ പ്രാഗല്ഭ്യം തെളിയിച്ച സഖാക്കൾ വി കെ സെയ്ദ് മുഹമ്മദ്, കെ പി ഗോവിന്ദൻകുട്ടി, എം സി അയ്യപ്പക്കുട്ടി, കുഞ്ഞുമോൻ, എബ്രഹാം കുര്യൻ, വി എ എൻ നമ്പൂതിരി തുടങ്ങിയവരാണ് സംഘടനാ നേതാക്കൾക്ക് വേണ്ടി ഹാജരായത്. 7 വർഷത്തോളം അന്വേഷണ നടപടികൾ നീണ്ടുനിന്നിരുന്നു. ഇതിനിടയിൽ അടിയന്തരാവസ്ഥയെ തുടർന്ന് ഈ ലേഖകനെ മൂന്നാറിലേക്ക് സ്ഥലംമാറ്റിയെങ്കിലും ഈ അന്വേഷണവുമായി ബന്ധപ്പെട്ട് കണ്ണൂരിലേക്ക് വിളിച്ചുവരുത്തിയിരുന്നു. ശ്രീ. പാമ്പൻ മാധവൻ ഉൾപ്പെടെയുള്ള പ്രമുഖ സാക്ഷികൾ അന്വേഷണത്തിന്റെ തുടർനടപടികളിൽ വന്നു മൊഴികൊടുക്കാൻ തയ്യാറായില്ല. അതുകൊണ്ടുതന്നെ പ്രാഥമികാന്വേഷണത്തിൽ നൽകിയ മൊഴികൾ സി ബി ഐക്ക് സ്ഥിരീകരിക്കാൻ സാധിച്ചിരുന്നില്ല. ഉദ്യോഗസ്ഥരായ സാക്ഷിമൊഴികളുടെ പൊരുത്തക്കേടും പൊള്ളത്തരവും പ്രതികൾക്കുവേണ്ടി ഹാജരായ സഖാക്കളുടെ ചോദ്യം ചെയ്യലിൽ വെളിവാക്കപ്പെട്ടിരുന്നു. കോടതി വിധിന്യായങ്ങൾ ഉദ്ധരിച്ചു മേല്പറഞ്ഞ സഖാക്കൾ നടത്തിയ വാദഗതികൾ ശ്രദ്ധിച്ച ഡി വൈ എസ് പി കൃഷ്ണൻ കുട്ടിനായർ പ്രതികരിച്ചത് ‘‘നിങ്ങൾ വക്കീലന്മാരെ

തോല്പിക്കുമല്ലോ'' എന്നായിരുന്നു. ഒടുവിൽ എല്ലാവരെയും കുറ്റവിമുക്തമാക്കിയിരുന്നു.

സ. എൻ പി പത്മനാഭനോട് പ്രത്യേക പകപോക്കൽ

എൻ എഫ് പി ടി ഇ ഏകോപന സമിതിയുടെ സംസ്ഥാന കൺവീനർ സ. എൻ പി പത്മനാഭനായിരുന്നു. സംസ്ഥാന സമരസമിതി കൺവീനറും സഖാവ് തന്നെയായിരുന്നു. തിരുവനന്തപുരം ജി പി ഒവിലാണ് സഖാവ് പ്രവർത്തിച്ചുവന്നിരുന്നത്.

പണിമുടക്കിനെ തുടർന്നുള്ള ദിവസങ്ങളിൽ സംഘടനാ പ്രവർത്തകരെയും നേതാക്കളെയും പിരിച്ചുവിടലിനും സസ്പെൻഷനും വിധേയമാക്കിയിരുന്നു. എന്നാൽ, സ. എൻ പി പത്മനാഭനെ സംബന്ധിച്ചു തികച്ചും വ്യത്യസ്തമായ സമീപനമാണ് അധികൃതർ സ്വീകരിച്ചത്. ദിവസങ്ങളോളം സഖാവിന്റെ പേരിൽ ഒരു നടപടിയും സ്വീകരിച്ചില്ല. പിന്നീട് കാസർഗോഡിനടുത്ത് ഉപ്പളയിലേക്ക് സഖാവിനെ സ്ഥലംമാറ്റം ചെയ്തു. സംഘടനാ പ്രവർത്തകരിൽ ആശയക്കുഴപ്പത്തിന് ഇടയാക്കിയതായിരുന്നു പ്രസ്തുത നടപടികൾ. എന്നാൽ, അധികം താമസിയാതെ അധികൃതരുടെ ദുഷ്ടലാക്ക് ജീവനക്കാർക്ക് ബോദ്ധ്യമായി. സസ്പെൻഡ് ചെയ്താൽ സഖാവിന്റെ സാന്നിദ്ധ്യം തിരുവനന്തപുരത്തു തന്നെ ഉണ്ടാകും. അതിന് ഇട നൽകാതെ വിദൂരസ്ഥലത്തേക്ക് സ്ഥലമാറ്റം ചെയ്താൽ ഇതൊഴിവാക്കാൻ സാധിക്കും എന്നാണ് അവർ വ്യാമോഹിച്ചത്. എന്നാൽ സ്ഥലമാറ്റം സ്വീകരിച്ച് ഉപ്പളയിലേക്ക് പോകാൻ സഖാവ് തയ്യാറായില്ല. തിരുവനന്തപുരത്തു തന്നെ നിന്നു സംഘടനാ പ്രവർത്തനങ്ങൾക്ക് നേതൃത്വം നല്കി. അനധികൃതമായി ജോലിക്ക് ഹാജരായില്ല എന്നു കാണിച്ച് ശമ്പളവും മറ്റാനുകൂല്യങ്ങളും നിഷേധിക്കുകയും തുടർന്ന് റൂൾ 14 കുറ്റപത്രം നൽകുകയും ചെയ്തു. അന്വേഷണ പ്രഹസനം നടത്തി സ. പത്മനാഭനു ഡിസ്മിസൽ നോട്ടീസ് നൽകി. ഇതിനെ തുടർന്ന് കേരളമൊട്ടുക്കും പ്രതിഷേധ പ്രകടനങ്ങൾ നടന്നു. കേരളത്തിന്റെ എല്ലാ ഭാഗങ്ങളിൽനിന്നും ജീവനക്കാർ തിരുവനന്തപുരത്തു എത്തിച്ചേരുകയും പി എം ജി ഓഫീസിനുമുന്നിൽ ശക്തമായ പ്രതിഷേധ പ്രകടനം സംഘടിപ്പിക്കുകയും ചെയ്തിരുന്നു. അതുവരെ കണ്ടിട്ടില്ലാത്ത രീതിയിലുള്ള ജീവനക്കാരുടെ പങ്കാളിത്തമാണ് പ്രകടനത്തിൽ ഉണ്ടായത്. പി എം ജി ഓഫീസ് കോമ്പൗണ്ടും മുൻവശമുള്ള റോഡുകളും നിറഞ്ഞു കവിഞ്ഞിരുന്നു. ജീവനക്കാരെല്ലാം രോഷാകുലരായിരുന്നു. ''പപ്പനെ തൊട്ടാൽ രംഗനെ തട്ടും'' എന്നതുൾപ്പെടെയുള്ള മുദ്രാവാക്യം അധികൃതരിൽ അങ്കലാപ്പ് സൃഷ്ടിച്ചിരുന്നു. ശ്രീ. രംഗനാഥനായിരുന്നു പി എം ജി. മർദ്ദകവീരനായ ഡി വൈ എസ് പി മിന്നൽ പരമശിവൻനായരുടെ നേതൃത്വത്തിൽ വൻ പൊലീസ് സന്നാഹമാണ് ഒരുക്കിയിരുന്നത്. നേതാക്കളുടെ സന്ദർഭോചിതമായ ഇടപെടലുകൾ അനിഷ്ടസംഭവങ്ങൾ ഒഴിവാക്കാൻ ഇടയായി. ഈ പ്രകടനത്തിന്റെ മൂന്നാം നാൾ പി എം ജി

രംഗനാഥൻ സ്ഥലംമാറ്റം വാങ്ങി കേരളം വിട്ടിരുന്നു.

ഡിസ്മിസലിനെതിരായി അപ്പീലും റിവ്യൂ പെറ്റീഷനും എല്ലാം നൽകിയിരുന്നു. ഇതെല്ലാം തള്ളിക്കളഞ്ഞതിനെ തുടർന്ന് കേരള ഹൈക്കോടതിയെ സമീപിച്ചു. വൈകിയാണെങ്കിലും ഡിസ്മിസൽ റദ്ദാക്കിക്കൊണ്ട് ഹൈക്കോടതി വിധി പ്രഖ്യാപിച്ചു. പ്രമുഖ അഭിഭാഷകരായ ഈശ്വരയ്യരും ടി കരുണാകരൻ നമ്പ്യാരുമാണ് കേസ് കൈകാര്യം ചെയ്തിരുന്നത്. *ലോ ജേർണ്ണലിൽ* പ്രസിദ്ധീകരിച്ച പ്രധാന വിധികളിൽ ഒന്നായിരുന്നു ഇത്. അഖിലേന്ത്യാതലത്തിൽ പണിമുടക്കിന് തീരുമാനമെടുത്തവരും നേതൃത്വം നൽകിയവരും സർവ്വീസിൽ തിരിച്ചെടുക്കപ്പെടുകയും ഇപ്പോൾ സർവ്വീസിൽ തുടരുകയും ചെയ്യുമ്പോൾ മേല്പറഞ്ഞ തീരുമാനം ആത്മാർത്ഥമായി നടപ്പാക്കിയ സംസ്ഥാന നേതാവിനു പുറത്തു നിൽക്കേണ്ടിവരുന്നത് വിരോധാഭാസമാണെന്നു കോടതി അഭിപ്രായപ്പെട്ടിരുന്നു.

ഹൈക്കോടതിയുടെ വ്യക്തമായ വിധിയുണ്ടായിട്ടും സ. പത്മനാഭനെ തിരിച്ചെടുക്കാൻ അധികൃതർ തയ്യാറായില്ല. 1977 ൽ കേന്ദ്രത്തിൽ കോൺഗ്രസ് അധികാരഭ്രഷ്ടരായി ജനതാ പാർട്ടിയുടെ നേതൃത്വത്തിൽ ശ്രീ. മൊറാർജി ദേശായി അധികാരത്തിൽ വന്നപ്പോൾ മാത്രമാണ് സ. എൻ പി പത്മനാഭനെ തിരിച്ചെടുത്തത്. കേരളത്തിൽ പിരിച്ചുവിടപ്പെട്ട മുഴുവൻ ജീവനക്കാർക്കും പിരിച്ചുവിടൽകാലത്തെ വേതനവും അവസാനം സസ്പെൻഷൻ പിൻവലിച്ചവർക്ക് 90 ശതമാനം വരെ സബ്സിസ്റ്റൻസ് അലവൻസും ലഭിച്ചിരുന്നുവെങ്കിലും സ. എൻ പി പത്മനാഭനു 9 വർഷത്തെ ശമ്പളവും മറ്റാനുകൂല്യങ്ങളും നിഷേധിക്കപ്പെട്ടിരുന്നു.

1968 സെപ്തംബർ 19

സമരത്തിനു നേതൃത്വം നൽകിയ സർക്കിൾ സെക്രട്ടറിമാർ

1. സ. എൻ പി പത്മനാഭൻ (അഖിലേന്ത്യാ പോസ്റ്റൽ എംപ്ലോയീസ് യൂണിയൻ ക്ലാസ് 3), 2. സ. പി ചെല്ലപ്പൻ പിള്ള (പോസ്റ്റ്മെൻ യൂണിയൻ) 3. സ. എം സി അയ്യപ്പക്കുട്ടി (ടെലികോം ക്ലാസ് 3 യൂണിയൻ) 4. സ. ടി കെ ദാമോദരൻ (ലൈൻസ്റ്റാഫ് യൂണിയൻ) 5. സ. സി ടി ചോതി (ടെലിഗ്രാഫ് ട്രാഫിക്ക് യൂണിയൻ) 6. സ. ടി എസ് ഭാസ്കരൻ (ട്രാഫിക്ക് ക്ലാസ് 4 യൂണിയൻ) 7. സ. സാം ഡി രാജ് (ആർ എം എസ് ക്ലാസ് 3 യൂണിയൻ) 8. സ. ആർ അന്തോണിമുത്ത് (ആർ എം എസ് ക്ലാസ് 4 യൂണിയൻ) 9. സ. പി കെ അഹമ്മദ് കുട്ടി (അഡ്മിനിസ്ട്രേറ്റീവ് എംപ്ലോയീസ് യൂണിയൻ).

ഏജീസ് ഓഫീസിലെ അനുഭവം

കമ്പി–തപാൽ മേഖലയോടൊപ്പം ശക്തമായ സമരം ഏജീസ് ഓഫീസിലും നടന്നിരുന്നു. ശ്രീ. കുര്യാക്കോസ് എന്ന മർദ്ദകവീരനായിരുന്നു അന്നത്തെ എ ജി. സമരത്തെത്തുടർന്ന് നിരവധി ജീവനക്കാർക്ക് പി

രിച്ചുവിടൽ നോട്ടീസ് നൽകി. 28 ജീവനക്കാരെ ഉടൻ പിരിച്ചുവിടലിനു വിധേയമാക്കിയിരുന്നു. 29 പേരെ സസ്പെന്റ് ചെയ്തിരുന്നു. 1968 സെപ്തംബർ 19 നുശേഷം പി എം ജി ഓഫീസിനോടൊപ്പം ഏജീസ് ഓഫീസും കേന്ദ്ര ജീവനക്കാരുടെ സമരകേന്ദ്രമായിരുന്നു സ. സി എസ് വിവാര്യരുടെ നേതൃത്വത്തിൽ ശക്തമായ സംഘടനാ സംവിധാനമാണ് അന്നുണ്ടായിരുന്നത്. 1969 ഡിസംബർ മാസത്തോടെ സസ്പെന്റ് ചെയ്തവരെയും പിരിച്ചുവിട്ടവരെയും പൂർണ്ണമായും തിരിച്ചെടുത്തിരുന്നു. മറ്റു ശിക്ഷാ നടപടികൾ വർഷങ്ങളോളം നീണ്ടുനിന്നിരുന്നു. ഓർഡിനൻസ് ലംഘിച്ചതിന്റെ പേരിലും ഉദ്യോഗസ്ഥരുടെ കള്ളപ്പരാതിയുടെ അടിസ്ഥാനത്തിലും നിരവധി ജീവനക്കാർക്ക് എതിരെ കോടതി കേസുകളും ഉണ്ടായിരുന്നു.

15

ഓഫീസുകളുടെ പൊതുസ്ഥിതിയും ജീവനക്കാർ നേരിടുന്ന പ്രശ്നങ്ങളും

(മെച്ചപ്പെട്ട സേവന–വേതന വ്യവസ്ഥകൾ, സുഖകരമായ അന്തരീക്ഷത്തിൽ ജോലി ചെയ്യാനുള്ള അവസരങ്ങൾ, പുതിയ സാങ്കേതിക വിദ്യയുടെ ഫലമായി ജോലിയുടെ സ്വഭാവത്തിൽ വന്ന മാറ്റങ്ങൾ, സംഘടനയുടെ പരിരക്ഷ കൊണ്ട് ഉദ്യോഗസ്ഥരുടെ പ്രതികാര നടപടികൾ ഇല്ലാത്ത സാഹചര്യം, അർഹതപ്പെട്ട ലീവാനുകൂല്യങ്ങളും അവധിദിവസങ്ങളും പ്രയാസം കൂടാതെ അനുഭവിക്കൽ, മെച്ചപ്പെട്ട ആരോഗ്യപരിരക്ഷാ പദ്ധതികൾ, സമയബന്ധിതമായ പ്രമോഷനുകൾ എല്ലാം അനുഭവിക്കുന്ന ഇന്നത്തെ ജീവനക്കാർക്ക് നമ്മുടെ പ്രസ്ഥാനം നടത്തിയ പ്രാദേശിക സമരങ്ങളിൽ ഉന്നയിക്കപ്പെട്ട ആവശ്യങ്ങൾ നിസ്സാരമായി തോന്നാം. അതുകൊണ്ടു തുടർന്ന് വിവരിക്കാനുദ്ദേശിക്കുന്ന പ്രാദേശിക സമരങ്ങളുടെയും മറ്റു പ്രക്ഷോഭണങ്ങളുടെയും അനുഭവങ്ങൾക്ക് മുൻപായി കഴിഞ്ഞ കാലങ്ങളിലെ ഓഫീസുകളുടെയും ടെലിഫോൺ എക്സ്ചേഞ്ചുകളുടെയും പൊതുസ്ഥിതിയും, ജീവനക്കാർ നേരിടേണ്ടി വന്ന ദുഃസ്ഥിതിയും ബ്യൂറോക്രസിയുടെ കടന്നാക്രമണങ്ങളും മനസ്സിലാക്കേണ്ടതുണ്ട്. കേരളത്തിൽ പൊതുവെ നിലനിന്നിരുന്ന പ്രശ്നങ്ങളുടെ പൊതുസ്ഥിതിയെ പറ്റി അഖിലേന്ത്യാ ടെലിഗ്രാഫ് എഞ്ചിനീയറിങ് എംപ്ലോയീസ് യൂണിയൻ ക്ലാസ് III യുടെ മുഖപത്രമായ *ടെലി ന്യൂസ്* ൽ പ്രസിദ്ധീകരിച്ച ലേഖനപരമ്പരയിൽ അവിഭക്ത കോഴിക്കോട് ഡിവിഷനെ സംബന്ധിച്ച് 1971 സെപ്തംബർ ലക്കത്തിലെ ഗ്രന്ഥകർത്താവിന്റെ ഒരു ലേഖനം ഇവിടെ പുന: പ്രസിദ്ധീകരിക്കുന്നത് ഉചിതമായിരിക്കുമെന്ന് കരുതുന്നു.)

കോഴിക്കോട് ടെലിഗ്രാഫ് എഞ്ചിനീയറിങ് ഡിവിഷനിലെ ഭൂരിഭാഗം ഓഫീസ് കെട്ടിടങ്ങളുടെ നില വളരെ പരിതാപകരമാണ്. ശുദ്ധവായു ശ്വസിക്കാൻ പോലും സൗകര്യമില്ലാത്ത ഓഫീസുകളും ഒട്ടും വിര

ളമല്ല. സ്ത്രീകൾ അടക്കം 86 ഓളം ജീവനക്കാർ ജോലി ചെയ്യുന്ന കണ്ണൂർ ടെലിഫോൺ എക്സ്ചേഞ്ച് കെട്ടിടം ഒരു തൊഴുത്തിനോട് മാത്രമേ ഉപമിക്കാൻ സാധിക്കുകയുള്ളൂ. ഇതൊരു സ്വകാര്യസ്ഥാപനമാണെങ്കിൽ ഫാക്ടറി നിയമമനുസരിച്ച് അടച്ചുപൂട്ടാൻ സർക്കാർ തന്നെ ആവശ്യപ്പെടുമായിരുന്നു. ഇതിൽനിന്നും ഒട്ടും വ്യത്യസ്തമല്ലാത്ത സ്ഥിതിയാണ് കാസർഗോഡ് ലോക്കൽ എക്സ്ചേഞ്ച്, കാഞ്ഞങ്ങാട്, പയ്യന്നൂർ, കല്പറ്റ, പൊന്നാനി എക്സ്ചേഞ്ചുകളുടെയും. കാഞ്ഞങ്ങാട് ടെലിഫോൺ എക്സ്ചേഞ്ചിനു വേണ്ടി സ്ഥലം വാങ്ങിയിട്ടു വർഷങ്ങൾ പിന്നിട്ടെങ്കിലും ഇതുവരെ അതിന്റെ പണി ആരംഭിക്കാൻ അധികൃതർ നടപടി സ്വീകരിച്ചിട്ടില്ല എന്നുള്ളതാണ് ഖേദകരമായ വസ്തുത. കാസർഗോഡാണെങ്കിൽ സൗകര്യപ്രദമായ കെട്ടിടം ലഭിച്ചിട്ടു മാസങ്ങൾ കഴിഞ്ഞു. ഇപ്പോൾ ട്രങ്ക് എക്സ്ചേഞ്ച് പ്രവർത്തിക്കാൻ തുടങ്ങിയെങ്കിലും ലോക്കൽ എക്സ്ചേഞ്ച് മാറ്റി സ്ഥാപിക്കാൻ ഇനിയും മുഹൂർത്തം സമാഗതമായിട്ടില്ല. കോഴിക്കോട് SDOT, കണ്ണൂർ SDOT ഓഫീസുകളുടെ സ്ഥിതിയും പരിതാപകരമാണ്. പ്രാഥമികാവശ്യം പോലും നിർവ്വഹിക്കാനുള്ള സൗകര്യം ഈ ഓഫീസുകളിലില്ല. കണ്ണൂർ ടെലിഫോൺ എക്സ്ചേഞ്ചിന് വേണ്ടി പണിത പുതിയ കെട്ടിടത്തിലേക്ക് ട്രങ്ക് എക്സ്ചേഞ്ച് മാറ്റാനുള്ള പ്രവർത്തനങ്ങൾ ആരംഭിച്ചിട്ടുണ്ടെന്ന് മനസ്സിലാക്കാൻ സാധിച്ചു. അതോടൊപ്പംതന്നെ SDOT ഓഫീസും പുതിയ കെട്ടിടത്തിലേക്ക് മാറ്റാനുള്ള നടപടി സ്വീകരിച്ചേ മതിയാവൂ. മനോഹരമായ കെട്ടിടത്തിൽ പ്രവർത്തിക്കുന്ന തലശ്ശേരി എക്സ്ചേഞ്ചിൽ വർഷക്കാലം മുഴുവൻ വെള്ളം കെട്ടി നില്ക്കുന്ന സ്ഥിതിയാണ് ഇന്നുള്ളത്. വിദഗ്ദ്ധമായ പ്ലാനിങ്ങിന്റെ പരിണത ഫലമാണിത്!

മിക്ക എക്സ്ചേഞ്ചുകളിലും T 43 ട്രങ്ക് ബോർഡുകൾ കമ്മീഷൻ ചെയ്തുവെങ്കിലും അവയിൽ പലതും Non-standard ആയിട്ടാണ് ചെയ്തിട്ടുള്ളത്. അംഗീകൃത മാനദണ്ഡങ്ങളനുസരിച്ചതിലും കൂടുതൽ ട്രങ്ക് സർക്യൂട്ടുകൾ ടെർമിനേറ്റ് ചെയ്തതുകൊണ്ട് ഓരോ ബോർഡിലും അദ്ധ്വാനഭാരം കൂടുതലാണ്. T 43 ട്രങ്ക് ബോർഡുകൾ നിലവിലുള്ള CB എക്സ്ചേഞ്ചുകളിൽ B പൊസിഷൻ സംവിധാനങ്ങൾ കണ്ണൂർ ഒഴികെ എവിടെയും ഇല്ല എന്നതാണ് വസ്തുത. തലശ്ശേരിയിലും വളപട്ടണത്തും B' പൊസിഷൻ ഉണ്ടെങ്കിലും പ്രവർത്തന സജ്ജമാക്കാതെ ഒരു കാഴ്ച വസ്തുവാക്കി വെച്ചിരിക്കുകയാണ്. കാഞ്ഞങ്ങാട്, പയ്യന്നൂർ, പൊന്നാനി എന്നീ എക്സ്ചേഞ്ചുകളിൽ 'RINGER' ഇല്ലാത്തതുകൊണ്ട് 'Hand Generator' ഉപയോഗിക്കേണ്ട ഗതികേടാണിന്നുമുള്ളത്. കാസർഗോഡ്, വളപട്ടണം എന്നിവിടങ്ങളിൽ A C Ringer അത്യാവശ്യമാണ്. കോഴിക്കോട്, തിരൂർ, മഞ്ചേരി ഒഴികെ കോഴിക്കോട് ഡിവിഷനിലെ മറ്റെല്ലാം C B എക്സ്ചേഞ്ചുകളാണിന്നും. ഇവിടങ്ങളിലെ ലോക്കൽ എക്സ്ചേഞ്ചുകളുടെ കാര്യം പറയേണ്ടതില്ല. ഇവയിൽ പയ്യന്നൂരും കാഞ്ഞങ്ങാടും കാസർഗോഡും വടകരയും പൊന്നാനിയും condemn ചെയ്യേണ്ട കാലം അതിക്രമിച്ച Non multiple Board കളാണ്. പഴകി ദ്രവിച്ച ബോർഡുകൾ റീ–വയർ ചെയ്യാനുള്ള ശ്രമങ്ങൾ പോലും നടത്തിക്കാണുന്നില്ല. ഒരു വ്യാപാരകേന്ദ്രം കൂടിയായതുകൊണ്ട് വടകര എക്സ്ചേഞ്ചിന്റെ കാര്യം പ്രത്യേകം പരാമർശിക്കേണ്ടിയിരിക്കുന്നു. ഏകദേശം 300 ഓളം ടെലിഫോൺ കണക്ഷനുകളുള്ള വടകര എക്സ്ചേഞ്ച് ഇപ്പോഴും Non metered ആണ്. അതുകൊണ്ടുതന്നെ സ്വാഭാവികമായും തിരക്ക് കൂടുതലാണ്. ഒരു ലോക്കൽ കാൾ നല്കാൻ പോലും ഒന്നിൽ കൂടുതൽ ഓപ്പറേറ്റർമാരുടെ സഹായം ആവശ്യമാണെന്നു പറഞ്ഞാൽ അവിടുത്തെ വിഷമത്തെപ്പറ്റി ഊഹിക്കാവുന്നതേ ഉള്ളൂ. ഏറ്റവും സഹിഷ്ണുതയും സേവനമനഃസ്ഥിതിയും പ്രകടിപ്പിക്കുന്നതൊന്നുകൊണ്ടു മാത്രമാണ് വരിക്കാരുടെ പരാതികൾ കുറച്ചുകൊണ്ടു വരാൻ സാധിക്കുന്നത്. ആവശ്യമായ സംവിധാനങ്ങൾ ഡിപ്പാർട്ട്മെന്റ് ചെയ്യാത്തതുകൊണ്ടുണ്ടാവുന്ന പരാതികൾ പോലും ജീവനക്കാരെ ശിക്ഷാനടപടികൾക്ക് വിധേയരാക്കുന്ന നടപടികളാണ് ഉദ്യോഗസ്ഥ മേധാവികൾ സ്വീകരിച്ചു കാണുന്നത്. ഇതുപോലുള്ള സംഭവങ്ങൾ ഈ അടുത്തകാലത്ത് വടകരയിൽ ഉണ്ടായിട്ടുണ്ട്. വളപട്ടണം സമരത്തിനാധാരമായ പ്രധാന കാരണം ഇത്തരം സംഭവ വികാസങ്ങളായിരുന്നുവെന്നു സ്മരണീയമാണ്.

ആവശ്യമായ tools ഒന്നും തന്നെയില്ലാത്തതുമൂലമുള്ള വിഷമങ്ങൾ ചില്ലറയൊന്നുമല്ല. കോഴിക്കോട് പോലുള്ള വലിയ എക്സ്ചേഞ്ചുകളിൽ ഉൾപ്പെടെ മിക്ക സ്ഥലത്തും ഫലപ്രദമായി ഉപയോഗിക്കാവുന്ന സ്ക്രൂ ഡ്രൈവർസെറ്റു പോലും ഇല്ലെന്നു പറഞ്ഞാൽ അതൊരതിശയോക്തിയല്ല. Wiper Plier, Residual spanner, contact cleaner തുടങ്ങിയവയുടെ അപര്യാപ്തത എടുത്തുപറയേണ്ടതാണ്. ഇവയുടെ അപര്യാപ്തത കൂടുതൽ അനുഭവപ്പെടുന്നത് ചെറിയ ഓട്ടോമാറ്റിക്ക് എക്സ്ചേഞ്ചുകളിലാണ്. പ്രത്യേകം Headset വിതരണം ചെയ്യേണ്ടതാവശ്യമെങ്കിലും കോഴിക്കോട് ഡിവിഷനിലെ മിക്ക എക്സ്ചേഞ്ചുകളിലും ബോർഡുകൾക്കനുസരിച്ചുപോലും ഇവ ലഭ്യമല്ല. ഓഫീസുകളെ സംബന്ധിച്ചിടത്തോളം ആവശ്യമായ printed forms ഒന്നും തന്നെ ഇല്ല എന്നു പറയാം.

എല്ലാ വിഭാഗങ്ങളിലും ജീവനക്കാരുടെ കുറവ് അനുഭവപ്പെടുന്നുണ്ട്. നിലവിലുള്ള റിക്രൂട്ട്മെന്റ് സമ്പ്രദായത്തിൽ മാറ്റം വരുത്തേണ്ടതുണ്ട്. മാനദണ്ഡങ്ങൾ അനുസരിച്ചു തസ്തികകൾ അനുവദിക്കാത്തതും ഇക്കാര്യത്തിൽ വരുത്തുന്ന കാലതാമസവും അനുവദിച്ച തസ്തികകളിൽ നിയമനം നടത്താത്തതും ഈ ഡിവിഷനിലെ ജീവനക്കാരുടെ അപര്യാപ്തതയ്ക്ക് കാരണങ്ങളാണ്. എന്നാൽ വികസന പ്രവർത്തനങ്ങൾക്ക് ഇതൊന്നും ഒരു തടസ്സമായി കാണുന്നില്ല. ദിനംപ്രതി കൂടുതൽ കണക്ഷനുകൾ നല്കുന്നു. കൂടുതൽ ലൈനുകൾ അനുവദിക്കുന്നുവെന്നു മാത്രമല്ല നിലവിലുള്ള ജീവനക്കാരുടെ അദ്ധ്വാനഭാരം വർദ്ധിപ്പിക്കുന്നതിനുള്ള എല്ലാ നടപടികളും അനുദിനം സ്വീകരിച്ചു വരുന്നു. വികസന

ത്തിനനുസരിച്ചു നിലവിലുള്ള മാനദണ്ഡങ്ങളുടെ അടിസ്ഥാനത്തിൽ കൂടുതൽ തസ്തികകൾക്ക് അർഹത ഉണ്ടെങ്കിലും ബോർഡുകളുടെ എണ്ണവും മറ്റു പരിധികളും ചൂണ്ടിക്കാണിച്ചു പരിമിതമായ തസ്തികകളാണ് അനുവദിക്കപ്പെടുന്നത്. എന്നാൽ ഇങ്ങനെ അനുവദിച്ചു കിട്ടുന്ന തസ്തികകളുടെ അടിസ്ഥാനത്തിൽ duty arrangement ഉം നടക്കുന്നില്ല. കാരണം ഡിവിഷനിൽ Minimum strength നിശ്ചയിച്ചിട്ടുണ്ട്. ഇക്കാരണത്താൽ വടകര, തലശ്ശേരി, കല്പറ്റ തുടങ്ങിയ എക്സ്ചേഞ്ചുകളിൽ അനുഭവപ്പെടുന്ന വിഷമങ്ങൾ ഏറെയാണ്.

സ്ത്രീ ജീവനക്കാരടക്കം ജോലി ചെയ്യുന്ന ഭൂരിഭാഗം എക്സ്ചേഞ്ചുകളിലും ഓഫീസുകളിലും നാമമാത്രമായിട്ടാണ് വിശ്രമമുറികൾ അനുവദിച്ചിട്ടുള്ളത്. കാസർഗോഡ്, കാഞ്ഞങ്ങാട്, പയ്യന്നൂർ, വടകര, കല്പറ്റ, പൊന്നാനി തുടങ്ങിയ എക്സ്ചേഞ്ചുകളിൽ വിശ്രമമുറി, ടിഫിൻ റൂം, റിക്രിയേഷൻ ക്ലബ് എല്ലാം ഒന്നുതന്നെ. മൂന്നു സ്ത്രീ ജീവനക്കാർ ജോലി ചെയ്യുന്ന വടകര എക്സ്ചേഞ്ചിൽ അവർക്ക് പ്രത്യേക വിശ്രമമുറി ആവശ്യമുള്ളതായി അധികൃതർക്ക് ബോദ്ധ്യപ്പെട്ടിട്ടില്ല. ഇരുപതോളം സ്ത്രീ ജീവനക്കാർ ഉള്ള കണ്ണൂർ എക്സ്ചേഞ്ചിൽ കഷ്ടിച്ച് ഒരു കട്ടിലും ഒരു കസേരയുമിടാവുന്ന ഒരു കൊച്ചുമുറിയാണ് വിശ്രമത്തിനുള്ള ഇടമായി അനുവദിച്ചിട്ടുള്ളത്. ഭക്ഷണത്തിനും വിശ്രമത്തിനും എല്ലാം ഈ കൊച്ചു മുറിയെ ആശ്രയിക്കണം. പുരുഷന്മാരുടെ വിശ്രമമുറിയും ഇതിൽനിന്നും ഒട്ടും വ്യത്യസ്തമല്ല.

റിക്രിയേഷൻ സൗകര്യങ്ങൾ വർദ്ധിപ്പിക്കാൻ അധികൃതർ ഫലവത്തായി ഒന്നും തന്നെ ചെയ്യുന്നില്ലെന്നു പറയാം. ജീവനക്കാരിൽനിന്നും സംഭാവന പിരിച്ചു കായികമത്സരങ്ങൾ സംഘടിപ്പിക്കുന്ന ലജ്ജാകരമായ പാരമ്പര്യമാണ് നമ്മുടെ ഡിപ്പാർട്ട്മെന്റിനുള്ളത്. ജീവനക്കാരുടെ സഹകരണമൊന്നു കൊണ്ടുമാത്രം കാര്യക്ഷമമായി പ്രവർത്തിക്കുന്ന ക്ലബ്ബുകളുടെ പ്രവർത്തനം പോലും നിരുത്സാഹപ്പെടുത്തുന്ന രീതിയിലാണ് ചില ഉദ്യോഗസ്ഥർ പ്രവർത്തിക്കുന്നത്. ഉദാഹരണത്തിന് കണ്ണൂർ റിക്രിയേഷൻ ക്ലബ്ബ് തന്നെ. "കുട്ടി ആപ്പീസർ" മാരുടെ താളത്തിനൊത്തു തുള്ളാൻ വിസമ്മതിച്ചതിന്റെ പേരിൽ ക്ലബ്ബിന്റെ അംഗീകാരം പിൻവലിക്കാനും അതിന്റെ പ്രവർത്തനം നിശ്ചലമാക്കാനും ഡിവിഷണൽ മേധാവിക്ക് ഒരു മടിയും ഉണ്ടായിരുന്നില്ല .എന്നു മാത്രമല്ല, ക്ലബ്ബ് സെക്രട്ടറി സ. കെ വി ബാലകൃഷ്ണനെ കാസർഗോഡേയ്ക്ക് സ്ഥലംമാറ്റുകയും ചെയ്തു. ക്ലബ്ബ് അംഗങ്ങളുടെ വികാരത്തിനനുസരിച്ച് പ്രവർത്തിച്ചു എന്നതാണ് സ. ബാലകൃഷ്ണനിൽ കണ്ടെത്തിയ കുറ്റം. ഒന്നരവർഷം മുൻപ് പ്രവർത്തിച്ച് തുടങ്ങിയ വളപട്ടണം റിക്രിയേഷൻ ക്ലബ്ബിന് അംഗീകാരം നല്കാനും ഗ്രാന്റ് അനുവദിക്കാനും ഉള്ള നടപടി സ്വീകരിക്കാൻ ഇതുവരെ പ്രസ്തുത മേധാവി തയ്യാറായിട്ടില്ല എന്ന കാര്യവും നാം ഓർക്കേണ്ടതാണ്.

മേൽ പ്രസ്താവിച്ച അവശതകൾക്കും അസംതൃപ്തിക്കും മകുടം

ചാർത്തുന്ന രീതിയിലാണ് കഴിഞ്ഞ നാലു വർഷക്കാലമായി തൊഴിലാളി ദ്രോഹനടപടികൾക്ക് കുപ്രസിദ്ധിയാർജ്ജിച്ച കോഴിക്കോട് ഡിവിഷണൽ മേധാവി ജീവനക്കാരുടെ നേരെ എടുത്തുപോരുന്ന കിരാതമായ ശിക്ഷാ നടപടികൾ. ശിക്ഷാ നടപടികളുടെ വിശദാംശങ്ങളിലേക്ക് പ്രവേശിക്കാൻ ആഗ്രഹിക്കുന്നില്ലെങ്കിലും ചില കാര്യങ്ങൾ സ്പർശിക്കാതിരിക്കാൻ നിവൃത്തിയില്ല. തെറ്റുകൾ ഭാവിയിൽ ആവർത്തിക്കാതിരിക്കാനുതകുന്ന രീതിയിലുള്ള ഡിപ്പാർട്ട്മെന്റ് ശിക്ഷാസമ്പ്രദായത്തിന്റെ അന്തഃസത്ത പോലും ഉൾക്കൊള്ളാത്ത, ജീവനക്കാരെ നശിപ്പിക്കാനുതകുന്ന രീതിയിലുള്ള അപരിഷ്കൃതവും, ക്രൂരവുമായ ശിക്ഷാ നടപടികളാണ് പ്രസ്തുത മേധാവി സ്വീകരിച്ചു വരുന്നത്. ടെലിഫോൺ ഓപ്പറേറ്റർമാർക്ക് സ്വാഭാവികമായും സംഭവിക്കാവുന്ന ഒരു ചെറിയ തെറ്റു പറ്റിയ നമ്മുടെ യൂണിയന്റെ സജീവ പ്രവർത്തകനായ സ. പി കെ കുട്ടപ്പന്റെ കാര്യം ഇതിനൊരു ഉത്തമ ഉദാഹരണമാണ്. സ. കുട്ടപ്പൻ തനിക്ക് തെറ്റുപറ്റാനുണ്ടായ സാഹചര്യം വിശദീകരിച്ചുകൊണ്ട് കുറ്റം ഏറ്റുപറയുകയും ഖേദം പ്രകടിപ്പിക്കുകയും ചെയ്തിരുന്നു. എന്നിട്ടും ഏഴ് വർഷത്തേക്കുള്ള വാർഷിക വർദ്ധനവ് (Annual increment) എന്നന്നേക്കുമായി തടഞ്ഞുകൊണ്ട് മിനിമം അടിസ്ഥാനശമ്പളത്തിൽ നിജപ്പെടുത്തുന്ന പൈശാചിക നടപടിയാണ് ഈ ഉദ്യോഗസ്ഥ മേധാവി സ്വീകരിച്ചത്. ഇത്തരത്തിലുള്ള നിരവധി കേസുകൾ ചൂണ്ടിക്കാണിക്കാനുണ്ട്.

ചുരുങ്ങിയ അടിസ്ഥാന ശമ്പളത്തിൽ നിജപ്പെടുത്തിയവർ, തരംതാഴ്ത്തപ്പെട്ടവർ, വാർഷിക വർദ്ധനവ് തടഞ്ഞുവെക്കപ്പെട്ടവർ, പ്രമോഷൻ നിഷേധിക്കപ്പെട്ടവർ, QPC ക്കും, കൺഫർമേഷനും അർഹരായിട്ടും നിഷേധിക്കപ്പെട്ടവർ, സ്ഥലംമാറ്റം ചെയ്യപ്പെട്ടവർ എന്നീ വിഭാഗങ്ങളിലാണ് ഈ ഡിവിഷനിലെ 85 ശതമാനം ജീവനക്കാരും എന്നു പറഞ്ഞാൽ ശിക്ഷാനടപടികളുടെ ഭീകരത മനസ്സിലാക്കാവുന്നതാണല്ലോ? പണിമുടക്കിനു ശേഷം എല്ലാ സ്ഥലങ്ങളിലും പൂർവ്വസ്ഥിതി സംജാതമായെങ്കിലും ഈ ഡിവിഷനെ സംബന്ധിച്ചിടത്തോളം, അടുത്ത കാലത്തുണ്ടായ ചില നടപടികൾ ഒഴികെ, വലിയ മാറ്റമൊന്നും സംഭവിച്ചിട്ടില്ല. പണിമുടക്കിനുശേഷം കേന്ദ്രസർക്കാരും P&T Board ഉം PMG ഉം എല്ലാം തന്നെ പുറപ്പെടുവിച്ചിരുന്ന ഉത്തരവുകൾ അതിന്റെ അന്തഃസത്ത ഉൾക്കൊള്ളാതെ തൊഴിലാളിവിരുദ്ധ വ്യാഖ്യാനങ്ങൾ നല്കി നടപ്പാക്കാതിരുന്നതാണ് ഇവിടെ ഈ ദുർവിധിക്കിടയാക്കിയത്. പണിമുടക്കിനെ തുടർന്നുള്ള സ്ഥലംമാറ്റങ്ങൾ റദ്ദാക്കാൻ വ്യക്തമായ ഉത്തരവ് ഉണ്ടായിട്ടും ചുരുക്കം ചില കേസുകൾ മാത്രമാണ് പരിഹരിച്ചത്. സംഘടനകളുടെ ഔദ്യോഗിക ഭാരവാഹികളെ പോലും ഹെഡ് ക്വാർട്ടേഴ്സിലേക്ക് സ്ഥലംമാറ്റം ചെയ്യാൻ അഹങ്കാരിയായ ഈ ഓഫീസർ തയ്യാറായിട്ടില്ല എന്നുള്ളതാണു വാസ്തവം.

ഈ അവശതകളും അസംതൃപ്തിയും ഇതേ നിലയിൽ തന്നെ തുടരണമോ എന്നു ബന്ധപ്പെട്ടവർ ചിന്തിക്കുന്നത് നന്ന്.

16

തൃശ്ശൂർ സമരം (1972)

അഖിലേന്ത്യാ ടെലിഗ്രാഫ് എഞ്ചിനീയറിങ് എംപ്ലോയീസ് യൂണിയൻ ക്ലാസ് III തൃശ്ശൂർ ഡിവിഷണൽ സെക്രട്ടറി സ. എൻ മാധവൻകുട്ടിയെ (CGPA സ്ഥാപക നേതാക്കളിൽ ഒരാളും ആദ്യത്തെ ജനറൽ സെക്രട്ടറിയുമായിരുന്നു) സസ്പെന്റ് ചെയ്യുകയും, ഇതിനെതിരെ പ്രതിഷേധ സമരം സംഘടിപ്പിച്ചതിന്റെ പേരിൽ സംഘടനാ നേതാക്കളെ സംസ്ഥാനത്തിന്റെ വിവിധ ഭാഗങ്ങളിലേക്ക് സ്ഥലമാറ്റം ചെയ്യുകയും ചെയ്ത അധികൃതരുടെ നടപടി സംസ്ഥാന വ്യാപകമായി ടെലികോം ജീവനക്കാരുടെ പ്രക്ഷോഭത്തിനിടയാക്കിയിരുന്നു.

പശ്ചാത്തലം

1972 മാർച്ചു മാസം 18 നു അർദ്ധരാത്രി സ്ത്രീകൾ മാത്രം ജോലി ചെയ്യുന്ന തൃശ്ശൂർ ടെലിഫോൺ എക്സ്ചേഞ്ചിൽ കടന്നു കയറിയ സബ്ബ് ഡിവിഷണൽ ഓഫീസർ ശ്രീ. ആർ രാജഗോപാലന്റെ മര്യാദാരഹിതമായ പ്രവർത്തിയാണു പ്രക്ഷോഭത്തിനിടയാക്കിയത്. മെയിൻ ലോക്കൽ എക്സ്ചേഞ്ചിൽ തദവസരം കേവലം 3 സ്ത്രീജീവനക്കാരാണ് ഡ്യൂട്ടിയിൽ ഉണ്ടായിരുന്നത്. രാത്രി 1.40 നു സ്വിച്ച് റൂമിന്റെ അടുത്ത മുറിയിൽ പ്രവേശിച്ചു ജനൽവഴി ഒരാൾ എത്തിനോക്കുന്നതാണു സ്ത്രീജീവനക്കാരുടെ ശ്രദ്ധയിൽ പെട്ടത്. അവർ ബഹളം വെച്ചപ്പോൾ താൻ സബ്ബ് ഡിവിഷണൽ ഓഫീസർ ആണെന്നും ഇൻസ്പെകഷനു വന്നതാണെന്നും കതക് തുറക്കണമെന്നും ആവശ്യപ്പെട്ടു. ആദ്യം വിസമ്മതിച്ചുവെങ്കിലും ഇതിന്റെ പേരിൽ പ്രതികാര നടപടിയുണ്ടാകുമെന്നു ഭയപ്പെട്ട ജീവനക്കാർ വാതിൽ തുറന്നു കൊടുത്തു. അകത്ത് പ്രവേശിച്ച പ്രസ്തുത ഓഫീസർ സ്വിച്ച് റൂം ആകെ പരിശോധിച്ചു Log Book കൊണ്ടുവരാൻ ആവശ്യപ്പെടുകയും അതിൽ എന്തോ എഴുതി സ്ഥലം

വിടുകയും ചെയ്തു. അസാധാരണമായ ഇത്തരം സംഭവം തൃശ്ശൂർ എക്സ്ചേഞ്ചിന്റെ ചരിത്രത്തിൽ ആദ്യമായിരുന്നു. പാതിരാത്രി സംശയാസ്പദമായ രീതിയിൽ എക്സ്ചേഞ്ചിൽ കയറിച്ചെന്ന ഉദ്യോഗസ്ഥന്റെ സന്ദർശനോദ്ദേശ്യം ദുരൂഹമായിരുന്നു. രാത്രി 12 മണി മുതൽ രാവിലെ 6 മണിവരെ സ്ത്രീകൾ മാത്രം ജോലി ചെയ്യുന്ന എക്സ്ചേഞ്ചിൽ പുരുഷന്മാർ പ്രവേശിക്കരുത് എന്ന നിയമം നിലവിലുള്ളപ്പോഴാണ് ഉത്തരവാദിത്വമുള്ള ഈ ഉദ്യോഗസ്ഥനിൽനിന്നും നിയമലംഘനവും മര്യാദകേടും സംഭവിച്ചത് എന്നത് സംഭവത്തിന്റെ ഗൗരവം വർദ്ധിപ്പിക്കുന്നു. പ്രസ്തുത ഉദ്യോഗസ്ഥ മേധാവിയുടെ ധിക്കാരപരവും അപമര്യാദപരവുമായ നടപടിയിൽ പ്രതിഷേധിച്ചു മാർച്ച് 20 നു സ്ത്രീകൾ ഉൾപ്പെടെ 100 ഓളം ജീവനക്കാർ ഡിവിഷണൽ എഞ്ചിനീയറുടെ മുന്നിൽ വമ്പിച്ച പ്രതിഷേധ പ്രകടനം നടത്തുകയും സംഭവത്തെപ്പറ്റി അന്വേഷിച്ചു പ്രസ്തുത ഉദ്യോഗസ്ഥന്റെ പേരിൽ നടപടിയെടുക്കാൻ ആവശ്യപ്പെടുകയും ചെയ്തു. തുടർന്ന് ഈ സംഭവത്തെപ്പറ്റി പ്രാഥമികാന്വേഷണം നടത്താൻ ഉത്തരവ് ഇടുകയും അന്വേഷണത്തിൽ സംഘടന ഉന്നയിച്ച ആരോപണം ശരിയാണെന്നു റിപ്പോർട്ട് നല്കുകയും ചെയ്തിരുന്നു.

ഡിവിഷണൽ സെക്രട്ടറിയെ സസ്പെന്റ് ചെയ്യുന്നു

അന്വേഷണ റിപ്പോർട്ടിന്റെ അടിസ്ഥാനത്തിൽ ശ്രീ.രാജഗോപാലന്റെ പേരിൽ അടിയന്തര നടപടിയെടുക്കണമെന്നാവശ്യപ്പെട്ടുകൊണ്ട് ഡിവിഷണൽ സെക്രട്ടറി സ.മാധവൻകുട്ടി ഡിവിഷണൽ എഞ്ചിനീയർക്ക് കത്തു നല്കി. എന്നാൽ രാഷ്ട്രീയ ഇടപെടലിനെ തുടർന്ന് നടപടിയെടുക്കാൻ ഡിവിഷണൽ എഞ്ചിനീയർ വിസമ്മതിച്ചു. മാത്രമല്ല, നടപടി ആവശ്യപ്പെട്ട സംഘടനാ നേതാവിനെ സസ്പെന്റ് ചെയ്യുന്ന പ്രകോപന നടപടിയാണ് അധികൃതരിൽനിന്നും ഉണ്ടായത്. 1968 സമരത്തെ തുടർന്ന് രൂപീകരിക്കപ്പെട്ട കോൺഗ്രസ് അനുകൂല സംഘടനയായ FNPTO യുടെ സംസ്ഥാന ചെയർമാനായ ശ്രീ. വയലാർ രവിയുടെ പ്രധാന സിൽബന്ധികളിൽ ഒരാളായിരുന്ന ശ്രീ. രാജഗോപാലൻ. FNPTO രൂപീകരണത്തിനുശേഷം NFPTE യുടെ പ്രവർത്തകരെ ദ്രോഹിക്കുന്നതിലും FNPTO ൽ ആളെ ചേർക്കുന്നതിലും മുൻനിരയിൽ നിന്നു പ്രവർത്തിക്കുകയായിരുന്നു ശ്രീ. രാജഗോപാലൻ. ഇതിന്റെ യഥാർത്ഥ കാരണം പിന്നീട് വിശദീകരിക്കാം. ശ്രീ. വയലാർ രവിയുടെ ഇടപെടൽ കാരണം രാജഗോപാലനെതിരെ നടപടിയെടുക്കുന്ന കാര്യത്തിൽ അധികൃതർ നിസ്സഹായരായിരുന്നു.

മിന്നൽ പണിമുടക്കവും തുടർപ്രക്ഷോഭവും

സ. മാധവൻകുട്ടിയുടെ സസ്പെൻഷനിൽ പ്രതിഷേധിച്ച് പാലക്കാട് മുതൽ തൊടുപുഴ വരെ നീണ്ടുകിടക്കുന്ന അന്നത്തെ തൃശ്ശൂർ ടെലിഗ്രാഫ്

ഡിവിഷനിലെ ക്ലാസ് 3 ജീവനക്കാർ ഏപ്രിൽ 31 നു 10.30 മുതൽ 12.30 വരെ മിന്നൽ പണിമുടക്കം നടത്തി. ടെലിഫോൺ സർവ്വീസ് പൂർണ്ണമായും സ്തംഭിച്ചു. ജീവനക്കാരുടെ ശക്തമായ വികാരങ്ങൾ മനസ്സിലാക്കി ഉന്നയിച്ച് ആവശ്യങ്ങൾ അംഗീകരിക്കുന്നതിനു പകരം പണിമുടക്കിന്റെ പേരിൽ സർവ്വീസ് റദ്ദാക്കുന്ന നടപടിയാണ് അധികൃതരിൽ നിന്നുമുണ്ടായത്. ഇതിനെ തുടർന്നു ശക്തമായ പ്രക്ഷോഭത്തിനു E3, E IV ഡിവിഷണൽ യൂണിയനുകളുടെ സംയുക്ത യോഗം തീരുമാനിച്ചു. ജീവനക്കാർ തുടർന്നും പ്രക്ഷോഭത്തിനു തീരുമാനമെടുത്ത സാഹചര്യത്തിൽ കൂടുതൽ പ്രകോപന നടപടികളാണ് അധികൃതരിൽ നിന്നുമുണ്ടായത്. അസി. സർക്കിൾ സെക്രട്ടറി സ. കെ പി ഗോവിന്ദൻകുട്ടി, E. IV സർക്കിൾ സംഘടനാ സെക്രട്ടറി സ. എം ആർ ചന്ദ്രൻ, ഡിവിഷണൽ പ്രസിഡന്റ്. പി ജി വാസുദേവൻ, ബ്രാഞ്ച് സെക്രട്ടറി സ. കെ രാമൻ, E. IV സജീവ പ്രവർത്തകനായ എൻ റ്റി ലോനപ്പൻ എന്നിവരെ മറ്റു ഡിവിഷനുകളിലേക്ക് സ്ഥലമാറ്റം ചെയ്തു. സ. കെ പി ഗോവിന്ദൻകുട്ടിയെ കുമളിയിലേക്കും സ. എം ആർ ചന്ദ്രനെ പത്തനംതിട്ടയിലേക്കും സ. കന്തസ്വാമിയെ പയ്യന്നൂരിലേക്കും സ. പി ജി വാസുദേവനെ പുനലൂരിലേക്കും സ. കെ രാമനെ കാസർഗോഡേക്കും സ. ലോനപ്പനെ കണ്ണൂരിലേക്കുമാണു സ്ഥലമാറ്റം ചെയ്തത്. സംഘടനാ സ്വാതന്ത്ര്യത്തിനെതിരെയുള്ള പ്രതികാര നടപടികളുടെ ഭാഗമായ ഈ സ്ഥലമാറ്റത്തിനെതിരെ വ്യാപകമായ പ്രതിഷേധങ്ങൾ ഉയർന്നുവന്നു. തൃശ്ശൂരിലെ ബഹുഭൂരിഭാഗം ജീവനക്കാരും ഡിവിഷണൽ ഓഫീസിനു മുൻപിൽ നടന്ന പ്രകടനത്തിൽ പങ്കെടുത്തിരുന്നു. വിവിധ സർവ്വീസ് സംഘടനകളുടെ സംയുക്താഭിമുഖ്യത്തിൽ തൃശ്ശൂർ പട്ടണത്തിൽ പന്തം കൊളുത്തി പ്രകടനവും പൊതുയോഗവും സംഘടിപ്പിച്ചിരുന്നു.

സ. എൻ മാധവൻകുട്ടിയുടെ സസ്പൻഷൻ പിൻവലിക്കുക, അന്യായമായ സ്ഥലമാറ്റങ്ങൾ റദ്ദാക്കുക, കുറ്റാരോപിതനായ ഉദ്യോഗസ്ഥനെതിരെ നടപടി സ്വീകരിക്കുക എന്നീ ആവശ്യങ്ങൾ ഉന്നയിച്ചു E3, E IV യൂണിയനുകളുടെ സംയുക്താഭിമുഖ്യത്തിൽ തൃശ്ശൂർ ഡിവിഷനിൽ ജൂൺ 23 മുതൽ നിസ്സഹകരണ സമരം ആരംഭിച്ചു. വിവിധ ട്രേഡ് യൂണിയൻ സംഘടനകൾ ടെലികോം ഓഫീസുകൾക്ക് മുമ്പിൽ പ്രതിഷേധ പ്രകടനങ്ങളും സത്യഗ്രഹങ്ങളും സംഘടിപ്പിച്ചിരുന്നു. തുടർന്നു സംസ്ഥാന വ്യാപകമായി സമരം വ്യാപിപ്പിക്കാൻ E3, E IV സർക്കിൾ യൂണിയനുകൾ തീരുമാനിച്ചു. ഇതനുസരിച്ച് ജൂൺ 27 മുതൽ ടെലികോം ജീവനക്കാർ സംസ്ഥാന വ്യാപകമായി നിസ്സഹകരണ സമരം ആരംഭിച്ചു. കേരളത്തിലെ ടെലികോം സർവ്വീസ് സ്തംഭനാവസ്ഥയിലേക്ക് എത്തിച്ച സ്ഥിതി വിശേഷമാണു നിസ്സഹകരണ സമരത്തോടെ സംജാതമായത്. സമരം ഒത്തുതീർപ്പിലെത്തിക്കാൻ സർക്കിൾ തലത്തിലും P & T Board തലത്തിലും ചർച്ചകൾ നടന്നിരുന്നു. ജൂലായ് 10 നു ഡൽഹിയിൽ P & T Board അധികൃതരുമായി NFPTE പ്രസിഡന്റ് സ. കെ ജി ബോസും

സംസ്ഥാന ഏകോപന സമിതി ചെയർമാൻ ഡോ. മാത്യുകുരിയൻ എം പി യും നടത്തിയ ചർച്ചയെ തുടർന്ന് ഒത്തു തീർപ്പിനു സാഹചര്യം ഉണ്ടായി. തുടർന്നു സർക്കിൾ അധികാരികളുമായി സർക്കിൾ സെക്രട്ടറിമാർ നടത്തിയ ചർച്ചയിൽ സ. മാധവൻ കുട്ടിയുടെ സസ്പെൻഷൻ പിൻവലിക്കാൻ ധാരണയായി. സംഘടന നേതാക്കളുടെ സ്ഥലമാറ്റങ്ങളും പുനഃപരിശോധിക്കുമെന്നും അധികൃതർ വ്യക്തമാക്കിയതിനെ തുടർന്നു സമരം പിൻവലിച്ചു. സ. മാധവൻകുട്ടിയുടെ സസ്പെൻഷൻ ഉടനെ റദ്ദാക്കുകയും ചെയ്തിരുന്നു.

1968 സെപ്തംബർ 19 സമരത്തിനു ശേഷം സംസ്ഥാന വ്യാപകമായി സർവ്വീസ് സ്തംഭനം പ്രകടമായ സമരമുറ ആദ്യമായാണു സംഘടിപ്പിച്ചത്. അതുകൊണ്ടുതന്നെ ഈ സമരത്തിന്റെ പ്രാധാന്യം ഏറെയായിരുന്നു. ട്രേഡ് യൂണിയൻ അവകാശങ്ങൾ സംരക്ഷിക്കുന്നതിനും പ്രതികാര നടപടികൾക്കെതിരെയുമാണ് കേരളത്തിലെ ടെലിഫോൺ ജീവനക്കാർ ഒന്നടങ്കം സമരത്തിൽ അണിചേർന്നത്. തൊഴിലാളികളുടെ മനസ്സിൽ കുടികൊള്ളുന്ന വികാര വായ്പകളെയും സംഘടനാ ബോധത്തെയും മാത്രം ആശ്രയിച്ചു വിജയിപ്പിക്കേണ്ട സമരമുറയായിരുന്നു നിസ്സഹകരണ സമരം. ടെലികോം സർവ്വീസ് സ്തംഭനം അനുഭവപ്പെടുന്ന മൂർച്ചയേറിയ സമരമുറയായിരുന്നു. അതുകൊണ്ടാണ് അപ്രഖ്യാപിതമായ പണിമുടക്കെന്നു തൃശ്ശൂർ സമരത്തെ അന്നു മാദ്ധ്യമങ്ങൾ വിശേഷിപ്പിച്ചത്.

തൃശ്ശൂർ സമരം സ. എ കെ ജിയുടെ പത്രപ്രസ്താവന

കേരളത്തിലെ കമ്പി–തപാൽ ജീവനക്കാരുടെ ട്രേഡ് യൂണിയൻ പ്രസ്ഥാനത്തെ അടിച്ചമർത്തുന്നതിനുള്ള ഒരു സംഘടിതശ്രമം ഉദ്യോഗസ്ഥമേധാവികൾ ഏതാനും കാലമായി നടത്തിവരികയാണ്. ഇപ്പോൾ അവരുടെ ശ്രദ്ധ മുഴുവൻ തൃശ്ശൂർ ടെലിഗ്രാഫ് എഞ്ചിനീയറിങ് ഡിവിഷനിലെ യൂണിയനുകളെ തകർക്കുന്നതിൽ കേന്ദ്രീകരിച്ചിരിക്കയാണെന്നു തോന്നുന്നു. ഒരു ഉദ്യോഗസ്ഥ മേധാവിയുടെ തെറ്റായ നടപടികളെപ്പറ്റി ചില പരാതികൾ ബോധിപ്പിച്ചതിന് അവരുടെ യൂണിയന്റെ ഡിവിഷനൽ സെക്രട്ടറിയെ സസ്പെന്റ് ചെയ്തിരിക്കുയാണ്. അന്യായമായ ഈ നടപടിക്കെതിരായി തൊഴിലാളികൾ നടത്തിവരുന്ന പ്രക്ഷോഭ പരിപാടികളിൽ പങ്കെടുത്തതിനു നിരവധി ജീവനക്കാരെ കടുത്ത ശിക്ഷാ നടപടികൾക്ക് വിധേയരാക്കിയതായി മനസ്സിലാക്കുന്നു. ഏറ്റവും ഒടുവിലായി അവിടത്തെ അംഗീകൃത യൂണിയനുകളുടെ ഔദ്യോഗിക ഭാരവാഹികളായ 6 സംഘടനാ നേതാക്കളെ നിലവിലുള്ള നിയമങ്ങളെല്ലാം ലംഘിച്ചുകൊണ്ടു കേരളത്തിന്റെ ചില ഓണംകേറാ മൂലകളിലേക്ക് സ്ഥലംമാറ്റം ചെയ്തതായും അറിയുന്നു. സർവ്വീസ് ചട്ടങ്ങളെ പാടെ അവഗണിച്ചും സംഘടനാ പ്രവർത്തനങ്ങളെ സംബന്ധിച്ച നിയമങ്ങളെ ലംഘിച്ചുകൊണ്ടും കേരളത്തിലെ പോസ്റ്റ്മാസ്റ്റർ ജനറൽ ചെയ്തിരിക്കുന്ന ഈ

നടപടി ജീവനക്കാരുടെ സംഘടനാ പ്രവർത്തനം തടയുന്നതിനും അവരുടെ കുടുംബജീവിതം തകർക്കാനും ഉദ്ദേശിച്ചുകൊണ്ടുള്ളതാകുന്നു. സംഘടിത തൊഴിലാളി പ്രസ്ഥാനങ്ങളെ അടിച്ചമർത്തുക എന്നുള്ള കേന്ദ്ര സർക്കാരിന്റെ നയത്തിന്റെ ഭാഗമാണിതെന്നു കരുതേണ്ടിയിരിക്കുന്നു. ഇതിനെതിരായി ഈ നാട്ടിലെ എല്ലാ അദ്ധ്വാനിക്കുന്ന ജനവിഭാഗങ്ങളുടെയും ജനാധിപത്യ വാദികളുടെയും സംഘടിത ശബ്ദം ഉയർന്നു വരേണ്ടതാണ്.

S D O ശ്രീ. രാജഗോപാലനെ പറ്റി

തൃശ്ശൂർ സമരത്തിനു കാരണക്കാരനും മുഖ്യ കഥാപാത്രവുമായ ശ്രീ ആർ രാജഗോപാലനെപ്പറ്റി നേരത്തെ സൂചിപ്പിച്ചിരുന്നുവല്ലൊ? ശ്രീ വയലാർ രവിയടക്കമുള്ള കോൺഗ്രസ് നേതാക്കളുടെ ശിങ്കിടിയായി പ്രവർത്തിക്കാനും FNPTO എന്ന കോൺഗ്രസ് അനുകൂല സംഘടന വളർത്താനുമുള്ള അമിതാവേശത്തിന്റെയും കാരണം തേടി നമ്മുടെ പ്രവർത്തകർ ശ്രീ. രാജഗോപാലന്റെ കുടുംബ പശ്ചാത്തലം അന്വേഷിച്ചിരുന്നു. പട്ടികജാതിക്കാരനെന്ന നിലയിൽ ഉദ്യോഗം കരസ്ഥമാക്കിയ ശ്രീ. രാജഗോപാലൻ ഒരു മുന്നോക്ക ജാതിക്കാരനാണെന്നു നമ്മുടെ പ്രവർത്തകർ മനസ്സിലാക്കി. കോളേജിൽ ഫീസ് നല്കി പഠിച്ച കാര്യവും ഇലക്ട്രിസിറ്റിയിൽ ജോലി നോക്കുന്ന സഹോദരൻ മുന്നോക്ക ജാതിക്കാരനാണെന്നതിന്റെ വിശദാംശങ്ങളും ശേഖരിച്ചു. പട്ടികജാതിക്കാരനെന്ന വ്യാജ സർട്ടിഫിക്കറ്റിന്റെ അടിസ്ഥാനത്തിലൂടെ ജോലി തരപ്പെടുത്തിയതാണെന്നു വ്യക്തമായി. സ. എം കെ കൃഷ്ണൻ എം പി യെ ഈ വിവരം ധരിപ്പിച്ചു. തുടർന്നു സ. എം കെ കൃഷ്ണൻ ഈ കേസ് ഏറ്റെടുക്കുകയും C B I അന്വേഷണം ആവശ്യപ്പെടുകയുംചെയ്തു. വ്യാജ സർട്ടിഫിക്കറ്റുകൾ സംഘടിപ്പിച്ചു പട്ടികജാതി/പട്ടികവർഗ്ഗങ്ങൾക്കായുള്ള ആനുകൂല്യങ്ങൾ തട്ടിയെടുക്കുന്നതിനെ സംബന്ധിച്ചു പാർലമെന്റിൽ പ്രസ്താവന നടത്തുകയും ചെയ്തിരുന്നു. തുടർന്നു സി ബി ഐ അന്വേഷണത്തിന് ഉത്തരവ് ഇടാൻ അധികൃതർ നിർബന്ധിതരായി. അന്വേഷണത്തിൽ ശ്രീ. രാജഗോപാലൻ മുന്നോക്ക വിഭാഗത്തിൽപെട്ട "നായഡു" എന്ന ജാതിക്കാരനാണെന്നും തമിഴ്നാട്ടിലെ "നായാടി" എന്ന പട്ടികജാതി സർട്ടിഫിക്കറ്റാണു വ്യാജമായി സംഘടിപ്പിച്ചതെന്നും വ്യക്തമായി. ഡിപ്പാർട്ട്മെന്റിനെ വഞ്ചിച്ച രാജഗോപാലന് എതിരായി നടപടിയെടുക്കാൻ പാർലമെന്റിൽ ഉൾപ്പെടെ ആവശ്യമുയർന്നു.

പത്രവാർത്ത

> തൃശ്ശൂർ ടെലിഫോൺ സബ്ബ് ഡിവിഷനൽ ഓഫീസർ ആർ രാജഗോപാലൻ വ്യാജമായി സർട്ടിഫിക്കറ്റു ഹാജരാക്കി അവിഹിതമായ രീതിയിൽ പട്ടികജാതി പട്ടികവർഗ്ഗങ്ങൾക്കുള്ള സർവ്വീസ്

ആനുകൂല്യങ്ങൾ സമ്പാദിച്ചിരിക്കുന്നുവെന്ന ആരോപണത്തെപ്പറ്റി സി ബി ഐ അന്വേഷണം പൂർത്തിയാക്കിയതായും പ്രശ്നം ഇപ്പോൾ പി ആന്റ് ടി ഡയറക്ടർ ജനറലിന്റെ പരിഗണയിൽ ഇരിക്കുകയാണെന്നും കേരള സർക്കിൾ പി എം ജി സ. എം കെ കൃഷ്ണൻ എം പി.യെ അറിയിച്ചിരിക്കുന്നു. ഈ പ്രശ്നം സംബന്ധിച്ചു പി എം ജിക്ക് സ. എം കെ കൃഷ്ണൻ നേരത്തെ കത്തെഴുതിയിരുന്നു."

(*ദേശാഭിമാനി*, നവംബർ 13, 1972)

എന്നാൽ ശക്തമായ രാഷ്ട്രീയ ഇടപെടലിനെ തുടർന്നു രാജഗോപാലനെതിരായി നടപടി എടുക്കാൻ അധികൃതർ തയ്യാറായില്ല. വ്യാജ സർട്ടിഫിക്കറ്റു ഹാജരാക്കി ഡിപ്പാർട്ടുമെന്റിനെ വഞ്ചിച്ച രാജഗോപാലിന് എതിരെ നടപടി വേണമെന്ന C B I റിപ്പോർട്ട് P & T Board അവഗണിച്ചു. റിക്രൂട്ട്മെന്റ് ഘട്ടത്തിൽ തഹസീൽദാർ നല്കിയ സർട്ടിഫിക്കറ്റു കണക്കിലെടുത്താൽ മതി എന്നായിരുന്നു P & T Board ന്റെ തീരുമാനം. റിസർവേഷൻ ആനുകൂല്യങ്ങൾ എല്ലാം ഉപയോഗപ്പെടുത്തി ഉയർന്ന തസ്തികയിൽനിന്നാണ് ശ്രീ.രാജഗോപാലൻ വിരമിച്ചത്. പാവപ്പെട്ട ഒരു പട്ടികജാതിക്കാരനു ലഭിക്കേണ്ട ആനുകൂല്യമാണു നിഷേധിക്കപ്പെട്ടത് എന്ന് നാം ഓർക്കുക. പട്ടികജാതി/പട്ടികവർഗ്ഗങ്ങളുടെ താല്പര്യത്തിന്റെ പേരിൽ സ്ഥാനത്തും ആസ്ഥാനത്തും മുതലക്കണ്ണീർ പൊഴിക്കുന്ന കോൺഗ്രസ് നേതാക്കളുടെ മറ്റൊരു മുഖമായിരുന്നു രാജഗോപാലൻ സംഭവത്തെ തുടർന്നു വെളിവാക്കപ്പെട്ടത്.

17

എറണാകുളം ഡോർമിറ്ററി സമരം (1972 ഏപ്രിൽ)

ആയിരത്തിത്തൊള്ളായിരത്തി എഴുപത്തി രണ്ട് കാലഘട്ടത്തിൽ എറണാകുളം ടെലിഫോൺ എക്സ്ചേഞ്ചിൽ കൂടുതലും സ്ത്രീ ജീവനക്കാരായിരുന്നു. 8 മണിക്കൂർ ജോലി കഴിഞ്ഞ് വിശ്രമിക്കാൻ സാമാന്യം വിശാലമായ വിശ്രമമുറി (ഡോർമിറ്ററി) നേരത്തെ അനുവദിച്ചിരുന്നു. എന്നാൽ ടെലിഫോൺ എക്സ്ചേഞ്ചിന്റെ വികസനവുമായി ബന്ധപ്പെട്ട് യന്ത്രസാമഗ്രികൾ സ്ഥാപിക്കണമെന്ന് പറഞ്ഞ് സ്ത്രീ ജീവനക്കാരുടെ വിശ്രമമുറി ഏകപക്ഷീയമായി മാറ്റി. ഒരു പലക വച്ചു മറച്ചുകൊണ്ട് ഒരു കോറിഡോർ വിശ്രമമുറിയാക്കി മാറ്റി. ശുദ്ധവായുപോലും ലഭിക്കാത്ത ഒരു ഇരുട്ടറ. സാധാരണ കട്ടിലുകൾ ഉപയോഗിക്കാൻ പോലും പറ്റാത്ത വിധത്തിലുള്ള മുറി. അതുകൊണ്ട് അധികൃതർ വീതികുറഞ്ഞ ഇരു തട്ടുകൾ (Two Tier) ഉള്ള കട്ടിലുകൾ ഏർപ്പാടാക്കി. 1972 ജൂലായ് 23 രാത്രി നിർബന്ധപൂർവ്വം നിലവിലുള്ള ഡോർമിറ്ററിയിൽനിന്നും കട്ടിലുകൾ മാറ്റാൻ അധികൃതർ ശ്രമം തുടങ്ങി. സ്വാഭാവികമായും സ്ത്രീ ജീവനക്കാർ ഈ നടപടിയിൽ പ്രതിഷേധിച്ചു,

സംഘടനാ നേതാക്കൾ ഡി ഇ ടി ശ്രീ. പൊതുവാളിന്റെയും തൊഴിലാളി വിരുദ്ധ നടപടികൾക്ക് കുപ്രസിദ്ധനായ പി എം ജി അരുണാചലത്തിന്റെയും ശ്രദ്ധയിൽ ഈ പ്രശ്നം ഉന്നയിക്കുകയും നേരത്തെ ഉപയോഗിച്ചുകൊണ്ടിരുന്ന വിശ്രമമുറി സ്ത്രീ ജീവനക്കാർക്ക് വിട്ടു കൊടുക്കാൻ ആവശ്യപ്പെടുകയും ചെയ്തു. എന്നാൽ പി എം ജി യുടെ നിർദ്ദേശാനുസരണം ഡി ഇ ടി പൊലീസിനെ വിളിച്ചു വരുത്തി പ്രതിഷേധിക്കുന്ന സ്ത്രീ ജീവനക്കാരെ അറസ്റ്റു ചെയ്ത് മാറ്റാനാണ് ശ്രമിച്ചത്. ശക്തമായ പ്രതിഷേധത്തെ തുടർന്ന് അറസ്റ്റു ചെയ്യാതെ പൊലീസ് തിരിച്ചുപോയി. ഇതിൽ കുപിതനായ ഡി ഇ ടി പ്രതിഷേധ സമരത്തിന് നേതൃത്വം കൊടുത്ത ബ്രാഞ്ച് സെക്രട്ടറി സ. കെ പ്രഭാകരനെയും

എറണാകുളം ടെലിഫോൺ എക്സ്ചേഞ്ചിനുമുന്നിൽ ജീവനക്കാർ പ്രതിഷേധ പ്രകടനം നടത്തി

മറ്റൊരു സംഘടനാ നേതാവായ സ. ലില്ലിയെയും സസ്പെന്റ് ചെയ്തു. കൂടാതെ സ. പി എ കുമാരനടക്കം അഞ്ച് സംഘടനാ നേതാക്കളെ സ്ഥലം മാറ്റുകയും ചെയ്തു.

ജൂലായ് 24 മുതൽ എറണാകുളം എക്സ്ചേഞ്ചിൽ ടൂൾഡൗൺ സമരം ആരംഭിച്ചു. തുടർന്ന് എക്ചേഞ്ചിൽ പ്രവേശിക്കണമെങ്കിൽ സമരത്തിൽ പങ്കെടുക്കില്ല എന്ന ഡിക്ലറേഷൻ നല്കണമെന്നു നിബന്ധന ഏർപ്പെടുത്തി. എല്ലാ ജീവനക്കാരും ഡിക്ലറേഷൻ ഒപ്പിട്ട് അകത്തുകയറുകയും സമരത്തിൽ പങ്കെടുക്കുകയും ചെയ്തു. അതോടെ ഡിക്ലറേഷൻ കൊടുത്താലും ആരെയും എക്സ്ചേഞ്ചിൽ പ്രവേശിപ്പിക്കേണ്ട എന്ന നിലപാട് അധികൃതർ സ്വീകരിച്ചു. ഡ്യൂട്ടി കഴിഞ്ഞവർ ഒന്നൊന്നായി എക്സ്ചേഞ്ചിനു പുറത്തു പോയാൽ ഡോർമിറ്ററി സൗകര്യപൂർവ്വം മാറ്റാം എന്ന ഉദ്ദേശ്യമായിരുന്നു അധികൃതർക്ക്. എന്നാൽ ഡോർമിറ്ററി മാറ്റുന്നത് തടഞ്ഞുനില്ക്കുന്ന സ്ത്രീ ജീവനക്കാർ പുറത്തു പോകാൻ തയ്യാറായില്ല. ഉടുതുണിക്ക് മറുതുണിയില്ലാതെ 5 ദിവസം ജീവനക്കാർ ഡോർമിറ്ററിയിൽ തന്നെ കഴിഞ്ഞു. അതിൽ പാലൂട്ടുന്ന അമ്മമാരും ഉണ്ടായിരുന്നു. കുഞ്ഞുങ്ങളോടുള്ള മാതൃസഹജമായ കടമകളും കുടംബത്തോടുള്ള ഉത്തരവാദിത്വവും വിസ്മരിച്ചു സമരരംഗത്തു ഉറച്ചു നിന്നു ചെറുത്തുനില്പ് സമരത്തിന്റെ പുതിയ ഇതിഹാസം സൃഷ്ടിക്കപ്പെടുകയായിരുന്നു ഈ സഖാക്കൾ. മുലക്കുഞ്ഞുങ്ങളെ മതിലിനു മേൽ ഏറ്റുവാങ്ങി മുലയൂട്ടി തിരിച്ചു നല്കി സമരത്തിൽ തുടർന്ന ഈ സഖാക്കൾ എന്നെന്നും സ്മരിക്കപ്പെടും എന്ന കാര്യത്തിൽ സംശയമില്ല. പണിമുടക്കിയ 350–ഓളം ജീവനക്കാർ എക്സ്ചേഞ്ച് ഗേറ്റിനു പുറത്തും സത്യഗ്രഹം നടത്തി വരികയായിരുന്നു.

ജൂലായ് 29–ന് ടെലിഫോൺ എക്സ്ചേഞ്ചിനകത്ത് പ്രക്ഷോഭം നടത്തിവന്നിരുന്ന 20 സ്ത്രീ ജീവനക്കാരെയും അറസ്റ്റ് ചെയ്തു പൊലീസ് സ്റ്റേഷനിലേക്ക് കൊണ്ടുപോയി. ഇവരെ തടഞ്ഞ 16 ജീവനക്കാരെയും അറസ്റ്റു ചെയ്തിരുന്നു.

അറസ്റ്റിനെ തുടർന്ന് എറണാകുളം ഡിവിഷനിലെ മുഴുവൻ ജീവനക്കാരും രണ്ടു മണിക്കൂർ പണി മുടക്കി. തുടർന്ന് ടൂൾഡൗൺ സമരം ആരംഭിക്കുകയും ചെയ്തു. ജൂലായ് 29 മുതൽ കേരള വ്യാപകമായി ടെലികോം ജീവനക്കാർ work to rule സമരം ആരംഭിച്ചു. തുടർന്ന് ആഗസ്ത് ഒന്നു മുതൽ മുഴുവൻ കമ്പി–തപാൽ ജീവനക്കാരും കേരള വ്യാപകമായി സമരത്തിൽ പങ്കു ചേർന്നു.

ഇതിനിടയിൽ സമരം ഒത്തുതീർപ്പിലെത്തിക്കാൻ ശ്രമമുണ്ടായെങ്കിലും പി എം ജി യുടെ പിടിവാശി കാരണം വിജയം കണ്ടില്ല. പണിമുടക്ക് പരാജയപ്പെടുത്താനുള്ള നീക്കമാണ് അധികൃതരിൽനിന്നും ഉണ്ടായത്. തിരുവനന്തപുരം ട്രെയിനിങ് സെന്ററിൽ നിന്നും പരിശീലനം നടത്തുന്നവരെ സമരം പൊളിക്കാൻ കൊണ്ടുവന്നു. എന്നാൽ അതിശക്തമായ പിക്കറ്റിങ്ങിനെ തുടർന്ന് അവർ ഈ ശ്രമം ഉപേക്ഷിച്ചു.

ടെലികോം സമരം ധനകാര്യസ്ഥാപനങ്ങളുടെ പ്രവർത്തനത്തിനും പൊതു ജീവിതത്തിനും പ്രയാസങ്ങൾ സൃഷ്ടിച്ചിരുന്നു. ഇതിനെ തുടർന്ന് കൊച്ചിൻ മേയർ ശ്രീ. എ സി ജോസും, ജില്ലാ കളക്ടർ എസ് കൃഷ്ണകുമാറും (പിന്നീട് കേന്ദ്രമന്ത്രി) മുൻകൈ എടുത്തു ഒത്തുതീർപ്പ് സംഭാഷണം നടത്തി. യൂണിയൻ നേതാക്കൾക്ക് പുറമെ പോസ്റ്റൽ ഡയറക്ടർ ശ്രീ. ബാലുവും ഡിവിഷനൽ എഞ്ചിനീയർ ശ്രീ. പൊതുവാളും ഒത്തുതീർപ്പ് സംഭാഷണത്തിൽ പങ്കെടുത്തിരുന്നു. പുതുതായി ഡോർമിറ്ററി പണിയുന്നതുവരെ പഴയത് ഉപയോഗിക്കാൻ അനുവദിക്കുക, സസ്പെൻഷനുകളും സ്ഥലമാറ്റങ്ങളും റദ്ദാക്കുക തുടങ്ങിയ നിർദ്ദേശങ്ങളാണ് മേയറും ജില്ലാ കളക്ടറും മുന്നോട്ടു വച്ചത്. സംഘടനാ നേതാക്കൾ ഇവ സ്വീകരിച്ചുവെങ്കിലും പി എം ജി യുമായി ബന്ധപ്പെട്ടപ്പോൾ സ്വീകാര്യമല്ല എന്ന നിലപാടാണു സ്വീകരിച്ചത്. തുടർന്ന് ഫെഡറേഷൻ നേതാക്കൾ ഡൽഹിയിൽ ഒത്തുതീർപ്പിനു പരിശ്രമം ആരംഭിച്ചിരുന്നു. ആദ്യഘട്ടത്തിൽ വകുപ്പ് മന്ത്രി ശ്രീ. ബഹുഗുണ ഇത്തരം Wild Cat Strikes അനുവദിക്കില്ലെന്നും പറഞ്ഞുവെങ്കിലും സമരം ഒത്തുതീർപ്പിലെത്തിക്കാൻ നിർദ്ദേശം നല്കി. തുടർന്നു വീണ്ടും മേയറുടെയും ജില്ലാ കളക്ടറുടെയും മദ്ധ്യസ്ഥതയിൽ സംഭാഷണം ആരംഭിക്കുകയും സമരം ഒത്തു തീർപ്പിലാക്കുകയും ചെയ്തു. വിശ്രമമുറിക്ക് കൂടുതൽ സൗകര്യം ഏർപ്പെടുത്താനും സസ്പെൻഷനും സ്ഥലംമാറ്റങ്ങളും റദ്ദാക്കാനും തീരുമാനിച്ചു. സമരത്തിൽ പങ്കെടുത്തതിന്റെ പേരിൽ പ്രതികാര നടപടികൾ ഉണ്ടായിരിക്കില്ല എന്നും വ്യവസ്ഥ ചെയ്തിരുന്നു. സഖാക്കൾ എൻ പി പത്മനാഭനും എം സി അയ്യപ്പക്കുട്ടിയും എറണാകുളത്ത് ക്യാമ്പ് ചെയ്തു ഈ സമരത്തിനു നേതൃത്വം നല്കുകയുണ്ടായി.

എറണാകുളം ഡോർമിറ്ററി സമരം മാദ്ധ്യമരംഗത്തും ചർച്ച ചെയ്യപ്പെട്ടിരുന്നു. 'ജനങ്ങൾക്കെതിരായുള്ള സമരം' 'ഉറക്കറ'ക്ക് വേണ്ടിയുള്ള സമരം എന്നൊക്കെ ആദ്യഘട്ടത്തിൽ വിശേഷിപ്പിച്ചെങ്കിലും ടെലിഫോൺ എക്സ്ചേഞ്ചിൽ പ്രവേശിച്ച പത്രപ്രവർത്തകർക്ക് യാഥാർത്ഥ്യം മനസ്സിലായപ്പോൾ സമരത്തിനനുകൂലമായി എഴുതേണ്ടി വന്നു. ടെലിഫോൺ എക്സ്ചേഞ്ചുകൾക്കുള്ള പുതിയ കെട്ടിടങ്ങളുടെ പ്ലാൻ തയ്യാറാക്കുമ്പോൾ തന്നെ സ്ത്രീ ജീവനക്കാരുടെ വിശ്രമമുറികൾ ഉറപ്പ് വരുത്തണമെന്ന് എറണാകുളം ഡോർമിറ്ററി സമരത്തെ തുടർന്ന് കമ്പി–തപ്പാൽ വകുപ്പ് നിർദ്ദേശിച്ച കാര്യം ഇവിടെ പ്രസ്താവ്യമാണ്.

18

കണ്ണൂരിലെ ലോക്കപ്പ് മർദ്ദനം (1973)

എഫ് എൻ പി ടി ഒ രൂപീകരണത്തിനുശേഷം 1973 ൽ കണ്ണൂരിൽ നടന്ന ആദ്യത്തെ സംസ്ഥാന സമ്മേളനത്തോടു ബന്ധപ്പെട്ടു നടന്ന ചില സംഭവ വികാസങ്ങളാണ് എൻ എഫ് പി ടി ഇ യുടെ 12 സജീവ പ്രവർത്തകരുടെ അറസ്റ്റിനും ലോക്കപ്പ് മർദ്ദനത്തിനും തുടർന്നു 4 വർഷം നീണ്ടുനിന്ന കള്ളക്കേസിനും ഇടയാക്കിയത്.

1968 സെപ്തംബർ 19ന്റെ പണിമുടക്ക് സമരം വരെ കമ്പി–തപാൽ മേഖലയിൽ എൻ എഫ് പി ടി ഇ എന്ന ഏക സംഘടനയാണ് ഉണ്ടായിരുന്നത്. ഒരു വ്യവസായത്തിൽ ഒരു യൂണിയൻ എന്ന ആശയം ആദ്യമായി പ്രാവർത്തികമാക്കപ്പെട്ടത് കമ്പി–തപാൽ മേഖലയിൽ ആയിരുന്നു. ഇതു സംബന്ധിച്ച കേന്ദ്രസർക്കാരിന്റെ റീ അലയ്ന്റ്മെന്റ് സ്കീമനുസരിച്ച് കമ്പി–തപാൽ മേഖലയിൽ സംഘടനാ ബാഹുല്യം ഇല്ലാതാക്കുകയും ജീവനക്കാരുടെ വിപുലമായ ഐക്യം ശക്തിപ്പെടുത്തുകയും ചെയ്തു. ഇതോടെ കേന്ദ്ര ജീവനക്കാരുടെ അടിസ്ഥാനാവശ്യങ്ങൾ നേടിയെടുക്കാനുള്ള സമരങ്ങളുടെ നേതൃത്വം ഏറ്റെടുക്കാൻ സംഘടന സജ്ജമായി. സ്വാതന്ത്ര്യാനന്തരം കേന്ദ്ര ജീവനക്കാരുടെ ശമ്പളപരിഷ്കരണം ആവശ്യപ്പെട്ടുകൊണ്ട് 1957 ൽ പ്രഖ്യാപിച്ച പണിമുടക്ക് സമരവും രണ്ടാം ശമ്പളക്കമ്മീഷൻ ശുപാർശകളിലെ അപാകതകൾക്കെതിരായും ശാസ്ത്രീയമായ ശമ്പളപരിഷ്കരണത്തിനുവേണ്ടി 1960 ൽ നടത്തിയ അനിശ്ചിതകാല പണിമുടക്കവും 1963 മുതൽ 1967 വരെ ക്ഷാമബത്ത വർദ്ധനവിനുവേണ്ടി തുടർച്ചയായി നടത്തിയ പ്രക്ഷോഭങ്ങളും ഇതിനുദാഹരണങ്ങളാണ്. അതുകൊണ്ടുതന്നെ ഈ സംഘടനയെ തകർക്കാനും ജീവനക്കാരുടെ ഐക്യത്തിനു വിള്ളൽ വരുത്താനും കേന്ദ്രസർക്കാർ ശ്രമിച്ചു വരികയായിരുന്നു. 1968 ലെ സമരം അതിനു ഒരു നിമിത്തമായി. സമരത്തെ തുടർന്ന് എൻ എഫ് പി ടി ഇ യുടെ അംഗീകാരം പിൻവലി

ക്കുകയും നാഷണൽ യൂണിയനുകൾ എന്ന ഓമനപ്പേരിൽ നിരവധി സംഘടനകൾക്ക് അംഗീകാരം നല്കുകയും പിന്നീട് സ്വന്തം പിണിയാളുകളേയും കോൺഗ്രസ് കമ്മിറ്റികളേയും ഉപയോഗിച്ചുകൊണ്ടു സംഘടന രൂപീകരിക്കുകയുമാണുണ്ടായത്. ആദ്യഘട്ടത്തിൽ പോസ്റ്റൽ വിഭാഗത്തിലും തുടർന്ന് ടെലികോം വിഭാഗത്തിലും നാഷണൽ യൂണിയനുകൾ രൂപീകരിക്കുകയും പിന്നീട് എഫ് എൻ പി ടി ഒ എന്ന ഫെഡറേഷനു രൂപം നൽകുകയും ചെയ്തു.

കേരളത്തിൽ മേൽപ്പറഞ്ഞ പ്രക്രിയകൾക്ക് സ്വാഭാവികമായും അല്പം കാലതാമസം നേരിട്ടിരുന്നു. 1968 ലെ പണിമുടക്കിനെ തുടർന്ന് നിരവധി ശിക്ഷാ നടപടികളിൽനിന്നും രക്ഷിക്കാമെന്നു പറഞ്ഞ് ജീവനക്കാരെ സമീപിച്ചെങ്കിലും പുതിയ കരിങ്കാലിയൂണിയനുകളെ ജീവനക്കാർ സ്വീകരിക്കുകയുണ്ടായില്ല. സംഘടനയിൽ അഭിപ്രായ വ്യത്യാസമുള്ളവരെയും കടുത്ത കോൺഗ്രസ് അനുഭാവികളെയും കണ്ടെത്തി കേരളത്തിലെ എഫ് എൻ പി ടി ഒ ഘടകം ഉണ്ടാക്കുന്നതിൽ കോൺഗ്രസ് പാർട്ടി മുൻകൈ എടുത്തിരുന്നു. തുടർന്നാണ് അവരുടെ ആദ്യത്തെ സംയുക്ത സർക്കിൾ സമ്മേളനം നേരത്തേ സൂചിപ്പിച്ചപോലെ കണ്ണൂരിൽ നടന്നത്. 1973 മെയ് 27 ന് നടന്ന സമ്മേളനത്തോടനുബന്ധിച്ച് കണ്ണൂർ ഹെഡ്പോസ്റ്റാഫീസ് (പയ്യമ്പലം) പരിസരത്ത് ചില സംഘർഷങ്ങൾ നടന്നിരുന്നു. അവിടെ ഉണ്ടായിരുന്ന എൻ എഫ് പി ടി ഇ പതാക എടുത്തുമാറ്റാനും FNPTO പതാക സ്ഥാപിക്കാനും നടത്തിയ ശ്രമത്തെ എൻ എഫ് പി ടി ഇ പ്രവർത്തകർ തടഞ്ഞതാണ് സംഘർഷത്തിന് ഇടയാക്കിയത്. ഡി സി സി ഓഫീസിൽനിന്നുള്ള നിർദ്ദേശമനുസരിച്ച് തികച്ചും ഏകപക്ഷീയമായി എൻ എഫ് പി ടി ഇ യുടെ സജീവ പ്രവർത്തകരായിരുന്ന സഖാക്കൾ സി കെ അബൂബക്കർ, കെ സി ബാലൻ മാസ്റ്റർ, പി വി ഉണ്ണി കൃഷ്ണൻ, എൻ ടി ലോനപ്പൻ, ഇ എം തോമ്മാ, ഐ പി മുഹമ്മദ്, എം പൊടിയൻ, എം വി പ്രേംകുമാർ, എം എം നാരായണൻ നമ്പ്യാർ, പി വി തോമസ്, കെ ഗോപാലൻ, പി സി ജോസഫ് എന്നിവരെ അറസ്റ്റ് ചെയ്യുകയും കോടതിയിൽ ഹാജരാക്കാതെ പൊലീസ് ലോക്കപ്പിൽ അടച്ച് മൃഗീയമായി മർദ്ദിക്കുകയും ചെയ്തു. അന്നു കണ്ണൂർ സ്റ്റേഷനിൽ ചന്ദ്രൻ എന്ന മർദ്ദകവീരനായ എസ് ഐ ആയിരുന്നു. നമ്മുടെ സഖാക്കളെ സ്റ്റേഷനിൽ എത്തിക്കുമ്പോൾ എസ് ഐ അവിടെയുണ്ടായിരുന്നില്ല. എസ് ഐ ചന്ദ്രൻ രാത്രി സ്റ്റേഷനിൽ എത്തിയാൽ ലോക്കപ്പിലുള്ള പുതിയ പ്രതികളെ കൈകാര്യം ചെയ്യുന്ന പതിവുണ്ടായിരുന്നു. അന്ന് ആ ലോക്കപ്പിൽ ഉണ്ടായിരുന്ന കണ്ണൂരിലെ അറിയപ്പെടുന്ന രണ്ടു ഗുണ്ടകൾ (ചെറിയ ശ്രീധരനും വലിയ ശ്രീധരനും) ആണു നമ്മുടെ സഖാക്കളോട് ഈ കാര്യം സൂചിപ്പിച്ചത്. ആദ്യത്തെ മർദ്ദന നടപടികൾക്ക് മാന്യമായി നിന്നുകൊടുത്ത് നിസ്സഹായതയോടെ സഹിക്കുകയായിരുന്നു നമ്മുടെ സഖാക്കൾ. അങ്ങനെ പാടില്ലെന്നും എസ് ഐ മർദ്ദിക്കാൻ തുടങ്ങുമ്പോൾ ഉറക്കെ നിലവിളിക്കണമെന്നും ശ്രീധരന്മാർ ഉപദേശിച്ചു

കൊടുത്തു. കണ്ണൂർ പൊലീസ്സ്റ്റേഷൻ അന്നു പ്രധാന റോഡിനടുത്തു താലൂക്ക് ഓഫീസ് കെട്ടിടത്തിലാണ് സ്ഥിതിചെയ്തിരുന്നത്. നിലവിളി കേട്ടാൽ ആളുകൾ ഓടിക്കൂടും. അതായിരുന്നു ശ്രീധരന്മാരുടെ ഉപദേശത്തിന്റെ കാതൽ. രാത്രി എസ് ഐ ചന്ദ്രൻ തന്റെ ഊഴവുമായി ലോക്കപ്പിലെത്തി. കൂട്ടത്തിൽ കൊഴുത്ത ശരീരപ്രകൃതിയുള്ള സ. ലോനപ്പനെ മർദ്ദിക്കാൻ മുന്നോട്ടാഞ്ഞപ്പോൾ തന്നെ 'എന്നെ കൊല്ലുന്നേ' എന്ന് ലോനപ്പൻ നിലവിളിച്ചു. എൻ എഫ് പി ടി ഇ പ്രവർത്തകരെ ലോക്കപ്പിൽ അടച്ച വിവരം അറിഞ്ഞു പൊലീസ് സ്റ്റേഷൻ പരിസരത്തും റോഡിലും എത്തിച്ചേർന്ന തൊഴിലാളികൾ നിലവിളി കേട്ടയുടനെ പൊലീസ് സ്റ്റേഷനിൽ കുതിച്ചെത്തി സംഘർഷാവസ്ഥ സൃഷ്ടിച്ചു. ഇതോടെ പകച്ചു നിന്ന എസ് ഐ പിന്നീട് മർദ്ദന നടപടികൾക്ക് തുനിഞ്ഞില്ല. സംഭവം അറിഞ്ഞ് എത്തിച്ചേർന്ന സർക്കിൾ ഇൻസ്പെക്ടർ ലോക്കപ്പ് മർദ്ദനം ഉണ്ടാകില്ല എന്ന ഉറപ്പ് പറഞ്ഞതിനെ തുടർന്നാണ് ആളുകൾ പിരിഞ്ഞുപോയത്.

ആ കാലയളവിൽ കണ്ണൂർ എൻ എഫ് പി ടി ഇ ഏകോപന സമിതി ചെയർമാൻ സ. ജനുമാസ്റ്ററും (ടി എം ജനാർദ്ദനൻ) കൺവീനർ ഗ്രന്ഥകാരനും ആയിരുന്നു. 1968ലെ ഒരു കേസ് സംബന്ധിച്ച് ഞങ്ങൾ സംഭവ ദിവസം എറണാകുളത്തായിരുന്നു. ലോക്കപ്പ് മർദ്ദനത്തിന്റെ വാർത്തയറിഞ്ഞ് ഞങ്ങൾ അടുത്ത ദിവസം രാവിലെ തന്നെ കണ്ണൂരിൽ എത്തിച്ചേരുകയും പൊലീസ് സ്റ്റേഷൻ സന്ദർശിക്കുകയും ചെയ്തു. ഒരിക്കലും മറക്കാൻ സാധിക്കാത്ത ദയനീയമായ കാഴ്ചകളാണ് ഞങ്ങൾ ലോക്കപ്പിൽ കണ്ടത്. അടിവസ്ത്രങ്ങൾ മാത്രം ധരിച്ച് ശരീരം മുഴുവൻ മർദ്ദനത്തിന്റെ പാടുകളുമായി നിൽക്കുന്ന സഖാക്കളെയാണ് ഞങ്ങൾക്ക് കാണാൻ സാധിച്ചത്. ഉടനെ കോടതിയിൽ ഹാജരാക്കാനും തുടർന്ന് സഖാക്കളെ ആശുപത്രിയിൽ പ്രവേശിപ്പിക്കാനും നടപടിയെടുത്തു. അന്ന് സ. എ കെ ജി കണ്ണൂരിൽ ഉണ്ടായിരുന്നു. സ. എ കെ ജി യെ ഞങ്ങൾ വിവരം ധരിപ്പിച്ചു. ഞങ്ങളോടൊപ്പം തന്നെ എ കെ ജി ആശുപത്രി സന്ദർശിക്കുകയും സഖാക്കളെ സമാശ്വസിപ്പിക്കുകയും ചെയ്തു. ലോക്കപ്പ് മർദ്ദനത്തിൽ പ്രതിഷേധിച്ച് വിവിധ വർഗ്ഗബഹുജന സംഘടനകളുടെ നേതൃത്വത്തിൽ അന്നു വൈകുന്നേരം കണ്ണൂർ റയിൽവേ സ്റ്റേഷൻ പരിസരത്തു ചേർന്ന വമ്പിച്ച പ്രതിഷേധ യോഗത്തിലും സ. എ കെ ജി പങ്കെടുത്തു. ശ്രീ. കെ കരുണാകരനായിരുന്നു അന്നത്തെ ആഭ്യന്തര മന്ത്രി. കേരളമൊട്ടുക്കും ലോക്കപ്പ് മർദ്ദനങ്ങളും പൊലീസ് അതിക്രമങ്ങളും നടന്നുവന്നിരുന്ന സന്ദർഭമായിരുന്നു അത്.

പൊലീസ് ചാർജ്ജ് ചെയ്ത കള്ളക്കേസ് 1977 വരെ നീണ്ടുനിന്നു. പിന്നീട് അഡ്വക്കേറ്റ് ജനറലായിരുന്ന അഡ്വ. എം കെ ദാമോദരനാണ് സ്തുത്യർഹമായി ആ കേസ് കൈകാര്യം ചെയ്തത്.

19

അമിതാദ്ധ്വാനം അടിച്ചേല്പിക്കുന്നതിനെതിരെ കോട്ടയം ഡിവിഷനിൽ നടന്ന സമരം (1973)

അശാസ്ത്രീയമായ റിക്രൂട്ട്മെന്റ് സമ്പ്രദായവും, അനുവദിക്കപ്പെട്ട തസ്തികകളിൽ പോലും ജീവനക്കാരെ നിയമിക്കാത്തതും 24 മണിക്കൂറും ജീവനക്കാർ ആവശ്യമായ ടെലിഫോൺ എക്സ്ചേഞ്ചുകളിൽ ഗുരുതരമായ പ്രശ്നങ്ങൾ സൃഷ്ടിച്ചിരുന്നു. ടെലിഫോൺ ഓപ്പറേറ്റർ വിഭാഗത്തിലാണ് ഏറെ പ്രശ്നങ്ങൾ അനുഭവപ്പെട്ടിരുന്നത്, 24 മണിക്കൂറും ജീവനക്കാരുടെ സാന്നിദ്ധ്യം ഉറപ്പു വരുത്തുന്ന രീതിയിൽ ഓരോ ടെലിഫോൺ എക്സ്ചേഞ്ചുകളിലും അവശ്യം ഉണ്ടായിരിക്കേണ്ട ഓപ്പറേറ്റർമാരുടെ എണ്ണം (Minimum Strength) നിജപ്പെടുത്തിയിരുന്നു, ഇതിൽ കുറവ് വന്നാൽ ഓവർടൈം ജോലി നല്കിക്കൊണ്ടാണ് പരിഹാരം കണ്ടിരുന്നത്. ഓവർടൈം ചെലവ് കുറയ്ക്കാനുള്ള നിർദ്ദേശത്തെ തുടർന്ന് മേല്പറഞ്ഞ രീതിയിൽ നിയോഗിക്കപ്പെട്ടിരുന്ന ഓപ്പറേറ്റർമാരുടെ എണ്ണത്തിൽ ഏകപക്ഷീയമായി വമ്പിച്ച വെട്ടിക്കുറവുകൾ വരുത്തിയിരുന്നു. ഇതു ജീവനക്കാരിൽ അമിതാദ്ധ്വാനം അടിച്ചേല്പിക്കുന്നതിനു ഇടയാക്കി. ഇതിനെതിരെ കേരളത്തിൽ 1972–74 കാലഘട്ടത്തിൽ നിരവധി പ്രാദേശിക സമരങ്ങൾ സംഘടിപ്പിച്ചിരുന്നു. അതിൽ ഏറ്റവും പ്രധാനമായിരുന്നു കോട്ടയം ഡിവിഷനിൽ 1973 ആഗസ്ത് മാസത്തിൽ നടന്ന സമരം. അധികാരികളുടെ നിലപാടിന് എതിരെ വർക്ക്–ടൂ–റൂൾ സമരമാണ് സംഘടിപ്പിച്ചിരുന്നത്.

അഖിലേന്ത്യാ യൂണിയന്റെ തെറ്റായ നയങ്ങൾക്കെതിരെ വിമർശനം ഉന്നയിച്ചതിന്റെ പേരിൽ സ. എം സി അയ്യപ്പക്കുട്ടിയുടെ നേതൃത്വത്തിലുള്ള തെരഞ്ഞെടുക്കപ്പെട്ട സർക്കിൾ യൂണിയന്റെ അംഗീകാരം പിൻവലിക്കുകയും ജനാധിപത്യ വിരുദ്ധമായ രീതിയിൽ സ. വി ശ്രീനിവാസനെ സർക്കിൾ സെക്രട്ടറിയായി അഖിലേന്ത്യാ യൂണിയൻ അംഗീകരിച്ച അവസരത്തിലാണ് കോട്ടയം സമരം സംഘടിപ്പിച്ചിരുന്നത്. അംഗീകാര

ത്തിന്റ പേരു പറഞ്ഞു ന്യായമായ പ്രശ്നങ്ങൾ പോലും സർക്കിൾതല ത്തിൽ സംഘടനയുമായി ചർച്ച ചെയ്തു പരിഹരിക്കാൻ അധികൃതർ കൂട്ടാക്കിയിരുന്നില്ല. സമരങ്ങളുടെ പശ്ചാത്തലത്തിൽ മാത്രമാണ് അധി കൃതർ ചർച്ചയ്ക്ക് തയ്യാറായിരുന്നത്. ഇത് ഈ കാലഘട്ടത്തിൽ നിര വധി പ്രദേശിക സമരങ്ങൾക്കിടയാക്കായിരുന്നു.

സമരം ശക്തിപ്പെട്ടപ്പോൾ ഡിവിഷണൽ സെക്രട്ടറി സ. എസ് ആർ കെ പണിക്കരുമായി ഡിവിഷണൽ എഞ്ചിനീയർ ചർച്ചയ്ക്ക് തയ്യാറായി. എന്നാൽ വളരെ പ്രകോപനപരമായ നിലപാടാണു ചർച്ചയിൽ അധികൃ തർ സ്വീകരിച്ചത്. ഇതിനെ തുടർന്ന് കോട്ടയം ടെലിഫോൺ എക്സ്ചേ ഞ്ചിൽ ജീവനക്കാർ കൂട്ടയവധിയിൽ (Mass Leave) പ്രവേശിച്ചു. ഇത് ടെലിഫോൺ എക്സ്ചേഞ്ചിന്റെ പ്രവർത്തനം പൂർണ്ണമായും സ്തംഭി ക്കാനിടയാക്കി. ഇതിനെ നേരിടാൻ ഡിവിഷന്റെ മറ്റു ഭാഗങ്ങളിൽനിന്നും സൂപ്പർവൈസർ വിഭാഗങ്ങളിലെ ജീവനക്കാരെ കരിങ്കാലിപ്പണിക്ക് കോട്ട യത്ത് എത്തിച്ചിരുന്നു, ഇതിനെതിരെ ശക്തമായ പ്രതിഷേധം ഉയർന്നു. കരിങ്കാലിപ്പണിക്ക് വിളിപ്പിച്ച ടെലിഫോൺ എക്സ്ചേഞ്ചുകളിലും സമരം വ്യാപിച്ചു. കായംകളം, മാവേലിക്കര, ആലപ്പുഴ, ചേർത്തല, കാഞ്ഞിരപ്പ ള്ളി, മുണ്ടക്കയം, കുമിളി, തിരുവല്ല. ചങ്ങനാശ്ശേരി എന്നീ എക്സ്ചേ ഞ്ചുകളും സ്തംഭനത്തിലേക്ക് നീങ്ങി. തുടർന്ന് തിരുവനന്തപുരത്തു നട ന്നിരുന്ന ടെലിഫോൺ ഓപ്പറേറ്റർ ട്രെയിനിങ് നിർത്തിവെച്ചു. ട്രെയിനീ സിനെ നിർബ്ബന്ധപൂർവ്വം കോട്ടയത്ത് എത്തിച്ചു. ഈ നടപടികൾ സമരം ശക്തിപ്പെടുത്താനാണിടയാക്കിയത്. തുടർന്നു ബ്രേക്ക് ഇൻസർവ്വീസ്, ഡയിസ്നോൺ, ചാർജ്ജ് ഷീറ്റ് തുടങ്ങിയ പ്രതികാര നടപടികൾ സ്വീക രിച്ചു തുടങ്ങി. ഇതൊന്നും കൂസാതെ ജീവനക്കാർ സമരത്തിൽ ഉറച്ചു നിന്നു. സമരത്തിനു പിന്തുണ പ്രഖ്യാപിച്ചുകൊണ്ടു ലൈൻസ്റ്റാഫ് യൂണി യൻ നാലു മണിക്കൂർ നീണ്ടു നിന്ന പണിമുടക്കം നടത്തി. സമരത്തിന നുഭാവം പ്രകടിപ്പിച്ചുകൊണ്ട് FNPTO ഒരുദിവസത്തെ സത്യഗ്രഹം സംഘടിപ്പിച്ചിരുന്നു. സമരം ഒത്തുതീർപ്പിലെത്തിക്കാൻ ആവശ്യപ്പെട്ടു കൊണ്ടു കേരളവ്യാപകമായി പ്രകടനങ്ങൾ നടത്തുകയും പി എം ജി ക്ക് കമ്പിസന്ദേശമയയ്ക്കുകയും ചെയ്തിരുന്നു. തുടർന്ന് കേരള വ്യാപ കമായി സമരം വ്യാപിപ്പിക്കുമെന്നു സ. എം സി അയ്യപ്പക്കുട്ടി അധികൃ തരെ അറിയിച്ചു.

സമരത്തിനാധാരമായ പ്രശ്നങ്ങൾ ടെലിഫോൺ വരിക്കാരിലും ബഹുജനസംഘടനകളിലും പൊതുജനങ്ങളിലും വിശദീകരിക്കാൻ സംഘടന പ്രത്യേകം ശ്രദ്ധിച്ചിരുന്നു. വിവിധ ബഹുജന സംഘടനകളും ടെലിഫോൺ യൂസേർസ് അസോസിയേഷനും സമരം ഒത്തുതീർപ്പിലെ ത്തിക്കാൻ പി എം ജി യോട് അഭ്യർത്ഥിച്ചിരുന്നു. സമരം പിൻവലിച്ചാൽ അംഗീകൃത സംഘടനയുമായി മാത്രം ചർച്ച എന്ന ധാർഷ്ട്യത്തോടെ യുള്ള നിലപാടാണ് പി എം ജി സ്വീകരിച്ചത്. എന്നാൽ ജീവനക്കാരുടെ അംഗീകാരമുള്ള സംഘടനാ നേതാക്കളുമായി ചർച്ച ചെയ്തു പരിഹാരം

കെ പി ഗോവിന്ദൻകുട്ടി

കണ്ടാൽ മാത്രമേ സമരം പിൻവലിക്കുകയുള്ളൂ എന്ന നിലപാട് സമരസമിതി വ്യക്തമാക്കുകയും സമരം ശക്തിപ്പെടുത്താൻ തീരുമാനിക്കുകയും ചെയ്തു. ഒടുവിൽ ജീവനക്കാരുടെ നിശ്ചയദാർഢ്യത്തിനു മുമ്പിൽ അധികൃതർക്ക് മുട്ടുമടക്കേണ്ടിവന്നു. സർക്കിൾ സെക്രട്ടറി സ. എം സി അയ്യപ്പക്കുട്ടി, അസി. സർക്കിൾ സെക്രട്ടറി സ. കെ പി ഗോവിന്ദൻകുട്ടി, ഡിവിഷണൽ സെക്രട്ടറി സ. എസ് ആർ കെ പണിക്കർ എന്നിവരുമായി പി എം ജി ചർച്ചയ്ക്ക് തയ്യാറായി. സംഘടന മുന്നോട്ടുവെച്ച ഒത്തുതീർപ്പ് നിർദ്ദേശങ്ങൾ പി എം ജി സ്വീകരിച്ചതോടെ സമരം പിൻവലിക്കാൻ സമരസമിതി തീരുമാനിച്ചു. ജീവനക്കാർ ആവശ്യപ്പെട്ടതുപോലെ ടെലിഫോൺ എക്സ്ചേഞ്ചുകളിൽ ആവശ്യമായ ജീവനക്കാരെ ഡ്യൂട്ടിക്ക് നിയോഗിക്കുമെന്ന് ഒത്തുതീർപ്പ് വ്യവസ്ഥയിൽ വ്യക്തമാക്കിയിരുന്നു. പ്രതികാര നടപടികൾ പിൻവലിക്കുമെന്ന ഉറപ്പ് നല്കിയെങ്കിലും കോട്ടയം ഒഴികെ അനുഭാവസമരം നടത്തിയ ജീവനക്കാർക്ക് എതിരായ നടപടികൾ പിൻവലിക്കാൻ ആദ്യഘട്ടത്തിൽ അധികൃതർ തയ്യാറായിരുന്നില്ല.

ഔദ്യോഗിക അംഗീകാരം ഇല്ലെങ്കിലും ജീവനക്കാരുടെ അംഗീകാരത്തോടെ അവരുടെ സംഘടിത ശക്തി ഉപയോഗിക്കയാണെങ്കിൽ ഏതു ഭരണാധികാരികളെയും മുട്ടുകുത്തിക്കാൻ സാധിക്കുമെന്ന് കോട്ടയം സമരം തെളിയിച്ചിരുന്നു.

സഖാക്കൾ എസ് ആർ കെ പണിക്കർ, ഇ എൻ നായർ, കെ പി വാസുദേവമാരാർ, എൻ എസ് എസ് നായർ, വി സി ലൂക്കോസ് തുടങ്ങിയ നേതാക്കളാണ് സമരത്തിനു ധീരമായ നേതൃത്വം നല്കിയിരുന്നത്. അസി. സർക്കിൾ സെക്രട്ടറി സ. കെ പി ഗോവിന്ദൻകുട്ടി കോട്ടയത്ത് ക്യാമ്പ് ചെയ്തുകൊണ്ട് ആവശ്യമായ ഉപദേശ നിർദ്ദേശങ്ങൾ നല്കിയിരുന്നു.

20

ബോണസ് സമരം (1974 മെയ്)

മുതലാളിമാരുടെ ഔദാര്യം എന്ന നിലയിലായിരുന്നു മുമ്പ് ബോണസ് നല്കപ്പെട്ടിരുന്നത്. ഭരണഘടനാവകാശമായ ജീവനക്കൂലി നല്കിയിരുന്നുവെങ്കിൽ ബോണസിന്റെ ആവശ്യം തൊഴിലാളികൾ ഉന്നയിക്കുമായിരുന്നില്ല. ശാസ്ത്രീയമായ ഒരു കൂലിസമ്പ്രദായം ഇന്ത്യയിൽ നടപ്പാക്കിയിരുന്നില്ല. ആവശ്യധിഷ്ഠിത മിനിമം വേതനം പോലും നടപ്പാക്കാൻ സർക്കാർ നടപടി സ്വീകരിച്ചിരുന്നില്ല. ഇന്ത്യയിൽ നടപ്പുള്ള കൂലി സമ്പ്രദായമനുസരിച്ച് ഒരുദിവസത്തെ കൂലി ലഭിച്ചാൽ ആ ദിവസത്തെ ചെലവ് കഷ്ടിച്ചു നിർവ്വഹിക്കാൻ മാത്രമേ സാധിക്കുമായിരുന്നുള്ളൂ. ഒരുമാസത്തെ ശമ്പളം ലഭിച്ചാൽ ആ മാസത്തെ നിത്യചെലവിനു മാത്രം തികയും. മറ്റു സാമൂഹ്യപരമായ ആവശ്യങ്ങൾക്ക് മറ്റു മാർഗ്ഗം കണ്ടെത്തണം. ഈ സാഹചര്യത്തിലാണ് ബോണസിന്റെ പ്രസക്തി മനസ്സിലാക്കേണ്ടത്. 12 മാസം ജോലി ചെയ്താൽ 13 മാസത്തെ ശമ്പളം ലഭിക്കണമെന്നു തൊഴിലാളികൾ ആവശ്യപ്പെട്ടു തുടങ്ങിയിരുന്നു. ഒരു മാസത്തെ ശമ്പളം ബോണസായി കണക്കാക്കണം. ലാഭനഷ്ടം നോക്കാതെ 8.33 ശതമാനം ബോണസ് ലഭിക്കണമെന്നാവശ്യപ്പെട്ടുകൊണ്ട് തൊഴിലാളി സംഘടനകൾ നിരന്തരം പ്രക്ഷോഭങ്ങൾ നടത്തിയിരുന്നു. ഈ ആവശ്യത്തിനു നിയമപരമായ പരിരക്ഷ നല്കുന്നതായിരുന്നു 1954 ൽ അലഹബാദ് ഹൈക്കോടതി ഇതു സംബന്ധിച്ച് പുറപ്പെടുവിച്ച വിധി. ബോണസ് മാറ്റിവയ്ക്കപ്പെട്ട വേതനമാണെന്നും അതു തൊഴിലാളികളുടെ അവകാശമാണെന്നും കോടതി അർത്ഥശങ്കക്കിടയില്ലാതെ പ്രഖ്യാപിച്ചു. വിധിയിലെ പ്രസക്തഭാഗം നോക്കുക.

There can be no doubt that in modern times, bonus is clearly regarded as a deffered wages, payable to employees, which may be claimed by them as a matter of right under the terms of employment.

എന്നാൽ ഈ വിധിയനുസിരിച്ചു ബോണസ് ആക്ടിൽ ഭേദഗതി വരുത്താൻ കേന്ദ്രസർക്കാർ തയ്യാറായില്ല. തുടർന്നു സുപ്രീം കോടതിയെ സമീപിക്കുകയും സുപ്രീം കോടതി ഹൈക്കോടതി വിധി ശരിവെക്കുകയും ചെയ്തു. ഒരു അവകാശം എന്ന നിലയിൽ 12 മാസത്തെ ജോലിക്ക് 13 മാസത്തെ ശമ്പളം നല്കണമെന്നു സുപ്രീം കോടതിയും വ്യക്തമാക്കിയിരുന്നു. ഇതിനെ തുടർന്നു ബോണസ് കമീഷനെ നിയമിക്കുകയും ഈ കമീഷൻ റിപ്പോർട്ടിന്റെ അടിസ്ഥാനത്തിൽ ബോണസ് ആക്ടിന്റെ പരിധിയിൽ വരുന്ന തൊഴിലാളികൾക്ക് 1971-72 മുതൽ 8.33 ശതമാനം മിനിമം ബോണസ് അനുവദിക്കാൻ കേന്ദ്രസർക്കാർ തീരുമാനിക്കുകയും ചെയ്തു. അതുവരെ 4 ശതമാനം ആയിരുന്ന മിനിമം ബോണസ്. എന്നാൽ ഐ ഡി ആക്ടിന്റെ പരിധിയിൽ വരുന്ന റെയിൽവെ/കമ്പി-തപാൽ ജീവനക്കാർക്കും ഇതര സർക്കാർ ജീവനക്കാർക്കും ഈ ആനുകൂല്യം അനുവദിക്കാൻ കേന്ദ്ര സർക്കാർ തയ്യാറായില്ല.

മേല്പറഞ്ഞ സാഹചര്യത്തിലാണ് നിയമപരമായി ലഭിക്കേണ്ട അവകാശം എന്ന നിലയിൽ ബോണസ് പ്രശ്നം ഉന്നയിച്ചുകൊണ്ടു പ്രക്ഷോഭം ആരംഭിക്കാൻ കേന്ദ്ര-സംസ്ഥാന ജീവനക്കാരുടെ സംഘടനകൾ തീരുമാനിച്ചത്. ഇതിന്റെ ഭാഗമായാണ് 1972 ഡിസംബർ 10 ന് വിപുലമായ ഒരു ബോണസ് കൺവെൻഷൻ ഡൽഹിയിൽ വിളിച്ചു ചേർത്തത്. പണിയെടുക്കുന്ന എല്ലാവർക്കും ബോണസ് എന്നതായിരുന്നു കൺവെൻഷന്റെ മുദ്രാവാക്യം. വിവിധ സംസ്ഥാനങ്ങളിൽ നിന്നായി 3500 -ഓളം ജീവനക്കാർ കൺവെൻഷനിൽ പങ്കെടുത്തിരുന്നു. കേരളത്തിൽ നിന്ന് 350 പ്രതിനിധികളാണുണ്ടായിരുന്നത്. പണിമുടക്കുൾപ്പെടെയുള്ള സമര പരിപാടികൾക്കും ഇതിന്റെ ഭാഗമായി ദേശവ്യാപക പ്രചരണത്തിനും കൺവെൻഷൻ ആഹ്വാനം ചെയ്തു.

കേരളത്തിൽ കൺവെൻഷൻ തീരുമാനം നടപ്പാക്കാൻ വിശദമായ പ്രചരണ പരിപാടികൾക്കു NFPTE ഏകോപന സമിതിയും കോൺഫെഡറേഷനും രൂപം നല്കിയിരുന്നു. ജില്ലാ കേന്ദ്രങ്ങളിലും സംസ്ഥാനാടിസ്ഥാനത്തിലും കൺവെൻഷനുകൾ ചേർന്നിരുന്നു. ഡൽഹി കൺവെൻഷൻ തീരുമാനങ്ങൾക്ക് ജീവനക്കാരിൽ വമ്പിച്ച പ്രചരണം നല്കിയിരുന്നു. സർക്കാർ ജീവനക്കാർക്കു ബോണസ് എന്നതു സാധാരണ ജീവനക്കാരുടെ സങ്കല്പത്തിൽ പോലും അന്നുണ്ടായിരുന്നില്ല. വ്യവസായ തൊഴിലാളികൾക്കുള്ള ഒരാനുകൂല്യമായിട്ടാണ് ബോണസ് കരുതപ്പെട്ടു പോന്നിരുന്നത്. അഖിലേന്ത്യാ തലത്തിൽ റെയിൽവേ ഒഴികെ കേന്ദ്രജീവനക്കാരിൽ ഈ പ്രവർത്തനങ്ങൾ വേണ്ടത്ര പ്രതിഫലിച്ചിരുന്നില്ല. NFPTE യിൽ ഉണ്ടായ പിളർപ്പും അംഗീകാരമുള്ള വിഭാഗത്തിന്റെ നിസ്സംഗതയുമാണ് ഇതിനു പ്രധാനകാരണമായി തീർന്നത്. NFPTE

യിലെ പിളർപ്പ് കോൺഫെഡറേഷനെയും പ്രതികൂലമായി ബാധിച്ചിരുന്നു. അംഗീകാരമില്ലെങ്കിലും സ. കെ ജി ബോസിന്റെ നേതൃത്വത്തിലുള്ള NFPTE യും സ. എസ് കെ വ്യാസിന്റെ നേതൃത്വത്തിലുള്ള കോൺഫെഡറേഷനും ഡൽഹി കൺവെൻഷൻ തീരുമാനങ്ങൾ നടപ്പാക്കാൻ ആത്മാർത്ഥമായി ശ്രമിച്ചിരുന്നു. എന്നാൽ പരിമിതികൾ ഏറെ ആയിരുന്നു.

റെയിൽവേയിൽ സ്ഥിതി തികച്ചും വ്യത്യസ്തമായിരുന്നു. സംഘടനാ ബാഹുല്യം ഏറെ നിലവിലുണ്ടായിരുന്ന റെയിൽവേയിൽ, ബോണസ് പ്രക്ഷോഭത്തിന്റെ കാര്യത്തിൽ അപൂർവ്വമായ ഐക്യം ദൃശ്യമായിരുന്നു. അതുകൊണ്ടു തന്നെ പ്രചരണ പ്രവർത്തനങ്ങൾ ആവേശത്തോടെ സംഘടിപ്പിക്കപ്പെട്ടു. 1973 ൽ തന്നെ പണിമുടക്ക് ബാലറ്റ് എടുത്തുകൊണ്ട് റെയിൽവേ ജീവനക്കാർ സമരസജ്ജരായി. 1974 മെയ് 8 മുതൽ അനിശ്ചിത കാല പണിമുടക്കിന് തീരുമാനമെടുക്കുകയും ചെയ്തിരുന്നു. പിന്നീട് കേന്ദ്രമന്ത്രി സ്ഥാനത്ത് എത്തിയ സോഷ്യലിസ്റ്റു നേതാവ് ജോർജ്ജ് ഫെർണാണ്ടസ് ആയിരുന്നു സംയുക്ത സമരസമിതിയുടെ കൺവീനർ. അഖിലേന്ത്യാ തലത്തിൽ ശക്തമായസമര പ്രചരണ പ്രവർത്തനങ്ങളാണ് സംഘടിപ്പിക്കപ്പെട്ടിരുന്നത്. അഖിലേന്ത്യാ നേതാക്കൾ എല്ലാ സംസ്ഥാനങ്ങളിലും സന്ദർശിച്ചിരുന്നു. ദക്ഷിണ റെയിൽവെ എംപ്ലോയീസ് യൂണിയൻ നേതാവും മുൻ എം പി യുമായ സ. കെ അനന്തൻ നമ്പ്യാരെ മംഗലാപുരം മുതൽ ഷൊർണൂർ വരെ പ്രചരണ യോഗങ്ങളിൽ അനുഗമിക്കാൻ ഗ്രന്ഥകർത്താവിന് അവസരം ലഭിച്ചിരുന്നു. വളരെ ആവേശകരമായ പ്രവർത്തനങ്ങളാണ് റെയിൽവേ ജീവനക്കാരിൽ നടന്നുവന്നിരുന്നത് എന്ന് നേരിട്ടു മനസ്സിലാക്കാൻ ഈ സന്ദർഭത്തിൽ സാധിച്ചിരുന്നു.

സ. കെ അനന്തൻ നമ്പ്യാർ

അവശ്യ സർവ്വീസ് സംരക്ഷണ ഓർഡിനൻസ് (ESMO) പുറപ്പെടുവിച്ചുകൊണ്ടു റെയിൽവെ സമരത്തെ നിരോധിക്കുകയും സമരത്തെ ശക്തമായി നേരിടുമെന്ന് കേന്ദ്ര സർക്കാർ പ്രഖ്യാപിക്കുകയും ചെയ്തു. ESMO കൂടാതെ 'MISA' 'DIR' തുടങ്ങിയ കരിനിയമങ്ങൾ അനുസരിച്ചും അറസ്റ്റ് ചെയ്ത് ജയിലിൽ അടക്കുമെന്ന ഭീഷണിയും ഉണ്ടായിരുന്നു. മേല്പറഞ്ഞ കരിനിയമങ്ങൾ അനുസരിച്ച് 50000 ത്തോളം തൊഴിലാളികളെ അറസ്റ്റ് ചെയ്യുകയും സമ്മറിട്രയൽ വഴി ശിക്ഷിച്ചു ജയിലിൽ അടയ്ക്കുകയും ചെയ്ത സന്ദർഭത്തിലായിരുന്നു റെയിൽവേ സമരം പ്രഖ്യാപിക്കപ്പെട്ടിരുന്നത്. റെയിൽവേ അധികൃതരുമായി കൂടിയാലോചനയ്ക്ക് പോയ നേതാക്കളെല്ലാം ഒളിവിൽ പോയി പ്രവർത്തിക്കേണ്ട സ്ഥിതി സംജാതമായി. സമര പ്രചരണ യോഗങ്ങൾ പൊലീസ് കയ്യേറി

അലങ്കോലപ്പെടുത്തിയിരുന്നു. മെയ് 2–നു ബോംബെയിൽ നടന്ന പ്രചരണ യോഗത്തിൽ പൊലീസ് കടന്നുചെന്നു പ്രകോപനം സൃഷ്ടിക്കുന്നതിനിടയിൽ സ. വി ആർ മാൾഗി എന്ന റെയിൽവേ ജീവനക്കാരൻ കുഴഞ്ഞുവീണു മരിച്ചു. ഇതിനെ തുടർന്നു 2–ാം തീയതി മുതൽ തന്നെ സെൻട്രൽ റെയിൽവേയിൽ സമരം ആരംഭിച്ചിരുന്നു. പൊലീസ് നടപടികളെ തുടർന്നു മറ്റു പല സ്ഥലങ്ങളിലും മെയ് 8–നു മുമ്പ് തന്നെ സമരം തുടങ്ങി. മെയ് 8–ന് ഔദ്യോഗികമായി സമരം ആരംഭിച്ചതിനു മുൻപായി തന്നെ ഭീകരമായ മർദ്ദന നടപടികൾ ആരംഭിച്ചിരുന്നു. പണിമുടക്കിനു മുൻപായി തന്നെ പൊലീസ് സഹായത്തോടെ പണിമുടക്കില്ല എന്ന ഡിക്ലറേഷൻ നല്കാൻ നിർബന്ധിച്ചു. ഡിക്ലറേഷൻ നല്കാത്തവരെ അപ്പോൾ തന്നെ അറസ്റ്റ് ചെയ്യുകയും മർദ്ദിക്കുകയും ചെയ്തിരുന്നു. ഇതു തടയാൻ ശ്രമിച്ച സ്ത്രീകൾ ഉൾപ്പെടെയുള്ള കുടുംബാംഗങ്ങളെ ലാത്തിചാർജ്ജ് ചെയ്ത് ഓടിച്ചിരുന്നു. പണിമുടക്കിനെ തുടർന്ന് വ്യാപകമായി 'MISA'യും 'DIR' ഉപയോഗിച്ചു നൂറുകണക്കിന് ജീവനക്കാരെ അറസ്റ്റ് ചെയ്തു തുറുങ്കിൽ അടച്ചു. അറസ്റ്റ് വാറണ്ടുമായി ക്വാർട്ടേഴ്സുകളിലേക്ക് പോകുന്ന പൊലീസുകാർ ജീവനക്കാരില്ലെങ്കിൽ മക്കളെ പിടിച്ചു കൊണ്ടു പോകുന്ന സ്ഥിതിയും റിപ്പോർട്ട് ചെയ്യപ്പെട്ടു. "സർച്ചി"ന്റെ പേരിൽ പൊലീസുകാർ ക്വാർട്ടേഴ്സിൽ കടന്നു കയറുകയും വീട്ടുസാധനങ്ങൾ നശിപ്പിക്കുന്നതും വിലപിടിപ്പുള്ള സാധനങ്ങൾ എടുത്തുകൊണ്ടു പോരുന്നതും പതിവായിരുന്നു. പണിമുടക്കിയ ജീവനക്കാരുടെ റേഷൻ കാർഡുകൾ റദ്ദാക്കിയിരുന്നു. ക്വാർട്ടേഴ്സുകളിലെ ഇലക്ട്രിസിറ്റി/വാട്ടർ കണക്ഷനുകൾ വിച്ഛേദിച്ചു. GPF അഡ്വാൻസ് നിഷേധിച്ചിരുന്നു. ജീവനക്കാർക്കും കുടുംബാംഗങ്ങൾക്കും റെയിൽവേ ആശുപത്രികളിൽ മെഡിക്കൽ സൗകര്യം നിഷേധിക്കപ്പെട്ടു. ചുരുക്കത്തിൽ മിക്ക റെയിൽവേ കോളനികളും യുദ്ധക്കളമാക്കി മാറ്റി. അന്വേഷണം പോലും നിഷേധിച്ചു 3000–ഓളം ജീവനക്കാരെ ഡിസ്മിസ് ചെയ്തിരുന്നു. ഏകദേശം 5000 ഓളം താല്കാലിക ജീവനക്കാരെ പിരിച്ച് വിട്ടു. നിയമപരമായ ഒരാവശ്യം നേടിയെടുക്കാൻ സമാധാനപരമായി പണിമുടക്കം നടത്തിയ ജീവനക്കാരെ എത്ര ഭീകരമായാണ് കോൺഗ്രസ് സർക്കാർ നേരിട്ടത് എന്നു മേല്പറഞ്ഞ സംഭവങ്ങൾ വെളിവാക്കുന്നു.

ബോണസ് നേടിയെടുക്കാൻ റെയിൽവേ തൊഴിലാളികൾ ശക്തമായ പണിമുടക്ക് സമരത്തിൽ ഏർപ്പെടുകയും കിരാതമായ ശിക്ഷാനടപടികൾ ഏറ്റുവാങ്ങുകയും ചെയ്യുമ്പോൾ ഇതര കേന്ദ്രജീവനക്കാർ വെറും ദൃക്സാക്ഷികളായി നില്ക്കേണ്ടിവന്ന സ്ഥിതി സജീവ ചർച്ചയ്ക്ക് വിഷയീഭവിച്ചിരുന്നു. ഇതിനുള്ള കാരണം നേരത്തെ സൂചിപ്പിച്ചിരുന്നല്ലോ? പ്രതികൂല ഘടകങ്ങൾ ഏറെയുണ്ടെങ്കിലും ബോണസ് നേടിയെടുക്കാനുള്ള സമരത്തിൽ പങ്കെടുത്തുകൊണ്ടു നമ്മുടെ ചരിത്രപരമായ കടമ നിർവ്വഹിക്കണമെന്നു NFPTE കേരള ഏകോപന സമിതി അഖിലേന്ത്യാ നേതൃത്വത്തോട് ആവശ്യപ്പെട്ടിരുന്നു. ബംഗാൾ ഉൾപ്പെടെ വിവിധ

സംസ്ഥാന ഘടകങ്ങളും ഇതേ ആവശ്യം ഉന്നയിച്ചിരുന്നു. തുടർന്നു സ. കെ ജി ബോസിന്റെ നേതൃത്വത്തിലുള്ള NFPTE യും സ. എസ് കെ വ്യാസിന്റെ നേതൃത്വത്തിലുള്ള കോൺഫെഡറേഷനും മെയ് 10 മുതൽ അനിശ്ചിതകാല പണിമുടക്കം പ്രഖ്യാപിച്ചു. കേരളത്തിൽ നിന്നുള്ള സഖാക്കൾ എൻ പി പത്മനാഭൻ, എം സി അയ്യപ്പക്കുട്ടി, സി എസ് വി വാര്യർ, തുടങ്ങിയ നേതാക്കളും മേല്പറഞ്ഞ തീരുമാനത്തിന് പ്രേരക ശക്തികളായിരുന്നു. അംഗീകൃത സംഘടനകൾ സമരത്തിൽനിന്നും വിട്ടുനിന്നതും റെയിൽവേ മേഖലയിൽ ദൃശ്യമായ ഭീകരമായ മർദ്ദന നടപടികളും കൂട്ട പിരിച്ചുവിടലും നല്ലൊരു വിഭാഗം കേന്ദ്ര ജീവനക്കാരെ സമരത്തിൽനിന്നും മാറി നില്ക്കാൻ പ്രേരിപ്പിച്ചിരുന്നു. അഖിലേന്ത്യാ തലത്തിൽ കേന്ദ്ര ജീവനക്കാരുടെ പങ്കാളിത്തം പ്രതീക്ഷിച്ചതുപോലെ ഉണ്ടായില്ല. കമ്പി–തപാൽ മേഖലയിൽ ഭൂരിഭാഗം സംസ്ഥാനങ്ങളിലും പണിമുടക്കം നടന്നിരുന്നു. അധികൃതരോടൊപ്പം ഔദ്യോഗിക NPPTE നേതാക്കളും പ്രലോഭനങ്ങളും ഭീഷണിയും വഴി പണിമുടക്കത്തിൽനിന്നും പിൻതിരിപ്പിക്കാൻ ശ്രമിച്ചിരുന്നു. അക്കാലത്ത് കമ്പി–തപാൽ മേഖലയിൽ ക്ലാസ് 3 ജീവനക്കാരിൽ കേവലം 10 ശതമാനം പേർക്കാണ് പ്രമോഷൻ സാദ്ധ്യത ഉണ്ടായിരുന്നത്. അതു 20 ശതമാനം ആയി വർദ്ധിപ്പിക്കാൻ NFPTE ആവശ്യപ്പെട്ടു വരികയായിരുന്നു. പണിമുടക്കിന്റെ തലേന്നു (മെയ് 9) അടിയന്തരമായി നടത്തിയ കൂടിയാലോചനയിൽ 20 ശതമാനം പ്രമോഷൻ പ്രഖ്യാപിച്ചു. മാത്രമല്ല അന്നു രാത്രിതന്നെ ഇന്ത്യയിലെമ്പാടും കമ്പി–തപാൽ ഓഫീസുകളിലെ നോട്ടീസ് ബോർഡുകളിൽ ഈ തീരുമാനം അറിയിപ്പായി നല്കുകയും ചെയ്തു. ഇതെല്ലാം പണിമുടക്കം പൊളിക്കുന്നതിന്റെ ഭാഗമായിട്ടുള്ള ബോധപൂർവ്വമുള്ള പ്രവർത്തനങ്ങൾ ആയിരുന്നു. പണിമുടക്കം വിജയിപ്പിക്കാൻ പതിവിൽ കവിഞ്ഞ പ്രവർത്തനങ്ങൾ സംഘടിപ്പിക്കേണ്ടി വന്നിരുന്നു. പൊലീസ് നടപടിയും പിരിച്ചുവിടൽ ഭീഷണിയും സാധാരണ അംഗങ്ങളിൽ ചിലരിൽ ഭയം സൃഷ്ടിച്ചിരുന്നു. കണ്ണൂരിൽ FNPTO നേതാവ് ശ്രീ. കെ ഗോപാലൻ ഉൾപ്പെടെയുള്ള ചില FNPTO അംഗങ്ങളെയും മെഡിക്കൽ സർട്ടിഫിക്കറ്റ് സംഘടിപ്പിച്ചുകൊണ്ട് ഓഫീസിൽനിന്നും വിട്ടു നിർത്തിയിരുന്നു. ഇവരെ ഭീഷണിപ്പെടുത്തി മെഡിക്കൽ ലീവ് എടുപ്പിച്ചതാണെന്ന് ആരോപിച്ചു. സഖാക്കൾ പി വി ചന്ദ്രശേഖരൻ, പി എൻ കുറുപ്പ്, എം സുന്ദർരാജ്, കെ വി ബാലകൃഷ്ണൻ എന്നിവരെ അറസ്റ്റ് ചെയ്യാൻ നീക്കമുണ്ടായിരുന്നു. ഡി സി സി ഓഫീസിന്റെ ഇടപെടലിനെ തുടർന്നു ടെലിഫോൺ എക്സ്ചേഞ്ച് പരിസരത്തുണ്ടായിരുന്ന മേല്പറഞ്ഞ സഖാക്കളെ സർക്കിൾ ഇൻസ്പെക്ടർ ചോദ്യം ചെയ്യുകയും അറസ്റ്റു ചെയ്യേണ്ടി വരുമെന്നു ഭീഷണിപ്പെടുത്തുകയും ചെയ്തിരുന്നു. ഡി സി സി ഓഫീസുകളുടെയും FNPTO നേതാക്കളുടെയും പരാതിയെതുടർന്ന് കേരളത്തിൽ പല സ്ഥലങ്ങളിലും ഇത്തരം പൊലീസ് ഭീഷണികൾ ഉണ്ടായിരുന്നു. ഇതെല്ലാം നേരിട്ടുകൊണ്ടാണ് കേരളത്തിൽ പണിമുടക്കം സംഘടിപ്പിച്ച

ത്. മെയ് 13–നു പണിമുടക്കം പിൻവലിച്ചു. അപ്പോഴും റെയിൽവേ ജീവനക്കാർ പണിമുടക്കം തുടരുകയായിരുന്നു.

റഷ്യയിലുണ്ടോ ബോണസ്? ചൈനയിൽ ഉണ്ടോ ബോണസ്? എന്ന മുദ്രവാക്യവുമായാണ് കേരളത്തിൽ FNPTO എന്ന കോൺഗ്രസ് അനുകൂല സംഘടന സമരത്തെ നേരിട്ടത്. ടെലിഫോൺ എക്സ്ചേഞ്ചുകളിലും പോസ്റ്റോഫീസുകളിലും പുകക്കുഴലുകൾ ഉണ്ടോ? എന്ന പരിഹാസ്യമായ ചോദ്യവും പ്രചരണ ബോർഡുകൾ വഴിയും പോസ്റ്റർ വഴിയും അവർ ഉന്നയിച്ചിരുന്നു. ഫാക്ടറി തൊഴിലാളികൾക്ക് മാത്രമാണ് ബോണസ് എന്നും സർക്കാർ ജീവനക്കാർക്ക് അർഹതയില്ലെന്നുമായിരുന്നു അവരുടെ ചോദ്യത്തിന്റെ അടിസ്ഥാനം. ഇതെല്ലാം അവഗണിച്ചു കൊണ്ടു പങ്കാളിത്തത്തിൽ അല്പം കുറവ് അനുഭവപ്പെട്ടുവെങ്കിലും ശക്തമായ സമരം കേരളത്തിൽ സംഘടിപ്പിച്ചിരുന്നു.

പ്രതികാര നടപടികൾ

സമരം ആരംഭിച്ച മെയ് 9 രാത്രി 12 മണിക്കുതന്നെ പ്രതികാര നടപടികളും ആരംഭിച്ചിരുന്നു. തിരുവനന്തപുരം എക്സ്ചേഞ്ചിൽ പണിമുടക്കം ആരംഭിച്ചു.കൊണ്ട് ട്രങ്ക് ബോർഡുകൾ വിട്ടിറങ്ങിയ സഖാക്കൾ ജി സോമൻ, കെ ശെൽവനാഥൻ, പാപനാശവേലു, സി രവീന്ദ്രൻ നായർ, ജെ പുഷ്പരാജ്, ജി പുരുഷോത്തമൻ എന്നിവരെ ട്രങ്ക് റൂമിൽ വെച്ചു തന്നെ പൊലീസ് DIR അനുസരിച്ച് അറസ്റ്റ് ചെയ്ത് മജിസ്ട്രേറ്റിന്റെ മുന്നിൽ ഹാജരാക്കി. 14 ദിവസത്തേക്ക് റിമാന്റ് ചെയ്തു അട്ടക്കുളങ്ങര ജയിലിൽ അടച്ചു. ജോലിക്ക് ഹാജരാവാൻ മുൻകൂട്ടി എക്സ്ചഞ്ചിൽ തങ്ങിയ ഏതാനും ജീവനക്കാരെയും പൊലീസ് പിടിച്ചുകൊണ്ടുപോയിരുന്നു. പണിമുടക്കില്ല എന്ന് എഴുതി ഒപ്പിടീച്ചാണ് ഇവരെ വിട്ടയച്ചത്. 10 –ന് ഏജീസ് ഓഫീസിലെ ഏതാനും ജീവനക്കാരെയും അറസ്റ്റ് ചെയ്ത് ഇതേ ജയിലിൽ എത്തിച്ചിരുന്നു. ജയിലിൽ അടയ്ക്കപ്പെട്ട സഖാക്കളെ സന്ദർശിക്കാൻ സ. ഇ എം എസ് വന്നതും ജയിലധികൃതരെ അമ്പരപ്പിച്ചുകൊണ്ട് മുദ്രവാക്യം വിളികളോടെ സ. ഇ എം എസിനെ സ്വീകരിച്ചതും ഈ സഖാക്കൾ പിന്നീട് അനുസ്മരിക്കുമായിരുന്നു. തുടർന്ന് DIR അനുസരിച്ച് 43 സഖാക്കളുടെ പേരിലും കേസ് ചാർജ്ജ് ചെയ്തിരുന്നു. പണിമുടക്കിയ എല്ലാ ജീവനക്കാരുടെയും പൂർവ്വകാല സർവ്വീസ് റദ്ദാക്കിയിരുന്നു. ടെലികോം മേഖലയിൽ സഖാക്കൾ കെ ശെൽവനാഥൻ (തിരുവനന്തപുരം) എം ജി ശശിധരകുറുപ്പ് (ആലപ്പുഴ) പി ലക്ഷ്മണൻ (മാഹി) എം ദാമോദരൻ (കുമ്പള) ഉൾപ്പെടെ കമ്പി–തപാൽ വിഭാഗത്തിൽ 40 പേരെ പിരിച്ചുവിട്ടിരുന്നു. 115 ജീവനക്കാരെ സസ്പെൻഡ് ചെയ്തിരുന്നു. ടെലികോം എഞ്ചിനിയറിങ് ക്ലാസ്; 3 സർക്കിൾ സെക്രട്ടറി സ. എം സി അയ്യപ്പക്കുട്ടി, അസി. സർക്കിൾ സെക്രട്ടറി സ. പി വി ചന്ദ്രശേഖരൻ ഉൾപ്പെടെ 110 പേരെ സ്ഥലമാറ്റം ചെയ്തിരുന്നു. തലശ്ശേരിയിൽ സഖാക്കൾ പി നാരായണൻ, കെ പി ബാലൻ, കെ പി വിജയലക്ഷ്മി, കെ

രാമകൃഷ്ണൻ എന്നിവരുടെ വാർഷിക ഇൻക്രിമെന്റ് തടഞ്ഞിരുന്നു. പ്രതികാര നടപടികളുടെ സംഘടന തിരിച്ചുള്ള കണക്കുകൾ താഴെ കൊടുക്കുന്നു.

	പിരിച്ചു വിട്ടവർ	സസ്പെന്റ് ചെയ്യപ്പെട്ടവർ	DIR കേസുകൾ	സ്ഥലം മാറ്റം
Telecom class-3	2	35	9	39
Line Staff &Class IV	2	7	1	21
Postal Class-3	5	12	8	29
Postmen Union	5	9	7	1
Telegraph Class III	-	4	-	-
Telegraph Class:4	-	-	-	-
Administrative Union	-	1	1	-
RMS Class III	1	16	16	21
RMS Class IV	3	1	1	-
ED	17	30	-	-
Postal Accounts	5	-	-	-
Total	40	115	43	110

നേരത്തെ സൂചിപ്പിച്ചപോലെ എല്ലാ മർദ്ദന നടപടികളേയും വെല്ലുവിളിച്ചുകൊണ്ടു റെയിൽവേ ജീവനക്കാർ സമരം തുടർന്നിരുന്നു. പണിമുടക്ക് സമരത്തിനു പിന്തുണ പ്രഖ്യാപിച്ചുകൊണ്ട് ട്രേഡ് യൂണിയൻ സംഘടനകളും ഇടതുപക്ഷ രാഷ്ട്രീയ പാർട്ടികളും സജീവമായി രംഗത്തു വന്നു. വിവിധ ട്രേഡ് യൂണിയൻ സംഘടനകളുടെ ആഹ്വാനമനുസരിച്ച് മെയ് 15–ന് തൊഴിലാളികൾ രാജ്യവ്യാപകമായി പണിമുടക്കി. ഈ അനുഭാവ പണിമുടക്കിലും ഒരു തൊഴിലാളിക്ക് ജീവൻ ബലിയർപ്പിക്കേണ്ടിവന്നിരുന്നു. ട്രെയിൻ പിക്കറ്റു ചെയ്ത രാമസ്വാമി എന്ന സഖാവിന്റെ മേൽ തീവണ്ടികയറ്റി കൊല്ലുകയായിരുന്നു.

റെയിൽവേ ജീവനക്കാരുടെയും കേന്ദ്രജീവനക്കാരുടെയും സമരം മർദ്ദന നടപടികളിലൂടെ അതിജീവിക്കാൻ സർക്കാരിനു സാധിച്ചുവെങ്കിലും സമരത്തെ തുടർന്നു വളരെ സങ്കീർണ്ണമായ രാഷ്ട്രീയ പ്രതിസന്ധിയിലാണ് ഇന്ദിര സർക്കാർ അകപ്പെട്ടത്. തുടർന്ന് പ്രഖ്യാപിക്കപ്പെട്ട അടിയന്തരാവസ്ഥയും ഇന്ദിരാഗാന്ധിയുടെയും കോൺഗ്രസിന്റെയും പതനവും ചരിത്ര വസ്തുതയായി അവശേഷിക്കുന്നു. 1977–ലെ കോൺഗ്രസിന്റെ പരാജയത്തിനും പ്രധാന കാരണമായി തീർന്നതും ബോണസ് സമരവും അടിയന്തരാവസ്ഥയിലെ അനുഭവവും ആയിരുന്നു എന്നു ചരിത്രം രേഖപ്പെടുത്തിയിട്ടുണ്ട്.

തുടർന്ന് മൊറാർജി ദേശായിയുടെ നേതൃത്വത്തിലുള്ള ജനതാ പാർട്ടി

യാണ് അധികാരത്തിൽ വന്നത്. റെയിൽവേ സമരം നയിച്ച ശ്രീ. ജോർജ്ജ് ഫെർണാണ്ടസ് കേന്ദ്രമന്ത്രിയായും അവരോധിക്കപ്പെട്ടു. ഈ സാഹചര്യത്തിൽ റെയിൽവേ ജീവനക്കാർക്ക് ബോണസ് പ്രഖ്യാപിക്കും എന്നു ജീവനക്കാർ ന്യായമായും പ്രതീക്ഷിച്ചിരുന്നു. പക്ഷെ. മൊറാർജി ദേശായി സർക്കാർ നിലംപതിക്കുന്നതുവരെ ഇക്കാര്യത്തിൽ തീരുമാനം എടുക്കാൻ കഴിഞ്ഞില്ല എന്നതാണു വസ്തുത. തുടർന്നു ശ്രീ. ചരൺ സിംഗിന്റെ നേതൃത്വത്തിൽ മന്ത്രിസഭ രൂപീകരിക്കാൻ സാദ്ധ്യത തെളിഞ്ഞു. കേവല ഭൂരിപക്ഷമില്ലെങ്കിലും ഇടതുപക്ഷ പാർട്ടികൾ സഹായിച്ചാൽ പ്രധാനമന്ത്രിയാകാമെന്ന പ്രതീക്ഷയോടെ ശ്രീ. ചരൺസിങ് ഇടതുപക്ഷ പാർട്ടികളെ സമീപിച്ചു. ഇടതുപക്ഷത്തിനു മന്ത്രിസഭയിൽ ഏതു സ്ഥാനം നല്കാനും ചരൺസിംഗ് തയ്യാറായിരുന്നു. സി പി എം ജനറൽ സെക്രട്ടറി സ. ഇ എം എസിനെ കണ്ട ശ്രീ. ചരൺസിങ് തന്റെ ആശയം വ്യക്തമാക്കി. അധികാരത്തിൽ പങ്കാളികളാകാൻ തയ്യാറല്ലെങ്കിലും ചില ഉപാധികളോടെ ചരൺസിങ് മന്ത്രിസഭയെ പിന്താങ്ങാമെന്ന് സ. ഇ എം എസ്. വ്യക്തമാക്കി. കേന്ദ്രജീവനക്കാർക്ക് ബോണസ് അനുവദിക്കുമെങ്കിൽ പിൻതുണ നല്കാമെന്നതായിരുന്നു ആദ്യത്തെ ഉപാധി. പിരിച്ചുവിടപ്പെട്ട സി ആർ പി ക്കാരെ തിരിച്ചെടുക്കുകയും അവരുടെ പ്രശ്നങ്ങൾക്ക് പരിഹാരം കാണുക എന്നതായിരുന്നു രണ്ടാമത്തെ ഉപാധി. റിസർവ്വ് ബാങ്ക് ജീവനക്കാർ ഉന്നയിച്ച പ്രശ്നങ്ങൾക്ക് പരിഹാരം കാണുക എന്നതായിരുന്നു മൂന്നാമത്തെ ഉപാധി. പ്രധാനമന്ത്രിയാകാനുള്ള മോഹത്തിൽ ഈ ഉപാധികളെല്ലാം ചരൺസിംഗിന് സ്വീകരിക്കേണ്ടി വന്നു. അങ്ങനെയാണു ആദ്യം റെയിൽവേ ജീവനക്കാർക്കും തുടർന്നു കേന്ദ്രജീവനക്കാർക്കും ബോണസ് ലഭ്യമായത്.

ശക്തമായ പണിമുടക്കം നടത്തി അഖിലേന്ത്യാ വ്യാപകമായി സർവ്വീസ് സ്തംഭിച്ചാലും സമ്മർദ്ദം ചെലുത്തിയാലും തൊഴിലാളികളുടെ ആവശ്യങ്ങൾ അംഗീകരിക്കണമെന്നില്ല. അനുകൂലമായ രാഷ്ട്രീയ സാഹചര്യവും ഒരു പ്രധാന ഘടകമാണെന്നു ബോണസ് കാര്യത്തിലുണ്ടായ അനുഭവം നമ്മെ ബോദ്ധ്യപ്പെടുത്തുന്നു.

21

അടിയന്തരാവസ്ഥ (1975)

ആയിരത്തിത്തൊള്ളായിരത്തി എഴുപത്തിയഞ്ച് ജൂൺ 5 ന് ഇന്ത്യയിൽ അടിയന്തിരാവസ്ഥ പ്രഖ്യാപിച്ചു. അതിന്റെ കാരണങ്ങളിലേക്ക് കടക്കാൻ ഉദ്ദേശിക്കുന്നില്ല. ഇന്ത്യൻ ജനത നാളിതുവരെ കണ്ടിട്ടില്ലാത്ത അനുഭവം. അടിയന്തരാവസ്ഥ പ്രഖ്യാപനത്തെ തുടർന്ന് കോൺഗ്രസ്സിന്റെ രാഷ്ട്രീയ എതിരാളികളെയും കോൺഗ്രസ്സ് ഇതര രാഷ്ട്രീയ പാർട്ടി നേതാക്കളെയും, ട്രേഡ് യൂണിയൻ പ്രവർത്തകരെയും വിചാരണ കൂടാതെ തടവിലിട്ടിരുന്നു. തൊഴിലാളി സമരങ്ങൾ നിരോധിച്ചു. സംഘടനാ സ്വാതന്ത്ര്യം നിഷേധിക്കപ്പെട്ടു. അഭിപ്രായസ്വാതന്ത്ര്യവും പത്രസ്വാതന്ത്ര്യവും നിഷേധിക്കപ്പെട്ടു. പത്രമാരണ നിയമം ഉൾപ്പെടെ വിവിധ കരിനിയമങ്ങൾ പ്രഖ്യാപിക്കപ്പെട്ടിരുന്നു.

ഇന്ത്യൻ ജനതയും തൊഴിലാളി വർഗ്ഗ പ്രസ്ഥാനങ്ങളും നേരിട്ട ദുരിതഫലങ്ങൾ കമ്പി–തപാൽ ജീവനക്കാരും അനുഭവിക്കേണ്ടി വന്നിരുന്നു. ഉദ്യോഗസ്ഥ മേധാവികളുടെ അഴിഞ്ഞാട്ടമായിരുന്നു എങ്ങും ദൃശ്യമായിരുന്നത്. ഓഫീസുകളിൽ ഭീകരാന്തരീക്ഷമാണ് നിലനിന്നിരുന്നത്. FNPTO സംഘടനയിൽപ്പെട്ട ചിലർ ഒറ്റുകാരായി പ്രവർത്തിച്ചിരുന്നു. ഉദ്യോഗസ്ഥരുടെ ഒത്താശയോടെ FNPTO പോലുള്ള ഭരണാനുകൂല സംഘടനകളെ വളർത്താനുള്ള ബോധപൂർവ്വമായ ശ്രമങ്ങൾ ചില ഉദ്യോഗസ്ഥ മേധാവികൾ നടത്തിയിരുന്നു. സംഘടനാ നേതാക്കളായ സഖാക്കൾ കെ പ്രഭാകരൻ. വി എ ഔസേഫ് എന്നിവരെയും സംഘടനാ പ്രവർത്തകരായ സഖാക്കൾ ടി കെ സത്യനാഥ് (കോഴിക്കോട്) കെ മാധവൻ (തിരുവനന്തപുരം) വി ശശിധരൻ നായർ (നെയ്യാറ്റിൻകര) എന്നിവരെയും അറസ്റ്റ് ചെയ്തു കരുതൽ തടങ്കൽ നിയമമനുസരിച്ചു ഒരു വർഷം ജയിലിൽ അടച്ചിരുന്നു. നെയ്യാറ്റിൻകര പോസ്റ്റാഫീസിലെ സ. ബാലകൃഷ്ണൻ നായരെ രാജ്യരക്ഷാ നിയമമനുസരിച്ച് 49 ദിവസം അട്ടക്കുള

ങ്ങര സബ്ബ് ജയിലിൽ റിമാന്റ് ചെയ്തിരുന്നു. സ. ബാലകൃഷ്ണൻ നായരുടെ പേരിൽ ആരോപിക്കപ്പെട്ട കുറ്റം വളരെ രസകരമായിരുന്നു. പോസ്റ്റാഫീസിന്റെ എതിർ വശമുള്ള ചായക്കടയിൽ ഇരുന്നു ഒരു തമാശ പറഞ്ഞതാണ് ബാലകൃഷ്ണൻ നായർക്ക് വിനയായി തീർന്നത്. ആ കടയിലെ ദോശ വളരെ നേർത്തതായിരുന്നു. ദോശ പൊക്കിപ്പിടിച്ചു "ഇതിൽക്കൂടി ഇന്ദിരാഗാന്ധിയെയും ഇന്ത്യയെയും വരെ കാണാമല്ലടെയ്" എന്നു തമാശ രൂപത്തിൽ പറഞ്ഞതുകേട്ട കോൺഗ്രസ്സ് അനുഭാവിയായ ഒരു സംസ്ഥാന ജീവനക്കാരൻ പൊലീസിൽ റിപ്പോർട്ട് ചെയ്തതിനെ തുടർന്നാണ് രാജ്യരക്ഷാ നിയമമനുസരിച്ച് അറസ്റ്റ് ചെയ്തു സഖാവിനെ ജയിലിലടച്ചത്. ഈ കേസിൽ 49 ദിവസത്തിനുശേഷം പ്രോസിക്യൂഷൻ എതിർത്തെങ്കിലും കോടതി ജാമ്യം അനുവദിച്ചിരുന്നു. ബോണസ് സമരത്തെ തുടർന്നു പിരിച്ചുവിട്ടു പുറത്തു നില്കേണ്ടിവന്ന സ. എം ജി ശശിധരക്കുറുപ്പ് (ആലപ്പുഴ) നെ അടിയന്തരാവസ്ഥക്കെതിരായി നടന്ന പരിപാടിയിൽ പങ്കെടുത്തെന്നാരോപിച്ചു DIR പ്രകാരം 6 മാസം തടങ്കലിൽ വെച്ചിരുന്നു.

നിസ്സാര കാരണങ്ങൾ ആരോപിച്ചാണ് കരുതൽ തടങ്കൽ നിയമപ്രകാരം കേസ്സെടുത്തിരുന്നത്. സ. സത്യനാഥിന്റെ കാര്യം തന്നെ ഇതിനുദാഹരണമാണ്. അച്യുതമേനോൻ മന്ത്രിസഭയിലെ മന്ത്രി ശ്രീ. കെ ജി അടിയോടിയുടെ പരാതിയുടെ പേരിലാണ് സ. സത്യനാഥിനെ പൊലീസ് അറസ്റ്റ് ചെയ്തത്. ഒരു ട്രങ്ക് കാളിന്റെ കാര്യം അന്വേഷിക്കാൻ മന്ത്രി എൻക്വയറിയിൽ വിളിച്ചപ്പോൾ കാലതാമസമുണ്ടായി എന്നതാണ് പരാതി. തിരക്ക് കാരണം കൂടുതൽ വരിക്കാരെ അറ്റന്റ് ചെയ്തത് കൊണ്ടാണ് കാലതാമസം ഉണ്ടായതെന്ന് സത്യനാഥിന്റെ വിശദീകരണം മന്ത്രിക്ക് തൃപ്തിയായിരുന്നില്ല. ഇതടക്കം ചൂണ്ടിക്കാണിച്ചുകൊണ്ട് തടവിലുള്ള ജീവനക്കാരെ വിട്ടയക്കണമെന്ന ആവശ്യവുമായി സഖാക്കൾ ടി വി ജോസഫ്, വി എ എൻ നമ്പൂതിരി എന്നിവർ മുഖ്യമന്ത്രി സ. അച്യുതമേനോനെ സന്ദർശിച്ചിരുന്നു. തന്റെ നിസ്സഹായാവസ്ഥ ചൂണ്ടിക്കാണിച്ചു. ആഭ്യന്തര മന്ത്രി ശ്രീ. കെ കരുണാകരനെ കാണാനാണു മുഖ്യമന്ത്രി നിർദ്ദേശിച്ചത്. അതനുസിരിച്ച് സംഘടനാ നേതാക്കൾ ശ്രീ. കെ കരുണാകരനെ സന്ദർശിച്ച് നിവേദനം നല്കി. ട്രങ്ക് കാളിന്റെ വിവരം അറിയാൻ ബന്ധപ്പെട്ടപ്പോഴുണ്ടായ കാലതാമസത്തെ ജീവനക്കാരൻ ന്യായീകരിച്ചു സംസാരിച്ചതു കൊണ്ടാണ് നടപടിയെടുത്തത് എന്നതായിരുന്നു ശ്രീ. കരുണാകരന്റെ മറുപടി. ഒരിക്കൽ താൻ ശ്രീമതി. ഇന്ദിരാഗന്ധിയുമായി സംസാരിക്കുമ്പോൾ 6 മിനിട്ട് കഴിഞ്ഞു എന്നു പറഞ്ഞ് നിർബ്ബന്ധപൂർവ്വം കാൾ കട്ട് ചെയ്ത കാര്യവും അന്നു അടിയന്തരാവസ്ഥ നിലവിലുണ്ടായിരുന്നുവെങ്കിൽ അവനെയും തടവിലിടുമായിരുന്നു എന്നും കൂടി ശ്രീ. കരുണാകരൻ പറയുകയുണ്ടായി. ഇവരുടെയൊക്കെ നേതാക്കൾക്കെതിരെയാണ് നടപടി വേണ്ടത് എന്ന ഭീഷണിയും ശ്രീ. കരുണാകരന്റെ ഭാഗത്തുനിന്നും ഉണ്ടായി.

ആദ്യഘട്ടത്തിൽ വകുപ്പ് ഉദ്യോഗസ്ഥരുമായി ബന്ധപ്പെടാതെയായിരുന്നു പൊലീസ് നടപടികൾ. പിന്നീട് അതിൽ മാറ്റം വന്നിരുന്നു. അന്നത്തെ ടെലികോം ജനറൽ മാനേജർ ശ്രീ കെ വി ശ്രീനിവാസൻ, നിസ്സാര കുറ്റങ്ങൾ ആരോപിച്ച് ജീവനക്കാരെ തടങ്കലിൽ വെക്കുന്ന നടപടിക്കെതിരായിരുന്നു. ഇത്തരം കാര്യങ്ങൾ ഉദ്യോഗസ്ഥരെ അറിയിച്ചാൽ വകുപ്പ് തല നടപടികൾ സ്വീകരിക്കാമെന്ന് പൊലീസ് അധികാരികളെ അറിയിച്ചതായി ജനറൽ മാനേജർ സംഘടന നേതാക്കളോട് പറയുകയുണ്ടായി. തടങ്കലിൽ വെച്ച ജീവനക്കാരുടെ കാര്യത്തിലുള്ള നിസ്സഹായാവസ്ഥയും അദ്ദേഹം പ്രകടിപ്പിച്ചിരുന്നു. തുടർന്ന് ഡി ഐ ആർ അനുസരിച്ച് ചില കേസ്സുകൾ എടുത്തിരുന്നുവെങ്കിലും കരുതൽ തടങ്കൽ നിയമമനുസരിച്ചുള്ള അറസ്റ്റും നടപടികളും ഉണ്ടായിരുന്നില്ല. സ്ഥലമാറ്റങ്ങളും ചാർജ്ജ് ഷിഫ്റ്റുകളും മറ്റു വകുപ്പ് തല നടപടികളും തുടർന്നിരുന്നു.

കണ്ണൂരിൽനിന്നും ചില സംഘടനാ നേതാക്കളെയും പ്രവർത്തകരെയും ഹൈറേഞ്ച് മേഖലകളിലേക്കും മറ്റു ജില്ലകളിലേക്കും സ്ഥലം മാറ്റിയിരുന്നു, സ. പി വി ചന്ദ്രശേഖരനെ മൂന്നാറിലേക്കും സ. കാരായി ശ്രീധരനെ പീരുമേട്ടിലേക്കും സ്ഥലം മാറ്റം ചെയ്തു, സ. കെ എ ഗൗതമനെ കുമിളിയിലേക്കും സ. സി പി ചാത്തുക്കുട്ടിയെ തൊടുപുഴയിലേക്കും സ. ടി വി ജനാർദ്ദനനെ ചേർത്തലയിലേക്കും സഖാക്കൾ ജി മണിയൻ, ഇ രാഘവൻ എന്നിവരെ ചാത്തന്നൂരിലേക്കും സ്ഥലം മാറ്റിയിരുന്നു.

ഒരുദിവസം ഉച്ചഭക്ഷണത്തിനു വീട്ടിലേക്ക് പോകുമ്പോൾ സ. വി എ എൻ നമ്പൂതിരിയെ രണ്ടു മഫ്ടി പൊലീസുകാർ തടഞ്ഞു നിർത്തുകയും വാഹനത്തിൽ കയറ്റി പൊലീസ് സ്റ്റേഷനിലേക്ക് കൊണ്ടു പോവുകയും ചെയ്തു. സബ്ബ് ഇൻസ്പെക്ടർ കാണണമെന്നു ആവശ്യപ്പെട്ടതുകൊണ്ടാണ് സ്റ്റേഷനിലേക്ക് കൊണ്ടുവന്നത് എന്നായിരുന്നു പൊലീസ് ഭാഷ്യം. എന്നാൽ എസ് ഐ സ്ഥലത്തുണ്ടായിരുന്നില്ല. വിവരം അറിഞ്ഞു സംഘടനാ നേതാക്കളും പ്രവർത്തകരും പൊലീസ് സ്റ്റേഷനിൽ എത്തിയപ്പോൾ സ. നമ്പൂതിരിയെ വെറുതെ നിർത്തിയിരിക്കുന്നതാണു കണ്ടത്. ഇതിനിടയിൽ എസ് ഐ യും എത്തിച്ചേർന്നു. എന്താണ് സ. നമ്പൂതിരിയുടെ പേരിലുള്ള പരാതി എന്നു സംഘടനാ നേതാക്കൾ ചോദിച്ചപ്പോൾ പരാതി ഒന്നും ഇല്ലെന്നാണ് എസ് ഐ മറുപടി പറഞ്ഞത്. കുറച്ചു കഴിഞ്ഞപ്പോൾ നമ്പൂതിരിക്ക് പോകാം എന്നു എസ് ഐ പറഞ്ഞു. സംഘടനാ പ്രവർത്തകർക്കൊപ്പം പോകാൻ തയ്യാറായപ്പോൾ നമ്പൂതിരിയെ വാഹനത്തിൽ ടെലിഫോൺ എക്സ്ചേഞ്ചിൽ എത്തിക്കാമെന്നു പറഞ്ഞു പൊലീസ് ജീപ്പിൽ കയറ്റി. പക്ഷേ, പൊലീസ് ജീപ്പ് എക്സ്ചേഞ്ചിലേക്കായിരുന്നില്ല. പട്ടണത്തിനു പുറത്തുള്ള ഒരു കെട്ടിടത്തിലേക്കാണ് എത്തിച്ചത്. അവിടെ ഉയർന്ന പൊലീസ് ഉദ്യേഗസ്ഥരുണ്ടായിരുന്നു. അവർ സ. നമ്പൂതിരിയെ മണിക്കൂറുകളോളം മാറി, മാറി ചോദ്യം ചെയ്തു. ഒടുവിൽ വിളിക്കുമ്പോൾ വരണം എന്നു നിർദ്ദേശിച്ചു

കൊണ്ട് രാത്രിയിൽ സ. നമ്പൂതിരിയെ വിട്ടയക്കുകയും ചെയ്തു. ഏതോ കള്ളക്കേസ്സിൽപ്പെടുത്താനുള്ള ഗൂഢോദ്ദേശ്യത്തോടെയാണ് ഈ ചോദ്യം ചെയ്യൽ നടത്തിയത് എന്ന് വ്യക്തമായിരുന്നു. കേരളത്തിൽ FNPTO വിന് നേതൃത്വം നല്കിയിരുന്ന ഒരു പ്രമുഖ കോൺഗ്രസ് നേതാവിന്റെ സമ്മർദ്ദം ഇക്കാര്യത്തിലുണ്ടായിരുന്നു എന്നു പിന്നീട് മനസ്സിലാക്കിയിരുന്നു മഞ്ചേരി ബ്രാഞ്ച് സെക്രട്ടറി സ. ഇ വാസുദേവനെ ഒരു കാരണവും കൂടാതെ കസ്റ്റഡിയിൽ എടുക്കുകയും പൊലീസ് സ്റ്റേഷനിൽ ചോദ്യം ചെയ്യലിനു വിധേയനാക്കുകയും ചെയ്തിരുന്നു. സംഘടനാ പ്രവർത്തകരുടെ മനോവീര്യം തകർക്കാൻ ഉദ്ദേശിച്ചുകൊണ്ടുള്ള ഇത്തരം നിരവധി സംഭവങ്ങൾ റിപ്പോർട്ടു ചെയ്യപ്പെട്ടിരുന്നു.

ആലപ്പുഴ ടെലിഫോൺ എക്സ്ചേഞ്ച് കാന്റീനിൽ വെച്ചു ശ്രീ. വയലാർ രവിയെ പറ്റി എന്തോ പറഞ്ഞെന്നാരോപിച്ചു NFPTE പ്രവർത്തകനായ സ. കെ പി രാധാകൃഷ്ണനെ FNPTO പ്രവർത്തകർ മർദ്ദിച്ചു. ഇതിനെ ചോദ്യം ചെയ്തു സ. ജേക്കബ് ടി എബ്രഹാം രംഗത്തു വന്നതോടെ വലിയ സംഘർഷത്തിനു വഴിവെച്ചു. ഇതിനിടയിൽ എത്തിച്ചേർന്ന സ. കെ ജി ജയരാജും സംഭവത്തിൽ ഇടപെട്ടിരുന്നു. തുടർന്ന് സഖാക്കൾ ജേക്കബ് ടി എബ്രഹാം, കെ പി രാധാകൃഷ്ണൻ, ജി ശശിധരൻ ആചാരി, എസ് രവീന്ദ്രൻ എന്നിവർക്കെതിരെ പൊലീസ് കേസെടുത്തു. സ. കെ ജി ജയരാജിന്റെ പേർ FIR ൽ ഉണ്ടായിരുന്നില്ല. എന്നാൽ പിറ്റെ ദിവസം രാത്രി ഡ്യൂട്ടി കഴിഞ്ഞു ഇറങ്ങുന്നവസരത്തിൽ സ. ജയരാജിനെ കസ്റ്റഡിയിൽ എടുക്കുകയും പൊലീസ് സ്റ്റേഷനിൽ കൊണ്ടുപോവുകയും ചെയ്തു. അടുത്ത ദിവസം, സർക്കിൾ സെക്രട്ടറിയായിരുന്ന സ. ടി വി ജോസഫും മറ്റും ഇടപെട്ടതിനെ തുടർന്നു സ. ജയരാജിനെ വൈകുന്നേരം വിട്ടയച്ചു. അടുത്ത ദിവസം രാത്രി ഗുണ്ടകളെ ഇറക്കി സ. ജയരാജിനെ ആക്രമിക്കാൻ പദ്ധതി ഇട്ടിരുന്നു. എന്നാൽ ആളുമാറി സ. പി ജി ജയകുമാറിനെയാണു ഗുണ്ടകൾ മർദ്ദിച്ചത്.

NFPTE പ്രവർത്തകരെ കേസിൽപ്പെടുത്താൻ ഉദ്ദേശിച്ചുകൊണ്ട് നിരവധി കള്ളപരാതികൾ FNPTO നേതാക്കൾ വിവിധ സ്ഥലങ്ങളിലുള്ള പൊലീസ് സ്റ്റേഷനുകളിലും ഉദ്യോഗസ്ഥരിലും നല്കിയിരുന്നു. കോഴിക്കോട് ടെലിഫോൺ എക്സ്ചേഞ്ചിൽ FNPTO നോട്ടീസ് ബോർഡിൽ പതിച്ചിരുന്ന ഇന്ദിരാഗാന്ധിയുടെ ഒരു പോസ്റ്റർ വലിച്ചുകീറി എന്ന കള്ളപരാതിയുടെ അടിസ്ഥാനത്തിൽ രാജ്യരക്ഷാനിയമമനുസരിച്ച് കേസ്സെടുക്കുകയും സ്ത്രീ ജീവനക്കാർ ഉൾപ്പെടെ 43 പേരെ പൊലീസ് സ്റ്റേഷനിൽ വിളിച്ചു വരുത്തി ചോദ്യം ചെയ്യുകയും ഉണ്ടായി. പലരേയും ഒന്നിൽ കൂടുതൽ തവണ പൊലീസ് സ്റ്റേഷനിൽ വിളിച്ചു വരുത്തിയിരുന്നു. പിന്നീടുണ്ടായ ഒരു സംഭവം കാരണം പൊലീസ് പിന്മാറുകയാണുണ്ടായത്. നോട്ടീസ് ബോർഡിൽ ഇന്ദിരാഗാന്ധിയുടെ ഒരു പോസ്റ്റർ കൂടി പതിച്ചിരുന്നു. കേസിന് കൊഴുപ്പ് കൂട്ടാനുള്ള നടപടിയാണിതെന്ന് ജീവനക്കാർ മനസ്സിലാക്കിയിരുന്നു. FNPTO ക്കാരുടെ നീക്കങ്ങൾ വളരെ ജാഗ്ര

തയോടെ നമ്മുടെ സഖാക്കൾ വീക്ഷിച്ചിരുന്നു. ഒരുദിവസം പുലർച്ചെ 4 മണിക്ക് FNPTO യുടെ സജീവ പ്രവർത്തകൻ പോസ്റ്റർ കീറുന്നത് വാച്ച്മാനും നമ്മുടെ സഖാക്കളും നേരിട്ടു കണ്ടു. കൈയോടെ പ്രസ്തുത ജീവനക്കാരനെ പിടികൂടി പൊലീസിൽ അറിയിച്ചു. എന്നാൽ FNPTO ക്കാരന്റെ പേരിൽ നടപടി എടുക്കാൻ പൊലീസ് തയ്യാറായില്ല. പക്ഷേ, 43 ജീവനക്കാരുടെ പേരിൽ തുടർനടപടി എടുക്കാൻ ഇതോടെ പൊലീസിനു സാധിച്ചിരുന്നില്ല.

ജീവനക്കാർ അനുഭവിച്ചുവന്ന പല സൗകര്യങ്ങളും നിഷേധിക്കപ്പെട്ടിരുന്നു. അത്യാവശ്യകാര്യത്തിനുപോലും അവകാശാവധി നിഷേധിക്കപ്പെട്ടിരുന്നു. മെഡിക്കൽ സർട്ടിഫിക്കറ്റു സഹിതമുള്ള ലീവപേക്ഷ നിരസിക്കപ്പെടുകയും ഡയിസ്നോൺ അടിച്ചേല്പിക്കുകയും ചെയ്തിരുന്നു. ഭക്ഷണത്തിനും മറ്റുമുള്ള റിലീഫ് സമയം വെട്ടിച്ചുരുക്കിയിരുന്നു. ഇതിനെതിരെയുള്ള പ്രതിരോധത്തിന്റെ ഭാഗമായി മുമ്പ് അനുവദിക്കപ്പെട്ട രീതിയിൽ തന്നെ റിലീഫ് സമയം ഉപയോഗിക്കാൻ സംഘടന നിർദ്ദേശിച്ചിരുന്നു. ഇതിന്റെ പേരിലും ശിക്ഷാനടപടികൾ ഉണ്ടായി. ഉച്ചഭക്ഷണത്തിനു കൂടുതൽ സമയം എടുത്തു എന്നാരോപിച്ചുകൊണ്ട് തൃശൂരിൽ സഖാക്കൾ കെ പി ഗോവിന്ദൻകുട്ടി, പി ജി വാസുദേവൻ, എ കന്തസ്വാമി, പി കെ സഹസ്രനാമം, കെ രാമൻ, എം വി രാഘവൻ എന്നിവരുടെ വാർഷിക ഇൻക്രിമെന്റ് തടഞ്ഞിരുന്നു. കാസർഗോഡ് ടെലിഫോൺ എക്സ്ചേഞ്ചിൽ ജോലി ചെയ്തിരുന്ന സ. സി ബാലൻ അവധി ദിവസം ബന്ധപ്പെട്ട ഉദ്യോഗസ്ഥന്റെ അനുവാദമില്ലാതെ കണ്ണൂരിൽ തന്റെ സ്വന്തം വീട്ടിൽ പോയി എന്നാരോപിച്ചു സർവ്വീസിൽനിന്നും സസ്പെൻഡ് ചെയ്തിരുന്നു. poor out turn--ന്റെ പേരിലും നടപടിയെടുത്തിരുന്നു. കോഴിക്കോട് DET ഓഫീസിൽ ക്ലാർക്കായിരുന്ന സ. എൻ തങ്കപ്പന് (പിന്നീട് DGM ആയി റിട്ടയർ ചെയ്തു) ഇതിന്റെ പേരിൽ 20 ദിവസത്തെ ഡയസ്നോൺ അടിച്ചേല്പിച്ചിരുന്നു. ഈ ദിവസങ്ങളിൽ സ. തങ്കപ്പൻ out turn--നു കണക്കിലെടുക്കാത്ത സർവ്വീസ് വെരിഫിക്കേഷൻ ജോലികളാണ് ചെയ്തുവന്നിരുന്നത്. കേരളത്തിലങ്ങോളമിങ്ങോളം അച്ചടക്ക നടപടികളുടെ ഘോഷയാത്ര തന്നെയായിരുന്നു അടിയന്തരാവസ്ഥ കാലഘട്ടത്തിൽ. സ. ആർ മാധവൻ നായരെ നിർബ്ബന്ധിത പെൻഷൻ നല്കി പിരിച്ചുവിടുകയും സഖാക്കൾ എം എസ് നായർ, പി വി വേലായുധൻ എന്നിവർക്ക് നിർബ്ബന്ധിത പെൻഷനു നോട്ടീസ് നല്കുകയും ചെയ്തിരുന്നു.

കരുതൽ തടങ്കലിൽ കഴിഞ്ഞിരുന്ന കാലയളവിൽ സ. ടി കെ സത്യനാഥിനു ഇന്ത്യൻ ബാങ്കിലേക്കു നിയമന ഉത്തരവ് വന്നിരുന്നു. സംഘടനാ നേതാക്കളുടെ ഇടപെടലിനെ തുടർന്ന് 6 മാസം വരെ ഈ നിയമന ഉത്തരവ് റദ്ദാക്കിയിരുന്നില്ല. എന്നാൽ പിന്നീട് അതു റദ്ദാക്കപ്പെട്ടു. സത്യനാഥിന്റെ ഭാവിയെ സാരമായി ബാധിക്കുന്ന നടപടിയായിരുന്നു അത്. ഈ പ്രശ്നം എങ്ങനെയും പരിഹരിക്കാനുള്ള വ്യഗ്രതയിലായിരുന്നു സംഘടനാ നേതൃത്വം. പക്ഷേ, കേന്ദ്രത്തിൽ ഒരു ഭരണ മാറ്റം

വരെ കാത്തിരിക്കേണ്ടിവന്നിരുന്നു. അടിയന്തരാവസ്ഥയ്ക്ക് ശേഷം നടന്ന തിരഞ്ഞെടുപ്പിൽ കോൺഗ്രസ് പരാജയപ്പെടുകയും ജനതാ പാർട്ടി അധികാരത്തിൽ വരികയും ചെയ്ത സന്ദർഭം ഇതിനായി സംഘടനാ നേതൃത്വം ഉപയോഗപ്പെടുത്തി. സ. വി എ എൻ നമ്പൂതിരി ഡൽഹിയിൽ പോയി ജനതാ പാർട്ടി നേതാക്കളെ കണ്ടു സ. സത്യനാഥിന് ഇന്ത്യൻബാങ്കിൽ നിയമനം ലഭിക്കാൻ നടപടി സ്വീകരിക്കണമെന്ന് അഭ്യർത്ഥിച്ചു. ജനതാ പാർട്ടി നേതാക്കളുടെ നിർദ്ദേശത്തെ തുടർന്ന് ധനകാര്യ മന്ത്രി ശ്രീ. എച്ച് എം പട്ടേലിനെയും ധനകാര്യ സെക്രട്ടറിയെയും കണ്ടു നിവേദനം നല്കി. തുടർന്ന് സെക്രട്ടറി (ബാങ്കിംഗ്)മായി ചർച്ച ചെയ്യാൻ നിർദ്ദേശിക്കപ്പെട്ടു. ഈ ചർച്ചാവേളയിൽ തന്നെ ഇന്ത്യൻ ബാങ്ക് അധികൃതർക്ക് സത്യനാഥിനു നിയമനം നല്കാൻ സെക്രട്ടറി നിർദ്ദേശിച്ചു. സ. നമ്പൂതിരി കോഴിക്കോട് തിരിച്ചെത്തുമ്പോഴേക്കും സ. സത്യനാഥിനു നിയമന ഉത്തരവ് ലഭിച്ചിരുന്നു. അടിയന്തരാവസ്ഥയിലെ പല പ്രതികാര നടപടികൾ റദ്ദാക്കപ്പെട്ടതു ജനതാ സർക്കാരിന്റെ കാലത്തായിരുന്നു. വിദൂര സ്ഥലങ്ങളിലേക്ക് സ്ഥലമാറ്റം ചെയ്യപ്പെട്ടവർക്കെല്ലാം തിരികെ മാറ്റം ലഭിച്ചതും ഈ കാലയളവിലായിരുന്നു. 1968 ലെ സമരത്തെതുടർന്ന് പിരിച്ചുവിടപ്പെടുകയും ഹൈക്കോടതി നിർദ്ദേശം ഉണ്ടായിട്ടുപോലും സർവ്വീസിൽ തിരിച്ചെടുക്കാതിരുന്ന സ. എൻ പി പത്മനാഭനെ തിരിച്ചെടുത്തതും മൊറാർജി ദേശായിയുടെ നേതൃത്വത്തിലുണ്ടായിരുന്ന ജനതാ സർക്കാർ ആയിരുന്നു എന്ന വസ്തുതയും ഇവിടെ സ്മരണീയമാണ്.

22

കോട്ടയം സമരം (1979)

ട്രേഡ് യൂണിയൻ സ്വാതന്ത്ര്യം സംരക്ഷിക്കാനാവശ്യപ്പെട്ടുകൊണ്ട് 1979 മെയ് മാസം 17 ന് കോട്ടയം ഡിവിഷനിൽ ആരംഭിച്ച സമരം തുടർന്നു കമ്പി–തപാൽ സർവ്വീസ് കേരള വ്യാപകമായി സ്തംഭിപ്പിക്കുന്ന സ്ഥിതിയിലേക്ക് എത്തിച്ചിരുന്നു. സർവ്വീസിനെയും ജീവനക്കാരെയും ബാധിക്കുന്ന അടിയന്തര പ്രാധാന്യമുള്ള വിഷയങ്ങൾ ഒരു നിവേദനത്തിലൂടെ അധികൃതരുടെ ശ്രദ്ധയിൽപ്പെടുത്തിയതിനെ തുടർന്ന് കോട്ടയം ബ്രാഞ്ച് സെക്രട്ടറി സ. കെ വി ഗോപിനാഥനെയും മറ്റൊരു സംഘടനാ ഭാരവാഹിയായ കെ വി മാത്യുവിനേയും സ്ഥലംമാറ്റം ചെയ്തതിനെ തുടർന്നാണ് സമരം സംഘടിപ്പിക്കേണ്ടിവന്നത്.

ജീവനക്കാരെ സംഘടിപ്പിക്കുന്നതിന്റെയും അവരുടെ പ്രശ്നങ്ങൾ ഉന്നയിക്കുന്നതിന്റെയും പേരിൽ പ്രതികാര നടപടികൾ സ്വീകരിക്കുന്ന സ്ഥിതി ബ്രിട്ടീഷ് ഭരണകാലം മുതൽ നിലനിന്നിരുന്നു. സംഘടനാ പ്രവർത്തകരെ വിദൂരസ്ഥലങ്ങളിലേക്ക് സ്ഥലമാറ്റം ചെയ്യുക എന്നതായിരുന്നു അവർ സ്വീകരിച്ച പ്രധാന നടപടികളിൽ ഒന്ന്. കമ്പി–തപാൽ പ്രസ്ഥാനത്തിന്റെ സ്ഥാപക നേതാക്കളായ ബാബു താരാപഥ മുഖർജി, ഹെൻറി ബാർട്ടൺ തുടങ്ങിയവരും ഇത്തരം നടപടികൾ നേരിടേണ്ടിവന്നിരുന്നു. ഈ നേതാക്കളെ ബർമ്മയിലേക്കാണ് സ്ഥലമാറ്റം ചെയ്തത്. സംഘടനാ സ്വാതന്ത്ര്യം നേടിയെടുക്കുനനതിനും സംഘടനാ നേതാക്കളെ സ്ഥലമാറ്റം ചെയ്യുന്നതിനുമെതിരെ നിരന്തരം പോരാടിയതിനെത്തുടർന്ന് പരിമിതമായ ട്രേഡ് യൂണിയൻ സ്വാതന്ത്ര്യം ബ്രിട്ടീഷ് സർക്കാരിൽനിന്നും നേടിയെടുക്കാൻ നമ്മുടെ പ്രസ്ഥാനത്തിനു സാധിച്ചിരുന്നു. അതിൽ പ്രധാനപ്പെട്ടതായിരുന്നു സംഘടനാ നേതാക്കൾക്ക് സ്ഥലമാറ്റത്തിൽനിന്നുമുള്ള പരിരക്ഷ. ഇതിനെ തുടർന്നു സംഘടനാ സെക്രട്ടറിക്കും ട്രഷറർക്കും അസി. സെക്രട്ടറിമാർക്കും സംഘടനയുടെ ഹെഡ്

ക്വാർട്ടേഴ്സിലേക്ക് സ്ഥലമാറ്റം നല്കുന്നതും മറ്റു സ്ഥലമാറ്റ നടപടികളിൽ നിന്നും സംഘടനാ നേതാക്കൾക്ക് പരിരക്ഷ നല്കുന്നതുമായ ഉത്തരവുകൾ പുറപ്പെടുവിച്ചിരുന്നു. എന്നാൽ, സ്വതന്ത്ര ഇന്ത്യയിൽ ഇതെല്ലാം പലപ്പോഴും നിഷേധിക്കപ്പെട്ടിരുന്നെന്നുള്ളതാണ് അനുഭവം.

പൊതു ജനങ്ങൾക്ക് മെച്ചപ്പെട്ട സർവ്വീസ് ലഭ്യമാക്കാനുള്ള സൗകര്യങ്ങൾ ചെയ്യണമെന്നാവശ്യപ്പെട്ടതിനെ തുടർന്നാണു കോട്ടയത്ത് സംഘടനാ നേതാക്കളെ സ്ഥലംമാറ്റം ചെയ്തത്. സർ. സി പി യുടെ കാലത്തു സ്ഥാപിച്ചതും കാലഹരണപ്പെട്ടതും ഉപയോഗശൂന്യമായ ഉപകരണങ്ങൾ മാറ്റിസ്ഥാപിക്കുക, ഉപകരണങ്ങൾക്ക് സംരക്ഷണം നൽകുന്ന എയർ കണ്ടീഷനുകൾ റിപ്പയർ ചെയ്യുക ആവശ്യമായ ജീവനക്കാരെ നിയമിക്കുക എന്നീ ആവശ്യങ്ങൾ ഉൾപ്പെടുന്ന നിവേദനം സംഘടനാ നേതാക്കളായ സഖാക്കൾ കെ വി ഗോപിനാഥും, കെ വി മാത്യുവും അധികൃതർക്ക് സമർപ്പിച്ചിരുന്നു. ഈ നിവേദനം സ്വീകരിക്കാൻ ആദ്യം അധികൃതർ തയ്യാറായിരുന്നില്ല. ഇതിനെതിരെ ശക്തിയായി പ്രതികരിച്ചതിനെ തുടർന്നാണ് നിവേദനം സ്വീകരിച്ചത്. ടെലിഫോൺ എക്സ്ചേഞ്ചിന്റെ കാര്യക്ഷമമായ പ്രവർത്തനത്തിന്റെ കാര്യം തങ്ങൾ നോക്കിക്കൊള്ളാമെന്നും ഇതിൽ സംഘടന ഇടപെടേണ്ട കാര്യമില്ലെന്നുമുള്ള നിലപാടായിരുന്നു അധികൃതർക്ക്. സംഘടന മുന്നോട്ടുവച്ച ക്രിയാത്മകമായ നിർദ്ദേശങ്ങൾ പരിശോധിക്കാനോ സംഘടനയുമായി ഫലപ്രദമായി ഇക്കാര്യങ്ങൾ ചർച്ച ചെയ്യാനോ അധികൃതർ തയ്യാറായില്ല. മാത്രമല്ല, മേല്പറഞ്ഞ നിവേദനം നല്കിയതിന്റെ പേരിൽ സംഘടന സെക്രട്ടറിയുൾപ്പെടെയുള്ള നേതാക്കളെ സ്ഥലമാറ്റം ചെയ്തുകൊണ്ടുള്ള പ്രകോപനപരമായ നടപടിയാണു അധികൃതരിൽ നിന്നുമുണ്ടായത്. ഈ തെറ്റായ നടപടി റദ്ദാക്കാൻ ആവശ്യപ്പെട്ടുകൊണ്ട് ഏര്യാ മാനേജർ ശ്രീ. രാമാനുജനത്തിനെയും ജനറൽ മാനേജർ ശ്രീമഹാജനുമായി സർക്കിൾ സെക്രട്ടറി സ. വി എ എൻ നമ്പൂതിരി ബന്ധപ്പെട്ടു സംസാരിച്ചുവെങ്കിലും സ്ഥലമാറ്റം റദ്ദ് ചെയ്യാൻ അധികൃതർ കൂട്ടാക്കിയില്ല.

സമാധാനപരമായി പ്രശ്നം പരിഹരിക്കാനുള്ള മേൽഘടകങ്ങളുടെ ശ്രമവും പരാജയപ്പെട്ടതിനെതുടർന്ന് പ്രക്ഷോഭ പരിപാടികൾ ആരംഭിക്കാൻ ഡിവിഷണൽ യൂണിയൻ തീരുമാനിച്ചു. തുടർന്ന് 1979 മെയ് 17 മുതൽ കോട്ടയം ഡിവിഷനിൽ വർക്ക് റ്റു റൂൾ സമരം ആരംഭിച്ചു. ഇതു മിക്ക സ്ഥലങ്ങളിലും മെല്ലെ പോക്ക് (GO SLOW) സമരമായി മാറിയിരുന്നു. ഭൂരിപക്ഷം ജീവനക്കാർ സമരത്തിലിറങ്ങിയതിന്റെ ഫലമായി ടെലിഫോൺ സർവ്വീസ് താറുമാറുമായി. പ്രശ്നത്തിന്റെ ഗൗരവമായ സ്ഥിതി വിശേഷം മനസ്സിലാക്കിയ ജനപ്രതിനിധികൾ, പൗരമുഖ്യന്മാർ എന്നിവർ ഡിവിഷണൽ എഞ്ചിനീയറുമായി ബന്ധപ്പെട്ടു പ്രശ്നം പരിഹരിക്കാൻ ആവശ്യപ്പെട്ടുവെങ്കിലും സ്ഥലമാറ്റ ഉത്തരവ് റദ്ദാക്കാൻ തയ്യാറായില്ല. അധികൃതരുടെ പിടിവാശി ജനപ്രതിനിധികൾക്കും ബോദ്ധ്യമായിരുന്നു.

അധികൃതരുടെ നിലപാടിൽ പ്രതിഷേധിച്ചു സ്ഥലമാറ്റം റദ്ദ് ചെയ്യ

ണമെന്നാവശ്യപ്പെട്ടും സംസ്ഥാനത്തെ മുഴുവൻ ബ്രാഞ്ചുയൂണിയനുകളും സർക്കിൾ യൂണിയന്റെ ആഹ്വാനമനുസരിച്ച് ജനറൽ മാനേജർക്ക് കമ്പി സന്ദേശങ്ങൾ അയച്ചിരുന്നു. ഇതേ ആവശ്യങ്ങൾ ഉന്നയിച്ചു മറ്റു ബഹുജന സംഘടനകളും സർവ്വീസ് സംഘടനകളും കമ്പി സന്ദേശമയച്ചിരുന്നു. എന്നാൽ, ഇതൊന്നും കണക്കിലെടുക്കാൻ അധികൃതർ തയ്യാറായില്ല. ഈ സാഹചര്യത്തിലാണ് ശക്തമായ സമരമുറകൾ ആവിഷ്കരിക്കാൻ സംഘടന നിർബ്ബന്ധിതരായത്. മെയ് 29 മുതൽ കോട്ടയം ഡിവിഷനിൽ കുത്തിയിരിപ്പ് സമരം (Sit-in-strike) ആരംഭിച്ചു. ജൂൺ ഒന്നു മുതൽ ലൈൻസ്റ്റാഫ് യൂണിയൻ കോട്ടയം ഡിവിഷനിൽ Tool Down സമരത്തിനു ആഹ്വാനം നല്കി. ഇതോടെ ഡിവിഷനിലെ ഭൂരിഭാഗം ജീവനക്കാരും സമരത്തിൽ അണിനിരന്നു. ഡിവിഷണൽ ഓഫീസിലടക്കം ജീവനക്കാർ ആവേശത്തോടെ സമരത്തിൽ പങ്കെടുത്തു. കാഞ്ഞിരപ്പള്ളി, ഏറ്റുമാനൂർ, പാല, വൈക്കം തുടങ്ങിയ എക്സ്ചേഞ്ചുകളിൽ 100 ശതമാനം ജീവനക്കാരും പണിമുടക്കിലായിരുന്നു. മുൻകാലങ്ങളിൽ നിന്നും വ്യത്യസ്തമായി ജീവനക്കാർ എക്സ്ചേഞ്ചുകളിൽനിന്നും ഓഫീസുകളിൽ നിന്നും വിട്ടിറങ്ങാതിരുന്ന ഈ സമരരൂപം അധികാരികൾക്ക് വലിയ പ്രശ്നമായിരുന്നു. പുറത്തുനിന്നു കരിങ്കാലികളെ കൊണ്ടുവരുന്നതിനോ, ഉള്ള സ്ഥലങ്ങളിൽ അവരെക്കൊണ്ട് അനധികൃതമായി പണി ചെയ്യിക്കാനോ അധികൃതർക്ക് സാധിച്ചിരുന്നില്ല. അവരുടെ കുതന്ത്രങ്ങൾ എല്ലാം ഉള്ളിലിരുന്നുകൊണ്ട് പരാജയപ്പെടുത്താൻ സഖാക്കൾക്ക് സാധിച്ചിരുന്നു.

സർക്കിൾ യൂണിയന്റെ ആഹ്വാനമനുസരിച്ചു മെയ് 29 മുതൽ സൗത്ത് ഏര്യാ മാനേജരുടെ പരിധിയിലുള്ള എറണാകുളം (T), ആലപ്പുഴ, തിരുവനന്തപുരം (T), കൊല്ലം ഡിവിഷനുകളിൽ നിസ്സഹരണ സമരം ആരംഭിച്ചു. ഈ മേഖലകളിലും ടെലിഫോൺ സർവ്വീസ് സ്തംഭിച്ചിട്ടും അധികൃതർ പിടിവാശി ഉപേക്ഷിച്ചില്ല. ഇതിനെ തുടർന്നു നോർത്ത് ഏര്യായിലെ കണ്ണൂർ, കോഴിക്കോട്, പാലക്കാട്, തൃശ്ശൂർ എന്നീ ഡിവിഷനുകളിലും നിസ്സഹരണ സമരം വ്യാപിപ്പിച്ചു. തുടർന്നു തിരുവനന്തപുരം ടെലികോം ഡിസ്ട്രിക്ടിലും സമരം വ്യാപിച്ചു. AIR ഉം പത്രങ്ങളും കേരളത്തിലെ ടെലിഫോൺ സർവ്വീസ് പൂർണ്ണസ്തംഭനാവസ്ഥയിലാണെന്ന് റിപ്പോർട്ട് ചെയ്തിരുന്നു.

മേല്പറഞ്ഞ സാഹചര്യത്തിൽ അഖിലേന്ത്യാ നേതാക്കൾ P & T Board മെമ്പർ (A) ശ്രീ. കെ വി ശ്രീനിവാസൻ, മെമ്പർ (T), ശ്രീ. പി കെ വർഗ്ഗീസ് എന്നിവരുമായി ചർച്ച ചെയ്തു. കേരളത്തിലെ ശക്തമായ സമരവും തൊഴിലാളികളുടെ നിശ്ചയദാർഢ്യവും അധികൃതർക്ക് ബോദ്ധ്യമായി. സ്ഥലമാറ്റങ്ങൾ റദ്ദ് ചെയ്യാൻ ജനറൽ മാനേജർക്ക് നിർദ്ദേശം നല്കാമെന്നും പ്രതികാര നടപടികൾ ഉണ്ടാവുകയില്ലെന്നും ഈ ചർച്ചയിൽ ഉറപ്പ് നല്കി. എന്നാൽ, സംഘടനാ നേതാക്കൾ പുതിയ സ്ഥലത്തു ജോയിൻ ചെയ്താൽ മാത്രമേ ഈ നിർദ്ദേശങ്ങൾ പരിഗണി

ക്കാൻ പറ്റുകയുള്ളൂ എന്ന ധിക്കാരപരമായ നിലപാടാണു ജനറൽ മാനേജർ ശ്രീ മഹാജൻ കൈക്കൊണ്ടത്.

പൊതുജനങ്ങളോടോ, ടെലിഫോൺ ഉപഭോക്താക്കളോടോ ജീവനക്കാരോടൊ യാതൊരു ഉത്തരവാദിത്വവുമില്ലാതെ പ്രതികാരനടപടികളുമായി സമരത്തെ അടിച്ചമർത്താനാണ് അധികൃതർ ശ്രമിച്ചത്. ആയിരക്കണക്കിനു സർവ്വീസ് ബ്രേക്കുകളും, ചാർജ്ജ് ഷീറ്റുകളും ഡയസ്നോണുകളും അടിച്ചേല്പിച്ചു. സമരം തുടർന്നാൽ പിരിച്ചുവിടലും, സസ്പെൻഷനുകളും, സ്ഥലമാറ്റങ്ങളും ഉണ്ടാവുമെന്നു ഭീഷണി പുറപ്പെടുവിച്ചു. ടെലിഫോൺ സർവ്വീസ് ലഭ്യമാകാത്ത ഉപഭോക്താക്കളെ ജീവനക്കാർക്ക് എതിരായി തിരിച്ചുവിടാനും അധികൃതർ ശ്രമിച്ചു. ഈരാറ്റുപേട്ടയിലും കാഞ്ഞിരപള്ളിയിലുമെല്ലാം പൊലീസ് ഭീഷണിയുമായി രംഗത്തുവന്നു. കാഞ്ഞിരപ്പള്ളി എക്സ്ചേഞ്ച് പൊലീസുകാർക്ക് കൈമാറി എന്നാണ് അധികൃതർ പ്രസ്താവിച്ചത്. ഏറ്റുമാനൂരിൽ ജീവനക്കാരെ നേരിടാൻ ഗുണ്ടകളെ ഇറക്കി. മൈക്കുമായി വന്ന് സ്ത്രീ ജീവനക്കാരെ അസംഭ്യം പറഞ്ഞ ഗുണ്ടകളെ നേരിടാൻ ബ്രാഞ്ച് പ്രസിഡന്റ് സ. സിസിലിയുടെ നേതൃത്വത്തിൽ സ്ത്രീ ജീവനക്കാർ ഇറങ്ങിവന്നത് ഗുണ്ടകളെ അമ്പരിപ്പിച്ചിരുന്നു. തുടർന്ന് സഹോദര സംഘടന പ്രവർത്തകരുടെ ഇടപെടൽകൂടി ഉണ്ടായപ്പോൾ ഗുണ്ടകൾക്ക് പിന്തിരിഞ്ഞോടേണ്ടിവന്നിരുന്നു. എന്നാൽ, ഇതുകൊണ്ടൊന്നും ജീവനക്കാരെ സമരത്തിൽ നിന്നും പിന്തിരിപ്പിക്കാൻ സാധിച്ചിരുന്നില്ല. അവർ സമരരംഗത്ത് ദൃഢചിത്തതയോടെ ഉറച്ചുനിന്നു. ഈ സമരത്തിൽ സ്ത്രീജീവനക്കാർ പ്രകടിപ്പിച്ച ധീരതയും നിശ്ചയദാർഢ്യവും പ്രത്യേക പരാമർശമർഹിക്കുന്നതാണ്.

FNPTO, BPTEF തുടങ്ങിയ സംഘടനകൾ സമരത്തിനെതിരായ പത്ര പ്രസ്താവനകളും പ്രചരണങ്ങളുമായി രംഗത്തുണ്ടായിരുന്നു. എന്നാൽ, ഈ സംഘടനകളിൽപ്പെട്ട ജീവനക്കാരും പലസ്ഥലത്തും സമരത്തിൽ പങ്കെടുത്തിരുന്നു. പഴയകാല ചരിത്രത്തിൽനിന്നും വ്യത്യസ്തമായി JETA, TESA തുടങ്ങിയ ഓഫീസർമാരുടെ സംഘടനകൾ തങ്ങളുടെ അംഗങ്ങൾ കരിങ്കാലി പണിക്ക് തയ്യാറല്ല എന്നു ജനറൽ മാനേജരെ അറിയിച്ചിരുന്നു. എന്നാൽ പഴയ പാരമ്പര്യത്തിന്റെ സന്തതികളായ ചിലർ ദുഷ്പ്രചരണത്തിനും സമര വിരുദ്ധ പ്രവർത്തനത്തിനും മുന്നിട്ടിറങ്ങിയിരുന്ന വസ്തുതയും ഇവിടെ സ്മരണീയമാണ്.

ജൂൺ 7 ന് മുതൽ ലൈൻസ്റ്റാഫ് യൂണിയൻ കേരള വ്യാപകമായി നിസ്സഹകരണ സമരത്തിന് ആഹ്വാനം നല്കിയിരുന്നു. ജൂൺ 8 മുതൽ എറണാകുളം ടെലികോം ഡിസ്ട്രിക്ടിലെ ക്ലാസ് 3, ക്ലാസ് 4 ജീവനക്കാരും സമരത്തിൽ പങ്കുചേർന്നു. ഇതോടെ കേരളത്തിലെ മുഴുവൻ ടെലിഫോൺ ജീവനക്കാരും സമരത്തിലിറങ്ങി ടെലിഫോൺ സർവ്വീസ് അക്ഷരാർത്ഥത്തിൽത്തന്നെ നിശ്ചലമാക്കി. അന്നത്തെ ടെലികോം ശൃംഖലയുടെ പ്രത്യേകതയനുസരിച്ച് ജീവനക്കാരുടെ സഹകരണമില്ലാതെ

ടെലികോം സർവ്വീസ് പ്രവർത്തിക്കാൻ സാധിക്കുമായിരുന്നില്ല.

P & T ബോർഡിന്റെ നിർദ്ദേശംപോലും അവഗണിച്ചുകൊണ്ട് പ്രതികാര നടപടികളുമായി മുന്നോട്ടുപോകുന്ന സർക്കിൾ അധികാരികളുടെ നടപടിക്ക് ശക്തമായ തിരിച്ചടി നല്കാൻ കേരളത്തിലെ ഇതര വിഭാഗം കമ്പി–തപാൽ ജീവനക്കാരും തയ്യാറായി. ടെലിഫോൺ സമരത്തിനു പിന്തുണ പ്രഖ്യാപിച്ചുകൊണ്ടു ജൂൺ 11 മുതൽ Work-to-Rule സമരത്തിനു NFPTE സർക്കിൾ ഏകോപന സമിതി ആഹ്വാനം നല്കി. ഇതോടെ കേരളത്തിലെ പോസ്റ്റൽ ആർ എം എസ് ഓഫീസുകളുടെയും കമ്പി ഓഫീസുകളുടെയും പ്രവർത്തനങ്ങൾ സ്തംഭനാവസ്ഥയിലേക്ക് നീങ്ങി. പല പോസ്റ്റാഫീസുകളും പൂട്ടേണ്ടി വരുമെന്നു PMG ക്ക് തന്നെ പ്രസ്താവന ഇറക്കേണ്ടി വന്നിരുന്നു.

ഇതിനിടയിൽ വകുപ്പുമന്ത്രിയുടെ സാന്നിദ്ധ്യത്തിൽ നടന്ന സർക്കിൾ തലവന്മാരുടെ യോഗം കേരളത്തിലെ P & T സമരം അടിച്ചമർത്തണമെന്ന് അഭിപ്രായപ്പെട്ടിരുന്നു. എന്നാൽ പാർലമെന്റ് അംഗങ്ങളായ സ. വി.വിശ്വനാഥമേനോൻ (സർക്കിൾ ഏകോപനസമിതി ചെയർമാൻ) അഹല്യ രംഗനേക്കർ, കെ എ രാജൻ, ശ്രീ. സഖറിയ തോമസ് എന്നിവരുടെ ഇടപെടൽ സമരം ഒത്തു തീർപ്പിലെത്തിക്കാൻ സാഹചര്യമൊരുക്കി.സ. ടി കെ രാമകൃഷ്ണൻ, ശ്രീ. പി സി ചെറിയാൻ PBR പിള്ള എന്നിവരും സമരം ഒത്തുതീർപ്പിലെത്തിക്കാൻ ശ്രമിച്ചിരുന്നു. ഇതോടെ കേരളത്തിലെ സ്ഥിതിഗതികളുടെ ഗൗരവാവസ്ഥ അധികൃതർക്ക് ബോദ്ധ്യമാവുകയും അഖിലേന്ത്യാ നേതാക്കളുമായി ചർച്ച ചെയ്തു ഒത്തുതീർപ്പിലെത്തിക്കാൻ നടപടി സ്വീകരിക്കുകയും ചെയ്തു. മുൻ തീരുമാനങ്ങൾ നടപ്പിലാക്കാൻ കൂട്ടാക്കാതിരുന്ന കേരള ജനറൽ മാനേജർ ശ്രീ. മഹാജനെയും ഡൽഹിയിൽ വിളിച്ചു വരുത്തിയിരുന്നു. സംഘടനാ നേതാക്കളുടെ സ്ഥലമാറ്റം റദ്ദ് ചെയ്യുമെന്നും പ്രതികാര നടപടികൾ ഉണ്ടാവുകയില്ലെന്നും ഈ ചർച്ചയിൽ അധികൃതർ ഉറപ്പ് നല്കി. ഇതിന്റെ അടിസ്ഥാനത്തിൽ സർക്കിൾ സെക്രട്ടറിമാരും സമരസമിതിയിലും യോഗം ചേർന്നു ജൂൺ 12 ന് അർദ്ധരാത്രി മുതൽ സമരം പിൻവലിക്കാൻ തീരുമാനിച്ചു. ദിവസങ്ങൾക്കകം സഖാക്കൾ കെ വി ഗോപിനാഥന്റെയും കെ വി മാത്യുവിന്റെയും സ്ഥലമാറ്റ ഉത്തരവ് റദ്ദാക്കി കോട്ടയത്തു തന്നെ ജോലിയിൽ പ്രവേശിച്ചു. ഡയിസ്നോൺ ഒഴികെയുള്ള എല്ലാ ശിക്ഷാ നടപടികളും പിൻവലിച്ചിരുന്നു.

കേരളത്തിലെ കമ്പി–തപാൽ ട്രേഡ് യൂണിയൻ പ്രസ്ഥാനത്തിന്റെ ചരിത്രത്തിലെ സുപ്രധാനമായ ഒരു ഏടായിരുന്നു കോട്ടയം സമരം. ജീവനക്കാരുടെ സാമ്പത്തികമോ, പ്രമോഷനോ, മറ്റാനുകൂല്യങ്ങളൊ നേടിയെടുക്കാനായിരുന്നില്ല കോട്ടയം സമരം. സംഘടനാ സ്വാതന്ത്ര്യം ഉറപ്പ് വരുത്തുന്നതിനും സംഘടനയ്ക്ക് നേരെ ഉയർന്നുവന്ന വെല്ലുവിളികളെ നേരിടുന്നതിന് വേണ്ടിയാണ് കേരള വ്യാപകമായി നമുക്ക് പോരാടേണ്ടി വന്നത്. 1968 ലെ സമരത്തിനുശേഷം കേരളം കണ്ട ഏറ്റവും വലിയ

സമരമായിരുന്നു ഏകദേശം ഒരു മാസം നീണ്ടുനിന്ന, കേരള വ്യാപകമായി കമ്പി-തപാൽ സർവ്വീസ് സ്തംഭനാവസ്ഥയിൽ എത്തിച്ച കോട്ടയം സമരം. AIR ഉം മറ്റു പത്രങ്ങളും അഭിപ്രായപ്പെട്ടപോലെ ഓരോ ടെലിഫോൺ എക്സ്ചേഞ്ചും കമ്പി-തപാൽ ഓഫീസുകളും സമരത്തെ തുടർന്നു NFPTE യുടെ സമരകേന്ദ്രങ്ങളായി മാറിയിരുന്നു.

23

സി ആർ പി സമരം (1979)

ആയിരത്തിത്തൊള്ളായിരത്തി അറുപത്തിയൊന്ന് – എഴുപത് കാലഘട്ടത്തിൽ സംസ്ഥാന ജീവനക്കാരുടെതുൾപ്പെട്ട വിവിധ ട്രേഡ് യൂണിയൻ സംഘടനകളുടെ രൂപീകരണത്തിനും നിരവധി അവകാശ സമര തീരുമാനങ്ങളുടേയും വേദി തിരുവനന്തപുരത്തെ P & T House ആയിരുന്നു എന്ന് നേരത്തെ സൂചിപ്പിച്ചിരുന്നുവല്ലോ? സ്വന്തം സംഘടന നടത്തുന്ന സമരംപോലെ തന്നെ മറ്റു ട്രേഡ് യൂണിയൻ സംഘടനകൾ നടത്തുന്ന സമരത്തെ കാണുകയും സഹായിക്കുകയും ചെയ്ത പാരമ്പര്യമാണ് കേരളത്തിലെ കമ്പി–തപാൽ പ്രസ്ഥാനത്തിനുണ്ടായിരുന്നത്. അക്കാലത്ത് നടന്ന നിരവധി സമരങ്ങളെ വിജയിപ്പിക്കാൻ രൂപീകരിക്കുന്ന സമരസഹായ സമിതികളുടെ നേതൃത്വം തലസ്ഥാനത്തും ജില്ലകളിലും മിക്കപ്പോഴും NFPTE നേതാക്കളായിരുന്നു എന്നുള്ളത് ഒരു വസ്തുതയാണ്. പ്രതികാര നടപടികൾക്ക് വിധേയരായവർക്ക് സാമ്പത്തിക സഹായം എത്തിക്കുന്നതിനും നമ്മുടെ സംഘടന മുൻപന്തിയിൽ തന്നെയായിരുന്നു.

മേൽസൂചിപ്പിച്ച അനുഭവങ്ങളിൽ ഒന്നായിരുന്നു 1979 ൽ തിരുവനന്തപുരത്ത് സംഘടിപ്പിക്കപ്പെട്ട CRP സമരം. 1968 ലെ കേന്ദ്ര ജീവനക്കാരുടെ സമരത്തെ അടിച്ചമർത്താനാണ് ആദ്യമായി CRP ക്കാരെ കേരളത്തിൽ നിയോഗിച്ചത്. തിരുവനന്തപുരത്തു പള്ളിപ്പുറവും പാളയത്തുമായി 3000 ത്തോളം CRP ജവാന്മാർ ഉണ്ടായിരുന്നു. അവരുടെ സ്ഥിതി വളരെ ദയനീയമായിരുന്നു. ഉദ്യോഗസ്ഥമേധാവികളുടെ അടിച്ചമർത്തലിന്റെയും അവഗണനയുടെയും ഫലമായി തികച്ചും അടിമകളെ പോലെ കഴിയേണ്ടിവന്ന സ്ഥിതിയായിരുന്നു. ന്യായമായ ആവശ്യങ്ങൾപോലും നിഷേധിക്കപ്പെട്ടിരുന്നു. ഉദ്യോഗസ്ഥമേധാവികളിൽ പലരും അഴിമതി വീരന്മാരായിരുന്നു. ഇതിന്റെയൊക്കെ ഫലമായുള്ള അമർഷത്തിന്റെയും അസം

തൃപ്തിയുടെയും പ്രതിഷേധപരിപാടികൾ സംഘടിപ്പിക്കപ്പെട്ടുവെങ്കിലും അച്ചടക്ക നടപടിയെടുത്ത് അതൊക്കെ അടിച്ചമർത്തുകയായിരുന്നു. ഇതിനെ തുടർന്ന് 1979 ജൂൺ 21 ന് CRP ജവാന്മാർ പണിമുടക്ക് സമരം ആരംഭിച്ചു. മൂവായിരത്തോളം വരുന്ന ജവാന്മാരിൽ ഭൂരിഭാഗം പേരും പണിമുടക്കത്തിൽ പങ്കെടുത്തു. ആവേശത്തോടെ പണിമുടക്കം ആരംഭിച്ചെങ്കിലും എങ്ങനെ പണിമുടക്കുമായി മുന്നോട്ടു പോകും, എങ്ങനെ പ്രതികാര നടപടികളെ നേരിടും എന്നുള്ള ധാരണകൾ ഒന്നും ഇവർക്കുണ്ടായിരുന്നില്ല. ഈ സന്ദർഭത്തിലാണ് ഇവരുടെ നേതാക്കൾ P & T ഹൗസിൽ വന്നു സ. എൻ പി പത്മനാഭനുമായി സംസാരിക്കുന്നത്. തുടർന്ന് സ. എൻ പി പത്മനാഭന്റെയും മറ്റു ട്രേഡ് യൂണിയൻ നേതാക്കളുടെയും വ്യക്തമായ ഉപദേശ നിർദ്ദേശങ്ങളോടെയാണ് പിന്നീട് സമരം തുടർന്നത്. CRP സമരത്തെ സഹായിക്കാൻ വിപുലമായ സമരസഹായ സമിതി രൂപീകരിച്ചു. സമരക്കാർക്ക് ആവശ്യമായ ഭക്ഷണവും മറ്റു സാമ്പത്തിക സഹായവും എത്തിച്ചിരുന്നു.

ആയുധങ്ങൾ കൈമാറാതെയാണ് CRP ക്കാർ സമരത്തിൽ അണിനിരന്നത്. ആയുധങ്ങൾ തിരിച്ചേല്പിക്കാനുള്ള നിർദ്ദേശവും തള്ളിക്കളഞ്ഞിരുന്നു. ഇതു കൂടുതൽ അനിഷ്ട സംഭവങ്ങൾക്ക് വഴിവെക്കുമെന്നുറപ്പായിരുന്നു. ആവേശം മാത്രമായിരുന്നു ജവാന്മാരുടെ കൈമുതൽ. വിവേകപൂർണ്ണമായ തീരുമാനങ്ങൾ എടുക്കാൻ അവർ തയ്യാറായിരുന്നില്ല. ഈ ഘട്ടത്തിൽ സ. എൻ പി പത്മനാഭന്റെയും മറ്റു നേതാക്കളുടെയും ഇടപെടലാണ് മറ്റ് അനിഷ്ട സംഭവങ്ങൾ ഒഴിവാക്കിയത്. നൂറുകണക്കിനു ജവാന്മാരെയാണ് ഇതിനകം പിരിച്ചുവിട്ടത്. ക്വാർട്ടേഴ്സുകളിൽനിന്നും പുറത്താക്കപ്പെട്ടു. താമസിക്കാനിടമില്ലാതെ, ഭക്ഷണമില്ലാതെ, ഉടുതുണിക്ക് മറുതുണിയില്ലാതെ ദിവസങ്ങളോളം സർക്കാരിന്റെ ഭീഷണികളെ അവഗണിച്ചുകൊണ്ട് അവർ സമരത്തിൽ ഉറച്ചുനിന്നിരുന്നു. കേരളത്തിന്റെ മണ്ണിൽ CRP ക്കാരുടെ സമരത്തെ അടിച്ചമർത്താൻ സമ്മതിക്കില്ലെന്ന നിശ്ചയദാർഢ്യത്തോടെ തൊഴിലാളി സംഘടനകളും ജനങ്ങളും ജവാന്മാരുടെ സഹായത്തിനെത്തിയിരുന്നു. CRP ജവാന്മാരുടെ സമരം സ്വന്തം സമരമായി കണക്കാക്കി സ. എൻ പി പത്മനാഭൻ ഉൾപ്പെടെയുള്ള നേതാക്കളുടെ നേതൃത്വത്തിൽ CRP സമരം വിജയിപ്പിക്കാൻ ഇതര തൊഴിലാളികൾ രാപ്പകൽ പ്രവർത്തിച്ചിരുന്നു.

ദൃഢനിശ്ചയത്തോടെ സമരരംഗത്തു ഉറച്ചുനിന്ന CRP ജവാന്മാരുടെ മുൻപിൽ അവസാനം കേന്ദ്രസർക്കാരും മുട്ടുകുത്തേണ്ടി വന്നു. ആഗസ്ത് 13 ന് ആഭ്യന്തരമന്ത്രി ശ്രീ. വൈ ബി ചവാനുമായി നടത്തിയ ഒത്തുതീർപ്പ് ചർച്ചയെ തുടർന്നാണ് സമരം അവസാനിപ്പിച്ചത്. ജവാന്മാർ ഉന്നയിച്ച എല്ലാ പ്രശ്നങ്ങളും 45 ദിവസത്തിനകം ചർച്ചചെയ്തു പരിഹരിക്കാമെന്ന് ശ്രീ. ചവാൻ ഉറപ്പു നല്കി. പിരിച്ചുവിട്ടവരെ തിരിച്ചെടുക്കുമെന്നും, പ്രതികാര നടപടികൾ ഉണ്ടാകില്ലെന്നും പണിമുടക്ക് കാലം അവധിയായി പരിഗണിക്കുമെന്നും ഉറപ്പ് നല്കിയിരുന്നു. ഒത്തുതീർപ്പ് വ്യവ

സ്ഥകൾ പൂർണ്ണമായും പാലിച്ചിരുന്നില്ല. പിരിച്ചുവിട്ടവരെ ഭൂരിഭാഗവും തിരിച്ചെടുത്തുവെങ്കിലും നേതാക്കൾ ഉൾപ്പെടെ 34 പേരെ പല കാരണങ്ങൾ പറഞ്ഞു ഉടനെ തിരിച്ചെടുത്തിരുന്നില്ല. ഇവരെ സംരക്ഷിക്കാനുള്ള ഉത്തരവാദിത്വവും മറ്റു സംഘടനകളാണ് ഏറ്റെടുത്തത്. പിരിച്ചുവിടപ്പെട്ട നേതാക്കളെ പുനരധിവസിപ്പിക്കാനും സംഘടനയ്ക്ക് സാധിച്ചിരുന്നു. സമരത്തിന്റെ പ്രധാനനേതാവ് നന്ദനൻ വളരെകാലം ഡൽഹിയിൽ കേന്ദ്ര ജീവനക്കാരുടെ കോൺഫെഡറേഷൻ ഓഫീസിലാണ് ജോലി ചെയ്തിരുന്നത്.

തൊഴിലാളികളുടെ സമരചരിത്രത്തിലെ ഒരു പുതിയ അദ്ധ്യായമായിരുന്നു CRP ജവാന്മാരുടെ സമരം. അടിച്ചമർത്തലും അവഗണനയും അടിമത്തസമ്പ്രദായവും ജവാന്മാരാണെങ്കിലും അച്ചടക്കത്തിന്റെ പേരിൽ അംഗീകരിക്കില്ല എന്ന വ്യക്തമായ സന്ദേശമാണ് CRP സമരം അധികൃതർക്ക് നൽകിയത്. സമരത്തെ തുടർന്ന് CRP ജവാന്മാരുടെ സേവന വേതന പരിഷ്കാരങ്ങൾക്ക് പ്രത്യേക പരിഗണന നല്കിയിരുന്നു. സേനാവിഭാഗങ്ങളിൽ ഇത്തരം സമരം ഇല്ലാതാക്കാനുള്ള ജാഗ്രതാ നിർദ്ദേശവും കേന്ദ്രസർക്കാർ പുറപ്പെടുവിച്ചിരുന്നു.

24

ശ്രീ. സി എം സ്റ്റീഫന്റെ തൊഴിലാളി ദ്രോഹ നടപടികൾ

ഐ എൻ ടി യു സി നേതാവ് കൂടിയായിരുന്ന ശ്രീ. സി എം സ്റ്റീഫൻ 1981 ൽ കേന്ദ്ര കമ്യൂണിക്കേഷൻ മന്ത്രിയായി ചുമതലയേറ്റതുമുതൽ ജീവനക്കാർക്ക് എതിരെ, പ്രത്യേകിച്ചും കേരളത്തിലെ എൻ എഫ് പി ടി ഇ പ്രവർത്തകർക്കെതിരെ രാഷ്ട്രീയ ഗൂഢോദ്ദേശ്യത്തോടെ തൊഴിലാളി ദ്രോഹനടപടികൾ തുടർന്നു വന്നിരുന്നു.

ബ്രിട്ടീഷ് ഭരണകാലം മുതൽ കമ്പി–തപാൽ ജീവനക്കാർ നിരന്തര പ്രക്ഷോഭ സമരങ്ങളിലൂടെ നേടിയെടുത്തതും അനുഭവിച്ചു വന്നിരുന്നതുമായ ട്രേഡ് യൂണിയൻ അവകാശങ്ങൾ ഒന്നൊന്നായി നിഷേധിക്കാൻ ശ്രീ. സ്റ്റീഫൻ ഉത്തരവ് പുറപ്പെടുവിച്ചു. ഓഫീസ് പരിസരത്ത് യോഗം ചേരൽ, പതാക ഉയർത്തൽ, നോട്ടീസ് ബോർഡ് പ്രദർശിപ്പിക്കൽ, സംഘടനായോഗങ്ങളിൽ പങ്കെടുക്കാൻ സ്പെഷ്യൽ കാഷൽ ലീവ് അനുവദിക്കൽ തുടങ്ങിയ ട്രേഡ് യൂണിയൻ അവകാശങ്ങൾ നിഷേധിക്കാനായിരുന്നു ശ്രീ. സ്റ്റീഫന്റെ ഉത്തരവ്. സ്ഥലമാറ്റം, പ്രമോഷൻ തുടങ്ങിയ കാര്യങ്ങളിൽ അംഗീകരിക്കപ്പെട്ട മാനദണ്ഡങ്ങൾ ഏകപക്ഷീയമായി റദ്ദാക്കിയിരുന്നു, സാധാരണ രീതിയിൽ റിക്രൂട്ട്മെന്റ് യൂണിറ്റിന്റെ പരിധിക്കകത്താണു സ്ഥലമാറ്റം നടത്തിവന്നത്. എന്നാൽ റിക്രൂട്ടുമെന്റ് യൂണിറ്റിനു പുറത്തേക്കും (Rule 37 അനുസരിച്ച്) യഥേഷ്ടം സ്ഥലമാറ്റം ചെയ്യാമെന്നും നിർദ്ദേശിക്കപ്പെട്ടിരുന്നു.

കേരളത്തിലെ എൻ എഫ് പി ടി ഇ പ്രസ്ഥാനത്തെ തകർക്കാനും ഐഎൻടിയുസിയുടെ വളർത്തു സംഘടനയായ എഫ് എൻ പി ടി ഒവിനെ ശക്തിപ്പെടുത്താനുമുള്ള ഗൂഢോദ്ദേശ്യത്തോടെയാണു ഈ സ്ഥലമാറ്റ ഉത്തരവ് നടപ്പാക്കിയത് എന്നു പ്രത്യക്ഷത്തിൽ തന്നെ മനസ്സിലാകുമായിരുന്നു. തിരുവനന്തപുരം ഗസ്റ്റ് ഹൗസിൽ വെച്ചു ഞങ്ങൾ ശ്രീ സി എം സ്റ്റീഫനുമായി സംഭാഷണം നടത്തുമ്പോൾ ഈ കാര്യം

ചൂണ്ടികാണിച്ചിരുന്നു. ഇതു ശരിവെക്കുന്ന തരത്തിലായിരുന്നു ശ്രീ. സ്റ്റീഫന്റെ മറുപടി. കേരളത്തിലെ എൻ എഫ് പി ടി ഇക്കാർ മാർക്സിസ്റ്റുകാരാണെന്നു സ്റ്റീഫൻ ആരോപിച്ചു. എന്നാൽ മറ്റു സംസ്ഥാനങ്ങളിൽ എല്ലാ പാർട്ടിക്കാരും ഉൾപ്പെടുന്നതാണു എൻ എഫ് പി ടി ഇ എന്നു മന്ത്രിയുടെ ചുമതലയേറ്റപ്പോൾ മനസ്സിലായി എന്നും സ്റ്റീഫൻ പറഞ്ഞു. താൻ രാജസ്ഥാനിൽ എൻ എഫ് പി ടി ഇ സമ്മേളനം ഉദ്ഘാടനം ചെയ്യാൻ പോയപ്പോൾ അവിടുത്തെ കോൺഗ്രസ് പി സി സി പ്രസിഡന്റാണു സ്വാഗതസംഘം ചെയർമാനായി പ്രവർത്തിക്കുന്നതു കണ്ടതെന്നും ശ്രീ. സ്റ്റീഫൻ സൂചിപ്പിച്ചു. കേന്ദ്രമന്ത്രിയെന്ന നിലയിൽ താൻ ഇടപെട്ടു കൊല്ലത്ത് നടത്തിയ ഒരു സ്ഥലമാറ്റത്തെ എതിർത്ത് സമരം നടത്തിയവരാണു നിങ്ങളെന്നും, ഒരു കേന്ദ്രമന്ത്രി എന്ന നിലയിൽ ഒരു സ്ഥലമാറ്റം നടത്താൻപോലും എനിക്ക് അവകാശമില്ലെ എന്നും രോഷത്തോടെ ചോദിക്കുകയുണ്ടായി. ശ്രീ സ്റ്റീഫന്റെ അടുത്തബന്ധുവിന് മാനദണ്ഡം മറികടന്നു കൊല്ലം പോസ്റ്റാഫീസിലേക്ക് നടത്തിയ സ്ഥലമാറ്റത്തിനെതിരെ സമരം ചെയ്തതാണു ശ്രീ സ്റ്റീഫനെ ചൊടിപ്പിച്ചത്. കേരളത്തിലെ പ്രസ്ഥാനത്തിനെതിരായി വൈരാഗ്യ ബുദ്ധിയോടെയുള്ള നടപടികളാണു ശ്രീ. സ്റ്റീഫൻ സ്വീകരിക്കുന്നതെന്ന് സംഭാഷണത്തിൽ വ്യക്തമായിരുന്നു.

സംഘടനാ സ്വാതന്ത്ര്യം നിഷേധിക്കുന്നതിനെതിരായി അതാത് സ്ഥലങ്ങളിൽ ചെറുത്തുനില്പ് സമരം സംഘടിപ്പിക്കാൻ സർക്കിൾ ഏകോപന സമിതി ആഹ്വാനം ചെയ്തിരുന്നു. അധികൃതരുടെ വിലക്ക് ലംഘിച്ചുകൊണ്ടു കേരളത്തിൽ ഒട്ടുക്കും ഓഫീസ് പരിസരങ്ങളിൽ യോഗം ചേരാൻ തുടങ്ങി. നോട്ടീസ് ബോർഡുകൾ നീക്കം ചെയ്യുന്നതിനെ കായികമായിത്തന്നെ തടഞ്ഞിരുന്നു. ഇതിനെല്ലാമെതിരായി അധികൃതർ ശിക്ഷാനടപടികളും ആരംഭിച്ചിരുന്നു.

ചെങ്കൊടിയുടെ മാനം കാത്തവർ

യൂണിയൻ പതാകകൾ ഓഫീസ് പരിസരത്ത് കണ്ടുപോകരുത് എന്ന വകുപ്പുമന്ത്രി ശ്രീ. സ്റ്റീഫന്റെ സുഗ്രീവാജ്ഞയെത്തുടർന്ന് പോസ്റ്റാഫീസുകളുടെയും ടെലിഫോൺ എക്സ്ചേഞ്ചുകളുടേയുമുൾപ്പെടെ മറ്റു കമ്പി-തപാൽ ഓഫീസുകളുടെയും പരിസരത്ത് സ്ഥാപിച്ചിരുന്ന എൻ എഫ് പി ടി ഇ പതാകകൾ എടുത്തു മാറ്റാൻ അധികൃതർ നടപടികൾ സ്വീകരിച്ചിരുന്നു. അധികൃതരുടെ നിർദ്ദേശങ്ങൾ പാലിച്ചില്ല എന്നാരോപിച്ചുകൊണ്ടു കാസർഗോഡ് എൻ എഫ് പി ടി ഇ പ്രാദേശിക ഏകോപന സമിതി കൺവീനർ സ. എം കൃഷ്ണന് (ഇപ്പോൾ എൻ എഫ് പി ഇ സെക്രട്ടറി ജനറൽ) ചാർജ്ജ് ഷീറ്റ് നല്കിയിരുന്നു. സംഘടനാ സ്വാതന്ത്ര്യത്തിനുവേണ്ടി പ്രക്ഷോഭസമരങ്ങൾക്ക് നേതൃത്വം നല്കിയിരുന്ന ടെലികോം ക്ലാസ് 3 യൂണിയൻ ഡിവിഷനൽ സെക്രട്ടറി സ. കെ സുകുമാരൻ നായരെ (SDE ആയി കൊല്ലത്തുനിന്നും വിരമിച്ചു) കൊല്ലങ്കോ

ട്ടേക്കും പോസ്റ്റൽ ക്ലാസ് 3 യൂണിയൻ സെക്രട്ടറി പുതിയടം നാരായണനെ കാഞ്ഞങ്ങാട്ടേക്കും സ്ഥലംമാറ്റി. ടെലികോം ബ്രാഞ്ച് സെക്രട്ടറി സ. കെ മോഹൻ (ഇപ്പോൾ ബി എസ് എൻ എൽ ഇ യു സർക്കിൾ സെക്രട്ടറി) ഉൾപ്പെടെയുള്ളവർക്ക് സസ്പെൻഷനും 4 ജീവനക്കാർക്ക് പിരിച്ചുവിടൽ നോട്ടീസുകളും നല്കുകയും ചെയ്ത അധികൃതർ ഒരു ഭീകരാന്തരീക്ഷംതന്നെ സൃഷ്ടിച്ചിരുന്നു. ഈ സാഹചര്യത്തിൽ പൊലീസ് സഹായത്തോടെ പോസ്റ്റൽ സൂപ്രണ്ടന്റ് ഓഫീസിന്റെയും ടെലിഫോൺ എക്സ്ചേഞ്ചിന്റെയും പരിസരത്തുള്ള എൻ എഫ് പി ടി ഇ പതാകകൾ അഴിച്ചുമാറ്റാൻ ശ്രമിച്ചു. വനിതാ ജീവനക്കാർ ഉൾപ്പെടെ ജീവനക്കാർ ഒന്നടങ്കം ഇതിനെ പ്രതിരോധിച്ചു. പതാക അഴിച്ചുമാറ്റുന്നതിനെ ശാരീരികമായി തടഞ്ഞ സഖാക്കൾ എം കൃഷ്ണൻ, കെ സുകുമാരൻ നായർ, കെ മോഹൻ, പോസ്റ്റൽ ക്ലാസ് 3 യൂണിയൻ നേതാവ് സ. എ ഗോപിനാഥൻ എന്നിവരെ ലാത്തികൊണ്ടടിച്ചും കുത്തിയും ബലമായി അറസ്റ്റ് ചെയ്തു പൊലീസ് വാനിൽ കയറ്റി. നേതാക്കളെ തുടർന്നു പതാക സംരക്ഷിക്കാൻ മുന്നോട്ടു വന്ന കെ വി തമ്പാൻ, കെ പി കീരാൻകുട്ടി, പി ഗോപാലകൃഷ്ണൻ, പി എം ഹരീന്ദ്രൻ, വി വി മാധവൻ, ടി ജി തോമസ്, എൻ കെ രാജൻ, ടി എം നാരായണൻ, കെ ജയകൃഷ്ണൻ, കെ ജെ ജോൺ, സി വി സുഗതകുമാർ എന്നിവരെയും അറസ്റ്റുചെയ്തിരുന്നു.

പൊലീസ് സ്റ്റേഷനിൽനിന്നും വിട്ടയക്കപ്പെട്ട സഖാക്കൾ ജാഥയായി വന്നു എസ് പി ഓഫീസിന്റെയും ടെലിഫോൺ എക്സ്ചേഞ്ചിന്റെയും മുൻപിൽ വീണ്ടും പതാകയുയർത്തി. അതു തൊടാൻ പിന്നീട് അധികൃതർക്ക് ധൈര്യമുണ്ടായിരുന്നില്ല.

ട്രേഡ് യൂണിയൻ അവകാശ സംരക്ഷണ വാരത്തോടനുബന്ധിച്ചു തിരുവനന്തപുരം ജനറൽ പോസ്റ്റാഫീസ് പരിസരത്ത് ഉയർത്തിയിരുന്ന എൻഎഫ്പിടിഇ പതാക ശ്രീ. സി എം സ്റ്റീഫന്റെ തിരുവനന്തപുരം സന്ദർശനത്തെ തുടർന്നു എടുത്തു മാറ്റാൻ അധികൃതർ ശ്രമിച്ചു. ഇതിനെതിരെ സ. ജി മധുസുദനൻ നായരുടെ നേതൃത്വത്തിൽ ജീവനക്കാർ ശക്തമായ പ്രതിരോധം സൃഷ്ടിച്ചു. സ. ജി മധുസുദനൻ നായരെയും പ്രവർത്തകരെയും പൊലീസ് ബലം പ്രയോഗിച്ചു അറസ്റ്റുചെയ്ത് പൊലീസ് വാഹനത്തിലേക്ക് കയറ്റി. തുടർന്നു വനിതകൾ ഉൾപ്പെടെയുള്ള ജീവനക്കാർ ഒന്നൊന്നായി ഓഫീസിൽനിന്നും ഇറങ്ങി വരികയും പതാക മാറ്റുന്നതിനെ തടഞ്ഞു അറസ്റ്റ് വരിക്കുകയും ചെയ്തു. ഭൂരിഭാഗം ജീവനക്കാരെയും അറസ്റ്റ് ചെയ്തു വഞ്ചിയൂർ പൊലീസ് സ്റ്റേഷനിലേക്ക് മാറ്റി. തുടർന്ന് പൊലീസ് നടപടിയെ ചെറുത്തതിന്റെ പേരിൽ പോസ്റ്റൽ ക്ലാസ് 3 യൂണിയൻ സർക്കിൾ സെക്രട്ടറി സ. പി ബാലകൃഷ്ണൻ, ടെലികോം ക്ലാസ് 3 യൂണിയൻ സർക്കിൾ സെക്രട്ടറി പി വി ചന്ദ്രശേഖരൻ എന്നിവരെ അറസ്റ്റുചെയ്തു. തുടർന്നു പതാക അഴിച്ചുമാറ്റാൻ ശ്രമിച്ച അധികൃതരെ പുളിമൂട്ടിലെ ടാക്സി ജീവനക്കാരും ചുമ

ട്ടുതൊഴിലാളികളും നേരിട്ടതിനെ തുടർന്നു ഈ ശ്രമം ഉപേക്ഷിക്കുക യുണ്ടായി. ജി പി ഒവിന്റെ പ്രവർത്തനം പൂർണ്ണമായും സ്തംഭിച്ചിരുന്നു.

പി എം ജി ഓഫീസ് പരിസരത്തെ എൻ എഫ് പി ടി ഇ പതാക എടുത്തു മാറ്റാൻ ശ്രമിച്ചതിനെ പ്രതിരോധിച്ച സർക്കിൾ സെക്രട്ടറിമാരായ സ. മുരുകേശപിള്ള, സ. കെ മണികണ്ഠൻ നായർ എന്നിവരെയും അറസ്റ്റ് ചെയ്തിരുന്നു. അറസ്റ്റിനെ തുടർന്ന് പി എം ജി / ജി എം ടി ഓഫീസുകളിലെ മുഴുവൻ ജീവനക്കാരും ഓഫീസ് വിട്ടിറങ്ങി പ്രകടനം നടത്തുകയും വീണ്ടും പതാക ഉയർത്തുകയും ചെയ്തിരുന്നു.

ട്രേഡ് യൂണിയൻ അവകാശങ്ങൾ സംരക്ഷിക്കാനുള്ള ധീരമായ പോരാട്ടങ്ങളുടെ ആവേശകരമായ റിപ്പോർട്ടുകളാണു സംസ്ഥാനത്തിന്റെ വിവിധ ഭാഗങ്ങളിൽനിന്നും കിട്ടിക്കൊണ്ടിരുന്നത്.

അന്യായമായ സ്ഥലമാറ്റങ്ങൾ

സ്ഥലമാറ്റത്തിനു ശ്രീ. സ്റ്റീഫൻ പുതിയ വ്യാഖ്യാനങ്ങൾ കണ്ടെത്തിയിരുന്നു. ജീവനക്കാർ ഒരു സ്ഥലത്തുതന്നെ ചടഞ്ഞുകൂടി കഴിയുന്നതുകൊണ്ടാണു കാര്യക്ഷമത കുറയുന്നത് എന്നും 33 ശതമാനം ജീവനക്കാരെ റൊട്ടേഷനൽ സ്ഥലമാറ്റത്തിനു വിധേയമാക്കണമെന്നും ശ്രീ. സ്റ്റീഫൻ നിർദ്ദേശിച്ചു. കേന്ദ്രജീവനക്കാർ. വിശിഷ്യ കമ്പി–തപാൽ ജീവനക്കാർക്ക് സർക്കാർ തലത്തിലുള്ള പാർപ്പിട സൗകര്യങ്ങൾ വളരെ പരിമിതമായതുകൊണ്ടും സ്ഥലമാറ്റം കൊണ്ടുള്ള മറ്റു ബുദ്ധിമുട്ടുകളും ജീവനക്കാരുടെ ഭാഗത്തുനിന്നുമുള്ള എതിർപ്പും, ഇക്കാര്യത്തിൽ കേന്ദ്ര സർക്കാരിനുണ്ടാകുന്ന വമ്പിച്ച സാമ്പത്തിക ബാദ്ധ്യതയും കണക്കിലെടുത്തു റൊട്ടേഷനൽ സ്ഥലമാറ്റം വളരെകാലമായി നിർത്തിവച്ച സന്ദർഭത്തിലാണ് സ്റ്റീഫന്റെ പുതിയ ഉത്തരവുണ്ടായത്. റൊട്ടേഷനൽ സ്ഥലമാറ്റത്തിനു ന്യായീകരണമായി കഴിവുകേട് ദേശീയമായി പങ്കുവെക്കണം എന്ന പുതിയ സിദ്ധാന്തവും അവതരിപ്പിച്ചു. കഴിവ് കുറഞ്ഞ ജീവനക്കാരെ കൊണ്ടുണ്ടാകുന്ന വിഷമതകൾ ഒരു പ്രദേശത്തെ ജനങ്ങൾ മാത്രം അനുഭവിച്ചാൽ പോരെന്നും അവരെ കൂടെ കൂടെ സ്ഥലംമാറ്റി കഴിവുകേട് ദേശീയമായി പങ്കുവെക്കണമെന്നായിരുന്നു റൊട്ടേഷനൽ സ്ഥലമാറ്റത്തിനെ ന്യായീകരിച്ചുകൊണ്ടു ശ്രീ. സ്റ്റീഫൻ പത്രക്കാരോട് പ്രതികരിച്ചത്.

ഇതനുസരിച്ചു പുതിയ ഉത്തരവുകൾ പുറപ്പെടുവിച്ചു. ജീവനക്കാരുടെ പ്രവർത്തനം അവലോകനം ചെയ്തു മോശക്കാരായി കാണുന്ന ജീവനക്കാർക്ക് അവരുടെ പ്രവർത്തനം നന്നാക്കാൻ അവസരം നല്കുകയും എന്നിട്ടും നന്നായില്ലെങ്കിൽ സ്ഥലമാറ്റം ചെയ്യണമെന്നുമായിരുന്നു നിർദ്ദേശം. സാധാരണ സ്ഥലംമാറ്റത്തിനു പുറമെ റിക്രൂട്ട്മെന്റ് യൂണിറ്റിനു പുറത്തും സ്ഥലമാറ്റം ചെയ്യാമെന്നായിരുന്നു ഉത്തരവ്. സ്ഥലമാറ്റ ഉത്തരവ് തയ്യാറാക്കാനുള്ള അധികാരം പ്രാദേശിക ഉദ്യോഗസ്ഥർക്കായിരുന്നു. പ്രാദേശിക ഉദ്യോഗസ്ഥരുടെ കൊള്ളരുതായ്മകൾ ചൂണ്ടികാ

ണിക്കുന്ന സംഘടനാ പ്രവർത്തരെയും ജീവനക്കാരെയും ദ്രോഹിക്കാനും ജീവനക്കാരെ അധികൃതരുടെ പാർശ്വവർത്തികളും പാദസേവകരുമാക്കി തീർക്കാനുള്ള ഗൂഢോദ്ദേശ്യവും ഈ ഉത്തരവിന്റെ പിന്നിലുണ്ടായിരുന്നു. സർക്കാർ വിലാസം സംഘടനകളെ സംരക്ഷിക്കാനും അവർക്ക് ആളെ പിടിക്കാനുള്ള മാർഗ്ഗമായി ഇതിനെ ഉപയോഗപ്പെടുത്താമെന്നായിരുന്നു മന്ത്രിയുടെ ഗൂഢോദ്ദേശ്യം.

മേല്പറഞ്ഞ നിഗമനങ്ങൾ സ്ഥിരീകരിക്കുന്ന രീതിയിലായിരുന്നു കേരളത്തിൽ സ്ഥലമാറ്റ ഉത്തരവുകൾ നടപ്പാക്കിയത്. ജീവനക്കാരെ രാഷ്ട്രീയമായി തരംതിരിച്ചു എല്ലാ കാര്യത്തിലും വകുപ്പുമന്ത്രി തന്നെ നേരിട്ടു കാര്യങ്ങൾ കൈകാര്യം ചെയ്യുന്ന സംസ്ഥാനമെന്ന നിലയിൽ കേരളത്തിലെ ജീവനക്കാർക്ക് പുതിയ ഉത്തരവുമൂലം ഏറെ ദുരിതങ്ങൾ അനുഭവിക്കേണ്ടിവന്നു. അഖിലേന്ത്യാടിസ്ഥാനത്തിൽ ആദ്യഘട്ടത്തിൽ ഏകദേശം ആയിരംപേരെ സ്ഥലമാറ്റം ചെയ്തപ്പോൾ അതിൽ 753 പേർ കേരളത്തിൽ നിന്നാണെന്നു മന്ത്രിക്ക് തന്നെ പത്രസമ്മേളനത്തിൽ സമ്മതിക്കേണ്ടിവന്നിരുന്നു. മാനദണ്ഡങ്ങൾ ഒന്നും പാലിക്കാതെയാണു കേരളത്തിൽ സ്ഥലമാറ്റം നടപ്പാക്കി തുടങ്ങിയത്. ജീവനക്കാരുടെ ആശങ്ക സ്ഥിരീകരിക്കുന്ന രീതിയിലാണ് ആദ്യത്തെ സ്ഥലമാറ്റ ഉത്തരവ് വന്നത്. ഉദാഹരണത്തിനു തിരുവനന്തപുരം ടെലിഗ്രാഫ് ഡിവിഷനിൽ 40 പേരെ സ്ഥലമാറ്റം നടത്തിയപ്പോൾ അതിൽ 38 പേരും എൻ എഫ് പി ടി ഇ ക്കാരായിരുന്നു. കാര്യക്ഷമമായ പ്രവർത്തനത്തിന് അവാർഡ് ലഭിച്ച സഖാക്കൾ എം ജെ ജോണും, ഡി ശാന്തകുമാരിയും സ്ഥലമാറ്റം ചെയ്തവരിൽ ഉൾപ്പെട്ടിരുന്നു. ആർ എം എസ് വിഭാഗത്തിൽ ഒരിടത്ത് 4 വർഷം പൂർത്തിയാകാത്തവരെയും സ്ഥലം മാറ്റിയിരുന്നു. ഇതിൽ കൂടുതൽ സംഘടനാ പ്രവർത്തകരായിരുന്നു. പോസ്റ്റൽ മേഖലയിൽ SPM തുടങ്ങിയ വിഭാഗത്തിൽ റൊട്ടേഷനൽ സ്ഥലമാറ്റം നിലവിലുണ്ടായിരുന്നു. എന്നാൽ പുതിയ ഉത്തരവ് പ്രകാരം 563 പേരെ അധികം സ്ഥലംമാറ്റിയിരുന്നു. അതിൽ 65 സംഘടനാ പ്രവർത്തകരെ ദ്രോഹബുദ്ധ്യാ വിദൂര സ്ഥലങ്ങളിലേക്കാണു സ്ഥലംമാറ്റിയത്. പ്രാദേശിക ഓഫീസർമാരുടെ കൊള്ളരുതായ്മകൾക്ക് എതിരായി പ്രതികരിച്ചാലും സ്ഥലമാറ്റം ചെയ്യപ്പെടുമെന്ന വസ്തുതയും ഈ ഉത്തരവുകളിലൂടെ തെളിയിക്കപ്പെട്ടിരുന്നു. ഉദാഹരണത്തിനു കോട്ടയം ഓട്ടോ എക്സ്ചേഞ്ചിലെ കൊള്ളരുതായ്മകൾ ചൂണ്ടികാണിച്ച എൻഎഫ്പിടിഇ ബ്രാഞ്ച് സെക്രട്ടറി സ. എം എൻ മൻമദനും എഫ് എൻ പി ടി ഒ ബ്രാഞ്ചു സെക്രട്ടറി ശ്രീ. മഹാദേവനും സ്ഥലമാറ്റം ചെയ്യപ്പെട്ടിരുന്നു.

അന്യായമായ സ്ഥലമാറ്റ ഉത്തരവുകൾ പിൻവലിക്കാനും ട്രേഡ് യൂണിയൻ അവകാശങ്ങൾ സംരക്ഷിക്കാനും ആവശ്യപ്പെട്ടുകൊണ്ടു നിരവധി പ്രതിഷേധ പരിപാടികൾ സംഘടിപ്പിച്ചുവെങ്കിലും പ്രശ്നങ്ങൾ പരിഹരിക്കാൻ അധികൃതർ തയ്യാറായില്ല. ഈ സാഹചര്യത്തിൽ 1982 ഏപ്രിൽ 11 മുതൽ 14 വരെ തൃശ്ശൂർ വെച്ചു ചേർന്ന എൻ എഫ് പി ടി ഇ സംയുക്ത

സർക്കിൾ സമ്മേളനം വകുപ്പുമന്ത്രി ശ്രീ. സ്റ്റീഫൻ നടപ്പിലാക്കുന്ന തൊഴിലാളി ദ്രോഹനടപടികൾ ഗൗരവപൂർവ്വം ചർച്ച ചെയ്യുകയും ഇവ പിൻവലിക്കാനും 1982 ജനുവരി 19 ന്റെ സമരത്തിൽ പങ്കെടുത്തതിന്റെ പേരിൽ അടിച്ചേല്പിച്ച സർവ്വീസ് ബ്രേക്ക് റദ്ദാക്കാനും ആവശ്യപ്പെട്ടുകൊണ്ട് 1982 മെയ് 1 മുതൽ അനിശ്ചിതകാല നിസ്സഹകരണ സമരം ആരംഭിക്കാൻ തീരുമാനിക്കുകയും ചെയ്തു.

അവിസ്മരണീയമായ 16 ദിവസങ്ങൾ

തൃശ്ശൂർ സമ്മേളന തീരുമാനം പി എം ജി / ജി എം ടി മാരെ അറിയിച്ചുവെങ്കിലും ഫലപ്രദമായ ഒരു ചർച്ചയ്ക്കും അവർ തയ്യാറായില്ല. സമരം നടക്കാൻ ഇടയില്ലെന്നും അഥവാ നടന്നാൽ തന്നെ രണ്ടു പ്രമുഖസംഘടനകൾ സർവ്വീസ് നടത്താൻ തയ്യാറാണെന്നു തന്നെ അറിയിച്ചിട്ടുണ്ടെന്നും അതുകൊണ്ട് സമര നോട്ടീസ് അവഗണിക്കാമെന്നുമാണ് ശ്രീ. സ്റ്റീഫൻ പി എം ജി / ജി എം ടിമാരെ ഉപദേശിച്ചത്.

മന്ത്രിയുടെയും മറ്റു അധികൃതരുടെയും കണക്ക് കൂട്ടലുകളെ തെറ്റിച്ചുകൊണ്ടു മെയ് 1 മുതൽ തന്നെ സമരം അതിന്റെ ഉഗ്രരൂപത്തിൽ പ്രത്യക്ഷപ്പെട്ടിരുന്നു. മെയിൽ ബേഗുകൾ കുന്നുകൂടുന്ന സ്ഥിതിയും കത്തുകളും കമ്പികളും കെട്ടിക്കിടക്കുന്നതും ട്രങ്ക് കാളിനു വേണ്ടിയുള്ള അനന്തമായ കാത്തിരിപ്പിന്റെയും വിവരങ്ങൾ ആദ്യത്തെ മൂന്നുദിവസങ്ങളിൽത്തന്നെ എല്ലാ പത്രങ്ങളും റിപ്പോർട്ടു ചെയ്തിരുന്നു. വാർത്താവിനിമയ രംഗത്തു ഇന്നത്തെ സ്ഥിതിയായിരുന്നില്ല അന്ന്. ഇക്കാര്യത്തിൽ പൂർണ്ണമായും ജനങ്ങൾ കമ്പി–തപാൽ വകുപ്പിനെയാണ് ആശ്രയിച്ചുവന്നിരുന്നത്. സ്വകാര്യ ഏജൻസികളുടെ സാന്നിദ്ധ്യമോ, കൊറിയർ സർവ്വീസോ, മൊബൈൽ ഫോണോ ഒന്നും അന്നു നിലവിലുണ്ടായിരുന്നില്ല എന്ന വസ്തുത നാം ഓർക്കണം. ഈ കാര്യം ഗൗരവമായി കണക്കിലെടുത്ത് കമ്പി–തപാൽ സർവ്വീസ് പൂർവ്വ സ്ഥിതിയിലെത്തിക്കുന്നതിനുപകരം ഭീഷണിയുമായാണ് ശ്രീ.സ്റ്റീഫൻ രംഗത്തുവന്നത്. സമരത്തെ കർശനമായി നേരിടുമെന്നും യൂണിയന്റെ അംഗീകാരം റദ്ദാക്കുമെന്നും കേരളം മുഴുവൻ നിശ്ചലമായാലും ഒരു ചർച്ചയ്ക്കും തയ്യാറല്ലെന്നും ശ്രീ. സ്റ്റീഫൻ പ്രഖ്യാപിച്ചു. മെയ് 10 നു മുൻപായി സമരം പിൻവലിച്ചില്ലെങ്കിൽ ഗുരുതരമായ നടപടികൾ സ്വീകരിക്കണമെന്നും സമരത്തിൽ പങ്കെടുക്കുന്നവർ വീട്ടിലിരിക്കേണ്ടിവരുമെന്നും ശ്രീ.സ്റ്റീഫൻ ഭീഷണി പുറപ്പെടുവിച്ചു. ഇതു സംബന്ധിച്ചു മെയ് 11 ന് *Indian Express* ഇങ്ങനെയെഴുതി:

'Communication Minister, C M Stephan had, on Saturday warned the P&T Staff to end the non - corporation stir immediately or face stringent punishment. He had stated that those who defied his ultimation and refuses to work can stay at home in future.'

അന്ത്യശാസനം തള്ളിക്കളയുന്നു

മന്ത്രിയുടെ അന്ത്യശാസനം സർക്കിൾ ഏകോപന സമിതി ചർച്ച ചെയ്തു. ഭീഷണി മാറ്റിവെച്ചുകൊണ്ട് ജീവനക്കാരുടെ പ്രശ്നങ്ങൾ ചർച്ച ചെയ്തു പരിഹരിക്കാൻ മന്ത്രി മുന്നോട്ടു വരണമെന്നും അന്ത്യശാസനത്തിനു വഴങ്ങാൻ തയ്യാറല്ലെന്നും പ്രഖ്യാപിച്ചു. കൂടുതൽ ശക്തമായി തിരിച്ചടിക്കാൻ തീരുമാനിക്കുകയും ചെയ്തു.

ജനജീവിതത്തെ സാരമായി ബാധിക്കുന്നു

അന്ത്യശാസനം അക്ഷരാർത്ഥത്തിൽത്തന്നെ സാധാരണ ജീവനക്കാർ തള്ളിക്കളയുകയും സമരം ശക്തിപ്പെടുത്തുകയും ചെയ്തു. സമരം ശക്തവും വ്യാപകവുമായതോടെ ജനജീവിതത്തെ തന്നെ സാരമായി ബാധിച്ചു. വ്യാപാര–വ്യവസായ–ബാങ്കിങ് സ്ഥാപനങ്ങളുടെ പ്രവർത്തനം പോലും മന്ദീഭവിച്ചതിന്റെ റിപ്പോർട്ടുകളാണു ദിനംപ്രതി വന്നുകൊണ്ടിരുന്നത്, ഇതു സംബന്ധിച്ചു മെയ് 11 ന് *മാതൃഭൂമി* റിപ്പോർട്ട് ചെയ്തത് നോക്കുക:

> കമ്പി–തപാൽ സമരം ബാങ്കിങ് പ്രവർത്തനങ്ങളും ഞെരുക്കുന്നു. കൊച്ചിയിലെ 200 ഓളം ബാങ്കുകളിലായി കോടിക്കണക്കിനു രൂപയുടെ ഇടപാടുകൾ സ്തംഭനത്തിലാണ്.
>
> ബാങ്കുകളെ ആശ്രയിക്കുന്ന വ്യവസായ വ്യാപാര പ്രവർത്തനങ്ങളും പരുങ്ങലിലാണ്. ബാങ്കുകളിലെ പ്രവർത്തനം പകുതിയിലധികവും കമ്പി–തപാൽ വകുപ്പിനെ ആശ്രയിച്ചാണിരിക്കുന്നത്. കത്തുകളും കമ്പികളും ടെലിഫോൺകാളുകളും വഴിയാണു പണമിടപാടുകൾ നടക്കുന്നത്. ഇതെല്ലാം ഇപ്പോൾ മിക്കവാറും സ്തംഭിച്ചിരിക്കുന്നു.

സമരത്തിന്റെ തീക്ഷ്ണതയെ പറ്റി കൂടുതൽ വിവരിക്കേണ്ട ആവശ്യമില്ല.

പൊലീസ് ഇടപെടലും ധീരമായ ചെറുത്തുനില്പും

മെയ് 10 ന് ഓഫീസുകൾക്ക് മുൻപിൽ പ്രകടനം നടത്തിയതിനെ തുടർന്നു എറണാകുളത്ത് 39 ഓളം പ്രവർത്തകരെ പൊലീസ് അറസ്റ്റ് ചെയ്തു. എൽ സി സി കൺവീനർ സ. കുഞ്ചെറിയ, ടെലികോം യൂണിയൻ നേതാക്കളായ സഖാക്കൾ പി എ കുമാരൻ, കെ എ വേലായുധൻ, പോസ്റ്റൽ ക്ലാസ് 3 യൂണിയൻ സെക്രട്ടറി സ. എൻ എ വേണുഗോപാൽ എന്നിവർ അറസ്റ്റ് ചെയ്തവരിൽ ഉൾപ്പെടുന്നു. തുടർച്ചയായ ദിവസങ്ങളിലും തിരുവനന്തപുരത്തും എറണാകുളത്തും അങ്കമാലിയിലും കൊല്ലത്തും പാലക്കാടുമെല്ലാം അറസ്റ്റുകൾ നടന്നു. പൊലീസ് നടപടികളെ തുടർന്നു പല ഓഫീസുകളിൽനിന്നും ജീവനക്കാർ ഇറങ്ങി വന്നു

പ്രകടനം നടത്തിയിരുന്നു. സമരകാലത്ത് തൃശ്ശൂർ ട്രങ്ക് എക്സ്ചേഞ്ചിൽ അനാവശ്യമായ നിയന്ത്രണങ്ങൾ ഏർപ്പെടുത്താനുള്ള അധികൃതരുടെ ശ്രമത്തെ ജീവനക്കാർ ഒന്നടങ്കം എതിർത്ത് പരാജയപ്പെടുത്തുകയുണ്ടായി. മർദ്ദന നടപടികൾ തുടരുന്ന അവസരത്തിൽ തിരുവനന്തപുരം ആർ എം എസ് ഓഫീസിൽ സന്ദർശിക്കാനെത്തിയ പി എം ജിക്ക് ജീവനക്കാരുടെ രോഷ പ്രകടനത്തിനു സാക്ഷ്യം വഹിക്കേണ്ടിവന്നിരുന്നു. കൊല്ലം ആർ എം എസ് ഓഫീസിൽ പൊലീസിനെ വരുത്തിയതിൽ പ്രതിഷേധിച്ചു ആർ എം എസ് ജീവനക്കാർ ഒന്നടങ്കം പണിമുടക്കി. നമ്മുടെ പ്രധാന പ്രവർത്തകർക്ക് ഡ്യൂട്ടിപാസ് നല്കാതെ പൊലീസ് സഹായത്തോടെ പുറത്തു നിർത്താൻ അധികൃതർ നടത്തിയ ശ്രമം തലശ്ശേരി എക്സ്ചേഞ്ചിലെ നമ്മുടെ സഖാക്കൾ എതിർത്ത് പരാജയപ്പെടുത്തുകയുണ്ടായി.

വ്യാപകമായ കടന്നാക്രമണം

സമരം ശക്തിപ്പെട്ടതോടെ ഒരു ഭാഗത്തു പാരലൽ സോർട്ടിങ് അടക്കമുള്ള നടപടികൾ സ്വീകരിച്ചു സർവ്വീസ് സാധാരണ നില പുനഃസ്ഥാപിക്കുന്നു എന്നുള്ള പ്രചരണവും മറുഭാഗത്ത് വ്യാപകമായ ശിക്ഷാ നടപടികളും സ്വീകരിച്ചു തുടങ്ങിയിരുന്നു. പാലക്കാട് ടെലികോം ഡിവിഷനിൽനിന്നും സഖാക്കൾ എൻ രാജേന്ദ്രൻ, വി സാജൻ, മാത്യു ജോസഫ്, യു പി നരേന്ദ്രൻ എന്നിവരെ ഉടൻ പിരിച്ചുവിട്ടു. വിവിധ ഡിവിഷനുകളിലായി 19 ജീവനക്കാർക്ക് പിരിച്ചുവിടൽ നോട്ടീസ് നല്കി. ബ്രാഞ്ചു സെക്രട്ടറിമാർ ഉൾപ്പെടെ 12 പേർ ടെലികോം വിഭാഗത്തിലും 21 പേർ ആർ എം എസ് വിഭാഗത്തിലും സസ്പെൻഡ് ചെയ്യപ്പെട്ടു. സമരം ആരംഭിച്ചതിനുശേഷം റിക്രൂട്ട്മെന്റ് യൂണിറ്റിനു പുറത്തു വിദൂര സ്ഥലങ്ങളിൽ ഉൾപ്പെടെ ടെലികോം വിഭാഗത്തിൽ 92 പേരെയും പോസ്റ്റൽ മേഖലയിൽ 60 പേരെയും സ്ഥലമാറ്റം ചെയ്തു. 30 ഓളം സ്ഥലങ്ങളിൽ പൊലീസ് അറസ്റ്റുകൾ നടന്നിരുന്നു. എന്നാൽ ഇതുകൊണ്ടൊന്നും ജീവനക്കാരുടെ സമരശേഷി തരിമ്പും തളർത്താൻ സാധിച്ചിരുന്നില്ല.

സ്ത്രീജീവനക്കാരോടും ക്രൂരത

നിസ്സഹരണ സമരത്തിൽ പങ്കെടുത്തതിന്റെ പേരിൽ ഏറ്റവും ക്രൂരമായ നിലയിലാണു സ്ത്രീസഖാക്കളെയും അധികൃതർ നേരിട്ടത്. പിരിച്ചുവിടൽ നോട്ടീസുകളും സസ്പെൻഷനും വിദൂരസ്ഥലങ്ങളിലേക്കുള്ള സ്ഥലമാറ്റങ്ങളും യഥേഷ്ടം നല്കിയിരുന്നു.

തിരൂർ ടെലിഫോൺ എക്സ്ചേഞ്ചിൽനിന്നും സഖാക്കൾ പി കെ സുഷമകുമാരി, പി പ്രസന്ന കുമാരി എന്നിവർക്കും കോഴിക്കോട് ആർ എം എസിൽനിന്നു സഖാക്കൾ കെ എം സുജാത, സി ഓമന എന്നിവർക്കും പിരിച്ചു വിടൽ നോട്ടീസ് നല്കിയിരുന്നു. കാഞ്ഞങ്ങാട് നിന്നും സ. ശാരദാ ബാലകൃഷ്ണനെ സർവ്വീസിൽനിന്നും സസ്പെൻഡ്

ചെയ്തു. കോട്ടയത്തുനിന്നും സഖാക്കൾ ലാലിക്കുട്ടി ഉമ്മൻ, റോസമ്മ എബ്രഹാം ചങ്ങനാശ്ശേരിയിൽനിന്നും സ. ജി ഇന്ദിരാമ്മ, തൃശ്ശൂരിൽ നിന്നും ഇ എ ദേവയാനി, കോഴിക്കോട് നിന്നും സ. എം കല്യാണി, തിരുവനന്തപുരത്തുനിന്നു സഖാക്കൾ കെ ബെൽസി, ശ്യാമള, ലീല എന്നിവരെയും വിദൂര സ്ഥലങ്ങളിലേക്ക് സ്ഥലമാറ്റം ചെയ്തിരുന്നു.

സ. വി എ എൻ നമ്പൂതിരിയെ ലക്ഷദ്വീപിലേക്ക് സ്ഥലമാറ്റം ചെയ്തു. ശ്രദ്ധേയമായ സ്ഥലംമാറ്റം സ. വി എ എൻ നമ്പൂതിരിയുടേതുൾപ്പെടെ കോഴിക്കോട് നടന്നതായിരുന്നു. ടെലികോം ക്ലാസ് 3 യൂണിയൻ ജില്ലാ കമ്മിറ്റി അംഗങ്ങളെ മുഴുവൻ കോഴിക്കോട് ജില്ലയ്ക്ക് പുറത്തേക്ക് സ്ഥലംമാറ്റിയിരുന്നു. എൻ എഫ് പി ടി ഇയുടെ പ്രമുഖ നേതാവും കോഴിക്കോട് ടെലികോം ഡിസ്ട്രിക്റ്റ് യൂണിയൻ സർക്കിൾ സെക്രട്ടറിയുമായ സ. വി എ എൻ നമ്പൂതിരിയെ ലക്ഷദ്വീപിലെ കവറത്തിയിലേക്കാണു സ്ഥലംമാറ്റിയത്. സംഘടനയുടെ സെക്രട്ടറിക്ക് സ്ഥലമാറ്റത്തിൽനിന്നും പരിരക്ഷയുണ്ടായിരുന്നു. എന്നാൽ ഇതൊന്നും കണക്കിലെടുക്കാതെയാണു സഖാവിനെ ലക്ഷദ്വീപിലേക്ക് നാട് കടത്തിയത്. പ്രക്ഷോഭ സമരങ്ങളെ തുടർന്നു എല്ലാ സ്ഥലമാറ്റങ്ങളും റദ്ദാക്കപ്പെട്ടിരുന്നുവെങ്കിലും സ. നമ്പൂതിരിയുടെ സ്ഥലമാറ്റം റദ്ദ് ചെയ്യാൻ അധികൃതർ തയ്യാറായിരുന്നില്ല.. സംഘടനയുടെ നിർദ്ദേശത്തെ തുടർന്നു സ. നമ്പൂതിരി കവറത്തിയിൽ ജോലിയിൽ പ്രവേശിച്ചിരുന്നില്ല.

കേരള ഹൈക്കോടതി വിധിയുടെ അടിസ്ഥാനത്തിൽ 35 മാസത്തിനുശേഷമാണ് സ. നമ്പൂതിരിയുടെ സ്ഥലമാറ്റം റദ്ദ് ചെയ്തത്. 35 മാസത്തെ ശമ്പളവും നിഷേധിക്കപ്പെട്ടിരുന്നു. അഡ്വ: എം കെ ദാമോദരനാണ് ഹൈക്കോടതിയിൽ വിജയകരമായി ഈ കേസ് കൈകാര്യം ചെയ്തത്.

രാഷ്ട്രീയാരോപണങ്ങൾ

ഇതിനിടയിൽ കേരള അസംബ്ലിയിലേക്ക് തിരഞ്ഞെടുപ്പ് പ്രഖ്യാപിച്ചിരുന്നു. സമരം ശക്തിപ്പെട്ടതോടെ ജനങ്ങളെ തെറ്റിദ്ധരിപ്പിക്കാൻ വില കുറഞ്ഞ രാഷ്ട്രീയാരോപണങ്ങളുമായി ശ്രീ.സ്റ്റീഫൻ രംഗത്തുവന്നു. തിരഞ്ഞെടുപ്പ് മുന്നിൽ കണ്ടു മാർക്സിസ്റ്റ് മുന്നണിയെ ജയിപ്പിക്കാൻ വേണ്ടിയാണിപ്പോൾ സമരമെന്നു ശ്രീ. സ്റ്റീഫൻ പ്രസ്താവിച്ചു. സ. ഇ കെ നായനാരുടെ കമ്പി സന്ദേശം 5 മിനിട്ടുകൊണ്ടു ലഭിക്കുമെന്നും എ കെ ജി സെൻട്രലിലേക്ക് ട്രങ്ക് കാളുകളും കത്തുകളും യഥേഷ്ടം ലഭിക്കുന്നുണ്ടെന്നും എന്നാൽ കെ പി സി സി ഓഫീസിലും തനിക്കും കത്തും കമ്പിയും ട്രങ്കാളുകളും കിട്ടാൻ പ്രയാസമാണെന്നുമുള്ള തരംതാണ പരാമർശം നടത്താനും മന്ത്രി മടിച്ചില്ല. കേരളത്തിൽ തിരെഞ്ഞെടുപ്പ് പ്രഖ്യാപിക്കുകപോലും ചെയ്യാത്ത അവസരത്തിലാണ് സമര നോട്ടീസ് നല്കിയത് എന്ന വസ്തുത മറ്റാരേക്കാളും അറിയുന്ന മന്ത്രി ശ്രീ. സ്റ്റീഫനാണ് ജനങ്ങളെ തെറ്റിദ്ധരിപ്പിക്കാൻ രാഷ്ട്രീയാരോപണം ഉന്നയിച്ചത്.

ഒത്തുതീർപ്പാക്കാൻ പത്രങ്ങളും ആവശ്യപ്പെടുന്നു

മുൻകാലങ്ങളിൽനിന്നും വ്യത്യസ്തമായി നമ്മുടെ സമരത്തെ സംബന്ധിച്ചു സത്യസന്ധമായ റിപ്പോർട്ടുകളാണ് എല്ലാ പത്രങ്ങളിലും വന്നുകൊണ്ടിരുന്നത്. മാത്രമല്ല, പിടിവാശിയും ഭീഷണിയുമുപേക്ഷിച്ചു ജീവനക്കാരുമായി കൂടിയാലോചിച്ചു പ്രശ്നം പരിഹരിക്കണമെന്നു മിക്ക പത്രങ്ങളും ശ്രീ. സ്റ്റീഫനോട് മുഖപ്രസംഗങ്ങൾ വഴി ആവശ്യപ്പെടുകയും ചെയ്തിരുന്നു. ചില ഉദാഹരണങ്ങൾ താഴെ കൊടുക്കുന്നു.

ഭീഷണികൊണ്ടു ഭരിക്കുന്നു

".. .. .. രാജ്യം ഭരിക്കുന്ന ഒരു മന്ത്രി ഇത്രമാത്രം അല്പനും അന്ധനുമായതിൽ ജനങ്ങൾ എന്തു ചെയ്യും? തനിക്ക് മത്സരിക്കാൻ ഒരു മണ്ഡലം പോലും തരാത്ത തന്റെ പാർട്ടിക്കാരുൾപ്പെടെയുള്ള കേരളീയരോട് പക വീട്ടുകയാണോ സി എം സ്റ്റീഫൻ? ഭീഷണികൊണ്ടു ഭരിക്കാനാവില്ലെന്നു ഈ പ്രായമായിട്ടും മനസ്സിലാക്കാത്ത ഒരു മന്ത്രി...."

ദേശാഭിമാനി മെയ് 10

വാശിയുടെ ഭാഷ വേണ്ട

".. .. .. ഈ പ്രതിസന്ധി പരിഹരിക്കുന്നതിന് അധികാരമണ്ഡലങ്ങളിൽ വർത്തിക്കുന്നവരും ആവുന്നത്ര ചെയ്യേണ്ടതുണ്ട്. പ്രശ്നങ്ങൾ ഉരുണ്ടുകൂടുമ്പോൾ സത്വര ശ്രദ്ധപതിപ്പിച്ചു പരിഹാരം കണ്ടെത്താൻ നോക്കാതെ കുഴപ്പങ്ങൾ ഉണ്ടായശേഷം വാശിയുടെ ഭാഷയിൽ സംസാരിക്കുന്ന രീതി ആർക്കും ഗുണം ചെയ്യില്ല.. .. .."

മലയാള മനോരമ മെയ് 5

ആസനത്തിൽ ആലു മുളച്ചവർ?

".. .. .. എന്തു ശകാരിച്ചാലും എത്ര പ്രതിഷേധിച്ചാലും കേട്ടെന്നു നടിക്കാൻപോലും ആളില്ലാത്ത അവസ്ഥ. സ്ഥാനം തെറ്റി മുളച്ച ആലിൻ കീഴിലും തണൽ കണ്ടെത്താൻ മടിയില്ലാത്ത വിചിത്ര ജീവികൾ സാരത്ഥ്യം സഹിക്കുന്ന ഒരു വകുപ്പ്!

"ആവശ്യത്തിനു ആളെ നിയമിക്കാതെ ഓവർടൈം വേതനമുണ്ടാക്കുന്ന നഷ്ടത്തെപ്പറ്റി പ്രസംഗിച്ചു നടക്കും. പഴകി തുരുമ്പ് പിടിച്ച പ്രവർത്തന ശുന്യമായ ഉപകരണങ്ങൾ മാറ്റാതെ സകല കുറവും ജിവനക്കാർക്ക് എതിരെ തിരിച്ചുവിട്ടു സ്വയം രക്ഷപ്പെടും. ഇതൊന്നും പോരെന്ന മട്ടിലാണ് ഭരണ കക്ഷിയുടെ ട്രേഡ് യൂണിയൻ പ്രവർത്തനം കൂടി ഇപ്പോൾ ഡിപ്പാർട്ടുമെന്റ് മേധാവികൾ ഏറ്റെടുത്തിരിക്കുന്നത്.. .. "

കേരള കൗമുദി മെയ് 4

സ്റ്റീഫൻ വന്നതു മുതൽ ദുരിതം

"... .. . സാമ്പത്തികമായ എന്തെങ്കിലും ആനുകൂല്യം നേടിയെടുക്കാൻ വേണ്ടിയല്ല, പ്രതികാര നടപടികളിൽനിന്ന് അധികൃതരെ പിന്തിരിപ്പിക്കാൻ വേണ്ടിയാണു ജീവനക്കാർ സമര രംഗത്തിറങ്ങിയിരിക്കുന്നത്.. .. .. "

".. .. .. ശ്രീ. സി എം സ്റ്റീഫൻ കമ്യൂണിക്കേഷൻ മന്ത്രിയായതു മുതൽക്ക് ആരംഭിച്ചതാണ് ജനങ്ങളുടെ ദുരിതം. കമ്പി-തപാൽ വകുപ്പിലെ ജീവനക്കാരെ സ്ഥലം മാറ്റുന്നതിൽ അധികൃതർ പ്രതികാര ബുദ്ധി കാണിക്കുന്നുവെന്നാണ് ജീവനക്കാരുടെ ആക്ഷേപം ഇത്രയും നിസ്സാരമായ ഒരു പ്രശ്നം പരിഹരിക്കാൻ അധികൃർക്ക് കഴിയാത്തത് അത്ഭുതജനകമാണ്."

എക്സ്പ്രസ്സ് മെയ് 5

ബലപരീക്ഷണം

".. .. .. വിട്ടുവീഴ്ചയില്ലെന്നു മാത്രമല്ല സമരത്തെ കർശനമായി നേരിടുമെന്നും കൂടിയാണ് അദ്ദേഹം (മന്ത്രി സ്റ്റീഫൻ) പ്രഖ്യാപിച്ചിരിക്കുന്നത്. അങ്ങനെ ഗവൺമെന്റും ജീവനക്കാരും ബലപരീക്ഷണത്തിലാണ്. പാവപ്പെട്ട ജനങ്ങൾ വലയുന്നു."

ദീപിക മെയ് 6

രാഷ്ട്രീയ മുതലെടുപ്പ്

"ജനങ്ങൾ കഷ്ടപ്പെടുമ്പോൾ രാഷ്ട്രീയ മുതലെടുപ്പ് നടത്താമെന്നാണു സ്റ്റീഫന്റെ തന്ത്രം. ട്രേഡ് യൂണിയൻ പ്രവർത്തനത്തിന്റെ പേരിൽ കശുവണ്ടി മുതലാളിമാർക്ക് വിടുപണി ചെയ്തതിന്റെ മാത്രം പാരമ്പര്യമുള്ളതുകൊണ്ടാണ് സ്റ്റീഫനു ഇവിടെ തിരഞ്ഞെടുപ്പിനു മത്സരിക്കാൻ പോലും ധൈര്യമില്ലാതെ പോയത്.. .. .. "

ജനയുഗം മെയ്-11

എന്നാൽ ഇതൊന്നും ചെവികൊള്ളാൻ ശ്രീ. സ്റ്റീഫനും വകുപ്പ് തലവന്മാരും തയ്യാറായില്ല. ഇലക്ഷൻ സമയത്തുള്ള ബുദ്ധിമുട്ടു ഒഴിവാക്കാൻ അടിയന്തരമായും കമ്പി-തപാൽ സമരം ഒത്തുതീർപ്പാക്കണമെന്ന രാഷ്ട്രീയ പാർട്ടികളുടെയും സ്ഥാനാർത്ഥികളുടെയും അഭ്യർത്ഥന മാനിക്കാനും സ്റ്റീഫനും കൂട്ടരും തയ്യാറായില്ല.

അട്ടിമറി ആരോപിക്കുന്നു

പൊതുജനാഭിപ്രായം തനിക്കെതിരാണെന്നു കണ്ടപ്പോൾ അങ്കലാപ്പിലായ ശ്രീ. സ്റ്റീഫൻ, ഉദ്യോഗസ്ഥന്മാർപോലും പറയാത്ത അട്ടിമറി കഥകളുമായാണ് പിന്നീട് രംഗത്തുവന്നത്. തിരുവനന്തപുരം ആർ എം

എസ് ൽ ചാർജ്ജിലുള്ള ഉദ്യോഗസ്ഥന്റെ (SRC) സമ്മതമില്ലാതെ അനധികൃതമായി തപാൽ ബാഗുകൾ നീക്കം ചെയ്യുന്നതിനെ തടഞ്ഞതും, കാസർഗോഡ് ടെലിഫോൺ എക്സ്ചേഞ്ചിലെ ട്രങ്ക് ബോർഡിന്റെ ഫ്യൂസ് പോയതും ചൂണ്ടികാണിച്ച് അട്ടിമറിക്ക് പുതിയ ഭാഷ്യം കണ്ടെത്തുകയായിരുന്നു. പുതുമഴയ്ക്ക് കേബിൾ ട്രങ്കിൽ വെള്ളം കയറിയതും അട്ടിമറിയായി ചിത്രീകരിക്കപ്പെട്ടു. എന്നാൽ പൊതുജനങ്ങളും പത്രങ്ങളും വളരെ പുച്ഛത്തോടെയാണ് ഈ ആരോപണങ്ങളെ വിലയിരുത്തിയത്.

പ്രമുഖനേതാക്കളും ഒത്തുതീർപ്പിനു ആവശ്യപ്പെടുന്നു

ഇന്ദിര കോൺഗ്രസ് ഒഴികെയുള്ള രാഷ്ട്രീയ പാർട്ടികളും ട്രേഡ് യൂണിയൻ നേതാക്കളും ഈ സമരം ഒത്തുതീർപ്പിലെത്തിക്കാൻ അധികൃതരോടാവശ്യപ്പെട്ടിരുന്നു. കേരളത്തിലെ തിരഞ്ഞടുപ്പിൽ പങ്കെടുക്കുന്ന സ്ഥാനാർത്ഥികളും അവരുടെ തിരഞ്ഞെടുപ്പ് കമ്മിറ്റികളും സമരം അവസാനിപ്പിക്കാൻ നടപടി സ്വീകരിക്കണമെന്നാവശ്യപ്പെട്ടുകൊണ്ട് അയച്ച കമ്പികളുടെ കൂമ്പാരംതന്നെ പി എം ജി / ജി എം ടി ഓഫീസുകളിൽ ഉണ്ടായിരുന്നു. കോർപ്പറേഷനുകളും മുൻസിപ്പാലിറ്റികളും വ്യാപാരി–വ്യവസായി സംഘടനകളും ബാർ കൗൺസിലുകളും സമരം ഒത്ത് തീർപ്പിലെത്തിക്കണമെന്നാവശ്യപ്പെട്ടുകൊണ്ട് കേരളത്തിൽ തിരഞ്ഞെടുപ്പ് പര്യടനം നടത്തുന്ന പ്രധാനമന്ത്രി ശ്രീമതി. ഇന്ദിരാഗാന്ധിക്ക് നിവേദനങ്ങൾ നല്കിയിരുന്നു.

> "കമ്പി–തപാൽ ജീവനക്കാർ നടത്തുന്ന സമരം എന്തിനാണെന്നു തനിക്കറിയില്ലെന്ന് പ്രധാനമന്ത്രി ഇന്ദിരാഗാന്ധി വാർത്താ ലേഖകരോടു പറഞ്ഞു. തിരഞ്ഞെടുപ്പ് സമയത്തു നടത്തുന്ന ഈ സമരം മനഃപൂർവ്വം ബുദ്ധിമുട്ടിക്കാനുള്ളതാണെന്നു പ്രധാനമന്ത്രി കരുതുന്നു.
>
> പത്രസമ്മേളനത്തിൽ സംബന്ധിച്ചിരുന്ന കേന്ദ്രകമ്യൂണിക്കേഷൻ മന്ത്രി ശ്രീ. സി എം സ്റ്റീഫനെ നോക്കി ഉടനെ ഇക്കാര്യത്തെപ്പറ്റി അന്വേഷിച്ച് പരിഹാര നടപടികൾ സ്വീകരിക്കണമെന്ന് പ്രധാനമന്ത്രി ആവശ്യപ്പെട്ടു."
>
> *മാതൃഭൂമി* 7/5/1982

എന്നാൽ മേല്പറഞ്ഞ നിർദ്ദേശങ്ങൾ പോലും ചെവിക്കൊള്ളാൻ ശ്രീ. സ്റ്റീഫനും വകുപ്പ് അധികൃതരും തയ്യാറായില്ല എന്നതാണനുഭവം.

രാഷ്ട്രീയ ഗൂഢാലോചന

നിസ്സഹകരണ സമരം ഒത്തുതീർപ്പിലെത്തിക്കാതെ തിരഞ്ഞെടുപ്പ് വരെ നീട്ടിക്കൊണ്ടുപോയി തങ്ങളുടെ സങ്കുചിത രാഷ്ട്രീയ നേട്ടത്തിനു

ഈ സമരത്തെ ഉപയോഗിക്കാൻ സ്റ്റീഫൻ ഗൂഢാലോചന നടത്തിയതായി സംശയിക്കേണ്ടിയിരിക്കുന്നു. സമരംമൂലം സാധാരണ ജനങ്ങൾക്കുണ്ടാകുന്ന വിഷമം കുറച്ചൊന്നുമായിരുന്നില്ല. ഇതിനെല്ലാം കാരണം മാർക്സിസ്റ്റ് നേതൃത്വമാണെന്നു ചിത്രീകരിച്ചുകൊണ്ട് കുറേക്കൂടി മാർക്സിസ്റ്റ് വിരോധം ഉണ്ടാക്കി തങ്ങൾക്ക് വോട്ട് കിട്ടാനുള്ള അവസരം ഈ സമരത്തിലൂടെ ഉണ്ടാക്കാമെന്നായിരുന്നു അവരുടെ കണക്കുകൂട്ടൽ. ഇതിനനുസരിച്ചു മലയാള മനോരമയെകൊണ്ടു മുഖപ്രസംഗവും പ്രത്യേക വാർത്തകളും തയ്യാറാക്കി പ്രസിദ്ധീകരിച്ച വസ്തുതയും ഇതിലേക്കാണു വിരൽ ചൂണ്ടിയിരുന്നത്. ഈ സംശയം ദൃഢപ്പെടുത്തുന്ന രീതിയിലായിരുന്നു ഫെഡറേഷൻ നേതാക്കളുമായി മെയ് 26 ന് ഡൽഹിയിൽ നടന്ന ചർച്ചയിൽ ശ്രീ. സ്റ്റീഫൻ നടത്തിയ പരാമർശം.

Shri. Stephen, however felt that continued non-co-operation struggle alienated the peoples sympathy and helped his party to win election.

-P&T Labour- 1982 June issue

അനീതിക്കെതിരായി ജീവനക്കാർ നടത്തിയ പോരാട്ടം രാഷ്ട്രീയ സമരമായി ചിത്രീകരിക്കുകയും സമരംമൂലം ജനങ്ങൾക്കുണ്ടാകുന്ന ദുരിതത്തിൽനിന്നും മുതലെടുത്തു തങ്ങളുടെ രാഷ്ട്രീയ ലക്ഷ്യം നേടാമെന്നുള്ളതുമായ തന്ത്രമായിരുന്നു വകുപ്പു മന്ത്രി ശ്രീ. സ്റ്റീഫൻ സ്വീകരിച്ചിരുന്നത് എന്നു വ്യക്തമാക്കുന്നതായിരുന്നു മേല്പറഞ്ഞ പരാമർശം.

സമരം നിർത്തി വെക്കുന്നു

16 ദിവസം കേരളത്തിലെ കമ്പി-തപാൽ സർവ്വീസ് പൂർണ്ണമായും സ്തംഭിക്കുകയും ജനജീവിതത്തെ സാരമായി ബാധിക്കുകയും സമരം ഒത്തുതീർപ്പാക്കാനുള്ള സമൂഹത്തിന്റെ പൊതു ആവശ്യം ഉയർന്നു വന്നിട്ടും ജീവനക്കാരുടെ ന്യായമായ ആവശ്യങ്ങൾ അംഗീകരിച്ചുകൊണ്ട് ഒത്തുതീർപ്പിലെത്തിക്കാൻ വകുപ്പുമന്ത്രിയും അധികൃതരും തയ്യാറായില്ല. രാഷ്ട്രീയ ഗൂഢോദ്ദേശ്യത്തോടെ സമരത്തെ തകർക്കാനാണ് ശ്രീ. സ്റ്റീഫൻ ശ്രമിച്ചികൊണ്ടിരിക്കുന്നത്. ഇലക്ഷൻ പ്രഖ്യാപിച്ച സാഹചര്യം പോലും കണക്കിലെടുക്കാൻ ശ്രീ. സ്റ്റീഫൻ തയ്യാറായില്ല.

സമരം നിർത്തിവെക്കാൻ സംഘടന നേതാക്കളിലും സമ്മർദ്ദമേറി വന്നിരുന്നു. ഡൽഹിയിൽ ഫെഡറേഷൻ കേന്ദ്ര നേതൃത്വവും ഈ പ്രശ്നം ഗൗരവമായി ചർച്ചചെയ്തു. തിരഞ്ഞെടുപ്പ് ദിവസങ്ങളിൽ സമരം നടത്തുന്നത് ഉചിതമല്ലെന്നും പ്രശ്നങ്ങൾ ഫെഡറേഷൻ തലത്തിൽ കൈകാര്യം ചെയ്യാമെന്നും സമരം നിർത്തിവെയ്ക്കുന്ന കാര്യം ഗൗരവമായി പരിശോധിക്കണമെന്നും ഫെഡറേഷൻ നേതാക്കൾ സർക്കിൾ ഏകോപന സമിതിയോട് ആവശ്യപ്പെട്ടു.

മെയ് 16 ന് ചേർന്ന സർക്കിൾ ഏകോപനസമിതി ഇക്കാര്യം വിശദമായി ചർച്ച ചെയ്തു. സമരംമൂലം കൂടുതൽ പ്രയാസം നേരിടുന്ന പൊതു

ജനങ്ങളോട് വകുപ്പുമന്ത്രിയും അധികൃതരും കാണിക്കുന്ന നിരുത്തര വാദപരമായ സമീപനത്തിൽനിന്നും വ്യത്യസ്തമായ ഒരു നിലപാട് നാം സ്വീകരിക്കണം എന്നായിരുന്നു ഏകോപന സമിതിയുടെ പൊതു അഭിപ്രായം. ഒരു ജനാധിപത്യ രാജ്യത്ത് പ്രധാനപ്പെട്ട സംഭവമാണ് പൊതു തിരഞ്ഞടുപ്പ്. തിരഞ്ഞെടുപ്പ് നടക്കുന്ന ദിവസങ്ങളിൽ നിസ്സഹകരണ സമരം തുടരുന്നത് ഉചിതമല്ലെന്നു ഏകോപന സമിതി അഭിപ്രായപ്പെട്ടു. ഏറ്റവും ഉയർന്ന മനോവീര്യത്തോടെ തൊഴിലാളികൾ സമരരംഗത്തു ഉറച്ചു നില്ക്കുകയും പോരാടുകയും സംഘടനാപരമായി യാതൊരു കോട്ടവും തട്ടാത്തതുമായ പരിതസ്ഥിതിയിൽ തന്നെ ഉചിതമായ തീരുമാനമെടുക്കണമെന്നായിരുന്നു പൊതു അഭിപ്രായം. അതിന്റെ അടിസ്ഥാനത്തിൽ ഏക പക്ഷീയമായി മെയ് 16 നു സമരം നിർത്തിവെക്കാൻ ഏകോപന സമിതി തീരുമാനിച്ചു.

സമരത്തിന്റെ പ്രാധാന്യം

അധികാരികളുടെ മർക്കട മുഷ്ടികാരണം നാം ഉന്നയിച്ച ആവശ്യങ്ങൾ നേടിയെടുക്കുന്ന കാര്യത്തിൽ വിജയം വരിക്കാൻ സാധിച്ചില്ല എന്നതു ഒരു വസ്തുതയാണ്. എന്നാൽ അതുകൊണ്ടുമാത്രം ഈ സമരത്തിന്റെ പ്രാധാന്യം കുറച്ചു കാണാൻ പറ്റില്ല. കേവലം സാമ്പത്തിക നേട്ടത്തിനുവേണ്ടിയുള്ള സമരമായിരുന്നില്ല നാം നടത്തിയത്. നമ്മുടെ സംഘടനാ സ്വാതന്ത്ര്യം സംരക്ഷിക്കുന്നതിനും അധികാരികളുടെ മുന്നിൽ തല കുനിക്കാതെ ജീവനക്കാർക്ക് അന്തസ്സായി ഓഫീസിൽ വന്നു ജോലി ചെയ്യാനുള്ള സാഹചര്യം നിലനിർത്തുന്നതിനും വേണ്ടിയായിരുന്നു സമരം. സംഘടനാ പ്രവർത്തകരെയും സാധാരണ ജീവനക്കാരെയും അധികൃതർക്ക് ഇഷ്ടാനുസരണം പന്താടാൻ പറ്റുന്ന പുതിയ സ്ഥലമാറ്റ നിയമത്തിനെതിരായിരുന്നു നമ്മുടെ സമരം. ദേശീയ തലത്തിൽ തന്നെ ഈ പ്രശ്നങ്ങൾ ഉയർത്തി കൊണ്ടുവരാൻ ഈ സമരം സഹായകരമായിരുന്നു എന്നുള്ളതാണ് മറ്റൊരു നേട്ടം.

1968 ലും 1974 ലും നാം നടത്തിയ പണിമുടക്ക് സമരത്തിൽ സമരത്തിനു ശേഷമായിരുന്നു ശിക്ഷാ നടപടികൾ നേരിടേണ്ടിവന്നത് എന്നാൽ പിരിച്ചുവിടലും സസ്പെൻഷനും സ്ഥലമാറ്റവും ശിക്ഷാ നടപടികളും, പൊലീസ് നടപടികളും നേരിട്ടുകൊണ്ടാണു 16 ദീവസം ജീവനക്കാർ സമരരംഗത്തു ഉയർന്ന മനോവീര്യത്തോടെ ഉറച്ചുനിന്നത്. സമരം തുടങ്ങിയതിനുശേഷം 187 പേരെ വിദൂര സ്ഥലങ്ങളിലേക്ക് സ്ഥലമാറ്റം ചെയ്യുകയും 8 പേരെ പിരിച്ചുവിടുകയും 27 പേരെ സസ്പെന്റ് ചെയ്യുകയും ചെയ്തിരുന്നു. തൊഴിലാളി വിരുദ്ധമെന്നു മന്ത്രി സ്റ്റീഫൻ വിശേഷിപ്പിച്ച ഓവർടൈം ജോലി ചെയ്യാത്തതിന്റെ പേരിൽ 1830 പേരുടെ മുൻകാല സർവ്വീസ് റദ്ദാക്കിയിരുന്നു. 2000 പേർക്ക് ഡയിസ്നോൺ അടിച്ചേല്പിച്ചിരുന്നു. 65 പ്രവർത്തകരെ അറസ്റ്റ് ചെയ്തിരുന്നു.

സമരം ആരംഭിച്ച നാൾ മുതൽ കാണിച്ച ഐക്യവും സമര വീര്യവും

കടന്നാക്രമണങ്ങളെ ചെറുത്തു തോല്പിക്കാനുള്ള സമര ശേഷിയും സമരം അവസാനിപ്പിച്ച 16–ാമത്തെ ദിവസവും പ്രകടമാക്കിയിരുന്നു എന്നുള്ള വസ്തുത എടുത്തു പറയത്തക്കതാണ്.

അവശ്യ സർവ്വീസ് സംരക്ഷണ ഓർഡിനൻസ്, ദേശീയ സുരക്ഷാ നിയമം തുടങ്ങിയ കരി നിയമങ്ങൾ പാസാക്കി ഭീകരാന്തരീക്ഷം സൃഷ്ടിച്ചുകൊണ്ടു പണിമുടക്കങ്ങളും മറ്റു പ്രക്ഷോഭങ്ങളും ഒഴിവാക്കാൻ കഴിയുമെന്ന കേന്ദ്ര ഭരണാധികാരികളുടെ കണക്ക് കൂട്ടൽ തെറ്റിക്കാൻ പര്യാപ്തമായ രീതിയിലാണു നിസ്സഹകരണ സമരം മുന്നോട്ട് പോയിരുന്നത്. കരി നിയമങ്ങളും പിരിച്ചുവിടലും പൊലീസ് നടപടികളും ഉൾപ്പെടെയുള്ള മർദ്ദന നടപടികളും ഉണ്ടെങ്കിലും അനീതിക്കെതിരായും അവകാശങ്ങൾ നേടിയെടുക്കാനും തൊഴിലാളികൾ വിശിഷ്യാ കമ്പി–തപാൽ ജീവനക്കാർ പോരാടുമെന്നു ഈ സമരം ഒന്നുകൂടി വ്യക്തമാക്കുന്നു.

25

സർക്കിൾ സെക്രട്ടറിമാരുടെ നിരാഹാര സമരം (1983– ഏപ്രിൽ)

ആയിരത്തിത്തൊള്ളായിരത്തി എൺപത്തി രണ്ട് ജനുവരി 19 ന്റെ ദേശീയ സമരത്തിലും ട്രേഡ് യൂണിയൻ അവകാശ സംരക്ഷണത്തിനും റൊട്ടേഷൻ സ്ഥലമാറ്റത്തിനുമെതിരെ നടന്ന നിസ്സഹകരണ സമരത്തിലും പങ്കെടുത്തതിന്റെ പേരിലുള്ള പിരിച്ചുവിടൽ ഉൾപ്പെടെയുള്ള പ്രതികാര നടപടികൾക്കെതിരായി തുടർ പ്രക്ഷോഭ സമരങ്ങൾ സംഘടിപ്പിക്കാൻ 1983 മാർച്ച് 3 നു ചേർന്ന സർക്കിൾ സെക്രട്ടറിമാരുടെയും എൽ സി സി കൺവീനർമാരുടെയും യോഗം തീരുമാനിച്ചിരുന്നു. ഇതിന്റെ ഭാഗമായി ഏപ്രിൽ 21 മുതൽ സർക്കിൾ സെക്രട്ടറിമാരായ സഖാക്കൾ പി വി ചന്ദ്ര ശേഖരനും കെ വി ഗോപിനാഥനും തിരുവനന്തപുരം പി എം ജി ഓഫീസിനു മുൻപിൽ അനിശ്ചിതകാല നിരാഹാര സമരം നടത്താൻ തീരുമാനിച്ചു. ഇതിന്റെ അടിസ്ഥാനത്തിൽ മാർച്ച് 9 ന് PMG/GMT ക്ക് നോട്ടീസ് നല്കി.

മേൽ സൂചിപ്പിച്ച പ്രക്ഷോഭസമരങ്ങളിൽ പങ്കെടുത്തതിന്റെ പേരിൽ തൃശ്ശൂർ പോസ്റ്റൽ ക്ലാസ് 3 ഡിവിഷനൽ സെക്രട്ടറി സ. രാധാകൃഷ്ണനെയും ഇരിഞ്ഞാലക്കുട ആർ എം എസ് ക്ലാസ് 4 ബ്രാഞ്ചു സെക്രട്ടറി സ. എൻ സി നായരെയും അന്വേഷണത്തിനുശേഷവും സ. മുരളീധരൻ പിള്ള (കായംകുളം) യെ റൂൾ 5 അനുസരിച്ചും പിരിച്ചുവിടുകയും മറ്റു 35 ഓളം സംഘടനാ പ്രവർത്തകരെ അന്വേഷണ പ്രഹസനം നടത്തി പിരിച്ചുവിടാനുമുള്ള നീക്കത്തിന്റെയും സാഹചര്യത്തിലാണു നിരാഹാര സമരം ആരംഭിക്കാനുള്ള തീരുമാനമെടുക്കാൻ സംഘടന നിർബ്ബന്ധിതമായത്. റൊട്ടേഷനൽ ട്രാൻസ്ഫറിന്റെ പേരിൽ വിദൂരസ്ഥലങ്ങളിലേക്ക് സ്ഥലമാറ്റം ചെയ്യപ്പെട്ടവരുടെ പ്രശ്നവും ഗൗരവമായി നിലനിന്നിരുന്നു. കേന്ദ്രസർക്കാരിന്റെ തൊഴിലാളി ദ്രോഹ നടപടികൾ ആദ്യം പരീക്ഷിക്കപ്പെടുന്ന വിഭാഗം എന്ന നിലയിലും അത്തരം നടപടികൾക്കെതിരെ

ശക്തമായ ചെറുത്തുനില്പ് സംഘടിപ്പിക്കുന്ന വിഭാഗം എന്ന നിലയിലും കമ്പി–തപാൽ ജീവനക്കാർ എന്നും പ്രതികാര നടപടികൾക്ക് വിധേയരായി തീർന്നിരുന്നു. ഈ സാഹചര്യത്തിൽ വിവിധ ട്രേഡ് യൂണിയൻ സംഘടനകളുടെ പങ്കാളിത്തത്തോടെ വിപുലമായ പ്രചരണങ്ങൾ സംഘടിപ്പിക്കാനും തീരുമാനിച്ചിരുന്നു. ഇതിന്റെ ഭാഗമായി "പ്രതികാര നടപടി വിരുദ്ധ സമിതി" സംസ്ഥാന/ജില്ലാതലങ്ങളിൽ രൂപീകരിക്കാനും തീരുമാനിച്ചു. സ. കെ വി സുരേന്ദ്രനാഥ് എം എൽ എ ചെയർമാനും സ. ആർ. രാഘവൻ പിള്ള (LIC) കൺവീനറുമായ സംസ്ഥാന സമിതിക്കു രൂപം നല്കിയിരുന്നു. ഈ സമിതിയുടെ ആഭിമുഖ്യത്തിൽ പ്രതികാര നടപടികൾക്കെതിരെ വിപുലമായ പ്രചരണങ്ങൾ സംഘടിപ്പിക്കാനും നിരാഹാര സമരത്തിന് രാഷ്ട്രീയ പാർട്ടികളുടെയും സംഘടനകളുടെയും പിന്തുണ ഉറപ്പ് വരുത്താനും തീരുമാനിച്ചിരുന്നു.

നിരാഹാര സത്യാഗ്രഹം ആരംഭിക്കുന്നു

അഖിലേന്ത്യാ ടെലിഗ്രാഫ് എഞ്ചിനീയറിങ് എംപ്ലോയീസ് യൂണിയൻ ക്ലാസ് III സർക്കിൾ സെക്രട്ടറി സ. പി വി ചന്ദ്രശേഖരനും, അഖിലേന്ത്യാ ആർ എം എസ് എംപ്ലോയീസ് യൂണിയൻ ക്ലാസ് IV സർക്കിൾ സെക്രട്ടറി സ. കെ വി ഗോപിനാഥനും ഏപ്രിൽ 21 ന് 10 മണിക്ക് GMT/PMG ഓഫീസുകൾക്ക് മുൻപിൽ നിരാഹാര സമരം ആരംഭിച്ചു. സമരത്തിനു പിന്തുണ പ്രഖ്യാപിച്ചുകൊണ്ട് വിവിധ സർവ്വീസ് – ടി യു സംഘടനകൾ രംഗത്തുവന്നിരുന്നു. പ്രതികാര നടപടികൾ അവസാനിപ്പിക്കണമെന്നാവശ്യപ്പെട്ടുകൊണ്ട് വിവിധ സംഘടനകൾ വകുപ്പുമന്ത്രിക്ക് കമ്പിസന്ദേശങ്ങൾ അയച്ചിരുന്നു. സമരത്തിനു പിന്തുണ പ്രഖ്യാപിച്ചുകൊണ്ടു കേരളമൊട്ടുക്കും പന്തം കൊളുത്തി പ്രകടനങ്ങൾ സംഘടിപ്പിക്കപ്പെട്ടു. "പ്രതികാര നടപടി വിരുദ്ധ സമിതി"യുടെ ആഭിമുഖ്യത്തിൽ ഏപ്രിൽ 23 ന് ജില്ലാ കേന്ദ്രങ്ങളിൽ നിശാധർണയും സംഘടിപ്പിച്ചിരുന്നു.

നേതാക്കളുടെ സന്ദർശനം

നിരാഹാരസമരം ആരംഭിച്ചതുമുതൽ ഇടതുപക്ഷ ജനാധിപത്യ മുന്നണി നേതാക്കളും ട്രേഡ് യൂണിയൻ നേതാക്കളും സത്യഗ്രഹികളെ സന്ദർശിച്ചിരുന്നു. രണ്ടാം ദിവസം സത്യഗ്രഹികളെ സന്ദർശിക്കാൻ പ്രതിപക്ഷ നേതാവ് സ. ഇ കെ നായനാർ എത്തിച്ചേർന്നത് പ്രവർത്തകരിൽ ആവേശം സൃഷ്ടിച്ചിരുന്നു. ജയിലിനകത്തും പുറത്തും നടത്തിയ നിരവധി നിരാഹാര സമരങ്ങളുടെ കഥകൾ സഖാവ് വളരെ സരസമായി വിശദീകരിച്ചിരുന്നു. തുടർന്നു സഖാക്കൾ വി എസ് അച്യുതാനന്ദൻ, എൻ ഇ ബാലറാം, കെ പങ്കജാക്ഷൻ, പി എം അബുബക്കർ, കെ എൻ രവീന്ദ്രനാഥ്, ഒ ഭരതൻ, പി ഭാസ്കരൻ, മേയർ പ്രഭാകരൻ നായർ എന്നിവരും സത്യഗ്രഹികളെ സന്ദർശിച്ചിരുന്നു. സത്യഗ്രഹം അനുഷ്ഠിക്കുന്ന നേതാക്കളെ സന്ദർശിക്കാൻ ടെലികോം ജനറൽ മാനേജർ ശ്രീ. എൻ

ആർ ഹീരെഗംഗ സത്യഗ്രഹ പന്തലിൽ എത്തിയത് ജീവനക്കാരുടെ രോഷ പ്രകടനത്തിനിടയാക്കിയിരുന്നു.

നിരാഹാര സമരം ഒത്തുതീർപ്പിലെത്തിക്കണമെന്നാവശ്യപ്പെട്ടു കൊണ്ട് ഏപ്രിൽ 25 നു സർക്കിൾ/ഡിവിഷനൽ/ബ്രാഞ്ചു ഭാരവാഹി കൾ സംസ്ഥാനത്തിന്റെ വിവിധ ഭാഗങ്ങളിൽ 24 മണിക്കൂർ നീണ്ടു നില്ക്കുന്ന നിരാഹാരസമരം നടത്തിയിരുന്നു.

ഏപ്രിൽ 25 സന്ധ്യയോടെ സഖാക്കൾ പി വി ചന്ദ്രശേഖരനെയും ഗോപിനാഥനെയും പൊലീസ് അറസ്റ്റ് ചെയ്ത് ആശുപത്രിയിലേക്ക് മാറ്റി. തുടർന്നു ആർ എം എസ് എംപ്ലോയീസ് യൂണിയൻ ക്ലാസ് 3 സർക്കിൾ സെക്രട്ടറി സ. സി ചന്ദ്രൻപിള്ളയും ലൈൻസ്റ്റാഫ് യൂണിയൻ സർക്കിൾ സെക്രട്ടറി സ. കെ രാമനും നിരാഹാരം ആരംഭിച്ചു. ഇവരെ അറസ്റ്റ് ചെയ്ത് മാറ്റിയതിനെ തുടർന്ന് പോസ്റ്റ്മെൻ യൂണിയൻ സർക്കിൾ സെക്ര ട്ടറി സ. പി ചെല്ലപ്പൻപിള്ളയും ടെലിഗ്രാഫ് ട്രാഫിക് ക്ലാസ് 4 സർക്കിൾ സെക്രട്ടറി സ. കെ അർജ്ജുനനും നിരാഹാരം ആരംഭിച്ചു. ഇവരെ അറസ്റ്റ് ചെയ്തതിനെ തുടർന്നു പോസ്റ്റൽ ക്ലാസ് 3 സർക്കിൾ സെക്രട്ടറി സ. പി ബാലകൃഷ്ണനനും ടെലികോം അഡ്: യൂണിയൻ സർക്കിൾ സെക്രട്ടറി സ. കെ മണികണ്ഠൻ നായരും നിരാഹാരസമരം ആരംഭിച്ചിരുന്നു.

സമരം വ്യാപിക്കുന്നു

ഏപ്രിൽ 28 ന് കേരളത്തിലെ ഭൂരിഭാഗം കമ്പി–തപാൽ ജീവന ക്കാരും നിരാഹാരം അനുഷ്ഠിക്കുന്ന നേതാക്കളോട് അനുഭാവം പ്രകടി പ്പിച്ചുകൊണ്ട് ഉച്ചഭക്ഷണം ഉപേക്ഷിച്ചാണ് ജോലിക്ക് ഹാജരായത്. മെയ് 5 മുതൽ ജില്ലാ കേന്ദ്രങ്ങളിൽ നേതാക്കൾ അനിശ്ചിത കാല നിരാഹാര സമരം ആരംഭിച്ചു. കണ്ണൂരിൽ സ. ജി കെ വിജയനും കോഴിക്കോട് സ. എ വി വിശ്വനാഥനും, മലപ്പുറത്ത് സ. സി നാരായണനും പാലക്കാട് സ. പി എസ് പരമേശ്വരനും, തൃശ്ശൂരിൽ സ. എം ആർ ചന്ദ്രനും എറണാകു ളത്ത് സ. കുഞ്ചെറിയയും, തൊടുപുഴയിൽ സ. തങ്കപ്പൻ നായരും, കോട്ടയത്തെ സ. സി കെ തങ്കപ്പനും ആലപ്പുഴയിൽ സ. എ ജെ ജോണും പത്തനംതിട്ടയിൽ സ. രാജശേഖരപിള്ളയും കൊല്ലത്ത് സ. എൻ ചന്ദ്ര ശേഖരപിള്ളയും വയനാട്ടിൽ സ. ഗോപിനാഥനുമാണ് നിരാഹാര സമര ത്തിൽ പങ്കെടുത്തത്.

ഒത്തുതീർപ്പ് ശ്രമം

സർക്കിൾ അധികാരികളിൽനിന്നും ഒത്തുതീർപ്പ് ശ്രമങ്ങൾ ഒന്നും ഉണ്ടായിരുന്നില്ല. എന്നാൽ സമര നോട്ടീസിൽ ആവശ്യപ്പെട്ട ചില കാര്യ ങ്ങൾ ചെയ്യാൻ അവർ തയ്യാറായിരുന്നു. ഇതിന്റെ ഭാഗമായി 9–ഓളം സസ്പെൻഷനുകൾ റദ്ദാക്കി. പെൻഷൻ തടഞ്ഞുവെച്ച കേസുകളിൽ അവ നല്കാൻ ഉത്തരവിട്ടു. നിസ്സഹകരണ സമരത്തെ തുടർന്നുള്ള സ്ഥലമാറ്റ പ്രശ്നങ്ങൾ മെയ്മാസത്തോടെ പുനഃപരിശോധിക്കാമെന്നു

രേഖാമൂലം അറിയിച്ചിരുന്നു.

അഖിലേന്ത്യാ നേതാക്കളുടെയും സർക്കിൾ ഏകോപനസമിതി ചെയർമാൻ സ. ഇ ബാലാനന്ദന്റെയും, സഖാക്കൾ സുശീല ഗോപാലൻ, കെ എ രാജൻ എന്നീ എം പി മാരുടെയും ഇടപെടലിനെ തുടർന്ന് വകുപ്പുമന്ത്രിയും പി ആന്റ് റ്റി ബോർഡ് അധികൃതരും പ്രശ്നത്തിൽ ഇടപെടാൻ നിർബ്ബന്ധിതരായി. വകുപ്പുമന്ത്രിയുടെ നിർദ്ദേശത്തെ തുടർന്ന് ബോർഡ് പ്രതിനിധികൾ ഒത്തുതീർപ്പ് സംഭാഷണത്തിന് തയ്യാറായി. കേരള PMGയേയും വിളിച്ചുവരുത്തിയിരുന്നു. സ. എൻ പി പത്മനാഭനും ഒത്തുതീർപ്പ് സംഭാഷണത്തിൽ പങ്കെടുക്കാൻ ഡൽഹിയിൽ എത്തിച്ചേർന്നിരുന്നു. പാർലമെന്റ് കൺസൾട്ടേറ്റീവ് (P&T) കമ്മിറ്റി അംഗം സ. സുശീൽ ഭട്ടാചാർജിയും ഒത്തുതീർപ്പ് സംഭാഷണത്തിൽ പങ്കെടുത്തു. പിരിച്ചുവിടൽ ഒഴിവാക്കാമെന്നും മറ്റു ശിക്ഷാനടപടികൾ റദ്ദാക്കുന്ന കാര്യം അനുഭാവപൂർവ്വം പരിഗണിക്കാമെന്നും ബോർഡ് അധികൃതർ ഈ യോഗത്തിൽ ഉറപ്പുനല്കി. സ്ഥലമാറ്റ പ്രശ്നം മെയ് മാസം തന്നെ പുനഃപരിശോധിക്കാമെന്നും അറിയിച്ചു. ഇതിന്റെ അടിസ്ഥാനത്തിൽ നിരാഹാരസമരം അവസാനിപ്പിക്കാൻ അധികൃതർ അഭ്യർത്ഥിച്ചു. ഇക്കാര്യത്തിൽ ഉചിതമായ തീരുമാനമെടുക്കാൻ ഫെഡറേഷൻ നേതാക്കൾ സർക്കിൾ ഏകോപനസമിതിയോട് ആവശ്യപ്പെട്ടു. ഡൽഹി തീരുമാനത്തിന്റെ അടിസ്ഥാനത്തിൽ നിരാഹാര സത്യഗ്രഹം അവസാനിപ്പിക്കാൻ സർക്കിൾ ഏകോപനസമിതി തീരുമാനിച്ചു.

കമ്പി–തപാൽ സർവ്വീസിൽ സ്തംഭനാവസ്ഥ സൃഷ്ടിക്കാതെതന്നെ രാഷ്ട്രീയ പാർട്ടികളുടെയും ട്രേഡ് യൂണിയനുകളുടെയും ശ്രദ്ധ ആകർഷിക്കാനും അഖിലേന്ത്യാ തലത്തിൽ തന്നെ വകുപ്പുമന്ത്രിയും ബോർഡ് അധികൃതരും പ്രശ്നത്തിൽ ഇടപെടാനും 17 ദിവസം നീണ്ടുനിന്ന നിരാഹാരസമരത്തിനു സാധിച്ചിരുന്നു. ഉച്ചഭക്ഷണം ഉപേക്ഷിച്ചുകൊണ്ട് കേരളത്തിലെ ബഹുഭൂരിപക്ഷ കമ്പി–തപാൽ ജീവനക്കാരും ഈ സമരത്തിൽ പങ്കാളികളായത് ഒരു പുതിയനുഭവമായിരുന്നു. പ്രതികാര നടപടികൾ കൈയും കെട്ടി നോക്കിനില്ക്കില്ലെന്നും അവസരത്തിനനുസരിച്ച് ഉയർന്ന് പ്രവർത്തിക്കാനും കഴിവുള്ള പ്രസ്ഥാനമാണു NFPTE എന്ന് ഒരിക്കൽക്കൂടി ഈ സമരത്തിലൂടെ നാം തെളിയിച്ചു. പിരിച്ചുവിടൽ ഭീഷണിയെ എതിർത്ത് പരാജയപ്പെടുത്തുവാൻ സാധിച്ചത് നിരാഹാര സമരത്തിന്റെ നേട്ടങ്ങളിൽ പ്രധാനമായിരുന്നു.

26

ഇ ഡി ജീവനക്കാരുടെ പ്രശ്നങ്ങൾ

ഇ ഡി ജീവനക്കാരുടെ അവകാശങ്ങൾ സംരക്ഷിക്കാനുള്ള സമരങ്ങളിൽ കേരളത്തിലെ കമ്പി-തപാൽ പ്രസ്ഥാനം ഗണ്യമായ പങ്ക് വഹിച്ചിരുന്നു. ഏറ്റവും അധികം ഇ ഡി ജീവനക്കാർ പ്രവർത്തിക്കുന്ന ആന്ധ്രാപ്രദേശിൽ ഉൾപ്പെടെ ഒരു ഉപജീവനം എന്ന രീതിയിലായിരുന്നില്ല ഇ ഡി സമ്പ്രദായം നിലനിന്നിരുന്നത്. ഗ്രാമീണ മേഖലയിൽ ജന്മിമാരും, കച്ചവടക്കാരും സ്കൂൾ ടീച്ചർമാരും സമൂഹത്തിൽ മറ്റു വരുമാനമുള്ളവരും ഒഴിവ് സമയങ്ങളിലെ ജോലി എന്ന രീതിയിൽ ഇ ഡി പോസ്റ്റോഫീസ് ജോലികൾ ഏറ്റെടുത്തിരുന്നു. ഇ ഡി പോസ്റ്റ് മാസ്റ്റർ തുടങ്ങിയ പദവികൾ സമൂഹത്തിൽ മാന്യമായ അംഗീകാരം ലഭിക്കുമെന്നതിനാൽ സ്വന്തം കെട്ടിടങ്ങളിൽ പ്രതിഫലം നോക്കാതെ ഈ ജോലികൾ ഏറ്റെടുത്തിരുന്നു. ഈ സാഹചര്യം മുതലെടുത്തുകൊണ്ട് ഇ ഡി പോസ്റ്റോഫീസിന്റെ വാടക ഇ ഡി ക്കാർ തന്നെ വഹിക്കണമെന്നു നിർദ്ദേശിച്ചിരുന്നു.

എന്നാൽ കേരളം പോലുള്ള സംസ്ഥാനങ്ങളിൽ അഭ്യസ്തവിദ്യരായ ആളുകളാണ് ഈ രംഗത്തേക്ക് കടന്നുവന്നിരുന്നത്. തുച്ഛമായ പ്രതിഫലമാണെന്നറിഞ്ഞുകൊണ്ടുതന്നെ എന്നെങ്കിലും സ്ഥിരം സർവ്വീസിൽ പ്രവേശിക്കാമെന്ന ധാരണയിലാണ് അഭ്യസ്തവിദ്യരായ ചെറുപ്പക്കാർ ഈ രംഗത്തേക്ക് കടന്നുവന്നത്. എന്നാൽ തങ്ങളുടെ തുച്ഛമായ വരുമാനത്തിൽനിന്നും ഓഫീസ് വാടകപോലും നല്കണമെന്ന വ്യവസ്ഥ ഇ ഡി ജീവനക്കാരിൽ അമർഷവും പ്രതിഷേധവും സൃഷ്ടിച്ചിരുന്നു. 1967-ലെ കൊല്ലം സമ്മേളനത്തിനുശേഷം ഇ ഡി ജീവനക്കാരുടെ പ്രശ്നങ്ങൾ ഉന്നയിച്ചുകൊണ്ട് പല ജില്ലകളിലും പ്രാദേശിക സമരങ്ങൾ സംഘടിപ്പിച്ചിരുന്നു. അഖിലേന്ത്യാ തലത്തിൽ NFPTE നടത്തിയ പ്രക്ഷോഭ സമരങ്ങളെ തുടർന്ന് ഇവരുടെ പ്രശ്നങ്ങൾ പഠിക്കാൻ ഒരു ഉന്നതാധി

കാരി കമ്മിറ്റി നിയമിക്കപ്പെട്ടു. ഈ കമ്മിറ്റിയുടെ ശുപാർശ പ്രകാരം ഓഫീസ് കെട്ടിടത്തിന്റെ വാടക കാര്യത്തിലും അലവൻസുകൾ വർദ്ധിപ്പിക്കുന്ന കാര്യത്തിലും സർക്കിൾ തലവന്മാർക്ക് വിവേചനാധികാരം നല്കിയിരുന്നു. ഈ ശുപാർശ തന്നെ ഗ്രാമീണ മേഖലയിൽ കേവലം 5 രൂപയും പട്ടണപ്രദേശങ്ങളിൽ 10 രൂപയും വാടകയിനത്തിൽ നിശ്ചയിക്കാമെന്നായിരുന്നു. ഈ ശുപാർശകൾക്ക് ശേഷവും കേരളമുൾപ്പെടെയുള്ള സർക്കിളുകളിൽ തീരുമാനമെടുക്കാൻ അധികൃതർ കൂട്ടാക്കിയിരുന്നില്ല. ഈ സാഹചര്യത്തിൽ മേല്പറഞ്ഞ രണ്ടു ശുപാർശകൾ നടപ്പാക്കി കിട്ടാൻ പ്രക്ഷോഭം സംഘടിപ്പിക്കാൻ സംഘടന തീരുമാനിച്ചു. 1967 ഡിസംബർ മാസം പി എം ജി ഓഫീസിനു മുമ്പിൽ വമ്പിച്ച കൂട്ട ധർണ്ണ നടത്താൻ തീരുമാനിച്ചു. ഇന്ത്യയിൽ ഒരിടത്തും ഈ ആവശ്യങ്ങൾ അംഗീകരിച്ചിട്ടില്ല എന്ന ന്യായം പറഞ്ഞു ജീവനക്കാരുടെ ആവശ്യങ്ങൾ നിരാകരിക്കുകയും പ്രക്ഷോഭം നിരോധിക്കുകയും ചെയ്തു. ധർണ്ണയിലും പ്രകടനത്തിലും പങ്കെടുത്താൽ ഇ ഡി ജീവനക്കാരെ പിരിച്ചുവിടും എന്ന ഭീഷണിയും പി എം ജി പുറപ്പെടുവിച്ചിരുന്നു. എന്നാൽ ഈ നിരോധനവും ഭീഷണികളുമെല്ലാം അവഗണിച്ചുകൊണ്ട് ഇ ഡി ജീവനക്കാരും ഇതര കമ്പി-തപാൽ ജീവനക്കാരും പ്രക്ഷോഭത്തിനു തയ്യാറായി. ഈ പശ്ചാത്തലത്തിൽ പി എം ജി വിളിച്ചു ചേർത്ത ഒത്തുതീർപ്പ് യോഗത്തിൽ ഉണ്ടായ തീരുമാനമനുസരിച്ച് ഇന്ത്യയിൽ ആദ്യമായി ഇ ഡി പോസ്റ്റാഫീസിന്റെ വാടക (നിശ്ചിത തുക) തപാൽ വകുപ്പ് തന്നെ നല്കുമെന്ന തീരുമാനമായി.

ഡിസംബർ: 12 പാർലമെന്റിനു മുന്നിൽ ധർണ്ണ

രണ്ടര ലക്ഷം ഇ ഡി ജീവനക്കാരോട് കേന്ദ്ര സർക്കാരും മദൻ കിഷോർ കമ്മിറ്റിയും പ്രകടിപ്പിക്കുന്ന വഞ്ചനാപരമായ നിലപാടിൽ പ്രതി

1972 ഡിസംബറിൽ ഡൽഹിയിൽ നടന്ന ഇ ഡി മാർച്ച്
സ. ആദിനാരായണ ഉദ്ഘാടനം ചെയ്യുന്നു

ഷേധിച്ചുകൊണ്ടും ഇ ഡി ജീവനക്കാരുടെ അടിയന്തരാവശ്യങ്ങൾ അംഗീകരിക്കണമെന്നും ആവശ്യപ്പെട്ടുകൊണ്ട് ഇ ഡി ജീവനക്കാർ 1972 ഡിസംബർ 12 ന് പാർലമെന്റിനു മുന്നിൽ വമ്പിച്ച ധർണ്ണ സംഘടിപ്പിച്ചിരുന്നു. എല്ലാ സംസ്ഥാനങ്ങളിൽനിന്നും ഇ ഡി ജീവനക്കാർ ധർണ്ണയിൽ പങ്കെടുക്കാൻ ഡൽഹിയിൽ എത്തിച്ചേർന്നിരുന്നു. കേരളത്തിൽനിന്നും 250 ഇ ഡി ജീവനക്കാർ ധർണ്ണയിൽ പങ്കെടുത്തു. കൂടാതെ ബോണസ് കൺവെൻഷനിൽ പങ്കെടുക്കാൻ എത്തിച്ചേർന്ന ഇതര കമ്പി–തപാൽ ജീവനക്കാരും ധർണ്ണയിൽ പങ്കെടുത്തിരുന്നു. അന്നേ ദിവസം NFPTE കേരള സർക്കിൾ ഏകോപനസമിതി ചെയർമാൻ ഡോ. മാത്യു കുരിയൻ എം പി ഇ ഡി ജീവനക്കാരുടെ പ്രശ്നങ്ങൾ പരിഹരിക്കണമെന്നാവശ്യപ്പെട്ടുകൊണ്ടുള്ള ഒരു അടിയന്തര പ്രമേയം അവതരിപ്പിച്ചുകൊണ്ട് പാർലമെന്റിൽ ഈ പ്രശ്നം ഗൗരവമായി ഉന്നയിച്ചു.

1984 സെപ്തംബർ 19 ന് പണിമുടക്കം

NFPTE നടത്തിയ എല്ലാ പണിമുടക്കിലും ഇ ഡി ജീവനക്കാരുടെ ആവശ്യങ്ങൾ ഉന്നയിച്ചിരുന്നുവെങ്കിലും അവരുടെ പ്രശ്നങ്ങൾ മാത്രം ഉന്നയിച്ചുകൊണ്ട് പണിമുടക്കണമെന്നാവശ്യം ശക്തിയായി ഉയർന്നുവന്നിരുന്നു. സഖാക്കൾ ജനുമാസ്റ്റർ, പി ചെല്ലപ്പൻ പിള്ള, എസ് നാരായണൻ നായർ, മാധവ വാര്യർ, എ കുഞ്ഞനന്തൻ തുടങ്ങിയവർ ഇക്കാര്യത്തിൽ ശക്തമായ അഭിപ്രായമുള്ളവരായിരുന്നു. 1984 ൽ ആലപ്പുഴയിൽ ചേർന്ന പോസ്റ്റ്മെൻ യൂണിയന്റെ അഖിലേന്ത്യാ പ്രവർത്തക സമിതിയിൽ ഇക്കാര്യം ഗൗരവമായി ചർച്ചയ്ക്ക് വിഷയീഭവിച്ചു. ഇ ഡി ജീവനക്കാരെ ഡിപ്പാർട്ടുമെന്റൽ ജീവനക്കാരായി കണക്കാക്കി സ്ഥിരം ജീവനക്കാർക്കുള്ള എല്ലാ ആനുകൂല്യങ്ങളും അനുവദിക്കണമെന്നാവശ്യപ്പെട്ടുകൊണ്ട് 1984 സെപ്തംബർ 19 ന് ഒരുദിവസത്തെ പണിമുടക്കിനു പ്രസ്തുത പ്രവർത്തക സമിതി ആഹ്വാനം ചെയ്തു. പണിമുടക്കിനു മുന്നോടിയായി വിപുലമായ പ്രചരണ പ്രവർത്തനങ്ങൾക്ക് സർക്കിൾ ഏകോപനസമിതി രൂപം നല്കി. കേരളത്തിൽ മുഴുവൻ കമ്പി–തപാൽ ജീവനക്കാരും പണിമുടക്കിൽ പങ്കെടുക്കാൻ ഏകോപനസമിതി ആഹ്വാനം ചെയ്തിരുന്നു. ഇ ഡി ജീവനക്കാരിൽ ആവേശമുണ്ടാക്കുന്ന പ്രചരണങ്ങളാണ് സംഘടിപ്പിക്കപ്പെട്ടത്. കേരളത്തിൽ പണിമുടക്കം ഗംഭീര വിജയമായിരുന്നു. ഇ ഡി ജീവനക്കാരെ നിയമിക്കാനും പിരിച്ചുവിടാനും അധികാരമുള്ള IPO മാരും HSG പോസ്റ്റ് മാസ്റ്റർമാരും ഉൾപ്പെടെ പണിമുടക്കിൽ പങ്കെടുത്തി

സ. ടി എം ജനാർദ്ദനൻ
(ജനുമാസ്റ്റർ)

തിരുവനന്തപുരം പി എം സി ഓഫീസിനുമുമ്പിൽ നടന്ന ഇ ഡി ധർണ സ. ആദിനാരായണ ഉദ്ഘാടനം ചെയ്യുന്നു

രുന്നു. ഇ ഡി സമ്പ്രദായം ഒന്നും നിലവിലില്ലാത്ത ടെലികോം മേഖലയിലെ ജീവനക്കാരും പണിമുടക്കിൽ പങ്കെടുത്തിരുന്നു. കടുത്ത ശിക്ഷാനടപടികളാണ് ഈ സമരത്തിലും അധികൃതർ അടിച്ചേല്പിച്ചത്. IPO മാരും HSG പോസ്റ്റ് മാസ്റ്റർമാരും ഉൾപ്പെടെ 150–ൽ പരം ജീവനക്കാരെ സസ്പെന്റ് ചെയ്തിരുന്നു, നിരവധി പേരെ സ്ഥലം മാറ്റിയിരുന്നു. P-III യൂണിയൻ നേതാവായ സ. കുപ്പൻ മാസ്റ്ററെ പാലക്കാട് നിന്നും നെയ്യാറ്റിൻകരയിലേക്കാണു സ്ഥലം മാറ്റിയിരുന്നത്.

1990 കളിൽ നടന്ന പ്രധാന പോസ്റ്റൽ പണിമുടക്കങ്ങളിലെല്ലാം ഇ ഡി ജീവനക്കാരെ സ്ഥിരപ്പെടുത്തണമെന്നാവശ്യം സജീവമായി ഉന്നയിച്ചിരുന്നു. ഇ ഡി ജീവനക്കാരെ (ഇപ്പോൾ ഗ്രാമീൺ ഡാക്ക് സേവയ്ക്ക് – GDS) സർക്കാർ ജീവനക്കാരായി അംഗീകരിക്കണമെന്ന സുപ്രധാനാവശ്യം ഉന്നയിച്ചുകൊണ്ട് 1993 ഡിസംബർ 5 മുതൽ 4 ദിവസം നീണ്ടുനിന്ന പണിമുടക്കം ശ്രദ്ധേയമായിരുന്നു. പോസ്റ്റൽ മേഖലയിലെ എല്ലാ സംഘടനകളും ഈ പണിമുടക്കത്തിൽ പങ്കെടുത്തിരുന്നു. അഞ്ചാം ശമ്പളക്കമീഷനെ തുടർന്നു ഇ ഡി ജീവനക്കാരുടെ പ്രശ്നങ്ങൾ പഠിച്ചു ശുപാർശ ചെയ്യാൻ ജസ്റ്റീസ് തൽവാർ അദ്ധ്യക്ഷനായ കമ്മിറ്റിയെ കേന്ദ്രസർക്കാർ നിയോഗിച്ചു. ഇ ഡി ജീവനക്കാരെ സിവിൽ സർവന്റായി കണക്കാക്കി ആനുകൂല്യങ്ങൾ നല്കണമെന്നതായിരുന്നു പ്രസ്തുത കമ്മിറ്റിയുടെ പ്രധാന ശുപാർശ. നിർഭാഗ്യവശാൽ ഈ ശുപാർശയും നടപ്പാക്കാൻ അധികൃതർ തയ്യാറായില്ല. മേല്പറഞ്ഞ ശുപാർശ നടപ്പാക്കണമെന്നാ

വശ്യം 1998 ജൂലായ് മാസത്തിൽ 8 ദിവസം നീണ്ടുനിന്ന പോസ്റ്റൽ പണിമുടക്കിലും ഉന്നയിച്ചിരുന്നു. തൽവാർ കമ്മിറ്റി ശുപാർശയനുസരിച്ചു ജി ഡി എസ് ജീവനക്കാർക്ക് സിവിൽ സ്റ്റാറ്റസും മറ്റു ആനുകൂല്യങ്ങളും അനുവദിക്കണമെന്നു 2000 ഡിസംബറിൽ 14 ദിവസം നീണ്ടുനിന്ന പോസ്റ്റൽ പണിമുടക്കിലും ആവശ്യപ്പെട്ടിരുന്നു. ഡിപ്പാർട്ടുമെന്റൽ ജീവനക്കാരായി കണക്കാക്കി ആനുകൂല്യങ്ങൾ നല്കിയില്ലെങ്കിലും നമ്മുടെ പ്രസ്ഥാനം നടത്തിയ നിരവധി പ്രക്ഷോഭ സമരങ്ങളുടെ ഫലമായിരുന്നു ഇ ഡി ജീവനക്കാർക്ക് പ്രത്യേക ശമ്പള സ്കെയിലും വാർഷിക വർദ്ധനവും ലീവാനുകൂല്യങ്ങളും പ്രത്യേക സ്കീമനുസരിച്ചാണെങ്കിലും പെൻഷനും നേടിയെടുക്കാൻ സാധിച്ചത്. ഇക്കാര്യത്തിൽ കേരളത്തിലെ പ്രസ്ഥാനം ഗണ്യമായ സംഭാവന നല്കിയെന്ന കാര്യത്തിൽ നമുക്ക് അഭിമാനിക്കാം.

ഇ ഡി എംപ്ലോയീസ് യൂണിയൻ സംസ്ഥാന സമ്മേളനം
സ. ഇ ബാലാനന്ദൻ എം പി ഉദ്ഘാടനം ചെയ്യുന്നു.

ഇ ഡി ജീവനക്കാർക്ക് വേണ്ടി എൻ എഫ് പി ഇ യുടെ ഘടക സംഘടനയായി ആൾ ഇന്ത്യ പോസ്റ്റൽ ഇ ഡി എംപ്ലോയീസ് യൂണിയൻ എന്ന പേരിൽ ഒരു പ്രത്യേക സംഘടന രൂപീകരിച്ചിരുന്നു. 1997 ൽ കോട്ടയത്ത് നടന്ന പ്രഥമ സംസ്ഥാന സമ്മേളനത്തിൽ കേരള ഘടകം രൂപീകരിച്ചു. പ്രഥമ സംസ്ഥാന പ്രസിഡന്റായി എൻ ചന്ദ്രശേഖരപിള്ളയും സർക്കിൾ സെക്രട്ടറിയായി സ. എസ് അശോക് കുമാറും തിരഞ്ഞെടുക്കപ്പെട്ടു.

27

കാഷ്വൽ ലേബർ (PMR) പ്രശ്നങ്ങൾ

ആയിരത്തിത്തൊള്ളായിരത്തി എൺപത്തിനാലിലെ നിയമന നിരോധനത്തോടെ അന്യം നിന്നുപോയ കാഷ്വൽ ലേബർ (PMR) ടെലികോം മേഖലയിലെ വികസനത്തിനു നിർണ്ണായക പങ്കുവഹിച്ചവരായിരുന്നു. എന്നാൽ ഇക്കാര്യം അംഗീകരിക്കാൻ കൂട്ടാക്കാത്ത അധികൃതർ ഈ വിഭാഗം തൊഴിലാളികളെ അടിമകളെപ്പോലെ കരുതി പണിയെടുപ്പിച്ച കാലമുണ്ടായിരുന്നു. വ്യക്തമായ റിക്രൂട്ടുമെന്റ് രീതികളോ കൂലി സമ്പ്രദായമോ നിലവിലുണ്ടായിരുന്നില്ല. വികസന പ്രവർത്തനവും മെയിന്റനൻസ് ജോലികളുമായി ബന്ധപ്പെട്ട ഉദ്യോഗസ്ഥരും ജീവനക്കാരുമാണു മസ്ദൂർ ജീവനക്കാരെ ആവശ്യാനുസരണം ഉപയോഗിച്ചു വന്നിരുന്നത്.

കമ്പി-തപാൽ മേഖലയിൽ വികസനപ്രവർത്തനങ്ങൾക്കും മെയിന്റനൻസ് ജോലികൾക്കും കായികാദ്ധ്വാനവും, പ്രവർത്തികളിലൂടെ അർദ്ധസാങ്കേതിക പരിജ്ഞാനവും നേടിയ ഇവരെ പരമാവധി ചൂഷണത്തിനു വിധേയരാക്കിയിരുന്നു. പോസ്റ്റിടൽ, കമ്പിവലിക്കൽ, കേബിൾ ട്രഞ്ച് നിർമ്മാണം, കേബിൾ ഇടൽ തുടങ്ങി ടെലിഫോണുകളുടെ മെയിന്റനൻസ് ജോലികൾ ഉൾപ്പെടെ ഇവരെ കൊണ്ടു ചെയ്യിച്ചിരുന്നു. തുച്ഛമായ ദിവസക്കൂലിക്ക് വേണ്ടി സ്വന്തം വീടും നാടും വിട്ടു റോഡരികിലും മലയോരങ്ങളിലും ടെന്റ് അടിച്ചു താമസിച്ചു ടെലികോം വികസന പ്രവർത്തനങ്ങൾ നടത്തിപ്പോന്ന മസ്ദൂർ ജീവനക്കാരുടെ പ്രശ്നങ്ങൾ കേൾക്കാൻപോലും അധികൃതർ കൂട്ടാക്കിയിരുന്നില്ല. എന്നെങ്കിലും നടക്കുന്ന ഡിപ്പാർട്ടുമെന്റൽ ടെസ്റ്റ് വഴി സ്ഥിരം ജോലി നേടാമെന്ന പ്രതീക്ഷയിലാണു ഈ കഷ്ടപ്പാടുകൾക്ക് ഇവർ തയ്യാറായത്.

കൺസ്ട്രക്ഷൻ, മെയിന്റനൻസ് ജോലികൾ PMR (Personal Muster Rolls) വഴിയും ബിൽ വർക്ക് രീതിയിലുമാണു ചെയ്തുകൊണ്ടിരുന്നത്. PMR വഴിയുള്ള ജോലികൾക്ക് ചില മാനദണ്ഡങ്ങളും പരിമിതികളും

ഉണ്ടായിരുന്നു. എന്നാൽ ബിൽവർക്കിനു വലിയ നിയന്ത്രണമുണ്ടായിരുന്നില്ല. ഉദ്യോഗസ്ഥർക്കും ജോലി ചെയ്യിക്കുന്ന ജീവനക്കാർക്കും ബിൽവർക്കിനോടായിരുന്നു കൂടുതൽ താല്പര്യം. ഇതിൽ മസ്ദൂർമാർക്കും അല്പം കൂടുതൽ സാമ്പത്തിക നേട്ടം ഉണ്ടാകും. അതിൽ കൂടുതൽ ഉദ്യോഗസ്ഥർക്കും ജോലിചെയ്യിക്കുന്നവർക്കും. എന്നാൽ Muster Rolls ജോലി ചെയ്താൽ മാത്രമേ ഹാജർ ലഭിക്കുകയുള്ളൂ. 365 ദിവസം ഹാജർ തികഞ്ഞാൽ മാത്രമേ ഡിപ്പാർട്ട്മെന്റൽ ടെസ്റ്റിനു അർഹത ലഭിക്കുകയുള്ളൂ. Muster Rolls ൽ മറ്റു പല തട്ടിപ്പുകളും ഉണ്ടായിരുന്നു. Muster Rolls ൽ അനുവദിക്കുന്ന എല്ലാ മസ്ദൂർ ജീവനക്കാർക്കും തൊഴിൽ ലഭിക്കണമെന്നില്ല. ചിലപ്പോൾ അനുവദിക്കപ്പെട്ടതിന്റെ പകുതി ജീവനക്കാരെ ഉപയോഗിച്ചു ജോലി തീർത്തെന്നു വരും. ഈ ജോലിക്കൊന്നും വരാതെ സ്കൂളുകളിലും കോളേജുകളിലും പഠിച്ചുകൊണ്ടിരിക്കുന്ന ഉദ്യോഗസ്ഥരുടെയും ജീവനക്കാരുടെയും ബന്ധുക്കളുടെയും മറ്റു താല്പര്യമുള്ളവരുടെയും പേരുകൾ Muster Rolls ൽ പ്രത്യക്ഷപ്പെടുകയും കൃത്യമായി ഹാജർ ലഭിക്കുകയും ചെയ്തിരുന്നു. ടെസ്റ്റ് വരുമ്പോൾ യഥാർത്ഥ മസ്ദൂർമാർ പുറംതള്ളുപ്പെടുകയും നേരത്തെ സൂചിപ്പിച്ചവർ സ്ഥിരം ജോലിയിൽ കയറിപ്പറ്റുകയും ചെയ്തിരുന്നു. യഥാർത്ഥത്തിൽ ജോലി ചെയ്യുന്ന മസ്ദൂർമാർ 365 ദിവസം തികയാൻ വർഷങ്ങളോളം പണിയെടുക്കണം. ഇതിനകം അവർ സ്ഥിരം നിയമനത്തിനുള്ള പ്രായപരിധി കഴിയുകയും എന്നെന്നേക്കുമായി പുറന്തള്ളപ്പെടുകയും ചെയ്തിരുന്നു. എംപ്ലോയ്മെന്റ് എക്സ്ചേഞ്ച് വഴി മസ്ദൂർ നിയമനം ആരംഭിച്ചതോടെയാണു മേല്പറഞ്ഞ അനീതികൾക്ക് ഒരു പരിധിവരെ പരിഹാരം കണ്ടത്. എന്നാൽ പ്രായപരിധിയുടെ കാര്യത്തിൽ പരിഹാരമായിരുന്നില്ല. എംപ്ലോയ്മെന്റ് എക്സ്ചേഞ്ചു വഴി മസ്ദൂർമാരെ തെരഞ്ഞെടുക്കുന്ന തീയതിയാണു സാധാരണ പ്രായപരിധിയായി കണക്കാക്കേണ്ടത്. എന്നാൽ ടെലിഫോൺ മസ്ദൂർമാരുടെ കാര്യത്തിൽ 365 ദിവസം പൂർത്തിയായി ഡിപ്പാർട്ടുമെന്റൽ ടെസ്റ്റ് നടക്കുന്ന തീയതിയാണു പ്രായപരിധി നിശ്ചയിക്കാനുള്ള മാനദണ്ഡങ്ങൾ. ആഴ്ചയിലൊരു ദിവസം വേതനത്തോടുകൂടിയ അവധി (Weekly Off)യും പലപ്പോഴും നിഷേധിക്കപ്പെട്ടിരുന്നു. ഇതിന്റെയെല്ലാം സാമ്പത്തികനേട്ടം ആർക്കാണെന്നു പറയേണ്ടതില്ലല്ലോ?

മസ്ദൂർമാർ സംഘടിതരായിരുന്നില്ല എന്നതാണു മേല്പറഞ്ഞ പല പ്രശ്നങ്ങൾക്കും കാരണം. ഭാവിയെ ഓർത്തു പണി ചെയ്യിക്കുന്നവരുടെ ഏതു കൊള്ളരുതായ്മകളെയും സഹിച്ചു ചോദ്യം ചെയ്യാതെയും സംഘടിക്കാതെയും നില്ക്കുന്നതിന്റെ ഭവിഷ്യത്ത് അവർക്ക് ബോദ്ധ്യപ്പെട്ടിരുന്നു. ഈ കാര്യം സർവ്വീസ് സംഘടനാ നേതാക്കളുമായി പങ്കുവച്ചിരുന്നു. 1970-71 കാലഘട്ടത്തിലാണു ഈ രംഗത്തു സംഘടന രൂപീകരിക്കാനുള്ള ശ്രമങ്ങൾ നടന്നത്. കൂലിയുടെ കാര്യത്തിലും പ്രായപരിധിയുടെ പേരിലും പുറന്തള്ളപ്പെടുന്നതിനെതിരെയും മറ്റു ചൂഷണങ്ങൾക്കെതിരെയും ശബ്ദമുയർത്താനും ചില പ്രാദേശിക പ്രക്ഷോഭങ്ങൾ സംഘടിപ്പിക്കാനും നീക്കമുണ്ടായി. കേരളത്തിൽ പല ജില്ലകളിലും PMR യൂണി

യൻ എന്ന പേരിൽ പ്രാദേശികമായി സംഘടന രൂപീകരിക്കാനും തുടങ്ങി.

കണ്ണൂരിൽ ലൈൻസ്റ്റാഫ് യൂണിയന്റെ ബ്രാഞ്ച് പ്രസിഡന്റായി പ്രവർത്തിക്കുമ്പോഴാണ് ഗ്രന്ഥകർത്താവ് മസ്ദൂർ ജീവനക്കാരുടെ പ്രശ്നങ്ങളുമായി ബന്ധപ്പെടുന്നത്. ഈ അവസരത്തിൽ മസ്ദൂർ ജീവനക്കാർ അവരുടെ അനുഭവങ്ങൾ പങ്കുവെക്കുമായിരുന്നു. തുടർന്ന് കണ്ണൂർ ജില്ലയിലെ മസ്ദൂർമാരുടെ ഒരു യോഗം വിളിച്ചു ചേർക്കുകയും ജീവനക്കാരുടെ പ്രശ്നങ്ങൾ ഗൗരവപൂർവ്വം ചർച്ച ചെയ്യുകയും ചെയ്തിരുന്നു. ഈ യോഗത്തിൽ വെച്ചു കണ്ണൂർ ജില്ല P&T PMR എംപ്ലോയീസ് യൂണിയൻ എന്ന പേരിൽ ഒരു സംഘടന രൂപീകരിച്ചു. അഡ്വ. ആർ ശങ്കർ പ്രസിഡന്റും സ. സി വി കൃഷ്ണൻ (പയ്യന്നൂർ) സെക്രട്ടറിയുമായി തെരഞ്ഞെടുത്തു. ഇതു ലൈൻസ്റ്റാഫ് യൂണിയൻ രംഗത്ത് വലിയ വിവാദം സൃഷ്ടിച്ചിരുന്നു. ഉദ്യോഗസ്ഥരോടൊപ്പം ഈ സംഘടനയിലെ അംഗങ്ങളും മസ്ദൂർമാരെ ഉപയോഗിച്ചുപണിയെടുപ്പിക്കുന്നവരായിരുന്നു. ചുരുക്കം ചിലർ മസ്ദൂർ ചൂഷണവുമായി ബന്ധപ്പെട്ടവരായിരുന്നു. ഇവരായിരുന്നു വിവാദം സൃഷ്ടിച്ചത്. യൂണിയൻ പ്രസിഡന്റു തന്നെ തങ്ങൾക്കെതിരായി മസ്ദൂർ ജീവനക്കാരെ സംഘടിപ്പിക്കുന്നു എന്നായിരുന്നു പരാതി. ഡിപ്പാർട്ടുമെന്റ് ടെസ്റ്റിലെ അപാകതകൾ ചൂണ്ടിക്കാട്ടാനും എംപ്ലോയ്മെന്റ് എക്സ്ചേഞ്ചുവഴി മസ്ദൂർ ജോലിയിൽ പ്രവേശിച്ചതിനുശേഷം വീണ്ടും പ്രായപരിധിയുടെ പേരിൽ പുറന്തള്ളുന്നതിനും ഡിപ്പാർട്ട്മെന്റ് അംഗീകരിച്ച കൂലിയും വീക്കിലി ഓഫും നിഷേധിക്കുന്നതിനും എതിരായാണു സംഘടന രൂപീകരിച്ചത് എന്നു വിപുലമായ പ്രചരണം നടത്തേണ്ടിവന്നിരുന്നു. തുടർന്നു എല്ലാവിഭാഗം ജീവനക്കാരുടെയും സഹായവും പിന്തുണയും ഈ സംഘടനയ്ക്ക് ലഭിക്കുകയുണ്ടായി.

വിവിധ ജില്ലകളിൽ രൂപീകരിക്കപ്പെട്ട PMR എംപ്ലോയീസ് യൂണിയനുകൾക്ക് ഒരു ഏകീകരണം ആവശ്യമാണെന്നും അതിന് സംസ്ഥാനടിസ്ഥാനത്തിൽ സംഘടന ആവശ്യമാണെന്നും അഭിപ്രായമുണ്ടായിരുന്നു. ഇതിനെ തുടർന്നു 1971 ആഗസ്ത് 25 ന് കോട്ടയത്തുവെച്ചു മസ്ദൂർമാരുടെ സംസ്ഥാന കൺവെൻഷൻ വിളിച്ചുചേർത്തിരുന്നു. പ്രസ്തുത കൺവെൻഷനിൽ വെച്ചു “കേരള സ്റ്റേറ്റ് P & T പി എം ആർ എംപ്ലോയീസ് കോ–ഓർഡിനേഷൻ കമ്മിറ്റി” എന്ന സംഘടനയ്ക്ക് രൂപം നല്കി. മുൻ എം പി സ. കെ എം എബ്രഹാം പ്രസിഡന്റായും അഡ്വ. കെ ജനാർദ്ദനൻ (എറണാകുളം) സെക്രട്ടറിയായും തെരഞ്ഞെടുക്കപ്പെട്ടു. അഖിലേന്ത്യാ ടെലിഗ്രാഫ് എഞ്ചിനീയറിങ് എംപ്ലോയീസ് യൂണിയൻ ക്ലാസ് III സർക്കിൾ സെക്രട്ടറി സ. എം സി അയ്യപ്പക്കുട്ടി സമ്മേളനത്തിൽ പങ്കെടുക്കുകയും ആവശ്യമായ മാർഗ്ഗ നിർദ്ദേശങ്ങൾ നല്കുകയും ചെയ്തിരുന്നു. സംഘടന രൂപീകരണത്തിനുശേഷം കേരളത്തിൽ കൂലിവെട്ടിക്കുറയ്ക്കൽ, വീക്കിലി ഓഫ് നിഷേധം, അനധികൃതമായി മസ്റ്റർ റോളിൽ ആളെ ചേർക്കൽ എന്നീ കാര്യങ്ങളിൽ പ്രകടമായ മാറ്റമുണ്ടാക്കാൻ സാധിച്ചിരുന്നു. സംസ്ഥാനത്തിന്റെ വിവിധ ഭാഗങ്ങളിൽ മേല്പ

റഞ്ഞ ആവശ്യങ്ങൾ ഉന്നയിച്ചുകൊണ്ടു പ്രാദേശിക സമരങ്ങൾ സംഘടിപ്പിച്ചിരുന്നു.

മേൽ സൂചിപ്പിച്ച സമരങ്ങളിൽ പ്രധാനപ്പെട്ടതായിരുന്നു കോഴിക്കോട് ഡിവിഷനിൽ 1974 ൽ നടന്ന മസ്ദൂർ സമരം. അന്നത്തെ കോഴിക്കോട് ഡിവിഷൻ പാലക്കാട് മുതൽ കാസർഗോഡ് വരെ വ്യാപിച്ചിരുന്നു. PMR എപ്ലോയീസ് യൂണിയൻ കോഴിക്കോട് ടെലിഗ്രാഫ്/ഫോൺസ് ഡിവിഷനുകൾ സംയുക്തമായാണു സമരം സംഘടിപ്പിച്ചത്. സമരത്തിൽ ഉന്നയിച്ചത് പ്രധാനമായും 4 ആവശ്യങ്ങൾ ആയിരുന്നു (1) മസ്ദൂർമാരെ ചൂഷണം ചെയ്യുന്നത് അവസാനിപ്പിക്കുക (2) എംപ്ലോയ്മെന്റ് എക്സ്ചേഞ്ചുവഴി റിക്രൂട്ടു ചെയ്ത മസ്ദൂർമാർക്ക് വീണ്ടും പ്രായപരിധി നിർബ്ബന്ധമാക്കരുത് (3) ക്ലാസ് IV തസ്തികയിൽ ഉണ്ടാവുന്ന ഒഴിവുകളിൽ മസ്ദൂർമാരെ സീനിയോരിറ്റി അടിസ്ഥാനത്തിൽ നിയമിക്കുക (4) ബിൽ വർക്ക് സമ്പ്രദായം ഉപേക്ഷിക്കുക.

മേല്പറഞ്ഞ ആവശ്യങ്ങൾ ഉന്നയിച്ചുകൊണ്ട് വിപുലമായ പ്രചരണങ്ങൾ സംഘടിപ്പിച്ചിരുന്നു. അനിശ്ചിതകാല സമരം തുടങ്ങുന്നതിനു മുമ്പായി കാസർഗോഡ് നിന്നും കോഴിക്കോട് വരെ കാൽനട ജാഥ സംഘടിപ്പിച്ചിരുന്നു. സമരം ആരംഭിച്ചതുമുതൽ ഡിവിഷനിലെ ഭൂരിഭാഗം വർക്കിങ് പാർട്ടികളും നിർത്തിവെച്ചുകൊണ്ട് മസ്ദൂർ ജീവനക്കാർ ആവേശപൂർവ്വം പണിമുടക്കിൽ അണിചേർന്നിരുന്നു. ടെലികോം ക്ലാസ് 3 യൂണിയന്റെയും ലൈൻസ്റ്റാഫ് യൂണിയന്റെയും പൂർണ്ണ പിന്തുണ സമരത്തിനുണ്ടായിരുന്നു. എന്നാൽ ലൈൻസ്റ്റാഫ് വിഭാഗത്തിൽ നല്ലൊരു ശതമാനം സമരത്തിനെതിരായിരുന്നു. ഇതിനു പ്രധാന കാരണം ബിൽവർക്ക് സമ്പ്രദായം നിർത്തലാക്കണമെന്നാവശ്യം അവരുടെ താല്പര്യത്തിനു എതിരാണെന്ന ചിന്തയായിരുന്നു. വർക്കിങ് പാർട്ടിയുമായി ബന്ധപ്പെട്ട ചില അധികൃതരും LI, SI മാരിൽ ഒരു വിഭാഗവും സമരം അവർക്കെതിരാണെന്നു വിശ്വസിച്ചിരുന്നു.

സമരം ശക്തിപ്പെട്ടതോടെ സമരം പൊളിക്കാനുള്ള നടപടികളുമായി അധികൃതർ രംഗത്തുവന്നു. ഇതിനകം സമരം ടെലികോം സർവ്വീസിനെ ദോഷകരമായി ബാധിച്ചിരുന്നു. ആ അവസരത്തിൽ കോഴിക്കോട് നടന്ന ലൈൻമാൻ ട്രെയിനികളെ ഉപയോഗിച്ചു നിർമ്മാണ പ്രവർത്തനങ്ങളും മെയിന്റനൻസ് ജോലികളും നടത്താൻ അധികൃതർ നടപടിയെടുത്തിരുന്നു. ലൈൻമാർ ട്രെയിനികൾ ജോലിക്ക് തയ്യാറായില്ലെങ്കിൽ ലൈൻമാൻ നിയമനത്തിൽനിന്നും ഒഴിവാക്കുമെന്നും ഭീഷണിപ്പെടുത്തിയിരുന്നു. ട്രെയിനികൾ ജോലി നിഷേധിക്കേണ്ടെന്നും അവർ ജോലിക്ക് വരുമ്പോൾ വർക്ക് സ്പോട്ടിൽ പിക്കറ്റ് ചെയ്തു പിന്തിരിപ്പിച്ചാൽ മതിയെന്നുമാണു സമര സമിതി തീരുമാനിച്ചത്. ഡിവിഷനിൽ ഒട്ടുക്കും വ്യാപകമായി പിക്കറ്റിങ് സംഘടിപ്പിക്കുകയും മസ്ദൂർ ജീവനക്കാരും മറ്റു സംഘടനാ പ്രവർത്തകരും അറസ്റ്റ് വരിക്കുകയും ചെയ്തു.

സമരത്തെ തുടർന്നു കൺസ്ട്രക്ഷൻ ജോലികൾ പൂർണ്ണമായും സ്തംഭിച്ചിരുന്നു. മെയിന്റനൻസ് ജോലികളും കേബിൾ ജോലികളും നിശ്ചലമായി. സമരം 51 ദിവസം നീണ്ടുനിന്നിരുന്നു. ഈ സാഹചര്യ

ത്തിൽ സമരം ഒത്തുതീർപ്പിലാക്കാൻ അധികൃതർ തയ്യാറായി. പ്രായപരിധിയുടെ പ്രശ്നം, ക്ലാസ് IV തസ്തികയിൽ സീനിയോറിറ്റി അടിസ്ഥാനത്തിൽ മസ്ദൂർമാരെ നിയമിക്കൽ എന്നീ പ്രശ്നങ്ങൾ അഖിലേന്ത്യാ തലത്തിൽ പരിഹരിക്കേണ്ടതാണെന്നും ഇതു സംബന്ധിച്ചു സംഘടനയുടെ അഭിപ്രായങ്ങൾ പി ആന്റ് ടി ബോർഡിന്റെ ശ്രദ്ധയിൽപ്പെടുത്താമെന്നും സമരത്തിൽ ഉന്നയിച്ച മറ്റു പ്രശ്നങ്ങൾ പരിഹരിക്കാൻ നടപടി സ്വീകരിക്കാമെന്നും അധികൃതർ ഉറപ്പ് നല്കിയതിനെ തുടർന്നു സമരം പിൻവലിച്ചു. സമരസമിതിയുടെ ചെയർമാൻ എൻ എഫ് പി ടി ഇ യുടെ പ്രമുഖ നേതാവായിരുന്ന ശ്രീ. കെ ഭാസ്കരൻനായരും കൺവീനർ ലൈൻസ്റ്റാഫ് യൂണിയൻ നേതാവായിരുന്ന സ. എൻ വി രാഘവനുമായിരുന്നു. സ. പി രവീന്ദ്രനായിരുന്നു കോഴിക്കോട് പി എം ആർ എംപ്ലോയീസ് യൂണിയന്റെ സെക്രട്ടറി.

1974 ൽ മൈസൂരിൽ ചേർന്ന ലൈൻസ്റ്റാഫ് യൂണിയന്റെ അഖിലേന്ത്യാ സമ്മേളനം PMR ജീവനക്കാർക്ക് സംഘടനയുടെ അംഗത്വം നല്കാൻ തീരുമാനിച്ചിരുന്നു. തുടർന്നു മസ്ദൂർ ജീവനക്കാരുടെ പ്രശ്നങ്ങൾ ഔദ്യോഗികമായി ലൈൻസ്റ്റാഫ് യൂണിയനാണു കൈകാര്യ ചെയ്തുപോന്നത്. ആദ്യ ഘട്ടത്തിൽ മസ്ദൂർ ജീവനക്കാരുടെ പ്രശ്നങ്ങൾ യൂണിയനുമായി ചർച്ച ചെയ്യാൻ അധികൃതർ കൂട്ടാക്കിയിരുന്നില്ല. 1975 ൽ അഖിലേന്ത്യാ തലത്തിൽ നടത്തിയ ചർച്ചയെ തുടർന്നു കോഴിക്കോട് സമരത്തിൽ ഉന്നയിച്ചിരുന്ന രണ്ടു പ്രധാനാവശ്യങ്ങളിൽ തീരുമാനമുണ്ടായി. പ്രായപരിധിയുടെ കാര്യം തീരുമാനിക്കുമ്പോൾ ജോലി ചെയ്ത ദിനങ്ങൾ ഒഴിവാക്കുമെന്നു തീരുമാനിക്കപ്പെട്ടു. ഇതോടെ പ്രായപരിധിയുടെ പേരിൽ പുറന്തള്ളുന്ന സ്ഥിതി ഒഴിവാക്കപ്പെട്ടു. തുടർന്നു പ്രായപരിധിയുടെ പേരിൽ ടെസ്റ്റിൽനിന്നും ഒഴിവാക്കപ്പെട്ട പല മസ്ദൂർ ജീവനക്കാർക്കും സർവ്വീസിൽ പ്രവേശിക്കാൻ അവസരം ഉണ്ടായി. തുടർച്ചയായി 2 വർഷത്തിൽ 240 ദിവസം വീതം ജോലി ചെയ്തിട്ടുണ്ടെങ്കിൽ ക്ലാസ് IV നിയമനത്തിന് അർഹതയുണ്ടായിരിക്കും എന്നും തീരുമാനിക്കപ്പെട്ടു. ഇതിന്റെ അടിസ്ഥാനത്തിൽ അർഹരായ മസ്ദൂർ ജീവനക്കാർക്ക് ക്ലാസ് IV നിയമനം ലഭിക്കാനും അവസരമുണ്ടായി.

1978 ൽ പാലക്കാട് ജില്ലയിൽ നടന്ന മസ്ദൂർ സമരവും ശ്രദ്ധേയമായിരുന്നു. പാലക്കാട് ജില്ലയിൽ ഏതാനും മസ്ദൂർ ജീവനക്കാർക്ക് ജോലി നിഷേധിച്ചതിനെ തുടർന്നാണു സമരം ആരംഭിക്കേണ്ടി വന്നത്. 1978 ഒക്ടോബർ 18 ന് ആരംഭിച്ച സമരത്തിനു പിന്തുണ പ്രഖ്യാപിച്ചുകൊണ്ട് ജില്ലയിലെ മുഴുവൻ ലൈൻസ്റ്റാഫ് സഖാക്കളും ടൂൾസ് ഡൗൺ സമരം ആരംഭിച്ചിരുന്നു. സമരം ശക്തമായതിനെ തുടർന്നു പാലക്കാട് ജില്ലയിലെ ടെലികോം സർവ്വീസ് പൂർണ്ണമായും സ്തംഭിച്ചിരുന്നു. സമരം പൊളിക്കാൻ ഡിവിഷനൽ എഞ്ചിനീയറും എഫ് എൻ പി ടി ഒവും രംഗത്തിറങ്ങി. പ്രലോഭനങ്ങളും ഭീഷണികളും അവഗണിച്ചുകൊണ്ടാണു മസ്ദൂർമാർ ഒന്നടങ്കം സമരത്തിൽ ഉറച്ചുനിന്നത്. പാലക്കാട് ജില്ല കലക്ടർ ഇടപെട്ടാണു സമരം ഒത്തുതീർപ്പിലെത്തിച്ചത് പിരിച്ചുവിടപ്പെട്ട എല്ലാ മസ്ദൂർമാ

രെയും തിരിച്ചെടുക്കാനും സ്ഥിരം മസ്ദൂർ സമ്പ്രദായം നടപ്പാക്കാനും ഒത്തു തീർപ്പിലൂടെ തീരുമാനമായി.

സഖാക്കൾ വി കേശവൻ, എ ആർ മണി, എം എസ് നായർ, ഒ ശിവദാസ് എന്നിവരാണു സമരത്തിനു നേതൃത്വം നല്കിയത്.

ഡൽഹി തീരുമാനത്തെ തുടർന്നു കാഷ്വൽ ജീവനക്കാർക്ക് ലൈൻമാൻ/ഗ്രൂപ്പ് ഡി തസ്തികകളിൽ ഒഴിവ് വരുന്നമുറയ്ക്ക് നിയമനം ലഭിച്ചിരുന്നു. എന്നാൽ 1984 ലെ നിയമന നിരോധനത്തെ തുടർന്നു ഇവരുടെ സ്ഥിരം നിയമനം പ്രശ്നമായി മാറി. കാഷ്വൽ ജീവനക്കാർ ചെയ്തു വന്നിരുന്ന ജോലികളെല്ലാം വ്യാപകമായി കരാർ നല്കാനും വർഷങ്ങളോളം ജോലി ചെയ്തു വരുന്ന മസ്ദൂർ ജീവനക്കാരെ പുറന്തള്ളാനുള്ള നടപടികളാണ് നിയമന നിരോധനത്തെ തുടർന്നു ടെലികോം അധികൃതർ സ്വീകരിച്ചത്. ഈ അവസരം ഏകദേശം 25000 കാഷ്വൽ ജീവനക്കാർ നിയമനം കാത്തുനില്പുണ്ടായിരുന്നു. കരാർവല്കരണത്തിനു എതിരായും നിലവിലുള്ള എല്ലാ മസ്ദൂർമാർക്കും സ്ഥിര നിയമനം ആവശ്യപ്പെട്ടുകൊണ്ടും ലൈൻസ്റ്റാഫ് യൂണിയനും എൻ എഫ് പി ടി ഇയും അഖിലേന്ത്യാതലത്തിൽ നിരവധി സമര പരിപാടികൾ സംഘടിപ്പിച്ചിരുന്നു. മേല്പറഞ്ഞ ആവശ്യങ്ങൾ ഉന്നയിച്ചുകൊണ്ടു കേരളത്തിലും വിവിധ പ്രക്ഷോഭ പരിപാടികൾ സംഘടിപ്പിച്ചിരുന്നു. ഇതിനെ തുടർന്നു നിലവിലുള്ള എല്ലാ കാഷ്വൽ ജീവനക്കാരെയും സമയബന്ധിതമായി സ്ഥിരപ്പെടുത്താൻ കേന്ദ്ര സർക്കാർ നിർബ്ബന്ധിതരായി. നിലവിലുള്ള കാഷ്വൽ ജീവനക്കാരെ സ്ഥിരപ്പെടുത്തുന്നതോടൊപ്പം കാഷ്വൽ ലേബർ സമ്പ്രദായം നിർത്തലാക്കാനും തീരുമാനിക്കപ്പെട്ടു. കാഷ്വൽ ജീവനക്കാരുടെ പ്രശ്നങ്ങൾ പരിഹരിക്കാൻ ആവശ്യപ്പെട്ടുകൊണ്ട് കേരളത്തിൽ നടത്തിയ പ്രക്ഷോഭസമരങ്ങൾക്ക് സഖാക്കൾ എം ആർ ചന്ദ്രൻ, കെ കൃഷ്ണൻ, എൻ വി രാഘവൻ, പി വി ഉണ്ണികൃഷ്ണൻ, ഇ എൻ നായർ, കെ രാമൻ, എൻ ടി ലോനപ്പൻ, എസ് കെ ഗോപാലൻ എന്നിവർ നേതൃത്വം നൽകി.

മസ്ദൂർ ജീവനക്കാർ ചെയ്തുവന്നിരുന്ന എല്ലാ ജോലികളും ഇപ്പോൾ കരാർ തൊഴിലാളികളാണ് നിർവഹിക്കുന്നത്. ഏകദേശം ഒരു ലക്ഷത്തോളം കരാർ തൊഴിലാളികൾ ഇന്നു ബി എസ് എൻ എൽ മേഖലയിൽ ജോലി ചെയ്യുന്നതായി കണക്കാക്കുന്നു. അടിസ്ഥാന ടെലികോം സർവ്വീസ് നിലനിർത്താനും പുതിയ വികസന പ്രവർത്തനങ്ങൾ ഏറ്റെടുത്തു നടത്തുവാനുള്ള സ്ഥിരം സ്വഭാവമുള്ള ജോലികളാണു ബി എസ് എൻ എൽ–ൽ നിലനില്ക്കുന്നത്. അതുകൊണ്ടു തന്നെ ഒരു അടിസ്ഥാന കേഡർ ആയി നിലവിലുള്ള കരാർ തൊഴിലാളികളെ അംഗീകരിച്ചുകൊണ്ട് ഇവരെ സ്ഥിരപ്പെടുത്താൻ ബി എസ് എൻ എൽ അധികൃതർ തയ്യാറാകേണ്ടതുണ്ട്.

28

RTP ചൂഷണസമ്പ്രദായത്തിനെതിരെ (1980–1988)

ആർ ടി പി സമ്പ്രദായത്തിന്റെ തുടക്കം

റിക്രൂട്ട്മെന്റ് നടപടികളുടെ അപാകതകൾ, ആവശ്യമായ തസ്തികകൾ അനുവദിക്കാനുള്ള കാലതാമസം, സാമ്പത്തിക പ്രതിസന്ധിയുടെ പേരിൽ അർഹമായ തസ്തികകൾ വെട്ടിച്ചുരുക്കൽ തുടങ്ങിയ കാരണങ്ങളാൽ കമ്പി–തപാൽ വിഭാഗത്തിൽ ആവശ്യമായ ജീവനക്കാരുടെ കുറവ് എന്നും ഒരു പ്രധാന പ്രശ്നമായിരുന്നു. ഇക്കാരണങ്ങളാൽ കാര്യക്ഷമമായ സർവ്വീസ് ജനങ്ങൾക്ക് ലഭിച്ചിരുന്നില്ല. എന്നാൽ സർവ്വീസിന്റെ കാര്യക്ഷമത കുറയാൻ ജീവനക്കാരാണ് കാരണക്കാർ എന്ന പല്ലവിയാണ് അധികൃതർ എന്നും ഉരുവിടുന്നത്. മേല്പറഞ്ഞ ഒഴിവുകളും ലീവു മൂലം ഉണ്ടാകുന്ന കുറവുകളും പരിഹരിക്കാൻ ഒരു പരിധിവരെ സാധിച്ചിരുന്നതു നിലവിലുള്ള ജീവനക്കാർക്ക് ഓവർടൈം ജോലി നല്കിക്കൊണ്ടായിരുന്നു. എന്നാൽ 1980–82 കാലഘട്ടത്തിൽ ഓവർടൈം നല്കുന്ന കാര്യത്തിൽ ഏർപ്പെടുത്തിയ നിബന്ധനകൾ കമ്പി–തപാൽ സർവ്വീസിനെ ദോഷകരമായി ബാധിച്ചു. സർക്കാരിന്റെ ഈ നയവൈകല്യങ്ങൾക്കെതിരായും കാര്യക്ഷമത ഇല്ലാതാക്കുന്ന മറ്റു നടപടികൾക്കെതിരായും വിപുലമായ പ്രചരണങ്ങൾ നമ്മുടെ സംഘടന സംഘടിപ്പിച്ചിരുന്നു. ഈ പ്രശ്നങ്ങൾ പാർലമെന്റിന്റെ സജീവ ചർച്ചയ്ക്കും വിഷയീഭവിച്ചിരുന്നു. ഈ സാഹചര്യത്തിലാണ് കടുത്ത തൊഴിലില്ലായ്മ ചൂഷണം ചെയ്തുകൊണ്ട് ചുരുങ്ങിയ ചിലവിൽ താല്കാലികാവശ്യത്തിനു ഒരു കരുതൽ സേന എന്ന നിലയിൽ കമ്പി–തപാൽ വകുപ്പിൽ ആർ ടി പി സമ്പ്രദായം ആവിഷ്കരിച്ചത്.

ട്രെയിനീസ്, അപ്രന്റീസ്, ബദലീസ് എന്നീ പേരുകളിൽ സ്വകാര്യ മേഖലകളിലും ചില പൊതുമേഖലാ സ്ഥാപനങ്ങളിലും അഭ്യസ്തവിദ്യരായ ചെറുപ്പക്കാരെ വർഷങ്ങളോളം ചൂഷണം ചെയ്യുന്നതും അവകാശ

സമരങ്ങളെ നേരിടാൻ ഇത്തരക്കാരെ ഉപയോഗപ്പെടുത്തുന്നതും കമ്പി -തപാൽ വകുപ്പ് അധികൃതർക്ക് ഇത്തരം സമ്പ്രദായം ഈ മേഖലയിലും നടപ്പാക്കാൻ പ്രചോദനം നല്കിയിരിക്കണം. കമ്പ്യൂട്ടർവല്കരണം നടപ്പാക്കാൻ ഉദ്ദേശിക്കുന്ന മേഖലകളിൽ സ്ഥിരം നിയമനം കുറച്ചുകൊണ്ടു വരണമെന്നും അടിയന്തരാവശ്യത്തിനു ദിവസക്കൂലിക്കാരെ നിയമിച്ചാൽ മതി എന്ന ഐ എം എഫ് നിർദ്ദേശമാണ് RTP സമ്പ്രദായം ആരംഭിക്കാനുള്ള മറ്റു കാരണം.

റിക്രൂട്ട്മെന്റ് രീതി

വൻ നഗരങ്ങളിൽ പോസ്റ്റാഫീസ് കൗണ്ടറുകളിൽ തിരക്ക് ഒഴിവാക്കാനും സോർട്ടിങ് കേന്ദ്രങ്ങളിൽ ബാഗുകൾ കെട്ടിക്കിടക്കുന്ന സന്ദർഭങ്ങളിലും ഉപയോഗപ്പെടുത്താൻ ഷോർട്ട് ഡ്യൂട്ടി അടിസ്ഥാനത്തിൽ റിക്രൂട്ട്മെന്റ് നടത്താൻ 1976 ൽ പുറപ്പെടുവിച്ചിരുന്ന ഉത്തരവാണ് ആർ ടി പി നിയമനത്തിന് അടിസ്ഥാനമായെടുത്തിരുന്നതു. പോസ്റ്റൽ മേഖലയിൽ പോസ്റ്റൽ അസിസ്റ്റന്റ്, ആർ എം എസ് സോർട്ടർ എന്നീ കേഡറുകളിലും ടെലികോം മേഖലയിൽ ടെലിഫോൺ ഓപ്പറേറ്റർ, ടെക്നീഷ്യൻ, ടെലിഗ്രാഫിസ്റ്റ്, ടെലിഗ്രാഫ് അസിസ്റ്റന്റ് എന്നീ കേഡറുകളിലാണ് ആർ ടി പി സമ്പ്രദായം നടപ്പിലാക്കിയത്. 1976 ലെ ഉത്തരവ് അനുസരിച്ച് സാധാരണ റിക്രൂട്ട്മെന്റ് നടത്തുമ്പോൾ ഒഴിവുകൾ നികത്തുന്നതിനു പുറമെ അതിന്റെ 50 ശതമാനം കൂടി റിക്രൂട്ട് ചെയ്തു ഒരു "ബി" ലിസ്റ്റ് തയ്യാറാക്കും. ഇവർക്ക് പിന്നീട് സ്ഥിരം നിയമനം നല്കുന്ന കാര്യത്തിൽ വ്യക്തമായ ഒരു ഉറപ്പും ഉണ്ടായിരുന്നില്ല. ഷോർട്ട് ഡ്യൂട്ടി അടിസ്ഥാനത്തിൽ ജീവനക്കാരെ റിക്രൂട്ട്മെന്റ് നടത്തുന്നതിനും ട്രെയിനിങ് ഇല്ലാതെ ഓഫീസുകളിൽ നിയമിക്കുന്നതിനും എതിരായി സംഘടന ശക്തമായ നിലപാട് സ്വീകരിച്ചതിനെ തുടർന്ന് നിയമനത്തിനു മുൻപായി ട്രെയിനിങ് നല്കികൊണ്ട് Reserve Trained Pool ആക്കി നിലനിർത്തി താല്കാലികാവശ്യത്തിനു ഉപയോഗപ്പെടുത്തണമെന്ന് 1980 ൽ ഉത്തരവുണ്ടായി. ഭാവിയിൽ ഉണ്ടാകുന്ന ഒഴിവുകളിൽ നിയമനത്തിനു ഇവർക്ക് മുൻഗണന നല്കുമെന്നും പ്രസ്തുത ഉത്തരവിൽ വ്യക്തമാക്കിയിരുന്നു. ഈ ധാരണയിലാണ് അഭ്യസ്തവിദ്യരായ ചെറുപ്പക്കാർ ആർ ടി പി നിയമത്തിനു തയ്യാറായി വന്നത്. തുടക്കത്തിൽ ദിവസം മൂന്നുമണിക്കൂർ വീതമായിരുന്നു ജോലി. കൂലി, മണിക്കൂറിന് 2 രൂപായും.!

തുടക്കം മുതൽ ജാഗ്രത

കമ്പി-തപാൽ മേഖലയിൽ നിലനിന്നിരുന്ന ഇ ഡി, കാഷ്വൽ മസ്ദൂർ എന്നീ ചൂഷണസമ്പ്രദായത്തിനെതിരെ നിരന്തരം പോരാടിയ അനുഭവമുള്ള നമ്മുടെ പ്രസ്ഥാനം പുതിയ മറ്റൊരു ചൂഷണ സമ്പ്രദായം അനുവദിക്കാൻ തയ്യാറല്ലായിരുന്നു. ഇതിനെതിരെ തുടക്കം മുതൽ തന്നെ നാം ശബ്ദമുയർത്തിയിരുന്നു. കേരളത്തിൽ ടെലിഫോൺ ഓപ്പറേറ്റർ കേഡ

റിലാണു ഇത് ആദ്യം നടപ്പാക്കിയത്. 1981–82 ൽ 300 ഓളം RTP TO മാരെ റിക്രൂട്ട് ചെയ്തു. Reserve Trained Pool എന്നാണ് പേരെങ്കിലും യാതൊരു ട്രെയിനിങ്ങും ഇല്ലാതെയാണ് ഇവരെ ടെലിഫോൺ എക്സ്ചേഞ്ചിൽ നിയമിച്ചത്. റിട്ടയർ ചെയ്ത ചില ജീവനക്കാരെയും ഷോർട്ട് ഡ്യൂട്ടിയിൽ നിയമിക്കാൻ തുടങ്ങി. 1982 ആഗസ്തിൽ ചേർന്ന അഖിലേന്ത്യാ ടെലികോം എംപ്ലോയീസ് യൂണിയൻ ക്ലാസ് III യുടെ സർക്കിൾ പ്രവർത്തകസമിതി ഇക്കാര്യം വിശദമായി ചർച്ച ചെയ്തു. റിക്രൂട്ട് ചെയ്ത മുഴുവൻ പേർക്കും ട്രെയിനിങ് നല്കണമെന്നും പ്രവർത്തകസമിതി ആവശ്യപ്പെട്ടു. മണിക്കൂറിനു 2 രൂപ എന്ന കൂലി 4 രൂപ ആക്കി വർദ്ധിപ്പിക്കണം എന്നും ആർ ടി പി ക്കാർക്ക് വീക്കിലി ഓഫ് നല്കണമെന്നും ആവശ്യപ്പെട്ടു. റിട്ടയർ ചെയ്തവരെ വീണ്ടും നിയമിക്കരുത് എന്നും പ്രവർത്തകസമിതി ആവശ്യപ്പെട്ടു. RTP സമ്പ്രദായത്തിനെതിരെ പ്രചരണം നടത്താനും കമ്പി–തപാൽ വകുപ്പിൽ കരുതൽ സേനയല്ല സ്ഥിരം സേനയാണാവശ്യം എന്ന മുദ്രാവാക്യം ഉയർത്താനും തീരുമാനിച്ചു. ജില്ലാതലത്തിൽ ആർ ടി പി കൺവെൻഷനുകൾ ചേരാനും തീരുമാനിച്ചിരുന്നു.

പ്രാദേശിക പ്രക്ഷോഭങ്ങൾ

ആർ ടി പി ജീവനക്കാർക്ക് ദിവസേന ജോലി ഉറപ്പുവരുത്തുക എന്നതായിരുന്നു സംഘടനകൾക്ക് ആദ്യം നേരിടേണ്ടി വന്നിരുന്ന പ്രശ്നം. മൂന്നുമണിക്കൂറെങ്കിലും ജോലി ലഭിക്കാനുള്ള അവസരം തേടിക്കൊണ്ട് അർ ടി പി ജീവനക്കാർ ദിവസേന പോസ്റ്റാഫീസുകളിലും ആർ എം എസ് ഓഫീസുകളിലും ടെലിഫോൺ എക്സ്ചേഞ്ചുകളിലും കാത്തുനില്ക്കേണ്ടി വന്നിരുന്നു. എല്ലാദിവസവും ജോലി നല്കാൻ ബാദ്ധ്യസ്ഥരല്ലെന്ന നിലപാടാണ് അധികൃതർ സ്വീകരിച്ചിരുന്നത്. ബ്രാഞ്ച്/ഡിവിഷണൽ തലങ്ങളിൽ നടത്തിയ സമ്മർദ്ദങ്ങളും സർക്കിൾ യൂണിയനുകളുടെ ഫലപ്രദമായ ഇടപെടലുകളും കേരളത്തിൽ എല്ലാദിവസവും ജോലി ലഭിക്കാൻ അവസരം ഉണ്ടാക്കിയിരുന്നു. എന്നാൽ പോസ്റ്റൽ ആർ എം എസ് ഓഫീസുകളിൽ പല ജില്ലകളിലും അധികൃതർ ഇതിനു തയ്യാറായിരുന്നില്ല. അതേപോലെ ഓട്ടോമോഷൻ/കമ്പ്യൂട്ടർവല്കരണ നടപടികളുടെ ഫലമായി ടെലിഫോൺ ഓപ്പറേറ്റർ തസ്തികകൾ അധികപ്പറ്റാണെന്ന് പറഞ്ഞുകൊണ്ട് ആർ ടി പി ക്കാർക്ക് ജോലി നിഷേധിക്കാൻ അധികൃതർ ബോധപൂർവ്വം ശ്രമിക്കുകയുണ്ടായി. ഓഫീസുകളിൽ ക്ലറിക്കൽ ജോലിക്ക് ഇവരെ ഉപയോഗപ്പെടുത്താൻ സമ്മർദ്ദം ചെലുത്തിക്കൊണ്ടാണ് ഈ പ്രശ്നത്തിന് പരിഹാരം കണ്ടത്. ചങ്ങനാശ്ശേരിയിൽ ഇലക്ട്രോണിക് എക്സ്ചേഞ്ച് ആരംഭിച്ചതോടെ 16 ആർ ടി പി ജീവനക്കാർക്ക് ജോലി നിഷേധിച്ചിരുന്നു. കോട്ടയം ഡിവിഷനിൽ ശക്തിയായ പ്രക്ഷോഭം സംഘടിപ്പിച്ചാണ് ഇവരെ തിരിച്ചെടുപ്പിച്ചത്. ചില എക്സ്ചേഞ്ചുകളുടെ ഓട്ടോമേഷനും ചെറിയ ട്രങ്ക് എക്സ്ചേഞ്ചുകളുടെ അടച്ചു

പൂട്ടലും കാരണം തിരുവനന്തപുരം, തിരുവല്ല, പാലക്കാട്, കാസർഗോഡ് തുടങ്ങിയ സ്ഥലങ്ങളിലും ജോലി നിഷേധിക്കാനുള്ള നീക്കങ്ങൾ പ്രക്ഷോഭം വഴി പരാജയപ്പെടുത്താൻ നമുക്ക് സാധിച്ചിരുന്നു. ജീവനക്കാർ അധികപ്പറ്റാണെന്ന കാരണം പറഞ്ഞും റിട്ടയർമെന്റ്, മരണം, രാജി എന്നിവ കൊണ്ടുണ്ടാവുന്ന ഒഴിവുകളിൽ ആർ.ടി.പി. ജീവനക്കാർക്ക് സ്ഥിരം നിയമനം നിഷേധിച്ചപ്പോഴും പ്രക്ഷോഭം വഴി പ്രാദേശികതലങ്ങളിൽ നിയമനം നടത്തിക്കാൻ സാധിച്ചിരുന്നു. ഫോൺ ഇൻസ്പെക്ടർമാരുടെ ഒഴിവുകളിൽ പോലും ആർ.ടി.പി. ടെക്നീഷ്യന്മാരെ അഡ്ഹോക്കായി നിയമനം നടത്തിക്കാനും സർക്കിൾ യൂണിയന് സാധിച്ചിരുന്നു.

സ്ഥിരം നിയമനം ദുഷ്കരമാകുന്നു

1984 ൽ കേന്ദ്രസർവ്വീസിൽ നടപ്പാക്കിയ നിയമന നിരോധനവും വിപുലമായ കമ്പ്യൂട്ടർവൽക്കരണ നടപടികളും ആർ ടി പി ജീവനക്കാർക്ക് സ്ഥിരം നിയമനം ഒരു വിദൂരസ്വപ്നമാക്കി മാറ്റിയിരുന്നു. പുതിയ ഓഫീസുകളും എക്സ്ചേഞ്ചുകളും ആരംഭിച്ചാലും വമ്പിച്ച മറ്റു വികസന പരിപാടികൾ നടപ്പാക്കിയാലും പുതിയ തസ്തികകൾ സൃഷ്ടിക്കാൻ ധനകാര്യവകുപ്പ് അനുവദിച്ചിരുന്നില്ല. കേഡർ പുനഃസംഘടന വഴി ജീവനക്കാരുടെ എണ്ണം വീണ്ടും വെട്ടിച്ചുരുക്കാനും നിർദ്ദേശമുണ്ടായിരുന്നു. ഇതെല്ലാം സ്ഥിരം നിയമനം ദുഷ്കരമാക്കുന്ന നടപടികൾ ആയിരുന്നു.

നിയമനനിരോധനം പ്രാബല്യത്തിൽ വരുമ്പോൾ കമ്പി-തപാൽ മേഖലയിൽ 45000 ആർ ടി പി ജീവനക്കാർ നിയമനം കാത്തു നില്പുണ്ടായിരുന്നു. ടെലികോമിൽ മാത്രം 18000 ആർ ടി പി ജീവനക്കാർ ഉണ്ടായിരുന്നു. കേരളത്തിൽ 3000 ആർ ടി പി ജീവനക്കാർ നിയമനം കാത്തു നില്പുണ്ടായിരുന്നു. അതിൽ 798 പേർ ടെലികോം വിഭാഗത്തിലായിരുന്നു.

ആർ ടി പി ജീവനക്കാരെ സ്ഥിരപ്പെടുത്താനും നിയമന നിരോധനം പിൻവലിക്കാനും ആവശ്യപ്പെട്ടുകൊണ്ട് അഖിലേന്ത്യാതലത്തിൽ സംഘടിപ്പിക്കപ്പെട്ട പ്രക്ഷോഭസമരങ്ങളോടൊപ്പംതന്നെ കേരളത്തിൽ സർക്കിൾ ഏകോപനസമിതിയും സർക്കിൾ യൂണിയനുകളും വിവിധ പ്രക്ഷോഭസമരങ്ങൾ സംഘടിപ്പിച്ചിരുന്നു. സർക്കിൾ ഏകോപനസമിതിയുടെ ആഹ്വാനമനുസരിച്ച് 1984 ഒക്ടോബർ 8 ന് അവകാശദിനമായി ആചരിച്ചു. തുടർന്ന് ബാഡ്ജ് കാമ്പയിൻ, ഓഫീസുകൾക്ക് മുൻപിൽ പ്രകടനം, ആർ ടി പി ജീവനക്കാർക്ക് സ്ഥിരം നിയമനം ആവശ്യപ്പെട്ടുകൊണ്ട് പ്രമേയം പാസാക്കി P&T ബോർഡിന് അയയ്ക്കൽ തുടങ്ങിയ പരിപാടികൾ സംഘടിപ്പിച്ചു. മേല്പറഞ്ഞ ആവശ്യങ്ങൾ അടങ്ങിയ നിവേദനത്തിൽ കേരളത്തിലെ ബഹുഭൂരിപക്ഷം ജീവനക്കാരുടെയും ഒപ്പുകൾ ശേഖരിക്കുകയുണ്ടായി. പ്രസ്തുത നിവേദനം 1985 മാർച്ച് 11 ന് വമ്പിച്ച പ്രകടനത്തോടെ പ്രാദേശിക അധികാരികൾ വഴി കമ്യൂണിക്കേ

ഷൻ സെക്രട്ടറിക്ക് അയച്ചുകൊടുക്കുകയുണ്ടായി. ഈ പ്രക്ഷോഭ പരമ്പരയിൽ ഏറ്റവും പ്രധാനം 1986 ഫെബ്രുവരി 26 ന് നടത്തിയ പണിമുടക്ക് സമരമായിരുന്നു. RTP ജീവനക്കാരെ സ്ഥിരപ്പെടുത്താനുള്ള സമരത്തിൽ ഭൂരിഭാഗം സ്ഥിര-ജീവനക്കാരെയും പങ്കെടുപ്പിക്കാൻ സാധിച്ചിരുന്നു. അഖിലേന്ത്യാതലത്തിലും സംസ്ഥാനതലത്തിലും തുടങ്ങിയ പ്രക്ഷോഭസമരങ്ങളെ തുടർന്ന് പുതിയ തസ്തികകൾ സൃഷ്ടിക്കാനും RTP ജീവനക്കാരെ സ്ഥിരപ്പെടുത്താനും ഒത്തുതീർപ്പുകൾ ഉണ്ടായെങ്കിലും ഫലപ്രദമായി നടപ്പാക്കിയിരുന്നില്ല. ഇതിനെത്തുടർന്ന് വീണ്ടും പ്രാദേശിക സമരങ്ങൾ സംഘടിപ്പിക്കേണ്ടിവന്നിരുന്നു.

വമ്പിച്ച വികസന പരിപാടികൾ നടപ്പാക്കിയതു കണക്കിലെടുത്ത് പുതിയ തസ്തികകൾ സൃഷ്ടിക്കണമെന്നും ആർ ടി പി ജീവനക്കാർക്ക് സ്ഥിരനിയമനം നല്കണമെന്നും ആവശ്യപ്പെട്ടുകൊണ്ട് തിരുവനന്തപുരം, കോഴിക്കോട്, തൃശ്ശൂർ, കോട്ടയം എന്നിവിടങ്ങളിൽ പ്രക്ഷോഭം സംഘടിപ്പിച്ചിരുന്നു. 1986 ഡിസംബർ 1 മുതൽ 26 വരെ തിരുവനന്തപുരത്ത് സഖാക്കൾ ജി സോമൻ, ആർ മുരളിധരൻ നായർ എന്നിവരുടെ നേതൃത്വത്തിൽ നടത്തിയ വിവിധ സമരപരിപാടികളും സ. കെ ശെൽവനാഥൻ നടത്തിയ 7 ദിവസം നീണ്ടുനിന്ന നിരാഹാരസമരവും ഈ പ്രശ്നം അഖിലേന്ത്യാതലത്തിൽ തന്നെ ശ്രദ്ധിക്കാൻ ഇടയായി. ഈ സമരത്തെ തുടർന്നു ടെലികോം ബോർഡ് ചെയർമാൻ ശ്രീ. സംഗാൾ തന്നെ കേരളത്തിൽ ആവശ്യമായ തസ്തികകൾ അനുവദിക്കാൻ വേണ്ടതു ചെയ്യുമെന്ന് ഉറപ്പു നല്കുകയുണ്ടായി. തുടർന്ന് തിരുവനന്തപുരം, കോഴിക്കോട് ജില്ലകളിലെ പുതിയ തസ്തികകൾക്കുള്ള പ്രൊപ്പോസൽ അംഗീകരിക്കുകയും ടെലിഫോൺ ഓപ്പറേറ്റർ, ടെക്നീഷ്യൻ കേഡറുകളിൽ തിരുവനന്തപുരത്തെ അവശേഷിക്കുന്ന 11 ഉം കോഴിക്കോട് 12 ഉം ആർ ടി പി ജീവനക്കാരെ നിയമിക്കുകയും ചെയ്തിരുന്നു.

ആർ.ടി.പി ജീവനക്കാർക്ക് എതിരായി പ്രതികാര നടപടികൾ സ്വീകരിച്ചപ്പോഴും ശക്തമായ പ്രക്ഷോഭം സംഘടിപ്പിച്ചിരുന്നു. സ. സുഷമകുമാരിയെ പിരിച്ചുവിട്ടപ്പോൾ പാലക്കാട് ഡിവിഷനിലും 1986 ഫെബ്രുവരി 26 സമരത്തെ തുടർന്ന് ആർ ടി പി ജീവനക്കാരെ ഡ്യൂട്ടിയിൽനിന്നും മാറ്റി നിർത്തിയപ്പോൾ പോസ്റ്റൽ ആർ എം എസ് മേഖലകളിലും നടത്തിയ വിജയകരമായ പ്രക്ഷോഭങ്ങളുമിവിടെ സ്മരണീയമാണ്.

അഖിലേന്ത്യാസമരങ്ങൾ

1986 ഫെബ്രുവരി 7 മുതൽ 10 വരെ ഓരോ ഷിഫ്റ്റിലും ഓരോ മണിക്കൂർ വീതം അഖിലേന്ത്യാടിസ്ഥാനത്തിൽ നടത്തിയ പണിമുടക്കവും ഡൽഹിയിലും സർക്കിൾ ആസ്ഥാനങ്ങളിലും നടത്തിയ അനിശ്ചിതകാല നിരാഹാരസമരം, 1987 ഏപ്രിൽ മാസം നടത്തിയ അഖിലേന്ത്യാ പ്രക്ഷോഭം, 1988 മാർച്ച് 7, 8 തീയതികളിൽ നടത്തിയ പണിമുടക്കം എന്നിവയാണ് ആർ ടി പി പ്രശ്നം പരിഹരിക്കാൻ അഖിലേന്ത്യാതല

ത്തിൽ നടത്തിയ ശ്രദ്ധേയമായ സമരങ്ങൾ. പോസ്റ്റൽ മേഖലയിലും സമാനമായ സമരപരിപാടികൾ സംഘടിപ്പിച്ചിരുന്നു.

1986 ഫെബ്രുവരി സമരത്തെ തുടർന്നുള്ള കരാർ അനുസരിച്ചു നിയമന നിരോധനത്തിനു മുൻപായി തസ്തികകൾ അനുവദിക്കുകയും എന്നാൽ നിയമന നിരോധനത്തെ തുടർന്ന് സൃഷ്ടിക്കാൻ സാധിക്കാത്തതുമായ തസ്തികകളിൽ ആർ ടി പി ക്കാരെ നിയമിക്കാൻ ഉത്തരവായി. ഇതനുസരിച്ചു 6000 ആർ ടി പിക്കാർക്ക് സ്ഥിരം നിയമനം ലഭിച്ചു. ആർ ടി പി ക്കാർക്ക് വീക്കിലി ഓഫും മൂന്ന് ഹോളിഡേ അനുവദിക്കാനും തീരുമാനിച്ചു. കൂലി 2.75 രൂപയിൽനിന്നും (1985 ആഗസ്തിലാണ് 2.75 രൂപ ആക്കി വർദ്ധിപ്പിച്ചിരിക്കുന്നത്). 3.85 രൂപ ആക്കി ഉയർത്താനും ഉത്തരവായി.

1987 ഏപ്രിൽ സമരത്തെ തുടർന്ന് രണ്ട് വർഷത്തിനുള്ളിൽ എല്ലാ ആർ ടി ജീവനക്കാരെയും സ്ഥിരപ്പെടുത്തും എന്ന കരാറുണ്ടാക്കി. തുല്യ ജോലിക്ക് തുല്യവേതനം എന്ന സുപ്രീം കോടതി വിധി ആർ ടി പി ക്കാരുടെ കാര്യത്തിലും നടപ്പാക്കും എന്ന കാര്യത്തിലും തീരുമാനമുണ്ടായി. സ്ഥിരം ജീവനക്കാരന്റെ ഏറ്റവും ചുരുങ്ങിയ ശമ്പളത്തിനു ആനുപാതികമായി കൂലി നിജപ്പെടുത്തുമെന്നുമാണ് തീരുമാനിച്ചത്. ഇതു കാലാകാലങ്ങളിൽ പുതുക്കി നിശ്ചയിക്കുകയും ചെയ്തു.

ഏപ്രിൽ കരാർ നടപ്പാക്കാനുതകുന്ന രീതിയിൽ തസ്തികകൾ അനുവദിക്കാനുള്ള പല നിർദ്ദേശങ്ങളും ധനകാര്യവകുപ്പിന്റെ തടസ്സംമൂലം നടപ്പാക്കാൻ സാധിച്ചില്ല. മാത്രമല്ല, അഗർവാൾ കമ്മിറ്റി റിപ്പോർട്ടു നടപ്പാക്കുകയാണെങ്കിൽ ടെലികോം വിഭാഗത്തിൽ 47000 തസ്തികകൾ അധികപ്പറ്റാകുമെന്ന സ്ഥിതിയും സംജാതമായി. ഈ സാഹചര്യത്തിലാണ് 1987 ഏപ്രിൽ കരാർ നടപ്പാക്കണമെന്നാവശ്യപ്പെട്ടുകൊണ്ട് 1988 മാർച്ച് മാസം 7, 8 തീയതികളിൽ പണിമുടക്കിയത്. ഈ സമരത്തെ തുടർന്ന് ഏപ്രിൽ കരാർ പൂർണ്ണമായും നടപ്പാക്കുമെന്നും വീണ്ടും ഉറപ്പ് നല്കി. 1984 ൽ ഉണ്ടായ വികസനത്തിനനുസരിച്ച് ആർ ടി പി ജീവനക്കാരെ നിയമിക്കാൻ ആവശ്യമായ തസ്തികകൾ സൃഷ്ടിക്കാനുള്ള അധികാരം ഡി ഒ ടി ക്ക് തന്നെ നല്കുമെന്ന് സർക്കാർ വ്യക്തമാക്കി. ഇതോടെ ഭൂരിപക്ഷം സംസ്ഥാനങ്ങളിലും ആവശ്യമായ തസ്തികകൾ സൃഷ്ടിക്കാനും മുഴുവൻ ആർ ടി പി ജീവനക്കാരെയും നിയമിക്കാനും സാഹചര്യം ഉണ്ടായി.

കേരളത്തിലെ പ്രത്യേക സാഹചര്യവും തുടർപ്രക്ഷോഭവും

നിയമന നിരോധനത്തിനുമുൻപ് അനുവദിക്കപ്പെട്ട തസ്തികകളിലും, മരണം, റിട്ടയർമെന്റ്, പ്രമോഷൻ, രാജി തുടങ്ങിയ കാരണങ്ങാൽ ഉണ്ടാകുന്ന ഒഴിവുകളിലും അതാതവസരംതന്നെ സംഘടന ഇടപെട്ട് ആർ ടി പി ക്കാരെ സ്ഥിരപ്പെടുത്താൻ സാധിച്ചതു കൊണ്ട് 1986 ലെ കരാർ അനുസരിച്ചു പ്രത്യേക നേട്ടമൊന്നും കേരളത്തിൽ ഉണ്ടായിരു

ന്നില്ല. വിപുലമായി നടപ്പാക്കുന്ന കമ്പ്യൂട്ടർവല്കരണ/ഓട്ടോമേഷൻ പരിപാടികളെ തുടർന്ന് ജീവനക്കാർ അധികപ്പറ്റാകുന്ന സ്ഥിതിയുള്ളതുകൊണ്ട് കേരളത്തിൽ പുതുതായി തസ്തികകൾ അനുവദിക്കുന്ന കാര്യത്തിൽ എല്ലാ തലങ്ങളിലും വിമുഖതയായിരുന്നു. 1987 ഏപ്രിൽ കരാർ അനുസരിച്ച് കേരളത്തിൽനിന്നും അയച്ച പ്രൊപ്പോസൽസ് ഓരോ കാരണം പറഞ്ഞു തിരിച്ചയച്ചുകൊണ്ടിരുന്നു. മിക്ക സംസ്ഥാനങ്ങളിലും പൂർണ്ണമായ തോതിലല്ലെങ്കിലും പുതുതായി തസ്തികകൾ അനുവദിച്ചപ്പോൾ കേരളത്തിൽ ഒന്നുപോലും പുതുതായി അനുവദിക്കാൻ അധികൃതർ തയ്യാറായില്ല. ഈ കാര്യം 1988 മെയ് മാസം കോഴിക്കോട് ചേർന്ന സർക്കിൾ സമ്മേളനം വിശദമായി ചർച്ച ചെയ്തു. വിപുലമായ കമ്പ്യൂട്ടർവല്കരണ പരിപാടിയുടെ പശ്ചാത്തലത്തിൽ അധികൃതർ ബോധപൂർവ്വം തസ്തികകൾ സൃഷ്ടിക്കാതിരിക്കുന്നതാണെന്ന നിഗമനത്തിലാണ് കോഴിക്കോട് സമ്മേളനം എത്തിച്ചേർന്നത്. ഈ സാഹചര്യത്തിലാണ് ജോലി സുരക്ഷിതത്വത്തിനു ഭീഷണി ഉയർന്നതും RTP/Casual ജീവനക്കാരുടെ നിയമനം അസാദ്ധ്യമാക്കി തീർക്കുന്നതുമായ നയങ്ങൾക്കെതിരായി 1988 സെപ്തംബർ 19 ന് പണിമുടക്കാൻ സമ്മേളനം തീരുമാനിച്ചത്.

മേല്പറഞ്ഞ തീരുമാനത്തിനു ശേഷം അഖിലേന്ത്യാ നേതാക്കൾ ഡി ഒ ടി അധികൃതരുമായി നടത്തിയ ചർച്ചയിൽ കേരളത്തിൽനിന്നും അയച്ച പ്രൊപ്പോസലുകളിൽ 50 ശതമാനം തസ്തികകൾ അനുവദിക്കാൻ തയ്യാറായി. പണിമുടക്കത്തോടനുബന്ധിച്ച് നടന്ന വിപുലമായ പ്രവർത്തനങ്ങളും പണിമുടക്കിൽ പങ്കെടുക്കാൻ ജീവനക്കാർ പ്രകടിപ്പിച്ച നിശ്ചയദാർഢ്യവുമാണ് പിന്നീട് സ്ഥിതിഗതികളിൽ മാറ്റമുണ്ടാക്കിയത്. ടെലികോം വിഭാഗത്തിൽ അവശേഷിക്കുന്ന ആർ ടി പി ജീവനക്കാരെ മുഴുവൻ നിയമിക്കാനാവശ്യമായ തസ്തികകൾ അനുവദിക്കാൻ 24–6–1988 ന് ടെലികോം ജനറൽ മാനേജർ ഡി ഒ ടിക്ക് പ്രൊപ്പോസൽ സമർപ്പിച്ചു. അഖിലേന്ത്യാനേതാക്കളുടെ ഫലപ്രദമായ ഇടപെടലിനെ തുടർന്ന് പണിമുടക്കിന് മുൻപായി തന്നെ മുഴുവൻ ആർ ടി പി ജീവനക്കാരെയും നിയമിക്കാൻ ആവശ്യമായ തസ്തികകൾ അനുവദിക്കപ്പെട്ടിരുന്നു. പോസ്റ്റൽ, ആർ എം എസ് മേഖലയിൽ അവശേഷിക്കുന്ന 670 ആർ ടി പി ജീവനക്കാർക്ക് സ്ഥിരം നിയമനം നല്കാനുള്ള നടപടിയും ഇതിനോടകം സ്വീകരിച്ചിരുന്നു. ഇക്കാര്യത്തിൽ അല്പം കാലതാമസം വന്നുവെങ്കിലും മൂന്നു മാസത്തിനുള്ളിൽ പോസ്റ്റൽ – ആർ എം എസ് മേഖലയിലും മുഴുവൻ ആർ ടി പി ജീവനക്കാരെയും നിയമിക്കാൻ സാധിച്ചിരുന്നു. ഇ ഡി കാഷ്വൽ സമ്പ്രദായംപോലെ കമ്പി–തപാൽ വകുപ്പിൽ നടപ്പാക്കിയ ആർ ടി പി എന്ന പുതിയ ചൂഷണ വ്യവസ്ഥ പൂർണ്ണമായും അവസാനിപ്പിക്കാൻ നമ്മുടെ സംഘടനയ്ക്ക് സാധിച്ചു എന്നുള്ളതു അഭിമാനകരമായ വസ്തുതയാണ്.

29

അശാസ്ത്രീയമായ കമ്പ്യൂട്ടർവല്കരണത്തിനെതിരെ

ആധുനികശാസ്ത്ര സാങ്കേതിക വിദ്യ ഉപയോഗപ്പെടുത്തി പുരോഗതി കൈവരിക്കാനെന്നപേരിൽ ഇന്ത്യയിൽ ഉല്പാദന–സേവന മേഖലകളിൽ വിപുലമായ കമ്പ്യൂട്ടർവല്കരണത്തിനു കേന്ദ്ര സർക്കാർ തീരുമാനമെടുത്തു. 1984 നവംബറിൽ പ്രഖ്യാപിച്ച പുതിയ കമ്പ്യൂട്ടർ നയവും 1985–86 ലെ ബജറ്റ് നിർദ്ദേശങ്ങളും വിവേചനരഹിതവും വ്യാപകവുമായ കമ്പ്യൂട്ടർവല്കരണത്തിന് സാഹചര്യം ഒരുക്കി.

മനുഷ്യന്റെ ബുദ്ധിയുടേയും യുക്തിയുടേയും അത്ഭുത സൃഷ്ടിയായ ആധുനിക ശാസ്ത്ര സാങ്കേതിക വിജ്ഞാനം അവന്റെ അദ്ധ്വാനം ലഘൂകരിക്കാനും കൂടുതൽ സമ്പന്നവും സമ്പൂർണ്ണവുമായ ജീവിതം പ്രദാനം ചെയ്യുന്നതിനു കഴിവുള്ളതാണെന്ന കാര്യത്തിൽ തർക്കമില്ല. ശാസ്ത്ര സാങ്കേതിക നേട്ടം ഫലപ്രദമായി ഉപയോഗിക്കുന്നതിനും തൊഴിലാളികൾ ഒരിക്കലും എതിരല്ല. പക്ഷേ, അഭ്യസ്തവിദ്യരുടെ തൊഴിലില്ലായ്മ ഏറ്റവും രൂക്ഷമായതും പട്ടിണിയും ദാരിദ്ര്യവും ഏറിവരുന്നതുമായ നമ്മുടെ രാജ്യത്ത് തൊഴിലുള്ളവർ തൊഴിൽമേഖലയിൽനിന്നും പുറന്തള്ളപ്പെടുന്നതും തൊഴിലവസരങ്ങൾ ഇല്ലാതാക്കുന്നതുമായ സ്ഥിതിവിശേഷം ഒഴിവാക്കപ്പെടേണ്ടതുണ്ട്. മനുഷ്യന്റെ അദ്ധ്വാനശക്തി പരമാവധി ഉപയോഗപ്പെടുത്തി അനിവാര്യമായ മേഖലയിൽ മാത്രം കമ്പ്യൂട്ടർവല്കരണം നടത്താൻ അധികൃതർ തയ്യാറാകേണ്ടതുണ്ട്. ടെലികോം മേഖലയിൽ കമ്പ്യൂട്ടർവല്കരണത്തെ തുടർന്ന് അന്നത്തെ സാഹചര്യത്തിൽ ജീവനക്കാർ കൂട്ടത്തോടെ സ്ഥലം മാറ്റത്തിനും ജോലിയിൽ നിന്നും പുറന്തള്ളപ്പെടാനും സാദ്ധ്യതയുണ്ടായിരുന്നു. മാത്രമല്ല, സ്ഥിരം നിയമനം പ്രതീക്ഷിച്ചുകൊണ്ട് 25000 മസ്ദൂർമാരും 18000 ആർ ടി പി ജീവനക്കാരും ടെലികോം മേഖലയിൽ കാത്തുനില്പുണ്ടായിരുന്നു. കേരളത്തിൽ 798 RTP ക്കാർ സ്ഥിരം നിയമനം പ്രതീക്ഷിച്ചുനില്പുണ്ടായിരു

ന്നു. പോസ്റ്റൽ മേഖലയിലും സ്ഥിതി മറ്റൊന്നായിരുന്നില്ല. പ്രത്യേകിച്ചും E D ജീവനക്കാരുടെ കാര്യത്തിൽ. അതുകൊണ്ട് അശാസ്ത്രീയമായ കമ്പ്യൂട്ടർവല്കരണത്തിനെതിരായ എതിർപ്പിലൂടെ ജീവനക്കാരുടെ താല്പര്യങ്ങൾ പരമാവധി അധികൃതരുമായി വിലപേശി സംരക്ഷിക്കാൻ സാധിച്ചു എന്നതാണ് ദോഷകരമായ കമ്പ്യൂട്ടർവല്കരണത്തിനെതിരായ സമരത്തിന്റെ നേട്ടം.

കമ്പ്യൂട്ടർവല്കരണത്തിന്റെ ദോഷഫലങ്ങൾക്കെതിരെ 1985 ഡിസംബർ മാസം ചങ്ങനാശ്ശേരിയിൽ നടത്തിയ പ്രക്ഷോഭത്തിന്റെ അനുഭവം ഇവിടെ സൂചിപ്പിക്കുന്നത് ഉചിതമായിരിക്കും എന്നു കരുതുന്നു. 1985 ഡിസംബർ 12 നാണ് ചങ്ങനാശ്ശേരിയിൽ കേരളത്തിലെ ആദ്യത്തെ മേജർ ഇലക്ട്രോണിക് എക്സ്ചേഞ്ച് ഉദ്ഘാടനം ചെയ്യപ്പെട്ടത്. അതുവരെ Manual C B Exchange ആയിരുന്നു പ്രവർത്തിച്ചു വന്നിരുന്നത്. 36 ടെലിഫോൺ ഓപ്പറേറ്റർമാർ ഉൾപ്പെടെ 54 സ്ഥിരം ജീവനക്കാരും 17 RTP ജീവനക്കാരും ജോലി ചെയ്തു വരികയായിരുന്നു. ഈ സ്ഥാനത്തു ഇലക്ട്രോണിക് ട്രെയിനിങ് കഴിഞ്ഞ 3 ജൂനിയർ എഞ്ചിനീയർമാരും ഒരു ടെക്നീഷ്യനും ഉണ്ടെങ്കിൽ ഇലക്ട്രോണിക് എക്സ്ചേഞ്ച് ഭംഗിയായി പ്രവർത്തിക്കുമെന്നായിരുന്നു അധികൃതരുടെ അവകാശവാദം. ഇക്കാര്യം മുൻകൂട്ടി കണ്ടുകൊണ്ടാണ് ജീവനക്കാർ പ്രക്ഷോഭത്തിനിറങ്ങിയത്. സമരത്തെ തുടർന്ന് അധികപ്പറ്റാക്കുന്ന ജീവനക്കാരെ Special services, Test Desk, Fault control തുടങ്ങിയ സംവിധാനങ്ങൾ ഏർപ്പെടുത്തി പുനർനിയമിക്കാൻ അധികൃതർ നിർബ്ബന്ധിതരായി. ഈ സർവ്വീസുകളെല്ലാം കോട്ടയം എക്സ്ചേഞ്ചുവഴി നിർവ്വഹിക്കാനായിരുന്നു അധികൃതരുടെ മുൻതീരുമാനം. സ്ഥിരം ജീവനക്കാരുടെ പ്രശ്നങ്ങൾ പരിഹരിച്ചെങ്കിലും 16 RTP ജീവനക്കാരെ പിരിച്ചുവിട്ടു. ഇതിനെതിരായി നടത്തിയ ശക്തിയായ പ്രക്ഷോഭത്തെ തുടർന്ന്. ഒരു RTP ജീവനക്കാരനു പ്രതിമാസം 150 മണിക്കൂർ ഡ്യൂട്ടി ഉറപ്പാക്കിക്കൊണ്ടു മുഴുവൻ RTP ജീവനക്കാരെയും തിരിച്ചെടുപ്പിക്കാൻ സാധിച്ചിരുന്നു. ചങ്ങനാശ്ശേരി ഇലക്ട്രോണിക് എക്സ്ചേഞ്ചിൽ ഇവർക്ക് ചെയ്യാനുള്ള ജോലികളൊന്നും ഇല്ലെങ്കിലും ഈ വിഭാഗം ജീവനക്കാരെ പൂർണ്ണമായും സംരക്ഷിക്കാൻ നമുക്ക് സാധിച്ചു എന്നുള്ളത് അഭിമാനകരമായ നേട്ടമായിരുന്നു. കമ്പ്യൂട്ടർവല്കരണത്തിനെതിരായി നാം നടത്തിയ പോരാട്ടങ്ങളെ പരിഹാസ്യമായി ഇന്നും ചിത്രീകരിക്കുന്നവർ മേല്പറഞ്ഞ അനുഭവം മനസ്സിലാക്കാൻ കൂട്ടാക്കുന്നില്ല എന്ന വസ്തുത കാണേണ്ടിയിരിക്കുന്നു.

30

പൊലീസ് ഭീകരവാഴ്ചയ്ക്കെതിരെ – ഉജ്ജ്വല സമരം (1985 Aug 24-28)

കോഴിക്കോട് ടെലിഫോൺ എക്സ്ചേഞ്ചിൽ പൊലീസ് നടത്തിയ അതിക്രമത്തിനും ഭീകരവാഴ്ചയ്ക്കും എതിരായി കേരളത്തിലെ കമ്പി –തപാൽ ജീവനക്കാർ നടത്തിയ ഉജ്ജ്വല പോരാട്ടത്തിന്റെ ദിവസങ്ങളായിരുന്നു 1985 ആഗസ്ത് 24 മുതൽ 27 വരെ.

പ്രശ്നങ്ങളുടെ തുടക്കം

24 ന് രാവിലെ കോഴിക്കോട് ടെലിഫോൺ എക്സ്ചേഞ്ചിലെ അഷ്റഫ് എന്ന ടെക്നീഷ്യൻ ഒരു സ്വകാര്യ ബസിലെ ജീവനക്കാരുടെ മോശമായ പെരുമാറ്റത്തെപ്പറ്റി പരാതിപറയാൻ ട്രാഫിക് പൊലീസ് സ്റ്റേഷനിൽ പോയിരുന്നു. തുടർന്ന് ബസ് ജീവനക്കാരെ താക്കീത് നൽകിക്കൊണ്ട് ട്രാഫിക് എസ് ഐ പ്രശ്നത്തിന് പരിഹാരവും കണ്ടിരുന്നു. ഇതിനിടയിൽ ബസുടമ സ്റ്റേഷനിലെ മറ്റൊരു എസ് ഐ യെ ബന്ധപ്പെടുകയും പ്രസ്തുത എസ് ഐ അകാരണമായി സ. അഷ്റഫിനെ ക്രൂരമായി മർദ്ദിക്കുകയും ചെയ്തു. വിവരം അറിഞ്ഞു ടെലിഫോൺ എക്സ്ചേഞ്ചിൽ നിന്നെത്തിയ സഹപ്രവർത്തകർ തറയിൽ വീണു കിടന്ന അഷ്റഫിനെയാണ് കണ്ടത്. ഉടനെ പൊലീസ് അസി. കമീഷണറെ കണ്ടു മർദ്ദനത്തെപ്പറ്റി പരാതി പറയുകയും അഷ്റഫിനെ ആശുപത്രിയിലാക്കാൻ ആവശ്യപ്പെടുകയും ചെയ്തു. എന്നാൽ ഇതിനിടയിൽ ബസ് ജീവനക്കാരെയും പൊലീസ് സബ് ഇൻസ്പെക്ടറെയും മർദ്ദിച്ചുവെന്ന കള്ളക്കേസ്സിൽപെടുത്തി അഷ്റഫിനെ കസബ പൊലീസ് സ്റ്റേഷനിലേക്ക് മാറ്റി. വിവരം തിരക്കാൻ ചെന്ന ടെലികോം ക്ലാസ് 3 യൂണിയൻ ജില്ലാ പ്രസിഡന്റ് സ. എം ബാലസുബ്രഹ്മണ്യം, പി എ വിജയകുമാർ എന്നിവരെയും പൊലീസ് സ്റ്റേഷനിൽ തടഞ്ഞുവച്ചു. ഇതിൽ പ്രതിഷേധിച്ച് സ്ത്രീകളടക്കം ജീവനക്കാർ പൊലീസ് സ്റ്റേഷനുമുമ്പിൽ പ്രതി

ഷേധ പ്രകടനം നടത്തി. പ്രകടനത്തിനുശേഷം പൊലീസ് കമ്മീഷണറെ കാണാൻ എത്തിയ സ. വി എ എൻ നമ്പൂതിരിയെയും മറ്റു നേതാക്കളെയും കമ്മീഷണറുടെ ഓഫീസിനു മുമ്പിൽ പൊലീസ് തടഞ്ഞു നിർത്തി. പ്രതിഷേധ പ്രകടനം നടത്തിയത് കമ്മീഷണർക്ക് ഇഷ്ടപ്പെട്ടില്ലത്രെ. അഷ്റഫിനെ വിട്ടുകിട്ടാൻ സ്റ്റേഷനിൽപ്പോയ സ. ബാലസുബ്രഹ്മണ്യവും വിജയകുമാറും സ്റ്റേഷൻ "ആക്രമണക്കേസിലും" പ്രതികളാക്കപ്പെട്ടു.

പൊലീസിന്റെ അഴിഞ്ഞാട്ടം

പൊലീസ് മർദ്ദനത്തിനും കള്ളക്കേസ്സിനും എതിരെ അടിയന്തര നടപടി സ്വീകരിക്കണമെന്നു സംഘടനാ നേതാക്കൾ ജില്ലാ കളക്ടറെ കണ്ടു നിവേദനം നടത്തി. ജില്ലാ കളക്ടറുടെ നിർദ്ദേശങ്ങൾ കേൾക്കാൻ പൊലീസ് കമ്മീഷണർ അൻസാരി തയ്യാറായില്ല. ടെലികോം ജില്ലാ അധികൃതരുടെ ഇടപെടലും പ്രയോജനം കണ്ടില്ല. ഇതിനെ തുടർന്ന് ജീവനക്കാർ വൈകുന്നേരം 6 മണി മുതൽ നിസ്സഹകരണ സമരം ആരംഭിച്ചു. സമര പ്രഖ്യാപനം പൊലീസ് കമ്മീഷണറെ വിറളി പിടിപ്പിച്ചു. വൈകുന്നേരം 6.45 –ഓടുകൂടി ഏതാനും സബ് ഇൻസ്പെക്ടർമാരുടെ നേതൃത്വത്തിൽ ഒരു കൂട്ടം പൊലീസുകാർ ടെലിഫോൺ എക്സ്ചേഞ്ച് ഗേറ്റ് തല്ലിത്തകർത്തുകൊണ്ട് അകത്തു കടക്കുകയും അതിഭീകരമായ മർദ്ദനം അഴിച്ചുവിടുകയും ചെയ്തു. ടെലിഫോൺ എക്സ്ചേഞ്ചിന്റെ താഴത്തെ നിലയിൽ പ്രവർത്തിച്ചിരുന്ന കാരിയർ സ്റ്റേഷൻ പൂർണ്ണമായും തല്ലിത്തകർത്തു. ജോലിയിൽ ഉണ്ടായിരുന്ന ജീവനക്കാരെ ഒന്നടങ്കം മർദ്ദിച്ചു പൊലീസ് വാനിൽ കയറ്റി. സംഭവസ്ഥലത്തേക്ക് കുതിച്ചെത്തിയ സ. കെ ദാമോദരൻ ഉൾപ്പെടെയുള്ള സംഘടന നേതാക്കളെയും മർദ്ദിക്കുകയും പൊലീസ് വാനിൽ കയറ്റുകയും ചെയ്തു. "ഒരു എസ് ഐ ക്ക് നിന്നെയൊന്നും തല്ലാൻ അവകാശമില്ലെടാ" എന്ന ആക്രോശിച്ചുകൊണ്ടാണ് പൊലീസ് അഴിഞ്ഞാടിയത്. അറസ്റ്റ് ചെയ്തവരെയെല്ലാം കസബ സ്റ്റേഷനിലേക്ക് കൊണ്ടുപോയി. കുറച്ചു സമയത്തിനുള്ളിൽ രണ്ടു വാനുകളിലായി വീണ്ടും പൊലീസുകാർ രംഗത്തെത്തി. വാച്ചുമാനെ മർദ്ദിക്കുകയും കാബിൻ തല്ലിത്തകർക്കുകയും ചെയ്തു. സമീപത്തുണ്ടായിരുന്ന സ. പി രാജൻ ഉൾപ്പെടെയുള്ള സഖാക്കളേയും ക്രൂരമായി മർദ്ദിച്ചു. തുടർന്ന് ടെലക്സ്, ഓട്ടോ എക്സ്ചേഞ്ച് എന്നിവിടങ്ങളിലേക്ക് ഓടിക്കയറിയ പൊലീസ്, ഡ്യൂട്ടിയിൽ ഉണ്ടായിരുന്ന ജീവനക്കാരെ ക്രൂരമായി മർദ്ദിച്ചു. സംഭവമറിഞ്ഞു സ്ഥലത്തെത്തിയ മനോരമ ലേഖകൻ പി ദാമോദരനെയും മൃഗീയമായി മർദ്ദിച്ചു. മനോരമ ലേഖകനാണെന്നു പറഞ്ഞിട്ടും മർദ്ദനത്തിനു കുറവൊന്നും ഉണ്ടായില്ല. ശ്രീ. ദാമോദരന് ദിവസങ്ങളോളം ആശുപത്രിയിൽ കഴിയേണ്ടി വന്നു. മറ്റൊരു കൂട്ടം പൊലീസുകാർ ടെസ്റ്റ് ഡസ്കിലേക്ക് കുതിച്ചു. പേടിച്ചരണ്ട ജീവനക്കാർ വാതിലടച്ചു കുറ്റിയിട്ടു ബലത്തിനു അലമാരയും ചേർത്തുവച്ചിരുന്നു. പൊലീസുകാർ ചവിട്ടിയും

ഇരുമ്പ് ബ്രാക്കറ്റു ഉപയോഗിച്ചും വാതിലുകൾ തല്ലിതകർത്തും അകത്തു പ്രവശിച്ചു. വിലപിടിപ്പുള്ള ഉപകരണങ്ങൾ തല്ലിത്തകർക്കുകയും ജീവനക്കാരെ മർദ്ദിക്കുകയും ചെയ്തു. സ. എം വിശ്വന്റെ തല അടിച്ചുപൊട്ടിച്ചു. സ. വിശ്വനെ ആശുപത്രിയിലേക്ക് മാറ്റി. മറ്റു ജീവനക്കാരെ ബലമായി അറസ്റ്റുചെയ്തു നീക്കി. ഇതേ സമയം മറ്റൊരുകൂട്ടം പൊലീസുകാർ ട്രങ്ക് എക്സ്ചേഞ്ചിലേക്ക് ആക്രോശിച്ചുകൊണ്ട് കടന്നു കയറി. ഇന്റർനാഷണൽ, ഓട്ടോ മാമ്പൽ തുടങ്ങിയ എക്സ്ചേഞ്ചുകളിലെ സ്ത്രീകൾ അടക്കമുള്ള ജീവനക്കാർ ട്രങ്ക് എക്സ്ചേഞ്ചിൽ അഭയം പ്രാപിച്ചിരുന്നു. അവരെ മുഴുവൻ പൊലീസുകാർ അടിച്ചിറക്കി. ഉപകരണങ്ങൾ എല്ലാം തല്ലിത്തകർത്തു.

ലാത്തിചാർജ്ജും അറസ്റ്റും കേട്ടറിഞ്ഞ തൊഴിലാളി പ്രവർത്തകരും സർവ്വീസ് സംഘടനാ നേതാക്കളും ജനങ്ങളും എക്സ്ചേഞ്ചിനു മുമ്പിൽ വമ്പിച്ച പ്രതിഷേധ പ്രകടനം നടത്തി. അറസ്റ്റുചെയ്ത ജീവനക്കാരെ പൊലീസിനു കൊണ്ടുപോവാൻ സാധിക്കാത്ത സ്ഥിതി സംജാതമായി. മതിലിനു മുകളിൽ കയറി ജനങ്ങളെ അഭിസംബോധന ചെയ്യാൻ ശ്രമിച്ച സ. വി എ എൻ നമ്പൂതിരിയെ വലിച്ചു താഴെയിടാൻ പൊലീസുകാർ ശ്രമിച്ചു. ഇതു വൻപ്രതിഷേധത്തിനിടയാക്കി. സ. നമ്പൂതിരിയെ അറസ്റ്റ് ചെയ്യാൻ പിന്നീടും നീക്കമുണ്ടായി. സ. നമ്പൂതിരിയെ കസ്റ്റഡിയിൽ എടുക്കാൻ പൊലീസ് കമ്മീഷണർ പ്രത്യേകം നിർദ്ദേശിച്ചിരുന്നു. സ്റ്റേഷനിലുള്ള ജീവനക്കാർക്ക് ജാമ്യത്തിനു ശ്രമിച്ചപ്പോഴും സ. നമ്പൂതിരിയെ വിട്ടുകൊടുക്കാൻ പൊലീസ് ആവശ്യപ്പെട്ടിരുന്നു. സ്ഥിതി പന്തിയല്ലെന്നു കണ്ട പൊലീസുകാർ എക്സ്ചേഞ്ചിന്റെ മതിൽ ചാടിക്കടന്ന് പൊലീസ് കോംപ്ലക്സിലേക്ക് രക്ഷപ്പെട്ടു. രാത്രി എട്ടുമണി മുതൽ സ്ത്രീ ജീവനക്കാർ ഉൾപ്പെടെ എല്ലാ ജീവനക്കാരും മുറ്റത്തു തന്നെ കഴിച്ചുകൂട്ടി. അല്പസമയത്തിനുശേഷം ജില്ലാ കളക്ടർ നാരായണക്കുറുപ്പും ജില്ലാ ടെലികോം മാനേജർ എസ് ജി കെ പിള്ളയും സ്ഥലത്തെത്തി. കാട്ടാനക്കൂട്ടം കയറിയ കരിമ്പിൻതോട്ടംപോലെ തകർന്നു കിടക്കുന്ന ടെലിഫോൺ എക്സ്ചേഞ്ചും തകർന്ന ഉപകരണങ്ങളും പരിക്കേറ്റ ജീവനക്കാരെയും അവർ നോക്കി കണ്ടു. “നിയമപാലകരായ പൊലീസുകാർ അതിക്രമം കാണിച്ചാൽ ഞങ്ങളെ ആരു സംരക്ഷിക്കും എന്ന” സ്ത്രീ ജീവനക്കാരുടെ ചോദ്യത്തിനു മുമ്പിൽ ഉത്തരം നൽകാതെ ജില്ലാ കളക്ടർ മൗനം പൂണ്ടു. ജില്ലാ കളക്ടർ മുൻകൈയെടുത്ത് രാത്രി 12 മണിക്ക് ശേഷം ചില ചർച്ചകൾ നടന്നുവെങ്കിലും പൊലീസ് കമ്മീഷണർ അൻസാരിയുടെ പിടിവാശിമൂലം ഒന്നും ഫലപ്രദമായില്ല. അടുത്ത ദിവസംതന്നെ NFPTE, FNTO, BPTEF സർക്കിൾ യൂണിയനുകൾ സംയുക്തമായി കേരള വ്യാപകമായി നിസ്സഹകരണം സമരം പ്രഖ്യാപിച്ചു. ടെലികോം സർവ്വീസ് പൂർണ്ണമായും സ്തംഭിച്ചു. തുടർന്നു പോസ്റ്റൽ യൂണിയനുകളും നിസ്സഹകരണ സമരം പ്രഖ്യാപിച്ചു. പൊലീസ് അതിക്രമത്തിനെതിരെ കേരളത്തിലെ 35,000 കമ്പി–തപാൽ ജീവനക്കാരുടെ അത്യുജ്ജ്വ

ലമായ പോരാട്ടമാണ് കേരളം ദർശിച്ചത്. കോഴിക്കോട്ടെ രാഷ്ട്രീയ നേതാക്കളും പൗരമുഖ്യന്മാരും ഈ അതിക്രമത്തിനെതിരെ രംഗത്തെത്തി. സ. കേളുവേട്ടൻ, അരങ്ങിൽ ശ്രീധരൻ, മൂർക്കോത്ത് കുഞ്ഞപ്പ, പി വി ചന്ദ്രൻ, അഡ്വ. പൊതുവാൾ, അഡ്വ. രത്നസിങ്, എം എൽ എ മാരായ എ സി ഷൺമുഖദാസ്, ചന്ദ്രശേഖര കുറുപ്പ്, മൂസ്സാകുട്ടി തുടങ്ങിയവർ സജീവമായി പ്രശ്നത്തിൽ ഇടപെട്ടിരുന്നു.

ചീഫ് സെക്രട്ടറിയുടെ നിർദ്ദേശാനുസരണം 25 – ന് ഡി ഐ ജി ശ്രീ. ആർ പത്മനാഭൻ കോഴിക്കോട് എത്തുകയും സംഘടന പ്രതിനിധികളുമായി ചർച്ച ചെയ്യുകയും ചെയ്തു. സംഭവത്തെപ്പറ്റി ജുഡീഷ്യൽ അന്വേഷണം നടത്തുക ബന്ധപ്പെട്ട പൊലീസ് ഉദ്യോഗസ്ഥരെ സസ്പെന്റ് ചെയ്യുക, ജീവനക്കാർക്കെതിരായ കള്ളകേസ്സുകൾ പിൻവലിക്കുക തുടങ്ങിയ ആവശ്യങ്ങളാണ് ജീവനക്കാർ ഉന്നയിച്ചത്.

കളക്ടർ, എക്സിക്യൂട്ടീവ് മജിസ്റ്റീരിയൽ അന്വേഷണം നടത്തും, ബന്ധപ്പെട്ട മൂന്ന് എസ് ഐ മാരെ ജില്ലയ്ക്ക് പുറത്തു സ്ഥലംമാറ്റം ചെയ്യും. അന്വേഷണത്തിൽ തെളിവ് ലഭിച്ചാൽ പൊലീസ് ഉദ്യോഗസ്ഥരെ സസ്പെന്റ് ചെയ്യും, ജീവനക്കാർക്ക് എതിരെ എടുത്ത കേസ്സുകൾ നിർത്തിവെക്കും എന്ന ഉറപ്പിന്റെ അടിസ്ഥാനത്തിൽ സമരം ഒത്തുതീർപ്പ് ആയതായി പത്രക്കാരുടെ മുമ്പിൽ ഡി ഐ ജി പ്രഖ്യാപിച്ചു. എന്നാൽ പിന്നീടാണ് സർക്കാരിന്റെ തനിസ്വരൂപം വ്യക്തമായത്. പൊലീസുകാരെ സ്ഥലംമാറ്റം ചെയ്യാൻ സാദ്ധ്യമല്ല എന്ന് ആഭ്യന്തര സെക്രട്ടറി നിർദ്ദേശിച്ചതായി പിന്നീട് ഡി ഐ ജി അറിയിച്ചു. അതോടെ ഒത്തുതീർപ്പ് കരാർ റദ്ദാക്കിയതായി കണക്കാക്കി സമരം തുടരാൻ സമര സമിതി തീരുമാനിച്ചു. സർക്കാർ നയത്തിനെതിരായി കോഴിക്കോട്ടെ പൗരസമൂഹം ഒന്നായി രംഗത്തുവന്നു. അവർ യോഗം ചേർന്ന് എം എ ഉണ്ണീരിക്കുട്ടി, പി വി ചന്ദ്രൻ, സാദിരിക്കോയ എന്നിവർ സംയുക്ത സമരസമിതി പ്രതിനിധികളുമായി ആഭ്യന്തരമന്ത്രിയെ കാണാൻ തീരുമാനിച്ചു.

ഇതിനിടയിൽ തിരുവനന്തപുരത്ത് എത്തിച്ചേർന്ന കമ്യൂണിക്കേഷൻ സെക്രട്ടറി ശ്രീ. തോമസ് കോരയുമായി സർക്കിൾ സെക്രട്ടറിമാർ ചർച്ച ചെയ്തു. അദ്ദേഹം ആഭ്യന്തര മന്ത്രിയുമായും ചീഫ് സെക്രട്ടറിയുമായും ഉണ്ടാക്കിയ ഒത്തുതീർപ്പ് (പൊലീസുകാരുടെ സ്ഥലംമാറ്റം ഒഴികെ) നടപ്പിലാക്കാമെന്നും അനുവാദമില്ലാതെ പൊലീസുകാർ ടെലിഫോൺ എക്സ്ചേഞ്ചിൽ കടക്കരുത് എന്ന് കർശനമായി നിർദ്ദേശം നൽകാമെന്നും ആഭ്യന്തര മന്ത്രി ഉറപ്പ് നൽകിയതായി കമ്യൂണിക്കേഷൻ സെക്രട്ടറി അറിയിക്കുകയും സമരം പിൻവലിക്കാൻ അഭ്യർത്ഥിക്കുകയും ചെയ്തു. ഇക്കാര്യം സമരസമിതിയിൽ അറിയിക്കുകയും നിലവിലുള്ള സ്ഥിതിഗതികൾ വിലയിരുത്തി സമരം പിൻവലിക്കാൻ സംയുക്ത സമര സമിതി തീരുമാനിക്കുകയും ചെയ്തു.

ജീവനക്കാരുടെ സംരക്ഷണത്തിനും അനീതിക്കും അക്രമത്തിനും അധികാരശക്തികൾക്കും എതിരെ പോരാടാൻ കമ്പി–തപാൽ ജീവനക്കാർക്ക് കൊടിയുടെ നിറമോ, മറ്റു രാഷ്ട്രീയ അഭിപ്രായങ്ങളോ തടസ്സമല്ല എന്ന് ഒന്നുകൂടി കോഴിക്കോട് സമരം നമ്മെ ഓർമ്മപ്പെടുത്തുന്നു.

31

1986 ഫെബ്രുവരി 26 പണിമുടക്കം

കേരളത്തിലെ കമ്പി-തപാൽ പ്രസ്ഥാനത്തിന്റെ ചരിത്രത്തിൽ പുതിയ ഒരദ്ധ്യായം എഴുതിച്ചേർക്കപ്പെട്ടതായിരുന്നു 1986 ഫെബ്രുവരി 26 ന്റെ പണിമുടക്കം. ജോലി സുരക്ഷിതത്ത്വത്തിനു ഭീഷണിയായ ഭരണ ഘടനയിലെ 310, 311(2) a,b,c വകുപ്പുകൾ നീക്കം ചെയ്യുക സ്വകാര്യവല്ക രണ നടപടികളും അശാസ്ത്രീയമായ കമ്പ്യൂട്ടർവല്കരണ നടപടികളും ഉപേക്ഷിക്കുക. RTP/ED/Casual ജീവനക്കാരെ സ്ഥിരപ്പെടുത്തുക, നിയമന നിരോധനം പിൻവലിക്കുക എന്നീ അഖിലേന്ത്യാ പ്രാധാന്യ മുള്ള വിഷയങ്ങൾ ഉന്നയിച്ചാണ് അന്നു കേരളത്തിൽ മാത്രം നാം പണി മുടക്കിയത്. അഖിലേന്ത്യാ തലത്തിൽ പരിഹരിക്കേണ്ട പ്രശ്നങ്ങൾ ഉന്ന യിച്ചു ഒരു സംസ്ഥാനത്ത് മാത്രം പണിമുടക്കുക എന്ന തീരുമാനത്തിനു എതിരായ പ്രതികൂല ഘടകങ്ങൾ പലതായിരുന്നു. സമരത്തിന്റെ അപ്ര സക്തിയും അതിസാഹസികത്വവും ആരോപിച്ചുകൊണ്ടും ഭയാശങ്കകൾ ഉയർത്തിവിട്ടും തല്പരകക്ഷികളുടെ പ്രചരണം ശക്തിയായി നേരിടേണ്ടി വന്നിരുന്നു. സമരം വിജയിപ്പിക്കാൻ സാധാരണയിൽ കവിഞ്ഞ പ്രവർത്തനം ആവശ്യമാണെന്നു സർക്കിൾ ഏകോപനസമിതി കണ്ടിരു ന്നു. കാരണം സ്വന്തം കണ്ഠത്തിനുനേരെ ഉയർന്ന ഖഡ്ഗത്തിനെതി രായി പോരാടാനാണു നാം തൊഴിലാളികളോടാവശ്യപ്പെട്ടത്. സ്വാഭാവി കമായും ഈ പോരാട്ടത്തിൽ ചിലർ പിന്തിരിഞ്ഞോടാനും പകച്ച് നില്ക്കാ നുമുള്ള സാദ്ധ്യതകൾ ഏറെയായിരുന്നു. ഇത്തരം എല്ലാ പ്രതികൂല സാഹചര്യങ്ങളേയും അതിജീവിച്ചുകൊണ്ടാണ് ഫെബ്രുവരി 26 സമരം വിജയിപ്പിച്ചത്.

പശ്ചാത്തലം

സമരത്തിലുന്നയിച്ച ആവശ്യങ്ങൾ അഖിലേന്ത്യാ പ്രാധാന്യമുള്ള

വയും അഖിലേന്ത്യാ തലത്തിൽ പരിഹരിക്കേണ്ടതാണെന്നും നേരത്തെ സൂചിപ്പിച്ചിരുന്നുവല്ലൊ. എന്തുകൊണ്ടു ഇക്കാര്യത്തിൽ കേരളത്തിൽ മാത്രം പണിമുടക്കിനു തീരുമാനിച്ചു എന്നുള്ളത് പരിശോധനാർഹമാണ്. പുത്തൻ സാമ്പത്തിക നയത്തിന്റെ ഭാഗമായി 1984 മുതൽ കേന്ദ്ര സർവ്വീസിൽ നിയമന നിരോധനം നടപ്പാക്കാൻ തീരുമാനിച്ചിരുന്നു. വികസനത്തിന്റെ ഫലമായുണ്ടാകുന്ന പുതിയ തസ്തികകൾ സൃഷ്ടിക്കുന്നതും നിരോധിച്ചിരുന്നു. ടെക്നിക്കൽ വിഭാഗത്തിലും ഉന്നത ഉദ്യോഗത്തിനും മാത്രമാണു ഇളവ് അനുവദിച്ചിരുന്നത്. കേരളത്തിൽ മാത്രം 3000 ആർ ടി പി ജീവനക്കാർ നിയമനം കാത്തുനില്പുണ്ടായിരുന്നു. ആയിരക്കണക്കിനു ടെലിഫോൺ മസ്ദൂർമാരും കാഷ്വൽ ജീവനക്കാരും സ്ഥിരം നിയമനം പ്രതീക്ഷിച്ചു നില്ക്കുമ്പോഴാണു നിയമന നിരോധനം പ്രഖ്യാപിക്കുന്നതും. ഈ സാഹചര്യത്തിലാണ് ആധുനികവല്കരണത്തിന്റെ ഫലമായി വൻതോതിൽ ജീവനക്കാരെ അധികപ്പറ്റാക്കുന്ന നടപടികളും ഉണ്ടായത്.

ചങ്ങനാശ്ശേരി ഇലക്ട്രോണിക് എക്സ്ചേഞ്ച് ഉദ്ഘാടനത്തോടെ അവിടെ ജോലി ചെയ്യുന്ന ജീവനക്കാർ അധികപറ്റായ അനുഭവം, കോഴിക്കോട്, തൃശ്ശൂർ, എറണാകുളം ട്രങ്ക് എക്സ്ചേഞ്ചുകൾ കമ്പ്യൂട്ടർവല്കരിക്കാനുള്ള നടപടി, Test Desk, Special Services എക്സ്ചേഞ്ചുകൾ ഭാഗീകമായി നിർത്തലാക്കാനുള്ള നീക്കം എന്നിവ ജീവനക്കാരിൽ ആശങ്കയുളവാക്കുന്ന നടപടികളായിരുന്നു. ഈ പ്രശ്നങ്ങൾ ഉയർത്തി നിരവധി പ്രക്ഷോഭ പരിപാടികൾ സംസ്ഥാന തലത്തിൽ നടത്തിയിരുന്നു. അഖിലേന്ത്യാടിസ്ഥാനത്തിൽ ഈ പ്രശ്നങ്ങൾ ഗൗരവമായി കാണുകയും പണിമുടക്കമുള്ള സമരപരിപാടിയും സംഘടിപ്പിക്കണമെന്നും നാം അഖിലേന്ത്യാ നേതാക്കളോട് ആവശ്യപ്പെട്ടിരുന്നു.

എന്നാൽ ഇതെല്ലാം സർക്കാരിന്റെ നയത്തിന്റെ ഭാഗമായ നടപടികളാണെന്നു പറഞ്ഞുകൊണ്ടു സ. ഒ പി ഗുപ്തയുടെ നേതൃത്വത്തിലുള്ള അഖിലേന്ത്യാ ഫെഡറേഷൻ നമ്മുടെ അഭിപ്രായം നിരാകരിക്കുകയാണുണ്ടായത്. പോസ്റ്റൽ മേഖലയിലും ജീവനക്കാരെ ദോഷകരമായി ബാധിക്കുന്ന പുതിയ പരിഷ്കാരങ്ങൾ ആരംഭിച്ചിരുന്നു. പോസ്റ്റൽ സർവ്വീസ് സ്വകാര്യവല്കരിക്കുന്നതിന്റെ ഭാഗമായി കൊറിയർ സർവ്വീസിനും ഏജൻസി സമ്പ്രദായത്തിനും ലൈസൻസ് നല്കി തുടങ്ങിയിരുന്നു. ഇതിന്റെ ഫലമായി ആന്ധ്രപ്രദേശിൽ മാത്രം 1200 ഇ ഡി ജീവനക്കാരെ പിരിച്ചുവിട്ടിരുന്നു. കേരളത്തിലും വ്യാപകമായി ലൈസൻസ് നല്കാൻ തീരുമാനിച്ചുവെങ്കിലും നാം നടത്തിയ പ്രചരണ പ്രക്ഷോഭത്തിന്റെയും ചെറുത്തുനില്പിന്റെയും ഫലമായി ലൈസൻസുകളുടെ എണ്ണം പരിമിതപ്പെടുത്താൻ സാധിച്ചിരുന്നു. RMS പുനഃസംഘടനയുടെ പേരിൽ എറണാകുളം RMS ഓഫീസിൽ അധികപ്പറ്റായ ജീവനക്കാരെ കാസർഗോഡ് പോസ്റ്റൽ ഡിവിഷനിലേക്ക് സ്ഥലംമാറ്റിയ ഉത്തരവ് ജീവ

നക്കാരിൽ ആശങ്കയുളവാക്കിയിരുന്നു. ചെറിയ RMS ഓഫീസുകൾ നിർത്തലാക്കാനുള്ള നടപടിയും ആരംഭിച്ചിരുന്നു. ഇതിനു പുറമെ കേരളത്തിൽ സംഘടനാ പ്രവർത്തകർക്കെതിരായ പ്രതികാര നടപടികളും ഗൗരവമായി കാണേണ്ടിയിരുന്നു. സ. രാമൻ മേനോൻ (പാലക്കാട്) സ. സി രവീന്ദ്രനാഥ് (തിരൂർ) എന്നിവരുടെ നിർബ്ബന്ധിത പെൻഷൻ സ. പ്രഭാകരന്റെ ഡിസ്മിസൽ എന്നിവ ഗൗരവമുള്ള വിഷയങ്ങളായിരുന്നു. ഇതിനു പുറമെയാണു പ്രക്ഷോഭ സമരങ്ങളിൽ പങ്കെടുത്തവരെയും പിരിച്ചുവിടാൻ ഭരണഘടനാ വകുപ്പുകൾ ദുരുപയോഗം ചെയ്യുന്ന നടപടികൾ അധികാരികളുടെ ഭാഗത്തുനിന്നും ഉണ്ടായത്.

മേല്പറഞ്ഞ പ്രശ്നങ്ങൾ 1985 ഡിസംബർ 3 ന് ചേർന്ന സർക്കിൾ ഏകോപനസമിതി ചർച്ച ചെയ്യുകയും ഇവ ഉന്നയിച്ചുകൊണ്ടു 1986 ജനുവരി അവസാനം ഒരുദിവസത്തെ പണിമുടക്കം നടത്താനും തീരുമാനിച്ചു. ഇതിന്റെ ഭാഗമായി ബ്രാഞ്ചു സെക്രട്ടറിമാരുടെ കൺവെൻഷൻ വിളിച്ചു ചേർക്കാനും ജീവനക്കാരിലും പൊതുജനങ്ങളിലും സമരത്തിന്റെ പ്രാധാന്യത്തെപ്പറ്റി വിപുലമായ പ്രചരണ പ്രവർത്തനങ്ങൾക്ക് രൂപം നൽകാനും തീരുമാനിച്ചു. ജീവനക്കാരുടെ ജോലി സുരക്ഷിതത്വത്തിനു ഭീഷണിയായി നിലനിൽക്കുന്ന ഭരണഘടന വകുപ്പുകൾ നീക്കം ചെയ്യാനാവശ്യപ്പെട്ടുകൊണ്ട് അഖിലേന്ത്യാ തലത്തിൽ ഫെബ്രുവരി 26 ന് പണിമുടക്കാൻ സംസ്ഥാന ജീവനക്കാരുടെ സംഘടനകളും ഇതിനകം തീരുമാനമെടുത്തിരുന്നു. ഈ പശ്ചാത്തലത്തിൽ ഇതേ ആവശ്യങ്ങൾകൂടി ഉന്നയിച്ചുകൊണ്ടുള്ള നമ്മുടെ പണിമുടക്കവും ഫെബ്രുവരി 26 ന് നടത്താൻ NFPTE നേതൃത്വത്തോട് ആവശ്യപ്പെടാനും ഏകോപന സമിതി തീരുമാനിച്ചു. ചുരുങ്ങിയ സമയത്തിനുള്ളിൽ കേരളത്തിലുടനീളം വ്യാപകമായ പ്രചരണങ്ങൾ നാം സംഘടിപ്പിച്ചിരുന്നു. അഖിലേന്ത്യാ നേതാക്കൾ പണിമുടക്ക് തീരുമാനിക്കാൻ തയ്യാറായിരുന്നില്ല.

പണിമുടക്കം

എല്ലാ എതിർ പ്രചരണങ്ങളും ആശങ്കകളും അവഗണിച്ചുകൊണ്ടു ഭൂരിഭാഗം ജീവനക്കാരും പണിമുടക്കത്തിൽ പങ്കെടുത്തു. നിരവധി ടെലിഫോൺ എക്സ്ചേഞ്ചുകളും ഓഫീസുകളും അടച്ചു പൂട്ടേണ്ടി വന്നു. ഭൂരിഭാഗം ഓഫീസുകളിലേയും ഹാജർ നില 20 ശതമാനത്തിലും താഴെയായിരുന്നു. ഇൻചാർജ്ജ് ഉൾപ്പെടെയുള്ളവർ പണിമുടക്കിയതിന്റെ ഫലമായി പല കമ്പിയാഫീസുകളും അടച്ചു പൂട്ടേണ്ടി വന്നിരുന്നു. പോസ്റ്റൽ ആർ എം എസ് വിഭാഗത്തിലും പണിമുടക്കം വമ്പിച്ച വിജയമായിരുന്നു. ഭൂരിഭാഗം പോസ്റ്റാഫീസുകളുടെയും ആർ എം എസ് ഓഫീസുകളുടെയും പ്രവർത്തനവും സ്തംഭിച്ചിരുന്നു. സമ്മർദ്ദങ്ങളും ഭീഷണികളുമുണ്ടായിട്ടും ബഹുഭൂരിപക്ഷം ആർ ടി പി ജീവനക്കാരും ഈ സമരത്തിൽ പങ്കെടുത്തിരുന്ന കാര്യം പ്രത്യേകം പ്രസ്താവ്യമാണ്.

പ്രതികാര നടപടികൾ

പണിമുടക്കിൽ പങ്കെടുത്ത ആർ ടി പി ജീവനക്കാരെ പോസ്റ്റൽ/ ആർ എം എസ് വിഭാഗത്തിൽ തുടർന്നു ജോലിയിൽ പ്രവേശിപ്പിക്കില്ല എന്ന നിലപാട് അധികൃതർ സ്വീകരിച്ചു. ടെലിഗ്രാഫ് ഓഫീസുകളുടെ ചാർജ്ജിൽ ഇരുന്നുകൊണ്ടു പണിമുടക്കിയെന്നാരോപിച്ചു സഖാക്കൾ ജോസഫ് തോമസ്, എം സി ചാക്കോ, കൃഷ്ണൻകുട്ടി എന്നിവരെ സസ്പെന്റ് ചെയ്തു. പണിമുടക്കിൽ പങ്കെടുത്ത എല്ലാ ജീവനക്കാർക്കും ഡയിസ്നോൺ നോട്ടീസ് നല്കി. പ്രതികാര നടപടികൾക്കെതിരെ, ചെറുത്തു നില്പ് സമരം സംഘടിപ്പിക്കാൻ സംസ്ഥാന ഏകോപനസമിതി ആഹ്വാനം നല്കിയിരുന്നു. സമരത്തിൽ പങ്കെടുത്ത 142 ആർ ടി പി ജീവനക്കാരെ പോസ്റ്റൽ വിഭാഗത്തിലും 64 പേരെ ആർ എം എസ് വിഭാഗത്തിലും പിരിച്ചുവിടാനുള്ള നീക്കം ഉഗ്രൻ തിരിച്ചടിയിലൂടെയാണു നാം നേരിട്ടത്.

ആർ ടി പി ജീവനക്കാരെയും തങ്ങളോടൊപ്പം ജോലി ചെയ്യാൻ അനുവദിച്ചാൽ മാത്രമേ തങ്ങളും ജോലി ചെയ്യാൻ തയ്യാറാകുകയുള്ളൂ എന്ന് മറ്റു ജീവനക്കാർ അധികൃതരെ അറിയിച്ചു. അതിന്റെ ഫലമായി രണ്ടു ദിവസംകൂടി തപാൽ വിഭാഗത്തിൽ സർവ്വീസ് സ്തംഭിച്ചിരുന്നു. തുടർന്നു എല്ലാ ആർ ടി പി ജീവനക്കാരെയും തിരിച്ചെടുക്കാൻ അധികൃതർ നിർബ്ബന്ധിതരായി. എന്നാൽ സസ്പെൻഷൻ നടപടികൾ ഉടനെ പിൻവലിക്കാൻ തയ്യാറായിരുന്നില്ല.

E D പോസ്റ്റാഫീസിന്റെ വാടക, E D ക്കാരുടെ അവധി ദിവസങ്ങൾ, റൊട്ടേഷണൽ, ട്രാൻസ്ഫർ, ട്രേഡ് യൂണിയൻ അവകാശങ്ങൾ പുനഃസ്ഥാപിക്കൽ എന്നീ അഖിലേന്ത്യാ പ്രാധാന്യമുള്ള പ്രശ്നങ്ങൾ ഉന്നയിച്ചുകൊണ്ടു കേരളത്തിൽ മാത്രം പ്രക്ഷോഭം നടത്തി വിജയിച്ച അനുഭവം നമുക്കുണ്ടായിരുന്നു. എന്നാൽ അതെല്ലാം നിസ്സഹകരണ സമരം ഉൾപ്പെടെ ഓഫീസിന് അകത്തു നിന്നുകൊണ്ടുള്ള സമരങ്ങളായിരുന്നു. കേന്ദ്രസർക്കാരിന്റെ പുത്തൻ സാമ്പത്തിക നയത്തിനെതിരായി ഇന്ത്യൻ തൊഴിലാളിവർഗ്ഗം 1982 മുതൽ നടത്തിവന്നിരുന്ന പണിമുടക്ക് സമരങ്ങളിലും അഖിലേന്ത്യാ സംഘടനകൾ വിട്ടുനിന്നിട്ടും കേരളത്തിലെ കമ്പി-തപാൽ ജീവനക്കാർ പങ്കെടുത്തിരുന്ന കാര്യവും ഇവിടെ സ്മരണീയമാണ്. എന്നാൽ അഖിലേന്ത്യാ തലത്തിൽ പരിഹാരം ആവശ്യമായ പ്രശ്നങ്ങൾ ഉന്നയിച്ചുകൊണ്ട് കേരളത്തിൽ മാത്രം വിജയകരമായ പണിമുടക്കം നടത്തിയ അനുഭവം ആദ്യത്തേതായിരുന്നു.

32

പുത്തൻ സാമ്പത്തികനയത്തിനും ആഗോളവല്കരണനയത്തിനും എതിരെ

ഇന്ദിരാഗാന്ധി സർക്കാർ 1981 ൽ പ്രഖ്യാപിച്ച പുത്തൻ സാമ്പത്തിക നയത്തിനെതിരെ ഇടതുപക്ഷ ട്രേഡ് യൂണിയനുകൾ പ്രഖ്യാപിച്ച പണിമുടക്കിന്റെ പശ്ചാത്തലത്തിലായിരുന്നു അഖിലേന്ത്യാ ടെലികോം എംപ്ലോയീസ് യൂണിയൻ ക്ലാസ് 3 യുടെ അഖിലേന്ത്യാ സമ്മേളനം കൽക്കത്തയിൽ ചേർന്നത്. ഈ സമരത്തിന്റെ പ്രാധാന്യം വിവരിച്ചുകൊണ്ടാണ് സി പി ഐ നേതാവ് സ. ഇന്ദ്രജിത്ത് ഗുപ്ത സമ്മേളനം ഉദ്ഘാടനം ചെയ്തത്. ഇതിന്റെ ചുവട് വച്ച് ഈ പണിമുടക്കിൽ ടെലികോം ജീവനക്കാരും അണിചേരണമെന്നാവശ്യപ്പെട്ടുകൊണ്ട് കേരള സർക്കിൾ യൂണിയൻ സമ്മേളനത്തിൽ പ്രമേയം അവതരിപ്പിച്ചു. അതുവരെ ഇതര ട്രേഡ് യൂണിയൻ സംഘടനകൾ സർക്കാർ നയങ്ങൾക്കെതിരായി സംഘടിപ്പിക്കുന്ന പണിമുടക്ക് സമരങ്ങളിൽ കമ്പി-തപാൽ ജീവനക്കാർ പങ്കെടുത്തിരുന്നില്ല. ഈ പ്രമേയത്തിനെതിരെ ശക്തമായ എതിർപ്പാണ് ഗുപ്ത വിഭാഗം പ്രകടിപ്പിച്ചത്. എന്നാൽ കേരളം, ബംഗാൾ, നോർത്ത് ഈസ്റ്റ് സർക്കിളുകൾ പൂർണ്ണമായും തമിഴ്നാട്, ആന്ധ്ര സർക്കിളുകൾ ഭാഗികമായും പ്രമേയത്തിനനുകൂലമായ നിലപാട് സ്വീകരിക്കുകയും പ്രമേയം നിരാകരിക്കാൻ പറ്റാത്ത സ്ഥിതിവിശേഷം ഉണ്ടാക്കുകയും ചെയ്തിരുന്നു. തുടർന്ന് ഒരു ഒത്തുതീർപ്പെന്ന നിലയിൽ പണിമുടക്ക് സംഘടിപ്പിക്കാൻ സാധിക്കുന്ന സർക്കിളുകളിൽ 1982 ജനുവരി 19 ന് നാഷണൽ കാമ്പയിൻ കമ്മിറ്റി ആഹ്വാനം ചെയ്ത പണിമുടക്കിൽ പങ്കെടുക്കാമെന്ന് തീരുമാനിച്ചു. ഇതേ തീരുമാനം എൻ എഫ് പി ടി ഇ കേന്ദ്രനേതൃത്വവും സ്വീകരിച്ചു. കേരളത്തിലെ എൻ എഫ് പി ടി ഇ ഏകോപനസമിതി നേരത്തെ തന്നെ നാഷണൽ കാമ്പയിൻ കമ്മിറ്റി പ്രചരണങ്ങളിൽ പങ്കെടുക്കുകയും പണിമുടക്കിനു തയ്യാറെടുത്തുവരികയുമായിരുന്നു. നമ്മുടെ തീരുമാനം ഭാഗികമായെങ്കിലും അഖിലേന്ത്യാ തലത്തിൽ അംഗീകരി

ക്കപ്പെട്ടതു കേരളത്തിൽ ഈ പണിമുടക്ക് വിജയിപ്പിക്കാൻ സഹായകരമായിരുന്നു. 1982 ജനുവരി 19 ന്റെ പണിമുടക്കം വിജയമായിരുന്നു. കേന്ദ്ര ട്രേഡ് യൂണിയൻ സംഘടനകളോടൊപ്പം കേന്ദ്രസർക്കാർ നയത്തിനെതിരായ സമരം പുതിയൊരനുഭവമായിരുന്നു. ആ സമരത്തിൽ കടുത്ത ശിക്ഷാനടപടികൾ ഏറ്റുവാങ്ങേണ്ടി വന്നിരുന്നു. എങ്കിലും തുടർന്ന് നാഷണൽ കാമ്പയിൻ കമ്മിറ്റിയും പിന്നീട് സ്പോൺസറിങ് കമ്മിറ്റിയും ആഹ്വാനം ചെയ്ത എല്ലാ പണിമുടക്കിലും പങ്കെടുക്കാൻ 1982 ജനുവരി 19 ന്റെ സമരം പ്രേരകമായിരുന്നു. ജനുവരി 19 ന്റെ സമരത്തിനുശേഷം എൻ എഫ് പി ഇ യും എൻ എഫ് ടി ഇ യും ഇത്തരം സമരങ്ങളിൽ ഔദ്യോഗികമായി പങ്കെടുക്കുന്ന സ്ഥിതിയും സംജാതമായിരുന്നു.

33

ബോണസ് അർഹതാ പരിധിക്കെതിരെ

ബോണസ് ആക്ട് അനുസരിച്ച് മാസവരുമാനം 2500 രൂപയിൽ കൂടുതൽ ലഭിക്കുന്നവർക്ക് 1995 വരെ ബോണസിന് അർഹതയുണ്ടായിരുന്നില്ല. അർഹത പരിധി എടുത്തുകളയണമെന്ന തൊഴിലാളി സംഘടനകളുടെ ശക്തിയായ ആവശ്യം സർക്കാർ അംഗീകരിച്ചിരുന്നില്ല. 1995 ൽ അർഹത പരിധി 3500 രൂപ ആക്കി ബോണസ് ആക്ടിൽ ഭേദഗതി വരുത്താൻ മാത്രമാണ് കേന്ദ്രസർക്കാർ തയ്യാറായത്. എന്നാൽ, കേന്ദ്ര–സംസ്ഥാന ജീവനക്കാരുടെ ശമ്പളം പടിപടിയായി ഉയർന്നതിനെതുടർന്ന് മേല്പറഞ്ഞ ഭേദഗതികൊണ്ട് ജീവനക്കാർക്ക് പ്രത്യേക ഗുണമൊന്നും ലഭിച്ചില്ല. ഭൂരിഭാഗം ജീവനക്കാർക്കും ബോണസ് ലഭിക്കാനുള്ള അർഹത പരിധി എടുത്തുകളയണമെന്നാവശ്യപ്പെട്ടുകൊണ്ട് കേന്ദ്ര ജീവനക്കാർ 1996 ഒക്ടോബർ മാസം 7 ദിവസം (കേരളത്തിൽ 12 ദിവസം) നീണ്ടുനിന്ന വിജയകരമായ പണിമുടക്കം നടത്തിയിരുന്നു. ഈ സമരത്തിന്റെ ഫലമായിട്ടാണ് ഇന്ന് മുഴുവൻ കേന്ദ്ര സർക്കാർ ജീവനക്കാർക്കും ബോണസ് ആക്ടിന്റെ അർഹത പരിധി കണക്കിലെടുക്കാതെ ബോണസ് ലഭിക്കുന്നത്. എന്നാൽ ഈ ആനുകൂല്യം സംസ്ഥാന ജീവനക്കാർക്കു ബാധകമല്ലാത്തതുകൊണ്ടാണ് ഭൂരിഭാഗം സംസ്ഥാന ജീവനക്കാർക്കും ഇന്ന് ബോണസ് നിഷേധിക്കപ്പെടുന്നത്. സംസ്ഥാന ജീവനക്കാർക്ക് കേവലം 1000 രൂപ ഉൽസവ ബത്ത മാത്രമാണ് ഈ വർഷവും ലഭിച്ചതു എന്നോർക്കണം.

പരിധി എടുത്തുകളയണമെന്ന ആവശ്യം ഉയരുന്നു

കേന്ദ്ര ജീവനക്കാർക്ക് ആദ്യമായി ബോണസ് അനുവദിച്ചപ്പോൾ ഓഫീസർമാർക്ക് ഉൾപ്പെടെ ബോണസ് ലഭിക്കുമായിരുന്നു. നാലാം ശമ്പളക്കമ്മീഷൻ ശുപാർശ നടപ്പാക്കുന്നതുവരെ അതായിരുന്നു സ്ഥിതി.

1986 ലെ ശമ്പള പരിഷ്കരണവും തുടർന്ന് വർഷത്തിൽ രണ്ടുതവണ പൂർണ്ണ സമീകരണത്തോടെ ക്ഷാമബത്ത ലഭിക്കുന്ന സ്ഥിതിയും വന്നതോടെ ഗസറ്റഡ് ഓഫീസർമാർ മാത്രമല്ല, ക്ലാസ് 3 –വിഭാഗത്തിലെയും ഭൂരിപക്ഷം ജീവനക്കാർ ബോണസിന് അർഹരല്ലാതായി. കാരണം ബോണസ് ആക്ട് അനുസരിച്ച് അർഹതാപരിധി കേവലം 2500 രൂപ മാത്രമായിരുന്നു,. ഈ സാഹചര്യത്തിലാണ് ബോണസ് അർഹതാ പരിധി എടുത്തുകളയണമെന്ന ആവശ്യം ഉയർന്നുവന്നത്. എൻ എഫ് പി ടി ഇ യും കോൺഫെഡറേഷനും തുറമുഖ തൊഴിലാളി സംഘടനകളുമാണ് ഈ ആവശ്യം ശക്തിയായി ഉന്നയിച്ചത്. കേന്ദ്രത്തിലെ ഭരണമാറ്റത്തോടെ റെയിൽവേ സംഘടനകളും ഈ ആവശ്യം ഉന്നയിച്ചു. അന്നത്തെ റെയിൽവേ മന്ത്രി രാംവിലാസ് പാസ്വാൻ റെയിൽവേ ജീവനക്കാർക്ക് അനുകൂലമായ പല തീരുമാനങ്ങളും എടുത്ത സാഹചര്യത്തിൽ ബോണസ് പരിധിയുടെ കാര്യത്തിലും അനുകൂല തീരുമാനം എടുക്കുമെന്ന് റെയിൽവേ സംഘടനകൾ ന്യായമായും പ്രതീക്ഷിച്ചു. ഇതിനിടയിൽ തുറമുഖ തൊഴിലാളികളുടെ ബോണസ് പരിധി എടുത്തുകളയാനുള്ള പ്രഖ്യാപനം റെയിൽവേ ജീവനക്കാരുടെ ആവശ്യത്തെ ശക്തിപ്പെടുത്തി. തുടർന്ന് റെയിൽവേ സംഘടനകൾ പ്രത്യക്ഷ സമരത്തിനുള്ള തീരുമാനം പ്രഖ്യാപിച്ചു. ചില സോണൽ റെയിൽവേയിൽ ജീവനക്കാർ പൊടുന്നനവെ നിസ്സഹകരണസമരം ആരംഭിക്കുകയും ചെയ്തു. ഈ സാഹചര്യത്തിൽ 1996 ഒക്ടോബർ 17 ന് ചേർന്ന കേന്ദ്രമന്ത്രിസഭയോഗം റെയിൽവേ ജീവനക്കാരുടെ കാര്യത്തിൽ ബോണസ് അർഹതാപരിധി എടുത്തുകളയാൻ തീരുമാനിച്ചു.

കമ്പി–തപാൽ ജീവനക്കാർ പ്രക്ഷോഭം ആരംഭിക്കുന്നു– കേരളത്തിൽ തുടക്കം

ബോണസ് അർഹതാ പരിധിയുടെ കാര്യത്തിൽ ക്യാബിനറ്റ് തീരുമാനം കമ്പി–തപാൽ ജീവനക്കാർക്ക് ബാധകമല്ല എന്നറിഞ്ഞതോടെ രാജ്യത്തെമ്പാടുമുള്ള കമ്പി–തപാൽ ജീവനക്കാർ രോഷാകുലരായി. ഒക്ടോബർ 17 ന് തന്നെ ചേർന്ന കമ്പി–തപാൽ മേഖലയിലെ ആറ് ഫെഡറേഷനുകളുടെ യോഗം ഈ പ്രശ്നം ഗൗരവമായി ചർച്ച ചെയ്യുകയും പണിമുടക്കണമെന്ന തീരുമാനത്തിൽ എത്തിച്ചേരുകയും ചെയ്തു. എന്നാൽ, പണിമുടക്കാനുള്ള തീയതി പ്രഖ്യാപിക്കുന്നതിനും ഫെഡറേഷൻ നേതാക്കളിൽ അവ്യക്തത ഉണ്ടായിരുന്നു. ജീവനക്കാരുടെ രോഷം പ്രകടിപ്പിക്കുന്നതിനും വിവേചനം അവസാനിപ്പിക്കാനും പൊടുന്നനെയുള്ള സമരമായിരുന്നു അഭികാമ്യം. അതിന് തയ്യാറാകാത്ത ഫെഡറേഷനിലുള്ള ചില നേതാക്കളുടെ സമീപനത്തിലും ജീവനക്കാർക്ക് സംശയമുണ്ടായിരുന്നു. ഈ സാഹചര്യത്തിൽ എൻ എഫ് പി ടി ഇ കേരള ഏകോപനസമിതി ഒക്ടോബർ 17 ന് രാത്രിതന്നെ അടിയന്തര യോഗം ചേരുകയും 18 ന് രാവിലെ മുതൽ പണിമുടക്കം ആരംഭിക്കാൻ തീരുമാ

നിക്കുകയും ചെയ്തു. കേരളത്തിലെ മറ്റു സംഘടനകളെയും ഇതര സംസ്ഥാനങ്ങളിലെ NFPTE ഘടകങ്ങളെയും ബന്ധപ്പെട്ടുകൊണ്ട് സമരം വ്യാപകമാക്കാനുള്ള ശ്രമം ആരംഭിക്കുകയും ചെയ്തു. 18 ന് രാവിലെ തന്നെ കേരളത്തിൽ സമരം ആരംഭിച്ചു. കേരളത്തിലെ പോസ്റ്റൽ–ടെലികോം മേഖല പൂർണ്ണമായും സ്തംഭിച്ചു. തമിഴ്നാട്, ആന്ധ്ര, ആസാം, ഒറീസ, മദ്ധ്യപ്രദേശ് എന്നിവിടങ്ങളിലും സമരം ആരംഭിച്ചിരുന്നു. ഉച്ചയോടെ ഉത്തർപ്രദേശ്, പഞ്ചാബ്, ബീഹാർ എന്നീ സംസ്ഥാനങ്ങളും കമ്പി–തപാൽ സർവ്വീസ് സ്തംഭിച്ചു. തുടർന്ന് ഈ മേഖലയിലെ ആറ് ഫെഡറേഷനുകളും ഒക്ടോബർ 23 മുതൽ അനിശ്ചിതകാല പണിമുടക്കിന് ആഹ്വാനം നൽകി. തുടർന്ന് കോൺഫെഡറേഷനും പണിമുടക്കിൽ പങ്കെടുക്കാൻ തീരുമാനിച്ചു. 23 മുതൽ ആരംഭിച്ച പണിമുടക്കം കമ്പി–തപാൽ മേഖലയിൽ ശക്തവും വ്യാപകവുമായിരുന്നു. ഇതര കേന്ദ്ര സർവ്വീസിലെ സ്ഥിതിയും മറിച്ചായിരുന്നില്ല. ഒക്ടോബർ 28 ന് സെൻട്രൽ സെക്രട്ടറിയേറ്റ് ജീവനക്കാരും ഓഫീസ് ബഹിഷ്കരിച്ചു. ചുരുക്കത്തിൽ 1968 ന് ശേഷം കേന്ദ്രസർവ്വീസിൽ നടന്ന ശക്തവും വ്യാപകവുമായ സമരമായിരുന്നു ബോണസ് പരിധിയുടെ പ്രശ്നത്തിൽ സംഘടിപ്പിക്കപ്പെട്ടത്.

പുതിയ സമീപനം

ഇടതുപക്ഷ കക്ഷികളുടെ പിന്തുണയോടെ ദേവഗൗഡ സർക്കാരാണ് അന്ന് നിലവിലുണ്ടായിരുന്നത്. മുൻകാലങ്ങളിൽ കേന്ദ്രസർവ്വീസിൽ സമരം ആരംഭിക്കുന്ന നാൾ മുതൽ നിരോധനം, പൊലീസ് ഇടപെടൽ, സസ്പെൻഷൻ, പിരിച്ചുവിടൽ തുടങ്ങിയ പ്രതികാര നടപടികൾ നേരിടേണ്ടിവന്നിരുന്നു. എന്നാൽ ഈ സമരത്തിന് അത്തരത്തിലുള്ള ഒരു അനുഭവവും ഉണ്ടായിരുന്നില്ല. 28–ന് ഡൽഹി സെക്രട്ടേറിയറ്റ് ജീവനക്കാർക്ക് നേരെ ഉണ്ടായ പൊലീസ് അതിക്രമം ഒഴികെ ഇന്ത്യയിൽ ഒരു സംസ്ഥാനത്തും പൊലീസ് ഇടപെൽ ഉണ്ടായിരുന്നില്ല. ബോണസ് പരിധിയുടെ കാര്യത്തിൽ കേന്ദ്ര സർക്കാർ നേരത്തെ എടുത്ത തീരുമാനം തികച്ചും വിവേചനപരമായിരുന്നു എന്ന് ബോദ്ധ്യപ്പെട്ടതോടെ മിക്ക രാഷ്ട്രീയ പാർട്ടികളും ബഹുജന സംഘടനകളും മാദ്ധ്യമങ്ങളും ജീവനക്കാർക്ക് അനുകൂലമായ നിലപാട് സ്വീകരിച്ചിരുന്നു. ബോണസ് പരിധിയുടെ കാര്യത്തിൽ അടിയന്തര തീരുമാനമെടുത്ത് പണിമുടക്ക് അവസാനിപ്പിക്കാൻ ഇടതുപക്ഷകക്ഷികൾ ശക്തമായി ആവശ്യപ്പെട്ടിരുന്നു.

ആവശ്യങ്ങൾ അംഗീകരിക്കുന്നു

ഒക്ടോബർ 29–ന് ചേർന്ന കേന്ദ്ര മന്ത്രിസഭായോഗം ഗ്രൂപ്പ്–സി ഡി ജീവനക്കാരുടെ ബോണസ് അർഹതാപരിധി എടുത്തുകളയാൻ തീരുമാനിച്ചു. പി എൽ ബി സ്കീം നിലവിലുള്ള വിഭാഗത്തിന് മാത്രമായി ഈ തീരുമാനം പരിമിതപ്പെടുത്തുവാൻ ധനകാര്യവകുപ്പ് അവസാന

നിമിഷം വരെ ശ്രമിച്ചിരുന്നു. എന്നാൽ ഇടതുപക്ഷകക്ഷികളുടെ പ്രത്യേകിച്ചും സി പി ഐ (എം) ജനറൽ സെക്രട്ടറി സ. സുർജിത്തിന്റെ ശക്തമായ ഇടപെടൽ എല്ലാ ജീവനക്കാർക്കും ബാധകമായ തീരുമാന മെടുക്കാൻ കേന്ദ്ര മന്ത്രിസഭയെ നിർബ്ബന്ധിതമാക്കി എന്നതായിരുന്നു വസ്തുത.

സമരത്തിന്റെ പ്രാധാന്യം

കേന്ദ്ര ജീവനക്കാർ, സ്വാതന്ത്ര്യത്തിനു മുമ്പും അതിനുശേഷവും അവകാശങ്ങൾ നേടിയെടുക്കാൻ നിരവധി പ്രക്ഷോഭസമരങ്ങൾ സംഘ ടിപ്പിച്ചിരുന്നു. ആ സമരങ്ങളിലെല്ലാംതന്നെ ഉന്നയിച്ച ആവശ്യങ്ങൾ ഗൗര വമായി ചർച്ച ചെയ്യാനോ പരിഹരിക്കാനോ ഇന്ത്യൻ ഭരണാധികാരികൾ തയ്യാറായിരുന്നില്ല. മറിച്ച് ആ സമരങ്ങളെ ചോരയിൽ മുക്കിക്കൊല്ലാനാണ് ശ്രമിച്ചിരുന്നത്. 1960 ലും 1968 ലും ശമ്പള പരിഷ്കരണത്തിനും അവ ശ്യാധിഷ്ഠിത മിനിമം വേതനത്തിനുംവേണ്ടി നടത്തിയ സമരങ്ങളും 1974 ൽ ബോണസിനുവേണ്ടി നടത്തിയ സമരവും ഇവയിൽ ചില ഉദാഹ രണങ്ങൾ മാത്രമാണ്. എന്നാൽ ഇവയിൽനിന്നും തികച്ചും വ്യത്യസ്ത മായ അനുഭവമാണ് 1996 ഒക്ടോബർ മാസം 23 മുതൽ 7 ദിവസം നീണ്ടു നിന്ന ബോണസ് പരിധിയുടെ കാര്യത്തിൽ നടത്തിയ സമരത്തിലുണ്ടാ യത്. വിവേചനം അവസാനിപ്പിച്ചുകൊണ്ട് എല്ലാ വിഭാഗം കേന്ദ്ര ജീവ നക്കാർക്കും അർഹത പരിധിയില്ലാതെ ബോണസ് അനുവദിക്കുക എന്ന ഏക മുദ്രവാക്യമാണ് ഈ സമരത്തിൽ ഉന്നയിച്ചത്. നിശ്ചയദാർഢ്യ ത്തോടെ ജീവനക്കാർ സമരത്തിൽ ഉറച്ചുനിൽക്കുന്നുവെന്ന് ബോദ്ധ്യപ്പെ ട്ടപ്പോൾ മുൻകാലങ്ങളിലെപ്പോലെ മർദ്ദനനടപടികൾ സ്വീകരിക്കാതെ ക്യാബിനറ്റ്യോഗം ചേർന്നുകൊണ്ട് ജീവനക്കാർ ഉന്നയിച്ച ആവശ്യം പൂർണ്ണമായി അംഗീകരിച്ചത് കേന്ദ്ര ജീവനക്കാരുടെ സമര ചരിത്രത്തിൽ ഒരു പുതിയ അദ്ധ്യായമാണ് എഴുതിച്ചേർത്തത്. ഇങ്ങനെ ഒരു നേട്ടം കൈവരിക്കാൻ കേന്ദ്രജീവനക്കാർക്ക് സാധിച്ചത് അവർ നടത്തിയ ഐക്യ സമരം കൊണ്ടുമാത്രമല്ല, അന്നത്തെ രാഷ്ട്രീയ സാഹചര്യവും കേന്ദ്ര സർക്കാരിൽ ഇടതുപക്ഷ പാർട്ടികൾക്ക് ഉണ്ടായിരുന്ന നിർണ്ണായക സ്വാധീനവും കൊണ്ടാണെന്ന കാര്യത്തിൽ സംശയമില്ല. ഈ സമരത്തെ തുടർന്ന് അർഹതാ പരിധി നീക്കിയെങ്കിലും മാസവരുമാനം എത്രയാ ണെങ്കിലും 2500 രൂപ ആയി മാത്രമേ കണക്കാക്കുകയുള്ളൂവെന്ന ബോണസ് ആക്ടിലെ മറ്റൊരു നിബന്ധന എടുത്തുകളഞ്ഞിട്ടില്ല. ഇതു കൂടി നീക്കം ചെയ്താൽ മാത്രമേ കേന്ദ്രജീവനക്കാർക്ക് അർഹമായ ബോണസ് ലഭിക്കുകയുള്ളൂ.

34

മഹിള സബ് കമ്മിറ്റി

കമ്പി–തപാൽ രംഗത്ത് ഏറ്റവും കൂടുതൽ സ്ത്രീജീവനക്കാർ ജോലി ചെയ്തിരുന്നത് ടെലികോം വിഭാഗത്തിലായിരുന്നു. വളരെ ക്ലേശകരമായ സാഹചര്യത്തിലാണ് അവർ ജോലി നിർവ്വഹിച്ചിരുന്നത്. സംഘടനയുടെ ശക്തമായ സമ്മർദ്ദം ഉണ്ടായാൽപോലും സ്ത്രീ ജീവനക്കാർ നേരിടുന്ന പ്രശ്നങ്ങൾ പരിഹരിക്കാൻ അധികൃതർ വിമുഖത കാട്ടിയിരുന്നു. പ്രാഥമിക സൗകര്യങ്ങൾപോലും നിർവ്വഹിക്കാൻ പറ്റാത്ത സ്ഥലങ്ങളിൽ സ്ത്രീ ജീവനക്കാരെ നിയമിക്കാൻ അവർക്ക് യാതൊരു മടിയുമുണ്ടായിരുന്നില്ല. വിശ്രമമുറികളുടെയും രാത്രി ജോലി നോക്കുമ്പോൾ അനിവാര്യമായ ഡോർമിറ്ററി സൗകര്യങ്ങളുടെയും അഭാവം, ആയമാരെ നിയമിക്കാതിരിക്കുക, ക്രഷെ, ഹോസ്റ്റൽ സൗകര്യങ്ങൾ എന്നിവയുടെ അഭാവം, സ്ത്രീജീവനക്കാർക്ക് ആവശ്യമായ സുരക്ഷാ സംവിധാനങ്ങൾ ഏർപ്പെടുത്തൽ എന്നിവയൊക്കെ സ്ത്രീ ജീവനക്കാർ നേരിടുന്ന പ്രധാന പ്രശ്നങ്ങളായിരുന്നു. ഡിപ്പാർട്ടുമെന്റ് അംഗീകരിച്ച കാര്യങ്ങൾപോലും നടപ്പാക്കാൻ അധികൃതർ തയ്യാറായിരുന്നില്ല. ഇതിനൊക്കെ പുറമെ, പ്രദേശികാധികാരികളുടെ പ്രകാരനടപടികളും.

കമ്പി–തപാൽ ജീവനക്കാർ നടത്തിവന്നിരുന്ന അവകാശ സമരങ്ങളിൽ പങ്കാളിത്തംകൊണ്ടും, പൊലീസ് നടപടികളും അറസ്റ്റും ജയിൽ വാസവും സസ്പെൻഷനുകളും പിരിച്ചുവിടലും ഉൾപ്പെടെയുള്ള പ്രതികാര നടപടികളെ അതിജീവിക്കുന്നതിലും സ്ത്രീ സഖാക്കൾ മുൻപന്തിയിലായിരുന്നു എന്ന് 1960, 1968, 1974, 1982 സമരങ്ങളുടെ നേരത്തെ വിശദീകരിച്ച അനുഭവങ്ങളിൽനിന്നും വ്യക്തമാണല്ലോ? സ്ത്രീ ജീവനക്കാരുടെ ദൈനംദിന പ്രശ്നങ്ങൾ ഉൾപ്പെടെ പരിഹരിക്കാൻ സംഘടന മുൻകൈ എടുക്കാറുണ്ടെങ്കിലും സ്ത്രീ ജീവനക്കാരെ ഇക്കാര്യങ്ങളിൽ ബോധവതികളാക്കുന്നതിനും ദൈനംദിന സംഘടന പ്രവർത്തനങ്ങളിൽ

പങ്കെടുപ്പിക്കുന്നതിനും കൂടുതൽ ശ്രദ്ധ ആവശ്യമായിരുന്നു. തൊഴിലാളിവർഗ്ഗത്തിന്റെയും സമൂഹത്തിന്റെയും മുന്നോട്ടുള്ള പ്രയാണത്തിൽ സ്ത്രീ പുരുഷഭേദമന്യേ തൊഴിലാളികളുടെ യോജിച്ച പ്രവർത്തനവും, പങ്കാളിത്തവും ആവശ്യമാണെന്ന കാര്യത്തിൽ തർക്കമില്ല. ഈ സാഹചര്യത്തിലാണ് സ്ത്രീജീവനക്കാരെ സംഘടനാ പ്രവർത്തനത്തിന്റെ മുൻപന്തിയിൽ എത്തിക്കാൻ ബോധപൂർവ്വമായ ചർച്ചകൾ സംഘടനയിൽ ഉയർന്നുവന്നത്. സ്ത്രീ ജീവനക്കാർ ഏറെ അണിനിരന്ന സംഘടന എന്ന നിലയിൽ അഖിലേന്ത്യാ ടെലിഗ്രാഫ് എഞ്ചിനീയറിങ് എംപ്ലോയീസ് യൂണിയൻ ക്ലാസ് III ആണ് ഇക്കാര്യത്തിൽ മുൻകൈ എടുത്തു പ്രവർത്തിച്ചിരുന്നത്. ഇതിന്റെ ഭാഗമായിരുന്നു 1978 മെയ് 11 മുതൽ 15 വരെ കോഴിക്കോട് വെച്ചുനടന്ന സംസ്ഥാന സമ്മേളനത്തിൽ ഒരു പ്രത്യേക മഹിളാസമ്മേളനം വിളിച്ചുചേർത്തത്.

സ. പൊന്നമ്മ എം എസ് നായരുടെ അദ്ധ്യക്ഷതയിൽ ചേർന്ന പ്രസ്തുത സമ്മേളനം സ. അഹല്യ രങ്കനേക്കർ എം പി ഉദ്ഘാടനം ചെയ്തു. സഖാക്കൾ ടി ദേവി, സി കെ സാലി, കെ ജാനകിക്കുട്ടി, എൻ രാധ എന്നിവർ പ്രസംഗിച്ചു. നൂറുകണക്കിനു വനിതാ ജീവനക്കാരുടെ പങ്കാളിത്തം പുതിയൊരനുഭവമായിരുന്നു. കമ്പി–തപാൽ മേഖലയിലെ വനിതാ സഖാക്കൾക്ക് ട്രേഡ് യൂണിയൻ രംഗത്ത് പ്രവർത്തിക്കുന്നതിന് ആവേശവും പ്രോത്സാഹനവും നല്കാൻ ഈ സമ്മേളനം സഹായകമായിരുന്നു. സർവ്വീസ് സംഘടനാ രംഗത്തു ഈ ദിശയിലേക്കുള്ള പ്രവർത്തനത്തിന്റെ പ്രാരംഭ നടപടിയായി ഈ സമ്മേളനത്തെ കണക്കാക്കാം. സർക്കിൾ യൂണിയനുകളുടെ ഭാഗമായി മഹിളാ സബ് കമ്മിറ്റികൾ രൂപീകരികരിക്കണമെന്നാവശ്യം ഇതോടെ ശക്തിപ്പെട്ടിരുന്നു.

ആദ്യത്തെ മഹിളാ കമ്മിറ്റി രൂപീകരണം

കോഴിക്കോട് സമ്മേളനത്തെ തുടർന്ന് ഒരു സ്പെഷ്യൽ (മഹിളാ) സമ്മേളനം വിളിച്ചുചേർക്കാൻ അഖിലേന്ത്യാ ടെലിഗ്രാഫ് എഞ്ചിനീയറിങ് എംപ്ലോയീസ് യൂണിയൻ ക്ലാസ് 3 സർക്കിൾ യൂണിയൻ തീരുമാനിച്ചു. കോഴിക്കോട് സമ്മേളനം അംഗീകരിച്ച നയപരിപാടി നടപ്പാക്കുന്നതിന്റെ ഭാഗമായാണ് ഈ തീരുമാനമെടുത്തത്. വനിതാ ജീവനക്കാരെ സംഘടനാ പ്രവർത്തനത്തിന്റെ മുൻപന്തിയിൽ എത്തിക്കുന്നതിനും അവരുടേതായ പ്രശ്നങ്ങൾക്ക് പ്രചരണം നൽകിക്കൊണ്ട് പരിഹാര മാർഗ്ഗങ്ങൾ കണ്ടെത്തുന്നതിനുള്ള പ്രവർത്തനത്തിന്റെ ആദ്യപടി കൂടിയായിരുന്നു ഈ തീരുമാനം.

1978 ഒക്ടോബർ 28 ന് തൃശ്ശൂരിൽ വെച്ചാണ് മഹിളാ കമ്മിറ്റി രൂപീകരണസമ്മേളനം നടന്നത്. ശ്രീമതി വിലാസിനി ബാലകൃഷ്ണൻ സമ്മേളന നഗരിയിൽ പതാക ഉയർത്തിയതോടെയാണ് സമ്മേളന നടപടികൾ ആരംഭിച്ചത്. സർക്കിൾ പ്രസിഡന്റ് സ. ടി വി ജോസഫിന്റെ അദ്ധ്യക്ഷതയിൽ ചേർന്ന സമ്മേളനം സ. റോസമ്മ പുന്നൂസ് ഉദ്ഘാടനം ചെയ്തു.

സ. കെ പി ഗോവിന്ദൻകുട്ടിയുടെയും സ. ജ്യോതി പാർവ്വതിയുടെയും നേതൃത്വത്തിൽ പ്രതിനിധികൾ സമ്മേളനഹാളിൽ എത്തിച്ചേരുന്നു.

സഖാക്കൾ സുശീല ഗോപാലൻ, എൻ പി പത്മനാഭൻ എന്നിവർ പ്രസംഗിച്ചു. ചീഫ് ജനറൽ മാനേജർ ശ്രീ. ഡി ആർ മഹാജനും ഭാര്യയും മകളും പങ്കെടുത്തിരുന്നു. സ്ത്രീ ജീവനക്കാർ നേരിടുന്ന പ്രശ്നങ്ങളും പ്രത്യേകം മഹിളാ കമ്മിറ്റി രൂപീകരിച്ചു പ്രവർത്തിക്കേണ്ട ആവശ്യകതയും സർക്കിൾ സെക്രട്ടറി സ. വി എ എൻ നമ്പൂതിരി വിശദമായി പ്രതിപാദിച്ചു. സ്വാഗതസംഘം കൺവീനർ സ. എ ഡി പത്മാലയ സ്വാഗതവും സ. എൻ മാധവൻകുട്ടി നന്ദിയും പറഞ്ഞു.

തുടർന്നു "ഇന്നത്തെ സാമൂഹ്യവ്യവസ്ഥിതിയും മഹിളകളും" എന്ന വിഷയത്തെ സംബന്ധിച്ചും "ട്രേഡ് യൂണിയൻ പ്രസ്ഥാനത്തെ മഹിളകളുടെ പങ്ക്" എന്ന വിഷയത്തെ ആസ്പദമാക്കിയും ക്ലാസുകളും സംഘടിപ്പിച്ചിരുന്നു.

സ. ജ്യോതി പാർവ്വതി കൺവീനർ ആയി 7 അംഗങ്ങൾ ഉള്ള സംസ്ഥാന മഹിളാ സബ് കമ്മിറ്റിയെ സമ്മേളനം തെരഞ്ഞെടുത്തു. താഴെ പറയുന്ന 9 ആവശ്യങ്ങൾ അടങ്ങിയ "അവകാശ പത്രിക" യും സമ്മേളനം അംഗീകരിച്ചു.

1) കുടുംബപരവും സാമൂഹ്യപരവുമായ കടമകൾ നിർവ്വഹിക്കുന്നവരെന്ന നിലയിൽ സ്ത്രീജീവനക്കാരുടെ ഡ്യൂട്ടി സമയം 6 മണിക്കൂറാക്കി ചുരുക്കുക.

സമ്മേളനം സ. റോസമ്മ പുന്നൂസ് ഉദ്ഘാടനം ചെയ്യുന്നു

2) സ്ത്രീകളെ രാത്രി ഡ്യൂട്ടിയിൽ നിന്നും ഒഴിവാക്കുക. അതുപോലെ രാത്രി സമയത്തു ഡ്യൂട്ടി കഴിഞ്ഞാൽ വീടുകളിലെത്തിക്കുന്നതിന് സൗജന്യവാഹനസൗകര്യം ഏർപ്പെടുത്തുക.
3) ഉദ്യോഗസ്ഥരായ ഭാര്യാഭർത്താക്കന്മാർക്ക് നിർബ്ബന്ധമായും ഒരേ സ്ഥലത്തു നിയമനം നല്കുക.
4) സ്ത്രീ ജീവനക്കാർക്ക് ഡിപ്പാർട്ട്മെന്റ് ഹോസ്റ്റലുകൾ നിർമ്മിക്കുക, ഹോസ്റ്റലുകൾ ഇല്ലാത്തിടത്ത് അവരെ നിയമിക്കാതിരിക്കുക.
5) ഓഫീസുകളിലും എക്സ്ചേഞ്ചുകളിലും ശിശുപരിപാലന സൗകര്യങ്ങൾ (Creches etc), കിന്റർ ഗാർട്ടൻ എന്നിവ ഏർപ്പെടുത്തുക.
6) ജോലിസ്ഥലത്തു ഡോർമിറ്ററി, വിശ്രമമുറി, ഭക്ഷണമുറി, ടോയ്‌ലറ്റ് സംവിധാനങ്ങൾ എന്നീ പ്രാഥമിക സൗകര്യങ്ങൾ ഏർപ്പെടുത്തുക
7) പ്രസവാവധിയിൽ പോകുമ്പോൾ മാതൃത്വ അഡ്വാൻസ് (Maternity Advance), ലീവ്, ശമ്പള അഡ്വാൻസ് എന്നിവ അനുവദിക്കുക.
8) ഔട്ട് ഡോർ വിഭാഗത്തിൽ ജോലി ചെയ്യുന്നതിനാവശ്യമായ സൗകര്യങ്ങൾ ചെയ്യുക.
9) സ്ത്രീജീവനക്കാർ ഗണ്യമായുള്ള എല്ലാ എക്സ്ചേഞ്ചുകളിലും ലേഡി വെൽഫെയർ സൂപ്രണ്ടുമാരെ നിയമിക്കുക.

1979 ജനുവരി 9 ന് അവകാശ പത്രിക അധികാരികൾക്ക് സമർപ്പിച്ചു. തുടർന്ന് ജില്ലാ തലങ്ങളിലും മഹിളാ സബ്ബ് കമ്മിറ്റികൾ രൂപീകരിച്ചുകൊണ്ട് അവകാശ പത്രികയിലെ ആവശ്യങ്ങൾ അംഗീകരിക്കണമെന്നാവശ്യപ്പെട്ട് വിവിധ പ്രക്ഷോഭ പരിപാടികൾ സംഘടിപ്പിച്ചിരുന്നു. അഖിലേന്ത്യാ പ്രാധാന്യമുള്ള വിഷയങ്ങൾ കൈകാര്യം ചെയ്യാൻ അഖിലേന്ത്യാ യൂണിയനോടും ഫെഡറേഷൻ നേതൃത്വത്തോടും ആവശ്യപ്പെട്ടിരുന്നു.

അവകാശ പത്രിക അവതരിപ്പിച്ചുകൊണ്ട് സർക്കിൾ സെക്രട്ടറി സ. വി എ എൻ നമ്പൂതിരി സംസാരിക്കുന്നു. വേദിയിൽ സ. എൻ പി പത്മനാഭൻ, ടെലിക്കോം ജനറൽ മാനേജർ ഡി ആർ മഹാജൻ, സർക്കിൾ പ്രസിഡന്റ് സ. ടി വി ജോസഫ്

NFPTE മഹിളാ സബ്ബ്കമ്മിറ്റി

ടെലികോം മേഖലയിൽ രൂപീകരിച്ച മഹിളാ സബ്ബ് കമ്മിറ്റിയുടെ പ്രവർത്തനം ശ്ലാഘനീയമായിരുന്നു. ഈ കമ്മിറ്റിയുടെ പ്രവർത്തനംമൂലം കൂടുതൽ വനിത സഖാക്കളെ സംഘടനാ രംഗത്ത് അണിനിരത്താൻ സാധിച്ചിരുന്നു എന്നായിരുന്നു പൊതു വിലയിരുത്തൽ. എൻ എഫ് പി ടി ഇ സർക്കിൾ ഏകോപനസമിതിയുടെ ഭാഗമായി തന്നെ എല്ലാ വിഭാഗത്തിലുള്ള വനിത സഖാക്കളെയും ഉൾപ്പെടുത്തി മഹിളാ സബ്ബ് കമ്മിറ്റി രൂപീകരിക്കണമെന്ന അഭിപ്രായം എല്ലാ വിഭാഗത്തിൽനിന്നും ഉയർന്നു വന്നിരുന്നു.

1979 മെയ് 10 മുതൽ 14 വരെ കൊല്ലത്തുവെച്ചു നടന്ന എൻ എഫ് പി ടി ഇ സംയുക്ത സർക്കിൾ സമ്മേളനത്തോടനുബന്ധിച്ച് നടന്ന മഹിളാ സമ്മേളനത്തിൽ ഇതു സംബന്ധിച്ച് തീരുമാനമെടുത്തിരുന്നു.

മെയ് 12 ന് സ. ജ്യോതി പാർവ്വതിയുടെ അദ്ധ്യക്ഷതയിൽ ചേർന്ന മഹിളാ സമ്മേളനം സ. സുശീലാ ഗോപാലൻ ഉദ്ഘാടനം ചെയ്തു. ഓരോ ഘടക സംഘടനയിൽനിന്നും രണ്ടുപേർ വീതം ഉൾപ്പെടുത്തി മഹിളാ സബ്ബ് കമ്മിറ്റിക്ക് രൂപം നല്കി. എൻ എഫ് പി ടി ഇ മഹിളാ സബ്ബ് കമ്മിറ്റിയുടെ ആദ്യത്തെ കൺവീനറായി സ. കെ ലീലാമ്മ തെര

ഞ്ഞെടുക്കപ്പെട്ടു.

വനിതാ ജീവനക്കാരുടെ പ്രശ്നങ്ങൾ ഉന്നയിച്ചുകൊണ്ട് നിരവധി പ്രക്ഷോഭ സമരങ്ങൾ ഈ കാലയളവിൽ സംഘടിപ്പിച്ചിരുന്നു. കൂടാതെ സ്ത്രീസമൂഹത്തെ പൊതുവെ ബാധിക്കുന്ന പ്രശ്നങ്ങളെ ആസ്പദമാക്കി കേരളത്തിൽ നടന്നിട്ടുള്ള എല്ലാ പ്രക്ഷോഭ സമരങ്ങളിലും മറ്റു വനിതാ സംഘടനകളുമായി ബന്ധപ്പെട്ടു പ്രവർത്തിക്കുന്നതിലും എൻ എഫ് പി ടി ഇ മഹിളാ കമ്മിറ്റി മാതൃകാപരമായി പ്രവർത്തിച്ചിരുന്നു.

കേരളത്തിൽ നാം നടത്തിയ പ്രക്ഷോഭസമരങ്ങളെ തുടർന്ന് അവകാശ പത്രികയിലെ പല ആവശ്യങ്ങളും പരിഹരിക്കാൻ സാധിച്ചിരുന്നു. എല്ലാ പ്രധാനപ്പെട്ട എക്സ്ചേഞ്ചുകളിലും ഡോർമിറ്ററി സൗകര്യങ്ങൾ ഏർപ്പെടുത്തുന്നതിലും ആവശ്യമായ ആയമാരെ നിയമിക്കുന്ന കാര്യത്തിലും കോഴിക്കോട്, എറണാകുളം, തിരുവനന്തപുരം എന്നീ എക്സ്ചേഞ്ചുകളിൽ Lady Welfare Superintendent മാരെ നിയമിക്കുന്നതിലും പുരോഗതിയുണ്ടായിരുന്നു. പ്രസവാവധി കഴിഞ്ഞു വരുന്നവരെ നൈറ്റു ഡ്യൂട്ടിയിൽനിന്നും ഒഴിവാക്കാനും പ്രയാസരഹിതമായ ജോലി നല്കുന്നതിനും സാധിച്ചിരുന്നു. പ്രധാനപ്പെട്ട ഓഫീസുകളോടും എക്സ്ചേഞ്ചുകളോടും ബന്ധപ്പെടുത്തി ശിശുപരിപാലന സൗകര്യങ്ങൾ (Crèche) ഉപഭോക്താക്കളിൽനിന്നും Contribution സ്വീകരിച്ചാണെങ്കിലും നടപ്പാക്കാൻ സാധിച്ചിരുന്നു.

കേരളമുൾപ്പെടെയുള്ള സംസ്ഥാനങ്ങളിൽ വനിതാ ജീവനക്കാരുടെ പ്രശ്നങ്ങൾ ഉന്നയിച്ചുകൊണ്ടുള്ള പ്രക്ഷോഭങ്ങൾ അഖിലേന്ത്യാ തലത്തിലും ചലനങ്ങൾ സൃഷ്ടിച്ചിരുന്നു. സംയുക്ത കൂടിയാലോചന സമിതി (JCM) കളിൽ തുടർച്ചയായും ശമ്പളക്കമ്മീഷനുകൾക്ക് നല്കിയ നിവേദനത്തിലൂടെയും ചർച്ചകളിലൂടെയും സ്ത്രീജീവനക്കാരുടെ പ്രധാന പ്രശ്നങ്ങൾ ഗൗരവമായി എൻ എഫ് പി ടി ഇയും കോൺഫഡറേഷനും ഉന്നയിച്ചിരുന്നു. ദമ്പതികളെ കഴിയുന്നതും ഒരേ സ്ഥലത്ത് നിയമിക്കുക, പ്രസവാവധി കഴിഞ്ഞു വരുന്നവർക്ക് മെഡിക്കൽ സർട്ടിഫിക്കറ്റ് ഇല്ലാതെ തന്നെ കമ്യൂട്ടറ്റ് ലീവ് അനുവദിക്കുക തുടങ്ങിയ കാര്യങ്ങളിൽ ഗുണകരമായ മാറ്റങ്ങൾ ഉണ്ടാക്കാൻ സാധിച്ചിരുന്നു.

5–ാം ശമ്പളക്കമ്മീഷനോടെ അടിസ്ഥാനപരമായ പല മാറ്റങ്ങളും ഉണ്ടാക്കാനും സംഘടനയ്ക്ക് സാധിച്ചിരുന്നു. പ്രസവാവധി 60 ൽനിന്നും 135 ദിവസമാക്കി ഉയർത്താനും ഒരു വർഷംവരെ ലീവ് അനുവദിക്കാനും ഭാര്യയുടെ പ്രസവവുമായി ബന്ധപ്പെട്ടു ഭർത്താവിന് Paternity Leave അനുവദിക്കാനും തീരുമാനമായിരുന്നു. വിധവകൾക്ക് ആശ്രിത നിയമത്തിനുള്ള വയസ്സിനോടൊപ്പം വിദ്യാഭ്യാസ യോഗ്യതയിലും ഇളവ് അനുവദിച്ചിരുന്നു. 6–ാം ശമ്പളക്കമീഷൻ പ്രസവാവധി 180 ദിവസമാക്കി ഉയർത്തി. 10 വയസ്സിനു താഴെയുള്ള രണ്ടു കുട്ടികൾക്ക് ആരോഗ്യപരിപാലനത്തിനും വിദ്യാഭ്യാസത്തിനുംവേണ്ടി രണ്ടു വർഷം അവധി ഒന്നായോ ഘട്ടം ഘട്ടമായോ അനുവദിക്കാനും തീരുമാനിച്ചു. മൂന്നാമത്തെ

മാസം Leave not due അനുവദിക്കാനും 6–ാം ശമ്പളക്കമീഷൻ നിർദ്ദേശിച്ചിരുന്നു. സ്ത്രീ ജീവനക്കാർക്ക് കുട്ടികളെ സംരക്ഷിക്കാനുള്ള അലവൻസ്, 15 വർഷം സർവ്വീസ് തികഞ്ഞാൽ വി ആർ എസ് അനുവദിക്കൽ തുടങ്ങിയ കാര്യങ്ങൾ ഇപ്പോൾ സംഘടന ഗൗരവമായി കൈകാര്യം ചെയ്തു വരികയാണ്.

സംഘടനയുടെ പ്രവർത്തനത്തോടൊപ്പം മഹിളാ കമ്മിറ്റികളുടെ പ്രവർത്തനങ്ങളും ഇടപെടലുകളും പ്രശ്നങ്ങൾ പരിഹരിക്കാൻ ഏറെ സഹായകരമായിരുന്നു എന്ന് വിലയിരുത്തപ്പെടേണ്ടതാണ്.

35

ടെലികോം കമ്പനിവല്കരണത്തിനും സ്വകാര്യവല്കരണത്തിനുമെതിരെ

ആയിരത്തിത്തൊള്ളായിരത്തി തൊണ്ണൂറ്റി ഒന്നിൽ പ്രഖ്യാപിച്ച ആഗോളവല്കരണ നയത്തെ തുടർന്നാണ് ടെലികോം മേഖലയിൽ വ്യാപകമായ സ്വകാര്യവല്കരണത്തിനു കേന്ദ്ര സർക്കാർ നടപടി സ്വീകരിച്ചത്. ലോകത്താകമാനം ടെലികോം ടെക്നോളജിയിൽ വന്നുകൊണ്ടിരിക്കുന്ന മാറ്റത്തിനനുസരിച്ചു വിപണി കണ്ടെത്താൻ ശ്രമിക്കുന്ന ബഹുരാഷ്ട്ര കമ്പനികൾ ഇന്ത്യൻ ടെലികോം മേഖല കൈയടക്കാൻ 1985 മുതൽ തന്നെ ശ്രമമാരംഭിച്ചിരുന്നു. അവരുടെ താല്പര്യവും നിർദ്ദേശവുമനുസരിച്ചാണ് കമ്പി–തപാൽ വകുപ്പ് വിഭജിച്ചു പ്രത്യേക ടെലികോം വകുപ്പ് രൂപീകരിച്ചത്. ലാഭകരമായ ടെലികോം വകുപ്പിന് ആവശ്യമായ സാങ്കേതിക വിദ്യ കടമായി നല്കാൻ അവർ തയ്യാറായിരുന്നു. സർക്കാർ വകുപ്പ് എന്ന നിലയിൽ കരാർ ഉറപ്പിക്കാനും കേന്ദ്രസർക്കാരിന്റെ കർശനമായ നിയന്ത്രണങ്ങളിൽനിന്നും ഒഴിവാക്കി കിട്ടാനും ടെലികോം കോർപ്പറേഷൻ രൂപീകരിക്കാൻ അവർ സമ്മർദ്ദം ചെലുത്തിവരികയായിരുന്നു. ഇവരുടെ സമ്മർദ്ദഫലമായിട്ടാണ് പരീക്ഷണാർത്ഥം ബോംബെ, ഡൽഹി എന്നീ മഹാനഗരങ്ങളിലെ ടെലികോം സർവ്വീസ് 1986 ൽ മഹാനഗർ ടെലികോം നിഗാം ലിമിറ്റഡ് (MTNL) എന്ന പേരിൽ കോർപ്പറേഷനാക്കി മാറ്റിയത്. ഇതോടൊപ്പംതന്നെ ഓവർസീസ് കമ്യൂണിക്കേഷനെ 'വിദേശ സഞ്ചാർ നിഗാം ലിമിറ്റഡ്' (VSNL) എന്ന പേരിലും കോർപ്പറേഷൻ രൂപീകരിച്ചിരുന്നു. ഷെയർ വില്പനയ്ക്കുള്ള അനുവാദത്തോടെയാണ് മേല്പറഞ്ഞ കോർപ്പറേഷനുകൾ രൂപീകരിച്ചത്. ടെലികോം വകുപ്പിലെ ഏറ്റവും ലാഭകരമായ മേഖലയായിരുന്നു ബോംബെ, ഡൽഹി മഹാനഗരങ്ങൾ. വൈകാതെ MTNL 46.5 ശതമാനം ഷെയറുകൾ വിറ്റഴിച്ചിരുന്നു. 5000 കോടി രൂപ കരുതൽ ധനവും രാജ്യത്തിന്റെ പ്രധാന നഗരങ്ങളിലെല്ലാം കോടിക്കണക്കിനു രൂപയ്ക്കുള്ള ആസ്തിയും ഉണ്ടായിരുന്നപ്പോഴാണ്

VSNL രൂപീകരിക്കുന്നത്. ഏതാനും മാസങ്ങൾക്കകം നിയന്ത്രണാധികാരമുള്ള ഷെയറുകൾ ഉൾപ്പെടെ നല്കികൊണ്ടു ഈ സ്ഥാപനം മുഖ്യപങ്കാളി എന്ന നിലയിൽ ടാറ്റയ്ക്ക് കൈമാറിയതും നാം കണ്ടുകഴിഞ്ഞു. കേവലം 1439 കോടി രൂപയ്ക്കാണു VSNL ടാറ്റയ്ക്ക് കൈമാറിയത്. കേന്ദ്രസർക്കാരിന്റെ പുതിയ ആഗോളവല്കരണ/സ്വകാര്യവല്കരണ നയം ബഹുരാഷ്ട്ര കുത്തകകൾക്കും ഇന്ത്യൻ കുത്തകൾക്കും ആശ്വാസം പകരുന്നതായിരുന്നു. ടെലികോം ഉപകരണങ്ങൾക്ക് വിപണി കണ്ടെത്തുക മാത്രമല്ല, ഈ സർവ്വീസ് തന്നെ ഏറ്റെടുത്തു നടത്താനുള്ള അവസരമാണ് ബഹുരാഷ്ട്രകുത്തകകൾക്കും ഇന്ത്യൻകുത്തകകൾക്കും സൃഷ്ടിക്കപ്പെട്ടതെന്നും ഇതോടെ വ്യക്തമായിരുന്നു.

സ്വതന്ത്ര ഇന്ത്യയിൽ വികാസം പ്രാപിച്ച കേന്ദ്രസർക്കാർ മേഖലകളിൽ ഏറ്റവും പ്രധാനപ്പെട്ടതായിരുന്നു ടെലികോം. ഈ മേഖലയിലെ തന്നെ റവന്യൂ വരുമാനമുപയോഗിച്ചുകൊണ്ട് സ്വയം പര്യാപ്തമായ രീതിയിൽ വളർച്ച നേടി എന്നതാണ് ടെലികോം വകുപ്പിന്റെ പ്രത്യേകത. ടെലികോം ഉപകരണങ്ങൾ നിർമ്മിക്കുന്നതിലും അവ സ്ഥാപിക്കുന്നതിലും സർവ്വീസ് നടത്തുന്നതിലും ഈ വകുപ്പ് കുത്തക നിലനിർത്തിയിരുന്നു. ടെലികോം ഉപകരണങ്ങളുടെ നിർമ്മാണത്തിൽ ഇന്ത്യൻ ടെലിഫോൺ ഇൻഡസ്ട്രി, ഹിന്ദുസ്ഥാൻ ടെലിപ്രിന്റേഴ്സ്, ടെലികോം ഫാക്ടറികൾ എന്നിവ മുന്നിൽ നിന്നിരുന്നു. ഉയർന്ന സാങ്കേതിക വിദ്യകൾക്ക് വികസിത രാജ്യങ്ങളെ ആശ്രയിച്ചുവെങ്കിലും നിശ്ചിത സമയ പരിധിക്കുള്ളിൽ ആ സാങ്കേതിക വിദ്യ സ്വായത്തമാക്കത്തക്ക രീതിയിലുള്ള കരാറുകളിലാണ് ഏർപ്പെട്ടുവന്നിരുന്നത്. ഇതിന്റെയൊക്കെ ഫലമായാണ് സ്വാതന്ത്ര്യത്തിനു മുൻപ് കേവലം അരലക്ഷത്തിൽ താഴെ മാത്രമുണ്ടായിരുന്ന ടെലിഫോൺ കണക്ഷനുകൾ 1999 ആകുമ്പോഴേക്കും 300 ലക്ഷമായി ഉയർന്നത്. 2001 ഓടുകൂടി എല്ലാ ജില്ലാ കേന്ദ്രങ്ങളിലും ഇന്റർനെറ്റ് സംവിധാനം ഏർപ്പെടുത്താനുതകുന്ന രീതിയിൽ ആധുനികവല്കിരിച്ച ലോകത്തിലെ ഏറ്റവും വലിയ ടെലികോം ശൃംഖലയാണു നമുക്കുണ്ടായിരുന്നത്. 2½ ലക്ഷം കോടി രൂപയുടെ ആസ്തിയുള്ള ടെലികോം വകുപ്പിന്റെ വാർഷിക വളർച്ച നിരക്ക് 20 ശതമാനം ആയിരുന്നു. എട്ടാം പദ്ധതിക്കാലത്തു 75 ലക്ഷം ഫോൺ കണക്ഷനുകൾ നല്കാൻ പദ്ധതി തയ്യാറാക്കി പ്രവർത്തിച്ചു വരികയായിരുന്നു.

ഈ സന്ദർഭത്തിലാണു 1994 മെയ് 12 ന് കേന്ദ്രസർക്കാർ ദേശീയ ടെലികോം നയം പ്രഖ്യാപിക്കുന്നത്. ഉദാരവല്കരണത്തിന്റെ സാഹചര്യത്തിൽ ടെലികോം രംഗത്തു സർക്കാർ കുത്തക തുടരുന്നതു ശരിയല്ലെന്നും വിദേശമൂലധനം പരമാവധി ഈ രംഗത്തേക്കാകർഷിക്കാനും മത്സരാടിസ്ഥാനത്തിൽ ടെലികോം സർവ്വീസ് നടത്താൻ അവസരമുണ്ടാക്കണമെന്നും ദേശീയ ടെലികോം നയത്തിൽ നിർദ്ദേശിച്ചിരുന്നു. പ്രധാനമന്ത്രി ശ്രീ. നരസിംഹറാവുവിന്റെ അമേരിക്കൻ പര്യടനത്തിനു തൊട്ടു മുൻപായാണ് ഈ പ്രഖ്യാപനം ഉണ്ടായതെന്നു പ്രത്യേകം

പ്രസ്താവ്യമാണ്.

ടെലികോം ശൃംഖല പൂർണ്ണമായും സാമ്രാജ്യ ശക്തികൾക്ക് അടിയറവെക്കാനുതകുന്ന രണ്ടാം ദേശീയ ടെലികോം നയം 2000 സെപ്തംബർ 7 നാണ് പ്രഖ്യാപിച്ചത്. ഇതിന്റെ ഭാഗമായാണു ടെലികോം വകുപ്പിനെ കമ്പനിവല്കരിച്ചതും ഭാരത് സഞ്ചാർ നിഗാം ലിമിറ്റഡ് (BSNL) രൂപീകരിച്ചതും. രണ്ടാം ദേശീയ ടെലികോം നയം പ്രഖ്യാപിച്ചതും പ്രധാനമന്ത്രി ശ്രീ. വാജ്പേയി അമേരിക്ക സന്ദർശിക്കുന്നതിനു തൊട്ടു മുൻപായിരുന്നു എന്നുള്ളത് വെറും യാദൃശ്ചികമായി കരുതാനാവില്ല. രാജ്യത്തെ ബാധിക്കുന്ന സുപ്രധാന തീരുമാനങ്ങളെടുക്കുന്ന കാര്യത്തിൽ അമേരിക്കൻ സാമ്രാജ്യത്വം എത്രത്തോളം സ്വാധീനം ചെലുത്തുന്നുണ്ടെന്നുള്ളതിന്റെ പ്രത്യക്ഷ ഉദാഹരണമായി ഇതിനെ നാം കാണേണ്ടിയിരിക്കുന്നു.

ഒന്നാം ദേശീയ ടെലികോം നയത്തിൽ പ്രഖ്യാപിക്കപ്പെട്ട ലക്ഷ്യങ്ങൾ വിലയിരുത്തി കൊണ്ടായിരുന്നില്ല രണ്ടാം ദേശീയ ടെലികോം നയം പ്രഖ്യാപിച്ചത് എന്നതാണു വിചിത്രമായ വസ്തുത. 8–ാം പദ്ധതിയിൽ സ്വകാര്യ ഏജൻസികളുടെ സഹായത്താൽ 100 ലക്ഷം ടെലിഫോൺ നല്കുമെന്നും ആറുലക്ഷത്തോളം ഗ്രാമപ്രദേശത്ത് ഒരു ടെലിഫോൺ വീതമെങ്കിലും എത്തിക്കുമെന്നായിരുന്നു പ്രഖ്യാപനം. ടെലികോം ശൃംഖല പാട്ടത്തിനു കൊടുക്കുന്നതോടെ ലൈസൻസ് ഫീസായി 1,25,000 കോടി രൂപ ലഭിക്കുമെന്നും ഇതു ടെലികോമിന്റെ ഭാവി വികസനത്തിനു സഹായകരമായി തീരുമെന്നുമായിരുന്നു ഒന്നാം ദേശീയ ടെലികോം നയത്തിലെ അവകാശ വാദം. എന്നാൽ ഈ ലക്ഷ്യങ്ങൾ പൂർണ്ണമായും പരാജയമായിരുന്നു എന്നതാണു വസ്തുത. ദേശീയ ടെലികോം നയത്തിൽ പ്രതീക്ഷിച്ചപോലെ എട്ടാം പദ്ധതിയിൽ ടെലികോം വികസനത്തിൽ സ്വകാര്യ മേഖലയ്ക്ക് ഒരു സംഭാവനയും നല്കാൻ കഴിഞ്ഞിട്ടില്ല. 13 സംസ്ഥാനങ്ങളിൽ അടിസ്ഥാന ടെലികോം സർവ്വീസ് നടത്താൻ ലൈസൻസ് നല്കിയിരുന്നു. ലൈസൻസ് ഫീസായി 87000 കോടി രൂപ (15 വർഷത്തേക്ക്) ലഭിക്കണമായിരുന്നു. എന്നാൽ 1999 ൽ ശ്രീ. വാജ്പേയ് സർക്കാർ നയപ്രഖ്യാപന രേഖയിൽ ലൈസൻസ് ഫീസായി കേവലം 5000 കോടി രൂപാ മാത്രമാണു ലഭിച്ചതെന്നും എട്ടാം പദ്ധതി അവസാനിക്കുന്നതുവരെ ഒരു ടെലിഫോൺ കണക്ഷൻപോലും നല്കാൻ സ്വകാര്യ കമ്പനികൾ തയ്യാറായിട്ടില്ലെന്നും കേന്ദ്ര സർക്കാരിനു സമ്മതിക്കേണ്ടി വന്നിരുന്നു. അതേ അവസരം ടെലികോം വകുപ്പ് 8–ാം പദ്ധതിയിൽ ലക്ഷ്യമായി പ്രഖ്യാപിച്ച 75 ലക്ഷത്തിനു പകരം 87.5 ലക്ഷം ഫോൺ കണക്ഷൻ നല്കിയതായും രേഖപ്പെടുത്തിയിരുന്നു. സ്വകാര്യ ഏജൻസികളുടെ സഹായമില്ലാതെ തന്നെ വികസനം സാദ്ധ്യമാണെന്നു തെളിയിച്ചിട്ടുപോലും ടെലികോം സ്വകാര്യവല്കരണ നടപടികളിൽനിന്നും പിന്മാറാൻ വാജ്പേയ് സർക്കാർ തയ്യാറായിരുന്നില്ല. ടെലികോം വകുപ്പിന്റെ വിപുലമായ പശ്ചാത്തല സൗകര്യങ്ങളുപയോഗിച്ചുകൊണ്ട് ആധുനിക

സർവ്വീസുകൾ ഏറ്റെടുത്തു നടത്തുകയായിരുന്നു സ്വകാര്യ കമ്പനികളുടെ ലക്ഷ്യം.

ഏതു രാജ്യത്തിന്റെയും വളർച്ചയ്ക്കുള്ള പശ്ചാത്തല സൗകര്യങ്ങളിൽ പ്രധാനപ്പെട്ടതാണ് വാർത്താവിനിമയ രംഗം. ഈ രംഗത്തെ സ്വകാര്യവല്കരണം സന്തുലിതമായ വികസനത്തെ തന്നെ ദോഷകരമായി ബാധിക്കും. സ്വാതന്ത്ര്യത്തിനു ശേഷമുള്ള നമ്മുടെ സാമ്പത്തിക വികസനത്തിന്റെ അടിസ്ഥാനമായ സർക്കാർമേഖലയേയും പൊതുമേഖലയേയും ശക്തിപ്പെടുത്തുന്നതിനു പകരം അവയൊക്കെ അടച്ചു പൂട്ടിയും അവയുടെ ഷെയറുകൾ വില്പന നടത്തിയും സ്വകാര്യവല്കരിച്ചും തകർക്കാനുള്ള നടപടികളാണു കേന്ദ്ര സർക്കാർ സ്വീകരിച്ചു വരുന്നത്. ടെലികോം രംഗത്തും ഇതുതന്നെയാണ് നടപ്പാക്കുന്നത്. ടെലികോം വകുപ്പിനെ കോർപ്പറേഷനാക്കാനും തുടർന്നു സ്വകാര്യവല്കരിക്കാനുമാണ് ദേശീയ ടെലികോം നയം കൊണ്ടുദ്ദേശിച്ചിരുന്നത്. ടെലികോം കമ്പനിവല്കരണവും സ്വകാര്യവല്കരണവും രാജ്യത്തിന്റെയോ ജനങ്ങളുടെയോ ജീവനക്കാരുടെയോ താല്പര്യത്തിനു ഗുണകരമല്ലെന്നു വ്യക്തമാണ്. അതു ബഹുരാഷ്ട്ര കമ്പനികൾക്കും അവരുടെ ഇന്ത്യൻ പങ്കാളികൾക്കും കൊള്ളലാഭമടിക്കാൻ മാത്രം ഉതകുന്ന നടപടികളാണ്.

ടെലികോം കമ്പനിവല്കരണവും സ്വകാര്യവല്കരണവും ഗൗരവമായി കാണാനോ പ്രതികരിക്കാനോ ആദ്യഘട്ടത്തിൽ ടെലികോം മേഖലയിൽ അന്നു നിലവിലുണ്ടായിരുന്ന മൂന്ന് അംഗീകൃത ഫെഡറേഷനുകൾക്കും സാധിച്ചിരുന്നില്ല. കമ്പനിവല്കരണത്തിന്റെയും സ്വകാര്യവല്കരണത്തിന്റെയും ഭാഗമായി 1986 ൽ MTNL ഉം VSNL ഉം രൂപീകരിച്ചപ്പോൾ ഒരു പ്രതിഷേധ പ്രകടനം നടത്താൻപോലും പ്രസ്തുത ഫെഡറേഷനുകൾ തയ്യാറായിരുന്നില്ല. കോർപ്പറേഷൻ രൂപീകരിച്ചാൽ പൊതുമേഖലയ്ക്ക് തുല്യമായ ശമ്പളം (അന്ന് അത് ആകർഷണീയമായിരുന്ന) ലഭിക്കുമെന്ന ധാരണയാണ് ജീവനക്കാരിൽ ഉണ്ടാക്കിയത്. എന്നാൽ അതും പ്രാവർത്തികമായിരുന്നില്ല. പൊതുമേഖലാ ജീവനക്കാരുടെ ശമ്പളം ആവശ്യപ്പെട്ടുകൊണ്ട് MTNL ജീവനക്കാർ 1990 ൽ നടത്തിയ അനിശ്ചിതകാല പണിമുടക്കാണു ഇക്കാര്യത്തിൽ തീരുമാനമെടുക്കാൻ ഇടയായത്. ഈ സമരത്തെ തുടർന്ന് MTNL ൽ ജീവനക്കാർക്ക് പ്രത്യേക ശമ്പള പരിഷ്കാരം നടത്താമെന്നും 100 രൂപ ഇടക്കാലാശ്വാസം നല്കാമെന്നും ഉറപ്പുനല്കാൻ അധികൃതർ നിർബ്ബന്ധിതരായി. MTNL ജീവനക്കാർക്ക് നല്കിയ 100 രൂപ ഇന്ത്യയിലെ എല്ലാ ടെലികോം ജീവനക്കാർക്കും നല്കണമെന്നാവശ്യപ്പെട്ടുകൊണ്ട് 1990 നവംബർ 3 മുതൽ അനിശ്ചിതകാല പണിമുടക്കം നടത്താനാണ് മൂന്നു ഫെഡറേഷനുകൾ തീരുമാനിച്ചത്. ഈ സമരത്തിനു എതിരായി വ്യത്യസ്താഭിപ്രായം കേരള സംസ്ഥാന ഘടകം NFTE നേതൃത്വത്തെ അറിയിച്ചിരുന്നു. MTNL പോലെ 5 ടെലികോം കോർപ്പറേഷനുകൾ രൂപീകരിക്കാനും അന്ന് നിർദ്ദേശമുണ്ടായിരുന്നു. ഇതിനെതിരായിട്ടുകൂടിയായിരിക്കണം അഖിലേന്ത്യാ

പണിമുടക്കം എന്നതായിരുന്നു കേരളത്തിന്റെ ആവശ്യം. അഭിപ്രായവ്യത്യാസം രേഖപ്പെടുത്തിയെങ്കിലും കേരളത്തിലും ശക്തമായ സമരം സംഘടിപ്പിച്ചിരുന്നു. ടെലികോം കമ്പനിവല്കരണത്തിനും സ്വകാര്യവല്കരണത്തിനും ടെലികോം ജീവനക്കാരെ ഭിന്നിപ്പിച്ചു വിവേചനം സൃഷ്ടിക്കുന്നതിനും എതിരായ വിപുലമായ പ്രചരണങ്ങൾ ജീവനക്കാരിലും പൊതുജനങ്ങളിലും പണിമുടക്ക് സമരത്തോടൊപ്പംതന്നെ കേരളത്തിൽ സംഘടിപ്പിച്ചിരുന്നു. 100 രൂപ അനുവദിച്ചില്ലെങ്കിലും വിവേചനം അവസാനിപ്പിക്കുമെന്നും ഏകീകൃതമായ ഒരു ടെലികോം സംവിധാനം പുനഃസ്ഥാപിക്കുമെന്നും ഈ സമരത്തെ തുടർന്നു കരാർ ഉണ്ടാക്കാൻ സർക്കാർ നിർബ്ബന്ധിതരായിരുന്നു. എന്നാൽ ഈ കരാർ വ്യവസ്ഥകളൊന്നും പാലിക്കാൻ കേന്ദ്ര സർക്കാർ തയ്യാറായിരുന്നില്ല.

പുത്തൻസാമ്പത്തിക നയത്തിനും സർക്കാർ സർവ്വീസുകൾ ഉൾപ്പെടെ സ്വകാര്യവല്കരിക്കാനുള്ള നീക്കത്തിനുമെതിരെ ഇടതുപക്ഷ ട്രേഡ് യൂണിയൻ സംഘടനകളുടെ സംയുക്താഭിമുഖ്യത്തിൽ 1991 നവംബർ 29 ന് നടന്ന പണിമുടക്കത്തിൽ കേരളത്തിൽ കമ്പി–തപാൽ ജീവനക്കാരും പങ്കെടുത്തിരുന്നു. ഈ പണിമുടക്കവുമായി ബന്ധപ്പെട്ട പ്രചരണങ്ങളിൽ ടെലികോം രംഗത്തെ സ്വകാര്യവല്കരണ നടപടികളെപ്പറ്റി വിപുലമായ പ്രചരണങ്ങൾ സംഘടിപ്പിച്ചിരുന്നു.

ടെലികോം കമ്പനിവല്കരണത്തിനെതിരായി ടെലികോം ജീവനക്കാരുടെ വ്യക്തമായ ദിശാബോധത്തോടെയുള്ള പ്രക്ഷോഭ സമരങ്ങൾ സംഘടിപ്പിച്ചിരുന്നത് 1992 ൽ ഭോപ്പാലിൽ വെച്ചുനടന്ന അഖിലേന്ത്യാ ടെലികോം എംപ്ലോയീസ് യൂണിയന്റെ അഖിലേന്ത്യാ സമ്മേളനത്തിനു ശേഷമായിരുന്നു. ഈ സമ്മേളനത്തിൽ വെച്ചാണു 1954 ൽ NFPTE രൂപീകരിച്ച നാൾ മുതൽ ജനറൽ സെക്രട്ടറിയായിരുന്ന സ. ഒ പി ഗുപ്ത പരാജയപ്പെടുന്നത്. സ. ഒ പി ഗുപ്തയടക്കമുള്ള പരിഷ്കരണവാദി നേതാക്കൾക്കും അവർ തുടർന്നു വന്നിരുന്ന നയങ്ങൾക്കുമെതിരെയുള്ള ആശയ സമരങ്ങൾക്ക് നേതൃത്വം നൽകിയിരുന്ന സഖാക്കൾ വി എ എൻ നമ്പൂതിരി, മണിബോസ് എന്നിവർ യഥാക്രമം പ്രസിഡന്റ്, ജനറൽ സെക്രട്ടറി എന്നീ സ്ഥാനങ്ങളിൽ തെരഞ്ഞെടുക്കപ്പെട്ടു. ടെലികോം സ്വകാര്യ വല്കരണ നടപടികൾ, കേഡർ പുനഃസംഘടന, കേന്ദ്ര സർക്കാരിന്റെ പുത്തൻ സാമ്പത്തിക നയത്തിനെതിരായ തൊഴിലാളികളുടെ ഐക്യസമരത്തോടുള്ള സമീപനം എന്നീ കാര്യങ്ങളിൽ നിലവിലുണ്ടായിരുന്ന നേതൃത്വത്തോടുള്ള ശക്തമായ വിമർശനങ്ങളുടെ വേദിയായി ഭോപ്പാൽ സമ്മേളനം മാറിയിരുന്നു. ഇക്കാര്യത്തിൽ വിവിധ സംസ്ഥാനങ്ങളിൽ നിന്നും വന്നെത്തിയ പ്രതിനിധികളിൽ പ്രചരണം നടത്തുന്നതിലും സമ്മേളനത്തിൽ വിമർശനം ഉന്നയിക്കുന്നതിലും കേരള സർക്കിൾ യൂണിയനും കേരളത്തിൽ നിന്നെത്തിച്ചേർന്ന പ്രതിനിധികളും നിർണ്ണായക പങ്ക് വഹിച്ചിരുന്നു. വ്യക്തമായ തൊഴിലാളി വർഗ്ഗ കാഴ്ചപ്പാട് സ്വീകരിക്കുന്ന നേതൃത്വത്തിനുവേണ്ടി കേരളമടക്കമുള്ള സംസ്ഥാ

നങ്ങളിലെ സംഘടനാ നേതാക്കൾ നടത്തി വന്നിരുന്ന ആശയസമരത്തിന്റെ വിജയം കൂടിയായിരുന്നു ഭോപ്പാലിൽ ദർശിച്ചത്. ടെലികോം സ്വകാര്യവല്കരണത്തിനും കേന്ദ്ര സർക്കാരിന്റെ പുത്തൻ സാമ്പത്തിക നയത്തിനുമെതിരെ ജീവനക്കാരുടെ ഐക്യനിര സൃഷ്ടിച്ചുകൊണ്ട് പ്രക്ഷോഭ സമരങ്ങൾ സംഘടിപ്പിക്കാൻ ഭോപ്പാൽ സമ്മേളനം നിർദ്ദേശിച്ചിരുന്നു.

തുടർന്നു ടെലികോം മേഖലയിലെ സമാന ചിന്താഗതിക്കാരായ ഘടക സംഘടനകൾ ഉൾകൊള്ളുന്ന ഐക്യസമര സമിതി രൂപീകരിക്കുകയും സഖാക്കൾ വി എ എൻ നമ്പൂതിരി, മണിബോസ്, പി എസ് രാമൻകുട്ടി, പവിത്ര ചക്രവർത്തി എന്നിവരുടെ നേതൃത്വത്തിൽ വിവിധ പ്രക്ഷോഭ പരിപാടികൾക്ക് രൂപം നല്കുകയും ചെയ്തിരുന്നു. 1992 മെയ് 10 ന് ഡൽഹിയിൽ ചേർന്ന ട്രേഡ് യൂണിയനുകളുടെ ദേശീയ കൺവെൻഷൻ തീരുമാനിച്ച നവംബർ 16 ന്റെ പണിമുടക്കിൽ പങ്കെടുക്കാൻ ടെലികോം ക്ലാസ് III യുടെ അഖിലേന്ത്യാ പ്രവർത്തക സമിതി തീരുമാനിച്ചിരുന്നു. IMF, World Bank WTOs നിർദ്ദേശങ്ങളുടെ അടിസ്ഥാനത്തിലുള്ള സാമ്പത്തിക-വ്യവസായനയം തിരുത്തുക, സ്വകാര്യവല്കരണവും പൊതുമേഖല സ്ഥാപനങ്ങളുടെ ഷെയറുകൾ വിൽക്കുന്ന നടപടികൾ നിർത്തിവെക്കുക തുടങ്ങി സമരത്തിൽ ഉന്നയിച്ച ആവശ്യങ്ങൾ ടെലികോം ജീവനക്കാർക്കും ബാധകമാണെന്നും പ്രവർത്തകസമിതി ചൂണ്ടികാണിച്ചിരുന്നു. മുൻകാലങ്ങളിൽനിന്നും വ്യത്യസ്തമായ സമീപനമായിരുന്നു ഇതെന്ന കാര്യത്തിൽ തർക്കമില്ല. ഇതിനെ തുടർന്ന് ജൂൺ 16 ന്റെ പണിമുടക്കിൽ രാജ്യത്തെമ്പാടുമുള്ള ടെലികോം ജീവനക്കാർ പങ്കെടുത്തിരുന്നു. മേല്പറഞ്ഞ നയങ്ങൾക്കെതിരായി 1993 സെപ്തംബർ

ഡൽഹി സഞ്ചാർ ഭവൻ മാർച്ച് - കേരളാ പ്രതിനിധികൾ എത്തിച്ചേരുന്നു

9 ന് നടന്ന ഭാരത് ബന്ദിലും അഖിലേന്ത്യാടിസ്ഥാനത്തിലും ടെലികോം ജീവനക്കാർ പങ്കെടുത്തിരുന്നു.

സ്വകാര്യവല്കരണ നടപടികൾ ഉപേക്ഷിക്കണമെന്നാവശ്യപ്പെട്ടു കൊണ്ട് ഐക്യസമര സമിതിയുടെ ആഭിമുഖ്യത്തിൽ 1993 ആഗസ്ത് 18 ന് ഡൽഹി സഞ്ചാർ ഭവനിലേക്ക് ആയിരക്കണക്കിനു ടെലികോം ജീവനക്കാർ മാർച്ച് നടത്തിയിരുന്നു. സ. സുശീല ഗോപാലൻ എം പി യാണ് മാർച്ച് ഉദ്ഘാടനം ചെയ്തത്. എം പി മാരായ രാംവിലാസ് പാസ്വാൻ, സയിഫുദ്ദീൻ ചൗധരി, ചിത്തബാസ് എന്നിവർ മാർച്ചിനെ അഭിസംബോധന ചെയ്തിരുന്നു.

ടെലികോം സ്വകാര്യവല്കരണത്തിനെതിരായി ഐക്യനിര സൃഷ്ടിക്കുന്നതിന്റെ ഭാഗമായി ടെലികോം സംഘടനകളുടെ ഒരു ദേശീയ കൺവെൻഷൻ ഐക്യസമരസമിതി ഡൽഹിയിൽ വിളിച്ചുചേർത്തിരുന്നു. ഓഫീസർമാരുടെ സംഘടനകളും കൺവെൻഷനിൽ പങ്കെടുത്തിരുന്നു. ടെലികോം സംരക്ഷിക്കാനുള്ള പ്രക്ഷോഭ സമരങ്ങൾക്ക് നേതൃത്വം നൽകാൻ വിവിധ സംഘടനകൾ ഉൾകൊള്ളുന്ന ദൂർ സഞ്ചാർ സംഘർഷ സമിതിക്ക് കൺവെൻഷൻ രൂപം നൽകി. ഓഫീസർമാരുടെ സംഘടനാ പ്രതിനിധി ശ്രീ. എം കെ കൗശിക്കിനെ കൺവീനർ ആയി തെരഞ്ഞെടുത്തു. ടെലികോം ടെണ്ടർ നടപടികൾക്ക് മുൻപായി വിവിധ പ്രക്ഷോഭ സമരങ്ങൾ സംഘടിപ്പിക്കുവാൻ പ്രസ്തുത കൺവൻഷൻ തീരുമാനിച്ചിരുന്നു. എല്ലാ സംസ്ഥാനങ്ങളിലും ഇതുപോലെ കൺവെൻഷനുകൾ വിളിച്ചുചേർക്കാനും ദൂർ സഞ്ചാർ സംഘർഷ സമിതിക്ക് രൂപം നൽകാനും കൺവെൻഷൻ ആഹ്വാനം ചെയ്തിരുന്നു. എറണാകുളത്ത് വിളിച്ചുചേർത്ത വിപുലമായ കൺവെൻഷനിൽ വെച്ചു ദൂർ സഞ്ചാർ സംഘർഷ സമിതിയുടെ കേരള ഘടകം രൂപീകരിച്ചു. സ. പി വി ചന്ദ്ര

ടെലികോം കോർപ്പറേഷൻ രൂപീകരണത്തിനെതിരെ 1998 സെപ്തംബർ 17ന് നടന്ന സി ജി എം റ്റി/ സി പി എം ജി ഓഫീസ് മാർച്ച്

ശേഖരനെ കൺവീനർ ആയി തെരഞ്ഞെടുത്തു.

ഐക്യസമര സമിതിയും ദൂർ സഞ്ചാർ സംഘർഷ സമിതിയും ടെലികോം കമ്പനിവല്കരണത്തിനെതിരായി വിപുലമായ പ്രചരണ പ്രക്ഷോഭങ്ങൾ സംഘടിപ്പിച്ചത് ടെലികോം വിഭാഗത്തിലെ മൂന്നു ഫെഡറേഷനുകളിലും ചലനം സൃഷ്ടിച്ചിരുന്നു. ഇതിന്റെ ഭാഗമായാണ് 1994 മെയ് 13 ന് ആദ്യത്തെ നാഷണൽ ടെലികോം നയം പ്രഖ്യാപിച്ചപ്പോൾ ഉടൻ പ്രതികരിക്കാൻ പ്രസ്തുത ഫെഡറേഷനുകളും കൂടി തയ്യാറായത്. ദേശീയ ടെലികോം നയം അടിസ്ഥാന ടെലികോം സർവ്വീസിൽ സ്വകാര്യവല്കരണം അനുവദിക്കുകയും ടെലികോം വകുപ്പിന്റെ കുത്തക അവസാനിപ്പിക്കുകയും ചെയ്തിരുന്നു. ഇതിനെതിരായി ഒരു മണിക്കൂർ പണിമുടക്കുകയും തുടർന്നു പ്രകടനം, റാലി, നിവേദനം സമർപ്പിക്കൽ, ധർണ്ണ

ടെലികോം സ്വകാര്യവൽക്കരണത്തിനെതിരെ തിരുവനന്തപുരത്ത് രാജ്ഭവൻ മാർച്ച് - സ. പി വി ചന്ദ്രശേഖരൻ അഭിസംബോധന ചെയ്യുന്നു

തുടങ്ങിയ പരിപാടികൾ സംഘടിപ്പിച്ചിരുന്നു.

ടെലികോം വകുപ്പിനെ സംരക്ഷിക്കണമെന്ന് ആവശ്യപ്പെട്ടുകൊണ്ട് കേരളത്തിലുടനീളം ടെലികോം ഓഫീസുകൾക്കുമുൻപിൽ മനുഷ്യചങ്ങല സൃഷ്ടിച്ചിരുന്നു. കേരളത്തിൽ വളരെ വിപുലമായ പ്രചരണങ്ങൾ സംഘടിപ്പിച്ചിരുന്നു. വിവിധ ജില്ലകളിൽ നിന്നെത്തിയ ടെലികോം ജീവനക്കാർ തിരുവനന്തപുരം രാജ് ഭവനിലേക്ക് മാർച്ച് നടത്തിയിരുന്നു. ദേശീയ ടെലികോം നയം പിൻവലിക്കണമെന്നാവശ്യപ്പെടുന്ന നിവേദനം ഗവർണ്ണർക്ക് സമർപ്പിക്കുകയുണ്ടായി.

മൂന്നു ഫെഡറേഷനുകളുടെയും ഐക്യസമര സമിതിയുടെയും

നേതൃത്വത്തിൽ നടന്ന ശ്രദ്ധേയമായ സമരം 1995 ജൂൺ മാസം 19 മുതൽ നടന്ന അനിശ്ചിതകാല പണിമുടക്കമായിരുന്നു. ഈ പണിമുടക്ക് തീരുമാനം ജീവനക്കാരിലും ഓഫീസർമാരിലും ആവേശമുളവാക്കിയിരുന്നു. പണിമുടക്കിനു ഐക്യദാർഢ്യം പ്രകടിപ്പിച്ചുകൊണ്ട് ഓഫീസർമാരുടെ സംഘടനകളും രംഗത്തുവന്നിരുന്നു. ITS ഓഫീസർമാർ തങ്ങളുടെ ധാർമ്മിക പിന്തുണ പ്രഖ്യാപിച്ചിരുന്നു. ചുരുക്കത്തിൽ ടെലികോം മേഖല സംരക്ഷിക്കണമെന്ന മുദ്രാവാക്യത്തിനു വകുപ്പുമന്ത്രിയും ചെയർമാനും ഒഴികെ മുഴുവൻ ജീവനക്കാരുടെയും ഓഫീസർമാരുടെയും പിന്തുണയുണ്ടായിരുന്നു. ഈ മേഖലയിൽ ഇതു പുതിയൊരനുഭവമായിരുന്നു.

പണിമുടക്കംമൂലം ജൂൺ 19 മുതൽ ഡൽഹി, ബോംബെ ഒഴികെ ടെലികോം സർവ്വീസ് പൂർണ്ണമായും നിശ്ചലമായിരുന്നു. അത്യാവശ്യ സർവ്വീസ് നടത്താൻ രണ്ടാമത്തെ ദിവസം തന്നെ പട്ടാളത്തിന്റെ സേവനം തേടേണ്ടിവന്നിരുന്നു. പണിമുടക്ക് നിരോധനവും ശിക്ഷാ നടപടികളും വകുപ്പുമന്ത്രി പ്രഖ്യാപിച്ചെങ്കിലും ജീവനക്കാർ സമരത്തിൽ ഉറച്ചുനിന്നിരുന്നു. ടെലികോം ജീവനക്കാർ ഉന്നയിച്ച പ്രശ്നങ്ങൾ ഗൗരവത്തോടെ പരിശോധിക്കാൻ ബഹുജന സംഘടനകളും, എം പി മാരും, രാഷ്ട്രീയ നേതാക്കളും പ്രധാനമന്ത്രിയോടാവശ്യപ്പെട്ടിരുന്നു. എന്നാൽ മേല്പറഞ്ഞ ഗൗരവത്തോടെ പ്രശ്നത്തെ സമീപിക്കാനോ ജീവനക്കാർ പ്രകടിപ്പിച്ചിരുന്ന നിശ്ചയദാർഢ്യം കണക്കിലെടുക്കാനോ മൂന്നു ഫെഡറേഷനുകളുടെയും സെക്രട്ടറി ജനറൽമാർക്ക് സാധിച്ചിട്ടില്ല എന്നതാണ് ഈ സമരത്തിന്റെ ദുരന്തവശം. ജൂൺ 23 ന് വകുപ്പുമന്ത്രിയുമായി നടന്ന ചർച്ചയെ തുടർന്ന് പ്രധാനാവശ്യങ്ങൾ ഒഴികെ അപ്രധാനമായ 15 ആവശ്യങ്ങളെ സംബന്ധിച്ച ഒത്തുതീർപ്പ് വ്യവസ്ഥകളോടെ സമരം പിൻവലിക്കുകയാണുണ്ടായത്. വഞ്ചനാപരമായ ഈ ഒത്തുതീർപ്പിൽ രാജ്യത്തെമ്പാടുമുള്ള ടെലികോം ജീവനക്കാർ അമർഷം രേഖപ്പെടുത്തിയിരുന്നു.

ടെലികോം സംരക്ഷണസമിതിയുടെ ആഭിമുഖ്യത്തിൽ തിരുവനന്തപുരത്ത് സംഘടിപ്പിച്ച മനുഷ്യച്ചങ്ങല

2000 ആഗസ്ത് 24 പണിമുടക്കിൽ പങ്കെടുത്ത ജീവനക്കാർ തിരുവനന്തപുരം സി ജി എം ടി ഓഫീസിനുമുൻപിൽ പ്രകടനം നടത്തുന്നു.

വഞ്ചനാപരമായ ഒത്തുതീർപ്പാണെങ്കിലും സമരത്തിന്റെ പ്രധാന്യം കുറച്ചുകാണാൻ കഴിയുമായിരുന്നില്ല. ഉദാരവല്കരണനയം ഇന്ത്യൻ ജനത അംഗീകരിച്ചെന്നും ബഹുരാഷ്ട്ര കുത്തകൾക്ക് യാതൊരു എതിർപ്പും കൂടാതെ ഇന്ത്യയിലേക്കു കടന്നുവരാമെന്ന കേന്ദ്രസർക്കാരിന്റെ അവകാശവാദം തെറ്റാണെന്ന് 5 ദിവസം നീണ്ടുനിന്ന ടെലികോം സമരം തെളിയിച്ചിരുന്നു. ഉദാരവല്കരണത്തിനും ബഹുരാഷ്ട്ര കുത്തകകളുടെ കടന്നുകയറ്റത്തിനുമെതിരായ സമരം എന്നാണു വിദേശ മാദ്ധ്യമങ്ങൾ ഈ സമരത്തെ വിശേഷിപ്പിച്ചത്. ദേശീയ ടെലികോം നയം രാജ്യതാല്പര്യത്തിനെതിരാണെന്നു ജനങ്ങളെ ബോദ്ധ്യപ്പെടുത്താൻ കഴിഞ്ഞതാണ് ഈ സമരത്തിന്റെ പ്രധാന നേട്ടം.

ഐക്യസമര സമിതിയുടെ നേതൃത്വത്തിൽ 1998 സെപ്തംബർ 9 ന് നടന്ന പണിമുടക്കം, 2000 ആഗസ്ത് 24, 25 തീയതികളിൽ നടന്ന പണിമുടക്കം, സെപ്തംബർ 8, 9 തീയതികളിൽ ഐക്യസമരസമിതി കൂടി പങ്കെടുത്ത പണിമുടക്കം ഇതെല്ലാം ടെലികോം കമ്പനിവല്കരണത്തിനും സ്വകാര്യവല്കരണത്തിനുമെതിരായ സമരങ്ങളായിരുന്നു. 2000 സെപ്തംബർ സമരത്തെ തുടർന്ന് ജീവനക്കാർക്ക് 1000 രൂപ ഇടക്കാലാശ്വാസം നല്കാനും കേന്ദ്രസർക്കാരിന്റെ സഞ്ചിത നിധിയിൽനിന്നും പെൻഷൻ നല്കാനും കേന്ദ്രസർക്കാർ നിർബ്ബന്ധിതരായി.

ടെലികോമിലുൾപ്പെടെ കമ്പി-തപാൽ മേഖലയിൽ നടപ്പാക്കിവന്നിരുന്ന സ്വകാര്യവല്കരണ നടപടികൾക്കെതിരായി നിരവധി പ്രചരണ പ്രക്ഷോഭ പരിപാടികൾ സംസ്ഥാന ഏകോപന സമിതിയുടെ നേതൃത്വത്തിൽ കേരളത്തിൽ സംഘടിപ്പിച്ചിരുന്നു.

36

ആർ എം എസ് വളർച്ചയും തളർച്ചയും

ബ്രിട്ടീഷ് ഭരണാധികാരികൾ തപാൽ സർവ്വീസ് ആരംഭിച്ചുവെങ്കിലും ആദ്യഘട്ടത്തിൽ അതു സർക്കാർ ആവശ്യത്തിനു മാത്രമായിരുന്നു വിനിയോഗിക്കപ്പെട്ടിരുന്നത്. 1854 ഒക്ടോബർ 4 ന് പ്രത്യേക തപാൽ വകുപ്പ് രൂപീകരിച്ചതിനെ തുടർന്ന് തപാൽ സേവനം ജനങ്ങൾക്ക് കൂടി വ്യാപിപ്പിച്ചു നല്കിയതിന്റെ ഫലമായി തപാൽ സർവ്വീസിന്റെ വികസനം അതിവേഗത്തിലായിരുന്നു. ഇന്ത്യയിൽ എല്ലാ പട്ടണങ്ങളിലും തപാൽ ഓഫീസുകൾ തുറന്നു പ്രവർത്തിച്ചതിന്റെ ഫലമായി തപാൽ ഉരുപ്പടിയും ദിനംപ്രതി വർദ്ധിച്ചുവന്നു. രാജ്യത്തിന്റെ വിവിധ ഭാഗങ്ങളിൽ മേൽവിലാസക്കാർക്ക് കത്തുകളും മറ്റു തപാൽ ഉരുപ്പടികളും എത്തിച്ചു നല്കുന്നിതിനു വളരെ പരിമിതമായ സൗകര്യങ്ങൾ മാത്രമാണുണ്ടായിരുന്നത്. ട്രെയിനുകളെയും സ്വകാര്യവാഹനങ്ങളെയും ആശ്രയിച്ചുകൊണ്ടു കാര്യക്ഷമമായ തപാൽ സർവ്വീസ് പടിപടിയായി രാജ്യത്തു നിലവിൽ വന്നു. ട്രെയിനുകളിൽ ട്രാവലിങ് പോസ്റ്റാഫീസുകൾ ആരംഭിക്കുകയും തപാൽ ഉരുപ്പടികൾ തരംതിരിച്ച് മെയിൽ ബാഗുകളിൽ ഓരോ സ്റ്റേഷനുകളിലും വിതരണം ചെയ്തിരുന്നു. വർദ്ധിച്ചു വന്നിരുന്ന തപാൽ ഉരുപ്പടികൾ കൈകാര്യം ചെയ്യാൻ പോസ്റ്റാഫീസുകൾക്ക് സാധിക്കാത്ത സാഹചര്യം ഉണ്ടായി.

മേല്പറഞ്ഞ സാഹചര്യത്തിലാണ് തപാൽ ഉരുപ്പടികൾ പോസ്റ്റാഫീസിൽനിന്നും ലെറ്റർ ബോക്സുകളിൽനിന്നും സമാഹരിച്ചു, തരംതിരിച്ചു ട്രെയിൻ വഴിയും മറ്റു വാഹനങ്ങൾ വഴിയും മേൽവിലാസക്കാരന് വളരെ വേഗത്തിൽ എത്തിച്ചു നല്കാൻ ഉദ്ദേശിച്ചുകൊണ്ട് 1870 ൽ പ്രധാനപ്പെട്ട റെയിൽവേ സ്റ്റേഷനുകളിൽ റെയിൽവേ മെയിൽ സർവ്വീസ് (ആർ എം എസ്) ആരംഭിച്ചത്. ട്രെയിൻ സൗകര്യങ്ങളുടെ വികാസത്തിനനുസരിച്ച് എല്ലാ പ്രധാനപ്പെട്ട റെയിൽവേ സ്റ്റേഷനുകളിലും എല്ലാ പട്ടണ

പ്രദേശങ്ങളിലും ആർ എം എസ് ഓഫീസുകൾ ആരംഭിച്ച് പോസ്റ്റൽ വകുപ്പിലെ പ്രധാനപ്പെട്ട ഒരു വിഭാഗമായി ആർ എം എസ് ശക്തി പ്രാപിച്ചു.

ആർ എം എസ് മേഖലയിലെ ജീവനക്കാരുടെ പ്രധാന ജോലി രാത്രിയിലും പകലും ഓടിക്കൊണ്ടിരിക്കുന്ന ട്രെയിനുകളിലായിരുന്നു. അതുകൊണ്ട് ആദ്യഘട്ടത്തിൽ സ്ത്രീകളെ ആർ എം എസിൽ നിയമിച്ചിരുന്നില്ല. ലിംഗവിവേചനത്തിനെതിരെ ഒരു തൊഴിൽ അന്വേഷക കോടതിയെ സമീപിച്ചതിനെ തുടർന്നുണ്ടായ അനുകൂലമായ വിധിയെ തുടർന്ന് 1971 മുതൽ മാത്രമാണ് സ്ത്രീ ജീവനക്കാരെ ആർ എം എസിൽ നിയമിച്ചു തുടങ്ങിയത്. ഓഫീസുകളിൽ പ്രാഥമിക സൗകര്യങ്ങൾ ഏർപ്പെടുത്തുന്നതിലും ജോലി വർദ്ധനവിനനുസരിച്ച് ഓഫീസ് സൗകര്യങ്ങൾ വർദ്ധിപ്പിക്കുന്നതിലും അധികാരികൾ നിഷേധ നിലപാടാണ് സ്വീകരിച്ചുപോന്നത്. ജീവനക്കാരുടെ സേവന–വേതന വ്യവസ്ഥകൾ പരിഷ്കരിക്കുന്നതിനോ ദൈനംദിന പ്രശ്നങ്ങൾക്ക് പരിഹാരം കാണുന്നതിനോ ബ്രിട്ടീഷ് ഭരണാധികാരികളും തുടർന്നുവന്ന ദേശീയ സർക്കാരും ഉദ്യോഗസ്ഥ വൃന്ദവും തയ്യാറായിരുന്നില്ല. വളരെ സങ്കീർണ്ണമായ പ്രശ്നങ്ങൾ ജീവനക്കാർക്ക് നേരിടേണ്ടി വന്നിരുന്നു. അവക്കൊന്നും ശാശ്വതമായ പരിഹാരം കാണുന്നതിന് അധികാരികൾ താല്പര്യം കാണിച്ചിരുന്നില്ല. ആദ്യകാലങ്ങളിൽ ശക്തമായ തൊഴിലാളിസംഘടനകളുടെ അഭാവവും അനുഭവപ്പെട്ടിരുന്നു. ഈ മേഖലയിലെ തപാൽ–ആർ എം എസ് യൂണിയൻ ശക്തി പ്രാപിച്ചിരുന്നില്ല. 1954 ൽ NFPTE യുടെ രൂപീകരണത്തിനു ശേഷമാണ് ഈ സ്ഥിതിയിൽ മാറ്റം ഉണ്ടായത്. NFPTE യുടെ ഘടക സംഘടനകളായി അഖിലേന്ത്യാ ആർ എം എസ് എംപ്ലോയീസ് യൂണിയൻ ക്ലാസ് 3, അഖിലേന്ത്യാ ആർ എം എസ് എംപ്ലോയീസ് യൂണിയൻ മെയിൽ ഗാർഡ് ആന്റ് ക്ലാസ് 4 എന്നിവ നിലവിൽ വന്നു. ഇതോടെയാണ് അർ എം എസ് മേഖലയിൽ സംഘടനാശക്തി പ്രാപിച്ചത്. ജീവനക്കാരുടെ പ്രധാന പ്രശ്നങ്ങൾ ഉന്നയിച്ചുകൊണ്ടു നിരന്തര പ്രക്ഷോഭങ്ങളും പണിമുടക്കങ്ങളും സംഘടിപ്പിച്ചിരുന്നു. നിരവധി പ്രാദേശിക സമരങ്ങൾക്ക് കേരളത്തിൽ പ്രത്യേകിച്ചും ആർ എം എസ് യൂണിയനുകൾ നേതൃത്വം നല്കി. കേരളത്തിലെ ആർ എം എസ് ജീവനക്കാർ നേരിടേണ്ടി വന്ന പ്രശ്നങ്ങളും പ്രതികാര നടപടികളും നേരത്തെ വിശദീകരിച്ചിരുന്നുവല്ലൊ.

കാര്യക്ഷമമായി പ്രവർത്തിച്ചുവന്നിരുന്ന തപാൽ സർവ്വീസിനെ തകർക്കുന്ന ഒട്ടനവധി നടപടികൾ കേന്ദ്ര സർക്കാർ ആവിഷ്കരിച്ചു നടപ്പാക്കി. അതിന്റെയെല്ലാം പരീക്ഷണശാല കേരളമായിരുന്നു. 1982 ൽ ചെലവ് ചുരുക്കലിന്റെ പേര് പറഞ്ഞു രാജ്യത്താകെ ട്രെയിനുകളിൽ പ്രവർത്തിച്ചുവന്നിരുന്ന 292 സോർട്ടിങ് സെക്ഷനുകൾ നിർത്തലാക്കി. തപാൽ ഉരുപ്പടികൾ ലഭിക്കുന്നതിൽ — കാലതാമസത്തിന് ഇടയാക്കിയത് ഈ നടപടികളായിരുന്നു. ഇതിനെ തുടർന്ന് 7000 ഗ്രൂപ്പ് സി ജീവനക്കാരും 4000 ഗ്രൂപ്പ് D ജീവനക്കാരും അധികപ്പറ്റായി. ഇതിനെതിരെ ശക്ത

മായ പ്രക്ഷോഭ പരിപാടികൾ സംഘടിപ്പിച്ചിരുന്നു. അധികപ്പറ്റാകുന്ന ജീവനക്കാരെ വിദൂര സ്ഥലങ്ങളിലേക്കും പോസ്റ്റൽ മേഖലയിലേക്കും സ്ഥലമാറ്റം ചെയ്യുന്നതിനെതിരെ കേരളത്തിൽ ശക്തമായ സമരങ്ങൾ സംഘടിപ്പിച്ചിരുന്നു. 1982 മെയ് ഒന്നുമുതൽ കേരളത്തിൽ നടത്തിയ നിസ്സഹകരണ സമരം അതിൽ പ്രധാനമായിരുന്നു. 1984 സെപ്തംബർ 19 നു നടത്തിയ പ്രക്ഷോഭത്തെ തുടർന്ന് ആർ എം എസ് ഓഫീസുകൾ പൂർണ്ണമായും സ്തംഭിച്ചിരുന്നു. 1985 ജൂൺ 6 നു നടത്തിയ ദേശീയ പണിമുടക്കിലും ആർ എം എസിലെ പരിഷ്കാരങ്ങൾ പ്രധാന പ്രശ്നമായി ഉയർത്തിയിരുന്നു. ഈ പണിമുടക്കം കേരളത്തിൽ വമ്പിച്ച വിജയമായിരുന്നു. ഈ പ്രക്ഷോഭങ്ങളെ തുടർന്ന് ജീവനക്കാർക്ക് എതിരെ ശക്തമായ കടന്നാക്രമണങ്ങൾ ഉണ്ടായിരുന്നു. സസ്പെൻഷൻ, ടെർമിനേഷൻ, സ്ഥലമാറ്റങ്ങൾ, ചാർജ്ജ് ഷീറ്റുകൾ തുടങ്ങി ഭൂരിഭാഗം ജീവനക്കാർക്കുമെതിരെ പ്രതികാര ശിക്ഷാനടപടികൾ നേരിടേണ്ടി വന്നു. ആർ എം എസിൽ നടന്ന പ്രക്ഷോഭപരിപാടികൾക്ക് സഖാക്കൾ എൻ എം എസ് റാവു, കെ പരമേശ്വരൻ നായർ, സി ചന്ദ്രൻപിള്ള, എം കേശവൻ നായർ, പി കെ രാജു എന്നീ നേതാക്കളാണ് നേതൃത്വം നൽകിയത്.

ആഗോളവല്കരണ സ്വകാര്യ വല്കരണനയം നടപ്പാക്കുന്നതിന്റെ ഭാഗമായി ഇന്ത്യയിലെ പോസ്റ്റൽ സർവ്വീസ് ഗുരുതരമായ പ്രതിസന്ധി നേരിടുകയാണ്. ചെലവ് ചുരുക്കലിന്റെ പേരു പറഞ്ഞു പോസ്റ്റൽ മേഖലയിൽ നടപ്പാക്കുന്ന പരിഷ്കാരങ്ങൾ ഇതിന്റെ ഭാഗമാണെന്ന കാര്യത്തിൽ സംശയമില്ല. ഇപ്പോൾ പ്രഖ്യാപിച്ചിട്ടുള്ള ദേശീയ പോസ്റ്റൽ നയവും ഇതിന്റെ ഭാഗമാണ്. ഇതിനെ തുടർന്നുള്ള നടപടികൾ ആർ എം എസ് വിഭാഗത്തിന്റെ അന്ത്യത്തിനാണു തുടക്കം കുറിക്കുന്നത്. ആർ എം എസ്സിന്റെ പേര് തന്നെ മാറ്റാനാണു നിർദ്ദേശിക്കപ്പെട്ടിട്ടുള്ളത്. ആർ എം എസ് വിഭാഗത്തിലുള്ള ഹെഡ് റിക്കാർഡ് ഓഫീസ്, സബ്ബ് റിക്കാർഡ് ഓഫീസ് എന്നിവ ഹെഡ് പോസ്റ്റാഫീസിൽ ലയിപ്പിക്കാനാണു നിർദ്ദേശം. സോർട്ടിങ്ങ് ഓഫീസുകളും പോസ്റ്റാഫീസിൽ ലയിപ്പിക്കും. ആർ എം എസ് വികസനത്തിന്റെ ഭാഗമായി 1944 ൽ മെയിൽ മോട്ടോർ സർവ്വീസ് (MMS) ആരംഭിച്ചത്. രണ്ടായിരം ജീവനക്കാരും ആയിരത്തിലധികം വാഹനങ്ങളും നിലവിലുള്ള മെയിൽ മോട്ടോർ സർവ്വീസ് ഇതിനകം നിർത്തലാക്കാനും തീരുമാനിച്ചിട്ടുണ്ട്. ഇതു പൂർണ്ണമായും സ്വകാര്യ ഏജൻസികൾക്ക് കൈമാറാനാണു തീരുമാനം. ആർ എം എസിന്റെ അന്ത്യംകുറിക്കുന്ന നടപടികൾക്കെതിരായി ആർ എം എസ് യൂണിയനുകളും എൻ എഫ് പി ഇ യും കേരളത്തിലും അഖിലേന്ത്യാ തലത്തിലും നിരവധി പ്രക്ഷോഭ സമരങ്ങൾ സംഘടിപ്പിച്ചിരുന്നു. ഇതിന്റെ ഫലമായി ചില നടപടികൾ താല്ക്കാലികമായി നിർത്തിവെക്കാൻ അധികൃതർ നിർബന്ധിതരായി. പക്ഷെ ഏതവസരത്തിലും ഇതു നടപ്പാക്കും എന്ന കാര്യത്തിൽ സംശയമില്ല. Fedex, DHL, Blue Dart തുടങ്ങിയ വിദേശ കൊറിയർ കമ്പനികളുൾപ്പെടെ പോസ്റ്റൽ മേഖലയിൽ നിലയു

റപ്പിച്ചു കഴിഞ്ഞു. കൊറിയർ സമ്പ്രദായവും ഏജൻസി സമ്പ്രദായവും പോസ്റ്റൽ സർവ്വീസിന്റെ നാശത്തിലേക്കാണു വിരൽ ചൂണ്ടുന്നത്. ഇതു വഴി സാധാരണ ജനങ്ങൾക്കുള്ള പോസ്റ്റൽ സേവനങ്ങളാണ് നിഷേധിക്കപ്പെടുന്നത്. കത്തുകൾ വീടുകളിലും സ്ഥാപനങ്ങളിലും എത്തിക്കുന്ന ഡോർ ഡെലിവറി സമ്പ്രദായം പൂർണ്ണമായും നിർത്തലാക്കുന്നു. പോസ്റ്റൽ ബോക്സുകളുടെ എണ്ണം വെട്ടിച്ചുരുക്കുന്നു. പ്രധാന പട്ടണങ്ങളിൽ ഒരു പോസ്റ്റാഫീസ് മതി എന്നാണ് അധികൃതരുടെ നിലപാട്. സേവനങ്ങൾ ആവശ്യമുള്ളവർ പോസ്റ്റാഫീസ് തേടിയെത്തിക്കൊള്ളുമെന്നാണ് അധികൃതരുടെ അവകാശവാദം. ഇതിന്റെ ഭാഗമായി 9997 പോസ്റ്റാഫീസുകൾ അടച്ചു പൂട്ടാനാണു നിർദ്ദേശം. ഇന്ത്യൻ പോസ്റ്റാഫീസ് ആക്റ്റ് അനുസരിച്ചു തപാൽ ഉരുപ്പടികളുടെ സംഭരണവും വിതരണവും പോസ്റ്റൽ വകുപ്പിന്റെ കുത്തകയാണ്. ആ നിയമം നില നിൽക്കുമ്പോഴാണു സ്വകാര്യ ഏജൻസികളും വിദേശികൾ ഉൾപ്പെടെയുള്ള കൊറിയർ കമ്പനികളും തപാൽ സർവ്വീസുകൾ ഏറ്റെടുത്തു നടത്തുന്നത്. പോസ്റ്റൽ സർവ്വീസ് സംരക്ഷിക്കാനാവശ്യപ്പെട്ടുകൊണ്ട് പൊതുജനങ്ങളുടെ പിന്തുണ നേടാനുള്ള പ്രവർത്തികളും സംഘടന ഏറ്റെടുത്തു നടത്തുകയുണ്ടായി. എൻ എഫ് പി ഇ യുടെ നേതൃത്വത്തിൽ ജനങ്ങളിൽനിന്നും രണ്ടു കോടി ഒപ്പുകൾ ശേഖരിച്ചു 7 ട്രക്ക്കളിലായി പ്രധാന മന്ത്രിക്ക് സമർപ്പിച്ചത് ഒരു ചരിത്രസംഭവമായിരുന്നു. ദേശീയ പോസ്റ്റൽ നയത്തിനും സ്വകാര്യ വല്കരണ നടപടികൾക്കുമെതിരെ അഖിലേന്ത്യാ തലത്തിലും കേരളത്തിൽ പ്രത്യേകിച്ചും തപാൽ ആർ എം എസ് ജീവനക്കാർ പ്രക്ഷോഭത്തിന്റെ പാതയിലാണ്.

37

പോസ്റ്റൽ സമരം (2000 ഡിസംബർ)

സ്വാതന്ത്ര്യാനന്തരം രാജ്യം കണ്ട ഏറ്റവും ശക്തവും സമ്പൂർണ്ണമായ പണിമുടക്കങ്ങളിൽ ഒന്നായിരുന്നു 2000 ഡിസംബർ അഞ്ചു മുതൽ 14 ദിവസം നീണ്ടുനിന്ന പോസ്റ്റൽ മേഖലയിലെ പണിമുടക്ക് സമരം. ഈ മേഖലയിലെ 3 ഫെഡറേഷനുകളും സംയുക്തമായാണ് പണിമുടക്ക് തീരുമാനമെടുത്തത്. 1968 നു ശേഷം പോസ്റ്റൽ മേഖലയിൽ നടന്ന സമരചരിത്രത്തിൽ തിളക്കമാർന്നതും സമാനതകളില്ലാത്തതുമായ ഐക്യവും നിശ്ചയദാർഢ്യവുമാണ് സമരത്തിൽ ദൃശ്യമായത്. മൂന്നുലക്ഷത്തോളം ഇ ഡി ജീവനക്കാ(GDS)രെ സ്ഥിരം ജീവനക്കാരായി അംഗീകരിച്ചു പെൻഷൻ ഉൾപ്പെടെയുള്ള ആനുകൂല്യങ്ങൾ നല്കണമെന്നതായിരുന്നു സമരത്തിൽ ഉന്നയിച്ച പ്രധാനാവശ്യം. വാജ്പേയി സർക്കാർ പ്രഖ്യാപിച്ച പോസ്റ്റൽ നയത്തെ തുടർന്നുള്ള സ്വകാര്യവല്കരണ നടപടികൾ നിർത്തലാക്കുക, അഞ്ചാം ശമ്പളക്കമ്മീഷൻ ശുപാർശകളെ തുടർന്നു വിവിധ കേഡറുകളിലുള്ള ജീവനക്കാരുടെ വേതന ഘടനയിലെ അപാകതകൾ പരിഹരിക്കുക തുടങ്ങിയ ആവശ്യങ്ങളും പണിമുടക്കിൽ ഉന്നയിച്ചിരുന്നു.

1984 ൽ പ്രഖ്യാപിച്ച നിയമനനിരോധനം പോസ്റ്റൽ ഉൾപ്പെടെയുള്ള കേന്ദ്രസർക്കാർ മേഖലയിൽ ജീവനക്കാരുടെ എണ്ണത്തിൽ വമ്പിച്ച വെട്ടിക്കുറവിനിടയാക്കിയിരുന്നു. കോൺഗ്രസ് സർക്കാർ തുടർന്നു വന്നിരുന്ന ആഗോളവല്കരണ/സ്വകാര്യവല്കരണ നടപടികൾ കൂടുതൽ ശക്തിയായി തുടരാനുള്ള നടപടികളാണ് വാജ്പേയ് സർക്കാരും സ്വീകരിച്ചത്. കേന്ദ്രസർവ്വീസിൽ 30 ശതമാനം ജീവനക്കാരെ വെട്ടിച്ചുരുക്കാനും ഇതിന്റെ മുന്നോടിയായി 10 ശതമാനം ജീവനക്കാരെ വളണ്ടയറി റിട്ടയർമെന്റിന് (VRS) വിധേയമാക്കാനും നിർദ്ദേശിക്കപ്പെട്ടു. നിലവിൽ ഒഴിവുള്ള എല്ലാ തസ്തികകളും നിർത്തലാക്കാനും ഭാവിയിൽ ഉണ്ടാകാനി

ടയുള്ള ഒഴിവുകൾ നികത്തരുതെന്നും നിർദ്ദേശിക്കപ്പെട്ട സന്ദർഭത്തിലായിരുന്നു ഈ പണിമുടക്ക് സമരം. സ്വകാര്യവല്കരണവും കോൺട്രാക്റ്റ് സമ്പ്രദായവും പോസ്റ്റൽ മേഖലയിൽ ഉൾപ്പെടെ കേന്ദ്രസർവ്വീസിൽ നടപ്പാക്കാനും നിർദ്ദേശിക്കപ്പെട്ടിരുന്നു. 36 ലക്ഷം കേന്ദ്രജീവനക്കാരുടെ ജോലി സുരക്ഷിതത്വത്തെ ഗൗരവമായി ബാധിക്കുന്ന നടപടികളാണ് വാജ്പേയ് സർക്കാർ പ്രഖ്യാപിച്ചത്. ഈ സന്ദർഭത്തിലാണ് 3 ലക്ഷം ഇ ഡി ജീവനക്കാരെ സ്ഥിരപ്പെടുത്തണമെന്നാവശ്യവുമായി പോസ്റ്റൽ ജീവനക്കാർ പണിമുടക്കം ആരംഭിച്ചത്.

മേല്പറഞ്ഞ സാഹചര്യത്തിൽ പണിമുടക്കിൽ ഉന്നയിച്ച ആവശ്യങ്ങൾ അംഗീകരിക്കില്ലെന്ന ഉറച്ച നിലപാടാണു കേന്ദ്രസർക്കാർ സ്വീകരിച്ചത്. അവശ്യസർവ്വീസ് സംരക്ഷണനിയമം (ESMA) ഉൾപ്പെടെയുള്ള കരിനിയമങ്ങൾ ഉപയോഗിച്ചു പണിമുടക്കത്തെ നേരിടാനാണ് കേന്ദ്ര സർക്കാർ നിർദ്ദേശിച്ചത്. ഇന്ത്യൻ ജുഡീഷ്യറിയുടെ വർഗ്ഗസ്വഭാവും തൊഴിലാളിവിരുദ്ധ നിലപാടുകളും പ്രകടമാക്കുന്ന കോടതികളുടെ ചില ഇടപെടലുകളും ഈ പണിമുടക്കിലെ അനുഭവമായിരുന്നു. കേരളം, ബംഗാൾ, ത്രിപുര ഒഴികെയുള്ള സംസ്ഥാന സർക്കാരുകളും ബ്യൂറോക്രസിയും പണിമുടക്കത്തെ നിഷ്ഠൂരമായി അടിച്ചമർത്താൻ ശ്രമിച്ചിരുന്നു. തപാൽ ജീവനക്കാരുടെ അവകാശസമരത്തെ നേരിടാൻ ESMA ഉൾപ്പെടെയുള്ള കരിനിയമങ്ങൾ നടപ്പാക്കില്ലെന്നും പൊലീസിനെ ഉപയോഗിച്ചു പണിമുടക്കം തകർക്കാൻ തയ്യാറല്ലെന്നുമുള്ള ഇടതുപക്ഷ സർക്കാരുകളുടെ പ്രഖ്യാപനം കമ്പി-തപാൽ ജീവനക്കാർക്ക് മാത്രമല്ല, ഇന്ത്യൻ തൊഴിലാളി വർഗ്ഗത്തിനാകെ ആവേശം പകരുന്നതായിരുന്നു. തൊഴിലാളികളുടെ താല്പര്യം സംരക്ഷിക്കാൻ ഇന്ത്യയിലെ ഇടതുപക്ഷ പ്രസ്ഥാനത്തിനു മാത്രമേ കഴിയുമെന്ന സത്യം ഒരിക്കൽ കൂടി വിളിച്ചറിയിക്കുന്നതായിരുന്നു മേല്പറഞ്ഞ സംസ്ഥാന സർക്കാരുകളുടെ പ്രഖ്യാപനം.

മർദ്ദനനടപടികളെ വെല്ലുവിളിച്ചുകൊണ്ട് അതിശക്തമായ സമരമാണ് രാജ്യമെമ്പാടും ദർശിച്ചത്. കേരളത്തിൽ, ജീവനക്കാരുടെ വിപുലമായ ഐക്യത്തോടെ വമ്പിച്ച പണിമുടക്കമാണ് സംഘടിപ്പിച്ചത്. കേരളത്തിൽ എല്ലാ പോസ്റ്റാഫീസുകളും ആർ എം എസ് ഓഫീസുകളും പോസ്റ്റൽ സ്ഥാപനങ്ങളും അടഞ്ഞുകിടന്നു. ഉദ്യോഗസ്ഥന്മാർക്ക് പോലും ഓഫീസിൽ കയറാൻ പറ്റാത്ത സാഹചര്യമായിരുന്നു. സമരം വിജയിപ്പിക്കാനുള്ള പ്രവർത്തനങ്ങളിൽ ടെലികോം ജീവനക്കാരുടെ സജീവ സാന്നിദ്ധ്യമുണ്ടായിരുന്നു. സംസ്ഥാനജീവനക്കാരുടെ സംഘടനകൾ ഉൾപ്പെടെ മറ്റു ബഹുജനസംഘടനകളും സമരം വിജയിപ്പിക്കാൻ മുന്നോട്ടുവന്നിരുന്നു. മാദ്ധ്യമങ്ങളും വമ്പിച്ച പ്രാധാന്യത്തോടെയാണ് സമരത്തെ വിശേഷിപ്പിച്ചിരുന്നത്.

ജീവനക്കാർ ഉന്നയിച്ച പ്രശ്നങ്ങൾക്ക് പരിഹാരം കാണാനോ സമരസമിതിയുമായി ഇക്കാര്യങ്ങൾ ചർച്ച ചെയ്യാനോ കേന്ദ്രസർക്കാർ തയ്യാ

2002 ൽ മഞ്ചേരിയിൽ നടന്ന കമ്പി–തപാൽ യൂണിയനുകളുടെ അവസാനത്തെ സംയുക്ത സമ്മേളനം – പൊതുസമ്മേളനവേദിയിൽ സ. ഇ കെ നായനാർ, പി വി ചന്ദ്രശേഖരൻ.

റായിരുന്നില്ല. പണിമുടക്കിൽ ഉന്നയിച്ച ആവശ്യങ്ങൾ പരിശോധിക്കാനെന്ന വ്യാജേന ആഭ്യന്തരമന്ത്രി ശ്രീ. എൽ കെ അദ്വാനിയുടെ നേതൃത്വത്തിലുള്ള ഒരു മന്ത്രിതല സമിതി രൂപീകരിച്ചെങ്കിലും പണിമുടക്കത്തെ തകർക്കാനുള്ള നടപടികളാണ് ഈ സമിതി സ്വീകരിച്ചത്.

അടിച്ചമർത്തലുകളെ വെല്ലുവിളിച്ചുകൊണ്ടു സമരം തുടരുന്ന പശ്ചാത്തലത്തിൽ ഡിസംബർ 17–ന് വകുപ്പ് മന്ത്രി ശ്രീ. രാംവിലാസ് പാസ്വാൻ ഒരു കൂടിയാലോചന യോഗം വിളിക്കാൻ നിർബ്ബന്ധിതനായി. എന്നാൽ ജീവനക്കാർ ഉന്നയിച്ച ആവശ്യങ്ങളെപ്പറ്റി വ്യക്തമായ ഉറപ്പുകൾ നല്കാൻ തയ്യാറാകാതെ പണിമുടക്കം പിൻവലിക്കാനാണ് ശ്രീ. പാസ്വാൻ അഭ്യർത്ഥിച്ചത്. ഈ അഭ്യർത്ഥനയെ തുടർന്ന് നാടകീയമായി എഫ് എൻ പി ഒ യും ബി പി ഇ എഫും സമരത്തിൽനിന്നും പിൻമാറുകയാണെന്നു മന്ത്രിയുടെ സാന്നിദ്ധ്യത്തിൽ തന്നെ പ്രഖ്യാപിച്ചു. ഇക്കാര്യത്തിൽ നേരത്തെ തന്നെ ഗൂഢാലോചന നടന്ന കാര്യം പിന്നീടാണ് വ്യക്തമായത്. ജീവനക്കാർ ഉന്നയിച്ച ആവശ്യങ്ങൾ അംഗീകരിച്ചുകൊണ്ട് സമരം ഒത്തുതീർപ്പിലെത്തിക്കാൻ ഇടതുപക്ഷ നേതാക്കളും എം പിമാരും ബഹുജന സംഘടനകളും ശക്തമായ സമ്മർദ്ദം ചെലുത്തിവന്നിരുന്ന സന്ദർഭത്തിലാണ് ജീവനക്കാരെ വഞ്ചിച്ചുകൊണ്ടുള്ള മേല്പറഞ്ഞ സംഘടനകളുടെ പ്രഖ്യാപനമുണ്ടായത്. ജീവനക്കാരുടെ ഐക്യസമരത്തെ തകർക്കാനും അതുവഴി ആവശ്യങ്ങൾ അംഗീകരിക്കാനുള്ള സാദ്ധ്യത പൂർണ്ണമായും ഇല്ലാതാക്കാനുമുള്ള സർക്കാരിന്റെ ഗൂഢപ

ദ്ധതിയാണ് മേല്പറഞ്ഞ സംഘടനകൾ വഴി നടപ്പാക്കിയതെന്നു വ്യക്ത മായിരുന്നു. അതുകൊണ്ടു തന്നെ സമരം ശക്തമായി തുടരുമെന്ന് എൻ എഫ് പി ഇ നേതാക്കൾ വകുപ്പ് മന്ത്രി ശ്രീ. പാസ്വാന്റെ സാന്നിദ്ധ്യ ത്തിൽ പ്രഖ്യാപിച്ചു. 80 ശതമാനത്തിലധികം ജീവനക്കാരെ പ്രതിനിധീ കരിക്കുന്ന സംഘടനയാണ് എൻ എഫ് പി ഇ എങ്കിലും മേല്പറഞ്ഞ സംഘടനകളുടെ വഞ്ചനാപരമായ നിലപാടിനെ തുടർന്ന് ജീവനക്കാരി ലുണ്ടായ ആശയക്കുഴപ്പവും അനൈക്യവും സമരം ദീർഘമായി നീട്ടി ക്കൊണ്ടുപോവുന്നതിന് വിഘാതം സൃഷ്ടിച്ചിരുന്നു. ഈ സാഹചര്യ ത്തിൽ ഡിസംബർ 18 നു സമരം പിൻവലിച്ചു.

ആഗോളവല്കരണ/സ്വകാര്യവല്കരണ നയത്തിന്റെ പശ്ചാത്തല ത്തിൽ കേന്ദ്രസർക്കാർ മേഖലയിൽ നടപ്പാക്കുന്ന പരിഷ്കാരങ്ങളുടെ ദോഷഫലങ്ങൾ രാജ്യത്ത് സജീവമായ ചർച്ചയ്ക്ക് ഈ സമരം ഉപയു ക്തമായിരുന്നു. ആഗോളവല്കരണ നയത്തിനെതിരെ ശക്തിയായ താക്കി തുകൂടിയായിരുന്നു പോസ്റ്റൽ സമരം.

38

ശരിയായ കാഴ്ചപ്പാടിന്റെ വിജയം

തൊഴിലാളികളുടെ സംഘടിത ശക്തിയിൽ വിശ്വാസമർപ്പിച്ച് യഥാർത്ഥ തൊഴിലാളി വർഗ്ഗ കാഴ്ചപ്പാട് മുൻനിർത്തി പ്രവർത്തിച്ചതാണു കേരളത്തിലെ എൻ എഫ് പി ടി ഇ പ്രസ്ഥാനത്തിന്റെ വിജയത്തിനാസ്പദം. ഇക്കാരണങ്ങൾ കൊണ്ടു തന്നെയാണു മറ്റു സംസ്ഥാനങ്ങൾക്ക് മാതൃകയാണ് കേരളത്തിലെ പ്രസ്ഥാനം എന്നു വിശേഷിപ്പിക്കപ്പെട്ടത്.

മേല്പറഞ്ഞ നിലപാട് സ്വീകരിച്ചതുകൊണ്ടു കടുത്ത പ്രതികാരനടപടികൾ നമ്മുടെ പ്രസ്ഥാനത്തിന് ഏറ്റുവാങ്ങേണ്ടി വന്നിരുന്നു. ഭരണാധികാരികളിൽനിന്നും മാത്രമല്ല, വർഗ്ഗ സഹകരണ നയം പിന്തുടർന്നുപോന്ന അഖിലേന്ത്യാ നേതൃത്വത്തിൽനിന്നും എതിർപ്പും അവഗണനയും നേരിടേണ്ടിവന്നിരുന്നു. മേല്പറഞ്ഞ നയത്തിന്റെ പ്രധാന വക്താവായ സ. ഒ പി ഗുപ്ത നേതൃത്വം നല്കുന്ന അഖിലേന്ത്യാ യൂണിയന്റെ ഭാഗമെന്ന നിലയിൽ ടെലികോം ക്ലാസ് 3 സർക്കിൾ യൂണിയനാണ് ഏറ്റവും പ്രതിസന്ധി നേരിടേണ്ടി വന്നത്. അഖിലേന്ത്യാ യൂണിയന്റെ പല നിലപാടുകളും ആശയപരമായി നേരിടുന്നതിലും മേല്പറഞ്ഞ നയങ്ങൾക്കെതിരെ അഖിലേന്ത്യാ തലത്തിൽ തന്നെ നടത്തിവന്നിരുന്ന പ്രചരണങ്ങളിലും നേതൃത്വപരമായ പങ്ക് വഹിക്കാൻ നമുക്ക് സാധിച്ചിരുന്നു. ഇതിനു തുടക്കം കുറിച്ചത് അഖിലേന്ത്യാ ടെലികോം എംപ്ലോയീസ് യൂണിയന്റെ 1966–ൽ വിജയവാഡയിൽ ചേർന്ന അഖിലേന്ത്യാ സമ്മേളനമായിരുന്നു. അഖിലേന്ത്യാ നേതൃത്വത്തിന്റെ നയങ്ങൾക്കെതിരായി സ. കെ ജി ബോസിനോടൊപ്പം കേരള സർക്കിൾ സെക്രട്ടറി സ. എം സി അയ്യപ്പക്കുട്ടിയും ശക്തമായ വിമർശനം ഉന്നയിച്ചിരുന്നു. അന്നു മുതൽ കേരള സർക്കിൾ യൂണിയനെ അവഗണിക്കാനും ഒറ്റപ്പെടുത്താനുമാണ് അഖിലേന്ത്യാ നേതൃത്വം ശ്രമിച്ചത്. ഇതേ അനുഭവം തന്നെയായിരുന്നു സ. വി എ എൻ നമ്പൂതിരിയുടെയും ഗ്രന്ഥകാരന്റെയും നേതൃത്വത്തിലുണ്ടാ

യിരുന്ന സർക്കിൾ യൂണിയനു നേരിടേണ്ടിവന്നതും. 1971–76 കാലഘട്ടത്തിൽ അയ്യപ്പക്കുട്ടി നേതൃത്വം നല്കിയ സർക്കിൾ യൂണിയന് അംഗീകാരവും നിഷേധിച്ചിരുന്നു.

ജീവനക്കാരുടെ വിശ്വാസവും പിന്തുണയും നേടിക്കൊണ്ടാണ് അവകാശ സമരങ്ങൾ സംഘടിപ്പിക്കാനും അതോടൊപ്പം തന്നെ അഖിലേന്ത്യാ നേതൃത്വത്തിന്റെ തെറ്റായ നയങ്ങൾക്കെതിരായ ആശയസമരം ശക്തിപ്പെടുത്താനും സാധിച്ചത്. വെറും വിമർശനങ്ങൾ നടത്തുക മാത്രമല്ല നാം ചെയ്തത്. എന്താണു ചെയ്യേണ്ടത് എന്നു പ്രായോഗികമായി പ്രവർത്തിച്ചുകാണിച്ചിരുന്നു. ഇതിന്റെ ഭാഗമായിട്ടാണ് അഖിലേന്ത്യാ പ്രാധാന്യമുള്ള പ്രശ്നങ്ങൾ ഉയർത്തി അഖിലേന്ത്യാ നേതൃത്വത്തിന്റെ എതിർപ്പ് അവഗണിച്ചുകൊണ്ടു പ്രക്ഷോഭം സംഘടിപ്പിച്ചത്. ജീവനക്കാരെ അധികപറ്റാക്കുന്ന കേഡർ പുനഃസംഘടനയ്ക്ക് എതിരെയും ടെലികോം സ്വകാര്യവല്കരണ നടപടികൾക്കെതിരായും കേരളത്തിൽ തനതായ പ്രക്ഷോഭങ്ങൾ സംഘടിപ്പിച്ചിരുന്നു. 'വിപ്ലവ വായാടികൾ' എന്നു നമ്മെ വിശേഷിപ്പിക്കുമ്പോഴെല്ലാം പണിമുടക്കുകളും പ്രക്ഷോഭങ്ങളും സംഘടിപ്പിച്ചുകൊണ്ടും കടുത്ത ശിക്ഷാ നടപടികൾ ഏറ്റുവാങ്ങിക്കൊണ്ടുമാണ് നാം മറുപടി നല്കിയത്. ഇത്തരം പ്രവർത്തനങ്ങൾ ഒരു പരിധിയോളം മറ്റു സംസ്ഥാനങ്ങളിലും നടന്നു വരികയായിരുന്നു. ഇതിന്റെയെല്ലാം പ്രതിഫലനമായിരുന്നു 1992 ൽ ഭോപാൽ സമ്മേളനത്തിൽ ദർശിച്ചത്. ആ സമ്മേളനത്തിൽവെച്ചു സ: ഒ പി ഗുപ്തയെയും കൂട്ടാളികളെയും പരാജയപ്പെടുത്തിക്കൊണ്ടു യഥാർത്ഥ തൊഴിലാളിവർഗ്ഗ കാഴ്ചപ്പാടും പുരോഗമനാശയങ്ങളുമുള്ള നേതാക്കൾ നേതൃത്വത്തിൽ എത്തി. സ. വി എ എൻ നമ്പൂതിരിയുടെയും സ. മണി ബോസിന്റെയും നേതൃത്വത്തിൽ വന്ന പുതിയ അഖിലേന്ത്യാ യൂണിയൻ ഒരുവർഷം കൊണ്ട് യഥാർത്ഥ തൊഴിലാളിവർഗ്ഗ കാഴ്ചപ്പാടോടെ പ്രശ്നങ്ങൾ കൈകാര്യം ചെയ്യുകയും പ്രക്ഷോഭങ്ങൾ സംഘടിപ്പിക്കുകയും ചെയ്തതിനെ തുടർന്ന് സംഘടനയുടെ അലകും പിടിയും മാറിയിരുന്നതായി 1994 ൽ തിരുവനന്തപുരം അഖിലേന്ത്യാ സമ്മേളനം തെളിയിച്ചു.

നേതൃത്വത്തിലേക്ക് തിരിച്ചു വരാൻ സാദ്ധ്യമല്ലെന്നു സ. ഒ പി ഗുപ്തയും കൂട്ടർക്കും തിരുവനന്തപുരം സമ്മേളനത്തോടെ വ്യക്തമായി. ഇതിനെ തുടർന്നാണു ബദൽ ലിസ്റ്റ് നല്കികൊണ്ട് സർക്കാർ പിന്തുണയോടെ പ്രശ്നങ്ങൾ സൃഷ്ടിക്കുകയും പിളർപ്പൻ സംഘടനയ്ക്ക് രൂപം നല്കുകയും ചെയ്തത്.

പോസ്റ്റൽ മേഖലയിൽ തികച്ചും വ്യത്യസ്തമായ സ്ഥിതിയായിരുന്നു. പോസ്റ്റൽ യൂണിയനുകളുടെ നേതൃത്വത്തിൽ സഖാക്കൾ കെ ജി ബോസ്, എൻ ജെ അയ്യർ, ആദിനാരായണ എന്നീ നേതാക്കളുടെ സാന്നിദ്ധ്യം കേരളത്തിലെ പ്രസ്ഥാനത്തിനു പ്രചോദനമായിരുന്നു. പിന്നീട് കേരളത്തിൽനിന്നും സ. സി ചന്ദ്രൻപിള്ള പോസ്റ്റൽ ഫെഡറേഷന്റെ സെക്രട്ടറി ജനറലും കേന്ദ്രജീവനക്കാരുടെ കോൺഫെഡറേഷന്റെ പ്രസി

1994 ൽ തിരുവനന്തപുരത്ത് നടന്ന അഖിലേന്ത്യാ ടെലികോം എംപ്ലോയീസ് യൂണിയൻ ക്ലാസ് 3യുടെ അഖിലേന്ത്യാ സമ്മേളനം ഉദ്ഘാടനം ചെയ്യാൻ എത്തിയ സ. ഇ എം എസിനെ സ്വാഗത സംഘം ജനറൽ കൺവീനർ സ. പി വി ചന്ദ്രശേഖരൻ സ്വീകരിക്കുന്നു.

ഡന്റുമായി തെരഞ്ഞെടുക്കപ്പെട്ടിരുന്നു. തുടർന്നുള്ള പ്രവർത്തനം പോസ്റ്റൽ മേഖലയിലും കേന്ദ്രജീവനക്കാരുടെ മേഖലയിലും പ്രകടമായ മാറ്റങ്ങൾ ദർശിച്ചിരുന്നു.

2000 ഒക്ടോബർ ഒന്നിനു ബി എസ് എൻ എൽ രൂപികരണത്തിനു ശേഷം ടെലികോം വിഭാഗത്തിലെ 7 സംഘടനകൾ ലയിച്ചു ബി എസ് എൻ എൽ എംപ്ലോയീസ് യൂണിയൻ രൂപീകരിച്ചു. അതിനുശേഷം നടന്ന ആദ്യ റഫറണ്ടത്തിൽ 35 ശതമാനം വോട്ടുകൾ നേടി ഗുപ്തയുടെ നേതൃത്വത്തിലുള്ള എൻ എഫ് ടി ഇ (ബി എസ് എൻ എൽ) അംഗീകാരം നേടിയിരുന്നു. എന്നാൽ പിന്നീട് നടന്ന എല്ലാ റഫറണ്ടത്തിലും 50 ശതമാനത്തിലധികം വോട്ടു നേടി ബി എസ് എൻ എൽ എംപ്ലോയീസ് യൂണിയനാണ് ഒന്നാം സ്ഥാനത്തെത്തിയത്. ബി എസ് എൻ എൽ എംപ്ലോയീസ് യൂണിയന് ഏറ്റവും കൂടുതൽ വോട്ടുകൾ ലഭിക്കുന്ന സർക്കിൾ എന്ന സ്ഥാനം കേരളം സ്വന്തമാക്കുമ്പോൾ 1961 മുതൽ കേരളത്തിലെ എൻ എഫ് പി ടി ഇ പ്രസ്ഥാനം തുടർന്നു വന്നിരുന്ന ശരിയായ നയത്തിനു ലഭിച്ച അംഗീകാരം കൂടിയാണെന്നു നാം വിലയിരുത്തേണ്ടിയിരിക്കുന്നു.

www.ingramcontent.com/pod-product-compliance
Lightning Source LLC
LaVergne TN
LVHW101428051026
849519LV00005BC/1912
* 9 7 8 9 3 8 3 9 0 3 5 1 1 *